AF539203

જાપાનીઝ કેંડલસ્ટિક ચાર્ટિંગ ટેક્નિક્સ

જાપાનીઝ કેંડલસ્ટિક ચાર્ટિંગ ટેક્નિક્સ

બીજી આવૃત્તિ

જાપાનની પ્રાચીન રોકાણ તકનીકોની આધુનિક માર્ગદર્શિકા

સ્ટીવ નિસન

ભાવાનુવાદ: જતિન વોરા

Published by

Manjul Publishing House
Corporate and Editorial Office:
•2nd Floor, Usha Preet Complex,
42 Malviya Nagar, Bhopal 462 003 - India
Sales and Marketing Office:
•C-16, Sector 3, Noida, Uttar Pradesh
201301, India
E-mail: manjul@manjulindia.com
Website: www.manjulindia.com

Distributed by

Navbharat Sahitya Mandir
•Opp Patasa Pole, Nr. Jain Derasar,
Gandhi Road, Ahmedabad - 380 001 - India
•202 Pelican House, Gujarat Chamber of
Commerce Compound,
Opp. H. K. College, Ashram Road,
Ahmedabad - 380 009 - India
Tel.: 079 - 22139253, 22132921
E-mail: info@navbharatonline.com
Website: www.navbharatonline.com

First published in India by

Manjul Publishing House
Corporate and Editorial Office
• 2nd Floor, Usha Preet Complex, 42 Malviya Nagar, Bhopal 462 003 – India
Sales and Marketing Office
• C-16, Sector 3, Noida, Uttar Pradesh 201301 – India
E-mail: manjul@manjulindia.com Website: www.manjulindia.com

Distributed by

Navbharat Sahitya Mandir
•Opp Patasa Pole, Nr. Jain Derasar, Gandhi Road, Ahmedabad - 380 001 - India
•202 Pelican House, Gujarat Chamber of Commerce Compound,
Opp. H. K. College, Ashram Road, Ahmedabad - 380 009 - India
Tel.: 079 - 22139253, 22132921 E-mail: info@navbharatonline.com
Website: www.navbharatonline.com

Gujarati language translation of
Japanese Candlestick Charting Techniques by Steve Nison

This edition published by arrangement with TarcherPerigee, an imprint of Penguin Publishing Group, a division of Penguin Random House LLC

This Gujarati edition first published in 2025

ISBN 978-93-5543-738-9

Translated by Jatin Vora

Printed and bound in India by Parksons Graphics Pvt. Ltd.

પ્રસ્તાવના

始めは大事

ચાલાક બાજ પોતાના પંજા છુપાવી રાખે છે.

એક રીતે જોઈએ તો, આ જાપાની કેંડલસ્ટિક ચાર્ટ જાપાની તકનીકી વિશ્લેષણના એ 'પંજા' છે, જેને છુપાવીને રાખવામાં આવ્યા હતા. એ વાત માનવી કદાચ મુશ્કેલ બની રહેશે કે જ્યાં સુધી મેં કેંડલસ્ટિક ચાર્ટિંગ તકનીકનાં રહસ્યો પશ્ચિમ વિસ્તારમાં 1989માં જાહેર કર્યાં ન હતાં, ત્યાં સુધી પશ્ચિમી જગતમાં કોઈને પણ આ બાબતે જાણકારી ન હતી. કેંડલસ્ટિક ચાર્ટ આજે ખૂબ લોકપ્રિય છે. એ વાતની કલ્પના કોણ કરી શકે કે આ પુસ્તકની પહેલી આવૃત્તિ પહેલાં પશ્ચિમમાં કોઈ પણ આ અદ્‌ભુત તકનીક વિશે જાણતું ન હતું? જરા વિચાર કરો! તે સમયે કોઈ પણ ચાર્ટિંગ સર્વિસમાં કેંડલસ્ટિક ચાર્ટ ન હતા. ત્યારનું અને આજનું અંતર જોઈને હું પોતે ખૂબ હેરાન છું, કારણ કે આજે કેંડલસ્ટિક ચાર્ટ દરેક ચાર્ટિંગ સેવા ઉપર જ નહીં, બલ્કે સોફ્ટવેર અને ઇન્ટરનેટ ઉપર પણ ઉપલબ્ધ છે.

મને એ કહેતાં ગર્વ અનુભવાય છે કે જાપાની કેંડલસ્ટિક ચાર્ટિંગ તકનીકો પશ્ચિમમાં બહુ ઝડપથી લોકપ્રિય બની ગઈ છે. આ પુસ્તકની પહેલી આવૃત્તિના કારણે જ આજે કેંડલસ્ટિક ચાર્ટ ઇન્ટરનેટ અને દરેક જગ્યાએ ઉપલબ્ધ છે. કેંડલસ્ટિક ચાર્ટની આ સર્વાધિક લોકપ્રિયતા અને ઉપયોગિતાના પરિણામે આ પુસ્તકનો છ ભાષાઓમાં અનુવાદ થઈ ચૂક્યો છે અને તેર આવૃત્તિઓ પ્રકાશિત થઈ ચૂકી છે.

આ પુસ્તકની પહેલી આવૃત્તિમાં જે ટૂલ્સ, તકનીકો અને વિશ્લેષણો આપવામાં આવ્યાં હતાં, તે આજે પણ તમામ બજારો અને ટાઇમફ્રેમમાં જીવંત, સફળ અને ઉપયોગી છે. હું નવી આવૃત્તિ પ્રકાશિત કરવા માગતો ન હતો, પરંતુ સંપાદકે તેના બિલકુલ સ્પષ્ટ તર્ક થકી (અને મારા કૂતરાને બંધક બનાવીને) મને વિશ્વાસ અપાવ્યો કે હવે નવી આવૃત્તિનો સમય આવી ગયો છે.

આ નવી આવૃત્તિમાં મેં કેટલાક નવા ચાર્ટ આપ્યા છે, વધારે શેરબજારોનાં વિશ્લેષણો કર્યાં છે, ઇન્ટ્રાડે ચાર્ટ દ્વારા સક્રિય ટ્રેડિંગ ઉપર ધ્યાન આપ્યું છે, નવી વ્યૂહરચનાઓ દર્શાવી છે અને કેંડલસ્ટિક ચાર્ટિંગ સાથે પશ્ચિમી તકનીકી વિશ્લેષણ ટૂલ્સને જોડવાનું મહત્ત્વ દર્શાવ્યું છે.

એક જાહેર વાર્તાલાપ દરમિયાન મેં શ્રોતાઓને પૂછ્યું કે, તેઓ આ સેમિનારમાંથી શું પ્રાપ્ત કરવા માગે છે. કોઈએ લખ્યું, "ખૂબ ડૉલર કમાવવા માગે છે." હું ખૂબ ડૉલર કમાવવાની ગેરેન્ટી તો નથી આપતો, પરંતુ મને આશા છે કે આ પુસ્તકમાં દર્શાવવામાં આવેલ વ્યૂહરચનાઓ, સાધન અને તકનીકો તમારા શેરબજારના ટ્રેડિંગને બહેતર બનાવવા અને જોખમ ઓછું કરવામાં ખૂબ મદદરૂપ બનશે.

આ પુસ્તકની પહેલી આવૃત્તિને આટલી લોકપ્રિય બનાવવા બદલ આપ સહુનો ખૂબ આભાર! હું જાણું છું કે આપ સહુને આ નવી આવૃત્તિ પણ એટલી જ મૂલ્યવાન, વ્યવહારિક અને આનંદદાયક લાગશે.

મને કેંડલસ્ટિક ચાર્ટ વિશેની આપની કોમેન્ટ, અનુભવ અને આપના વિચારો જાણવામાં આનંદ આવશે. હું info@candlecharts.com ઉપર આપ સહુના ઇ-મેઈલનું સ્વાગત કરું છું અને આપને અમારી વેબસાઇટ www.candlecharts.com ઉપર આવવા માટે આમંત્રિત કરું છું. જો કે હું સહુના ઇ-મેઈલના જવાબ આપવાની ખાતરી આપી શકતો નથી, પરંતુ એ ગેરેન્ટી જરૂર આપું છું કે તમારા દરેક ઇ-મેઈલ ધ્યાન ઉપર જરૂરથી લેવામાં આવશે.

આભાર

小さな親切は忘れず小さな過ちは忘れよ。

નાની નાની સારાઈઓને ક્યારેય ભૂલશો નહીં અને નાની નાની ભૂલોને ક્યારેય યાદ કરશો નહીં.

હું આપ સહુનો આભાર માનવા માગું છું, જેમણે કેંડલસ્ટિક ચાર્ટમાં લોકોની રુચિ વધારવામાં મદદ કરી છે. અત્યંત સકારાત્મક ફિડબેકના કારણે આ રુચિ સતત વધતી જઈ રહી છે.

મારા સંસ્થાગત અને જાહેર સેમિનારોમાં આવનારા લોકો, મારી સલાહ લેનારા ગ્રાહકો અને ઑનલાઇન ગ્રાહકોનો હું તેમના સતત પ્રોત્સાહન અને પ્રશંસા ભરેલા શબ્દો બદલ આભાર માનું છું.

એક જાપાની કહેવત છે, "કોઈ એક ઉત્તમ અને શ્રેષ્ઠ માણસ સાથે એક સાંજ દરમિયાન કરેલ વાતચીત દસ વર્ષના અભ્યાસ કરતાં વધુ સારી સાબિત થાય છે." એ શ્રેષ્ઠ પુરુષો અને મહિલાઓ પ્રત્યે આભાર વ્યક્ત કરતાં હું ખુશી અનુભવું છું, જેમણે ઉદારતાપૂર્વક મારી મદદ કરી છે.

જે લોકો મારી મદદ કરવા બદલ સન્માનને પાત્ર છે, તેમાંના ઘણાનો ઉલ્લેખ પ્રકરણ-1માં કરવામાં આવ્યો છે. એવા અન્ય લોકો પણ છે, જેમને હું મારા આ માર્ગને પ્રકાશિત કરવા બદલ ધન્યવાદ આપવા માગું છું. આ પ્રોજેક્ટમાં એટલા બધા લોકોએ યોગદાન આપ્યું છે કે જો હું કોઈનો ઉલ્લેખ કરવાનું ચૂકી ગયો હોઉં, તો તે બદલ હું અગાઉથી જ માફી માગી લઉં છું.

કેંડલ્સ વિશેનાં મારાં તમામ સંશોધનોનો આધાર રિચર્ડ સોલબર્ગ દ્વારા ઉપલબ્ધ કરાવવામાં આવેલ અનુવાદ છે. જાપાની કેંડલસ્ટિક ચાર્ટિંગ વિશેનાં પુસ્તકોના તેમના સંગ્રહ, તેમના વિચારો અને તેમના અનુવાદે મારા આ કેંડલસ્ટિક પ્રયાસોનો પાયો નાખ્યો છે.

માર્કેટ ટેક્નિશિયન્સ ઍસોસિયેશન (એમટીએ)નો હું ખાસ ઉલ્લેખ કરવા માગું છું. એમટીએની લાઇબ્રેરીમાં જ મને પહેલીવાર અંગ્રેજીમાં લખેલી કેંડલસ્ટિક બાબતની સામગ્રી મળી આવી હતી, જો કે આ સામગ્રી ‘ઊંટના મોઢામાં જીરા’ની જેમ ઘણી ઓછી હતી, પરંતુ તે સમયે કેંડલસ્ટિક વિશે અંગ્રેજીમાં કોઈ પણ સામગ્રી મળવી મુશ્કેલ હતી અને મારું સૌભાગ્ય હતું કે તે મને એમટીએની વિશાળ લાઇબ્રેરીમાં મળી આવી.

યોજી ઈનાટાએ મારા વધુ પડતા મુશ્કેલ સવાલોના જવાબ આપવામાં ઘણા કલાકો લીધા. તેમણે જવાબોને વધુ વિસ્તારપૂર્વક પૂરા પાડવા માટે પોતાના જાપાની સાથીઓનો સંપર્ક પણ કર્યો.

નિપ્પોન ટેક્નિકલ એનાલિસ્ટ ઍસોસિયેશન (એનટીએએ)ની મદદ માટે પણ હું તેમનો આભારી છું. શ્રી કોજિરો વાટનબે એ એનટીએએના સભ્યો સાથે સંપર્ક કરવામાં મારી મદદ કરી, જેઓ મને ખૂબ મદદરૂપ થયા. તેઓ છે: શ્રી મિનોરુ એડા, શ્રી યાસુશી હયાશી અને નોરી હયાશી.

આજે ઘણા કેંડલ ચાર્ટિંગ સોફ્ટવેર ઉપલબ્ધ છે. આ પુસ્તકમાં તે પૈકીનાં બેનો ઉપયોગ કર્યો છે, જેને હું સૌથી ઉત્તમ માનું છું: એસ્પેન ગ્રાફિક્સ (www.Aspenres.com) અને સીક્યૂજી (www.cqg.com). તેમના પ્રોડક્ટસ અને સમર્થન ઉચ્ચ સ્તરના છે.

પહેલી આવૃત્તિની જેમ જ હું ફરી એકવાર ‘આઇડિયા અ ડે’વાળા બ્રૂસ કામિચને ધન્યવાદ કહેવા માગું છું. બ્રૂસ મારા મિત્ર અને સાથી ટેક્નિશિયન છે અને તેઓ પચીસ કરતાં વધુ વર્ષોનો અનુભવ ધરાવે છે. તેઓ ઘણા અમૂલ્ય વિચારો અને સૂચનો પૂરા પાડતા રહે છે.

માર્ક ટંકેલ ઘણાં વર્ષોથી મારા મિત્ર અને સહયોગી છે અને કેંડલસ્ટિક ચાર્ટના એક શ્રેષ્ઠ નિષ્ણાત છે. આ પુસ્તકમાં મદદ કરવા બદલ હું તેમનો ખૂબ આભારી છું.

આ પુસ્તકની પહેલી આવૃત્તિની સંપાદક સૂસન બેરી હતી. તેમણે પોતાની દૂરંદેશી બતાવીને પોતાના બૉસને જણાવ્યું કે, ભવિષ્યમાં કેંડલ ચાર્ટિંગ ખૂબ લોકપ્રિય થશે, માટે આ પુસ્તક પ્રકાશિત કરવું યોગ્ય છે. 1991માં તેના શરૂઆતના પ્રકાશન બાદ, આ પુસ્તકનું વધતું જતું વેચાણ તેમની દૂરંદેશી દૃષ્ટિનો પુરાવો છે.

આ આવૃત્તિ બાબતે હું એટલું જ કહીશ કે, પ્રેંટિસ હૉલના એલેન શ્નાઈડ કોલમેન અને સિબિલ ગ્રેસે મારા દ્વારા લખવામાં આવેલ કોલસા જેવી સામગ્રીને ઊંચકીને હીરો બનાવી દીધી.

અને હું મારા પરિવારનો ચોક્કસ આભારી છું. એ વિશ્વાસ કરવો મુશ્કેલ છે કે, જ્યારે મેં પહેલી આવૃત્તિ લખી, ત્યારે જ મારા દીકરાનો જન્મ થયો હતો. (હાલમાં તે અગિયાર વર્ષનો છે) મેં તેને કહ્યું કે, હું તેનું નામ કેંડલસ્ટિક નિસન રાખવા માગતો હતો. આ નામ યોગ્ય પણ હતું. ઇવાન

ખૂબ ઝડપથી શીખતો જાય છે - ખાસ કરીને પૈસા બાબતમાં - અને તે કેંડલસ્ટિક ચાર્ટિંગને તરત જ જાણી જાય છે. મને લાગે છે કે થોડા જ સમયમાં અમે અમારા પરિવારની આર્થિક કમાન તેના હાથમાં સોંપી દઈશું.

જ્યારે પહેલી આવૃત્તિ પ્રકાશિત થઈ હતી, ત્યારે રેબેકા ચાર વર્ષની હતી આજે તે એક પ્રતિભાશાળી યુવતી બની ચૂકી છે. મને ગર્વ છે કે હું તેનો પિતા છું. જો અમે અમારા પરિવારની આર્થિક કમાન તેના હાથમાં સોંપી દઈએ તો અમે બેઘર થઈ જઈશું, પરંતુ ચિંતા કરવા જેવું કંઈ નથી, કારણ કે તેના બદલામાં અમારી પાસે ઘણાં કપડાં અને મેકઅપનો સામાન હશે.

મારી પત્ની બોની, અમારા પરિવારનો મુખ્ય આધાર છે. તેના વગર બધું જ વેરવિખેર થઈ જાય તેમ છે અને એ કહેવાની પણ જરૂર નથી કે આ પુસ્તક તેના વગર પૂર્ણ થઈ શકે તેમ ન હતું.

લેખક વિશે

先人の跡をたどる

જો તમે કોઈ રસ્તો જાણવા માગતા હોવ, તો એ લોકોને પૂછો, જે એ રસ્તા ઉપર ચાલ્યા હોય.

સ્ટીવ નિસન, સીએમટી, પશ્ચિમી ભાગમાં કેંડલસ્ટિક ચાર્ટની અદ્‌ભુત શક્તિને પ્રકાશમાં લાવનાર પહેલા વ્યક્તિ હતા. તેમને આ વિષયના એક અગ્રગણ્ય નિષ્ણાત માનવામાં આવે છે.

તેમણે જાપાની કેંડલસ્ટિક ચાર્ટિંગ ટેક્નિક્સ અને બિયોન્ડ કેંડલસ્ટિક્સ નામનાં બે આંતરરાષ્ટ્રીય બેસ્ટસેલર પુસ્તકો લખ્યાં છે, જે હાલની કેંડલસ્ટિક શોધ અને વિશ્લેષણનો મુખ્ય આધાર છે.

સ્ટીવએ અઢાર દેશોની લગભગ દરેક મોટી રોકાણ સંસ્થાઓના વ્યવસાયિકોને તાલીમ આપતાં સમજાવ્યું છે કે, તેઓ આ તકનીકોનો ઉપયોગ સફળતાપૂર્વક કઈ રીતે કરી શકે. તેમણે ફેડરલ રિઝર્વ, વર્લ્ડ બૅન્ક અને ઘણાં વિશ્વવિદ્યાલયોમાં પણ તાલીમ આપી છે. તેઓ ન્યૂયૉર્ક ઇન્સ્ટિટ્યૂટ ઑફ ફાઇનાન્સમાં શિક્ષક છે.

સ્ટીવ ચાર્ટર્ડ માર્કેટ ટેક્નિશિયન્સ ઍસોસિયેશન (એમટીએ)માંથી ચાર્ટર્ડ માર્કેટ ટેક્નિશિયનની ડિગ્રી પ્રાપ્ત કરનાર શરૂઆતના લોકોમાંના એક છે. પહેલાં તેઓ મેરિલ લિંચમાં સીનિયર તકનીકી વિશેષજ્ઞ અને દાઈવા સિક્યુરિટીઝમાં સીનિયર વાઇસ પ્રેસિડેન્ટ હતા. તેમણે ફાઇનાન્સ અને ઇન્વેસ્ટમેન્ટમાં એમબીએ કર્યું છે.

સ્ટીવ Candlechart.comના અધ્યક્ષ છે, જ્યાં સંસ્થાગત ઑનસાઇટ અને જાહેર સેમિનારો યોજવામાં આવે છે અને શૈક્ષણિક પ્રોડક્ટસ અને સલાહકાર તરીકે સેવાઓ આપવામાં આવે છે. તેમનાં તમામ ઉત્પાદનો અને રજૂઆતો બાબતે માહિતી મેળવવા માટે તેમની વેબસાઇટ www. candlecharts.comની મુલાકાત લો.

અનુક્રમણિકા

પ્રકરણ 1

પરિચય

始めは大事

શરૂઆત સૌથી મહત્ત્વપૂર્ણ છે.

જાપાની કેંડલસ્ટિક ચાર્ટ વિશ્લેષણ! આને કેંડલસ્ટિક એટલા માટે કહેવામાં આવે છે કે, આમાં શેરના ભાવ દર્શાવતી રેખા મીણબત્તી જેવી દેખાય છે. કેંડલસ્ટિક ચાર્ટનો ઉપયોગ જાપાનમાં પેઢીઓથી કરવામાં આવે છે અને સમય સાથે તેમાં ઘણા સુધારાઓ પણ કરવામાં આવ્યા છે. જાપાની કેંડલ ચાર્ટિંગ ટેક્નિક્સ-જાપાની ચાર્ટ વિશ્લેષણના પંજા - એટલે કે કેંડલ ચાર્ટ એક સદી કરતાં વધુ સમય સુધી પશ્ચિમી જગતથી છૂપા રાખવામાં આવ્યા હતા. આ પુસ્તક દ્વારા પશ્ચિમી વિસ્તારમાં પહેલીવાર 'જાપાનના આ અણમોલ રહસ્યો'ને ઉજાગર કરવામાં આવ્યાં છે.

કેંડલસ્ટિકને મોટેભાગે કેંડલના ટૂંકા નામે પણ ઉલ્લેખિત કરવામાં આવે છે, માટે હું આ પુસ્તકમાં બંને શબ્દોનો ઉપયોગ સમાનાર્થી તરીકે કરીશ.

મને એ વાતનો આનંદ છે કે મને મારાં પુસ્તકોના માધ્યમ દ્વારા તકનીકી વિશ્લેષણના ક્ષેત્રમાં ક્રાંતિ લાવવાનું શ્રેય મળ્યું. બીજાં લેખકોએ પછીથી જે કોઈ પુસ્તકો કે લેખ લખ્યાં છે, તેમને માટે આ પુસ્તકની પહેલી આવૃત્તિએ પાયાના પથ્થર જેવું કામ કર્યું છે. મેં આ જ આશા રાખી હતી.

પુસ્તકનો ઉદ્દેશ્ય ભવિષ્યની કેંડલસ્ટિક ચાર્ટિંગ સામગ્રીનો પાયો ઊભો કરવાનો હતો. માટે જ્યારે આ પુસ્તકને 'કેંડલસ્ટિક ચાર્ટિંગનું બાઇબલ' કહેવામાં આવે છે, ત્યારે મને ખૂબ સંતોષ થાય છે.

1993માં આ પુસ્તક પહેલીવાર પ્રકાશિત થયું અને ત્યારથી જ પશ્ચિમ જગતમાં કેંડલસ્ટિક ચાર્ટિંગનો યુગ શરૂ થયો, કારણ કે આ પહેલા કેંડલસ્ટિક ચાર્ટિંગ વિશે કોઈએ સાંભળ્યું પણ ન હતું. અને આજે એવું કોણ છે, જેણે કેંડલ ચાર્ટિંગનું નામ ન સાંભળ્યુ હોય.

ઑનલાઇન ટ્રેડર, ડે ટ્રેડર, સંસ્થાગત પ્રોપરાયટરી ટ્રેડર અને માર્કેટ મેકર વગરે ઘણા બધા લોકો કેંડલ ચાર્ટ પાછળ ઘેલા છે. વેબસાઇટ, રિયલ ટાઇમ ટ્રેડિંગ સિસ્ટમ અને તકનીકી વિશ્લેષણ સોફ્ટવેર પેકેજમાં કેંડલ ચાર્ટ અનિવાર્ય હિસ્સો બની રહ્યું છે. આ આજના અસ્થિર શેરબજારમાં ટ્રેડિંગ કરવા માટે કેંડલસ્ટિક ચાર્ટની લોકપ્રિયતા અને સર્વાધિક આકર્ષણને પ્રમાણિત કરે છે. આજે કેંડલસ્ટિક ચાર્ટ જેટલો લોકપ્રિય છે, તેટલો લોકપ્રિય બીજો કોઈ ચાર્ટ નથી. મારા 11 વર્ષના દીકરા ઇવાનએ (જેના જન્મ સમયે તેનું નામ અમે કેંડલસ્ટિક નિસન રાખવા માગતા હતા) એ એક ઑનલાઇન ચાર્ટિંગ સર્વિસ જોઈ. તેણે કહ્યું, "પિતાજી, એટલે જો તમે ન હોત, તો અમેરિકામાં વેબ અથવા બીજે ક્યાંય પણ કેંડલ ચાર્ટ ન હોત. શું આ સાચું છે?" મેં જવાબ આપ્યો, "હા, એ સાચું જ છે." તે થોડો ખચકાઈને બોલ્યો, "સરસ! હવે હું ઇચ્છું છું કે તમે મારી પૉકેટમની વધારી દો."

આ પુસ્તકમાં નવું શું છે?

આમ તો, આ પુસ્તકમાં સમાવવામાં આવેલ સિદ્ધાંતો અને યોજનાઓ પહેલી આવૃત્તિની જેવું જ છે (મારો કહેવાનો અર્થ છે, કે કોઈ બાબત જો યોગ્ય જ હોય તો તેને સુધારવાની શી જરૂર હોઈ શકે?), પરંતુ આ આવૃત્તિ બાદ ટ્રેડિંગની પદ્ધતિ અને શેરબજારના ખેલાડીઓમાં બદલાવ આવ્યો છે. માટે જ નવા ચાર્ટ સિવાય પણ આ આવૃત્તિમાં નીચેની બાબતો સામેલ કરવામાં આવી છે:

- ઇન્ટ્રાડે બાબતે વધુ માહિતી
- સ્વિંગ, ઑનલાઇન અને ડે ટ્રેડિંગ ઉપર વધુ ધ્યાન
- ઇન્ટ્રાડે ચાર્ટ દ્વારા વધુ લાભ મેળવવા માટે નવી વ્યૂહરચનાઓ
- કેંડલ્સ સાથે નવી પશ્ચિમી તકનિકોનો સમન્વય
- પૂંજીની સુરક્ષા ઉપર વધુ ફોકસ

કેંડલ ચાર્ટિંગ તકનીકો સમગ્ર વિશ્વના ટ્રેડર્સ અને રોકાણકારોનું ધ્યાન કેમ આકર્ષિત કરે છે?

આ ચાર્ટિંગ સાધનોમાં રુચિ લેવાની વૃત્તિ દર વર્ષે વધતી જાય છે. આનું કારણ એ છે કે, કેંડલ ચાર્ટમાં આ મુજબની ખાસ લાક્ષણિકતાઓ છે:

- તેને સમજવું આસાન છે: પહેલીવાર ચાર્ટ બનાવવાવાળાથી લઈને

અનુભવી વ્યવસાયી સુધી કોઈ પણ વ્યક્તિ સહેલાઈથી કેંડલસ્ટિક ચાર્ટ જોઈ અને તેને સમજી શકે છે અને તેમાં છુપાયેલી જબરદસ્ત શક્તિનો લાભ લઈ શકે છે. આની સરળતાને ઓછી ન સમજતા. બજારની ચાલ બાબતે વિશ્લેષણ કરવાની જેટલી શક્તિ કેંડલસ્ટિક ચાર્ટમાં છે, તેટલી બીજા કોઈ ચાર્ટમાં નથી.

- કેંડલ ચાર્ટ બજારની દિશા બદલાવા બાબતનો સંકેત સૌપ્રથમ દર્શાવે છે: બાર ચાર્ટ અને પોઇન્ટર ઍન્ડ ફિગર ચાર્ટના પારંપરિક ઇન્ડિકેટર્સના તુલનામાં કેંડલસ્ટિક ચાર્ટ જલદી રિવર્સલ સિગ્નલ આપે છે. આનાથી તમને યોગ્ય સમયે બજારમાં પ્રવેશ કરવામાં અથવા બહાર નીકળવામાં મદદ મળે છે.
- કેંડલ ચાર્ટ દ્વારા તમને શેરબજાર બાબતે અનોખી માહિતી મળી શકે છે: કેંડલ ચાર્ટ બાર ચાર્ટની જેમ બજારના ટ્રેન્ડ દર્શાવે છે એટલું જ નહીં, પરંતુ બાર ચાર્ટથી પણ વધુ તે બજારના ટ્રેન્ડ પાછળનાં કારણો અને શક્તિ પણ દર્શાવે છે.
- આ શીખવાનું આનંદદાયક બની રહે છે: ડાર્ક ક્લાઉડ કવર (કાળાં વાદળ છવાઈ જવાં), હેમર (હથોડા) અને વિન્ડો (બારી) જેવી ચિત્રાત્મક શબ્દાવલીના કારણે કેંડલ ચાર્ટનો ઉપયોગ કરવાનું રોમાંચક બની રહે છે. 'ચિત્રાત્મક' ચાર્ટ હોવાના કારણે આની શક્તિને ઓછી આંકશો નહીં. આ તકનીકો શેરબજાર સાથેની તમારી લડાઈમાં શક્તિશાળી હથિયાર સાબિત થાય છે.
- આને પશ્ચિમી ચાર્ટિંગ વિશ્લેષણ સાથે જોડી શકાય છે: કેંડલ ચાર્ટ એટલા તો બહુમુખી છે કે તેને કોઈ પણ પશ્ચિમી તકનીકી ટૂલ સાથે જોડી શકાય છે. અમારા ગ્રાહકો માટે અમે કેંડલ ચાર્ટ દ્વારા આપવામાં આવેલ માહિતી સૌથી શક્તિશાળી પશ્ચિમી તકનીક સાથે વિશ્લેષણ સાધનો સાથે જોડીએ છીએ. જો તમે એક અનુભવી ટેક્નિશિયન હોવ, તો તમે જોશો કે જાપાની કેંડલ તમારા પ્રિય તકનીકી ટૂલ્સ સાથે મળીને બહુ શક્તિશાળી પરિણામો આપી શકે છે. પૂર્વ અને પશ્ચિમના તકનીકી વિશ્લેષણના આ સંયોજનના કારણે તમે એ લોકોથી ખૂબ આગળ નીકળી જશો, જે લોકો ફક્ત અને ફક્ત પારંપરિક પશ્ચિમી ચાર્ટિંગ તકનીકોનો ઉપયોગ કરે છે.
- આનાથી તમારું વિશ્લેષણનું કૌશલ્ય વધશે: કેંડલ ચાર્ટની ત્વરિત ચિત્રાત્મક માહિતીના કારણે તમે શેરબજારનું ઝડપી, ઝીણવટભરેલું અને ચોક્કસ વિશ્લેષણ કરી શકો છો.

જેમ એક પુરાણી કહેવત છે કે, “હજાર માઈલ લાંબી મુસાફરીની

શરૂઆત તો પહેલાં એક પગલાંથી જ થાય છે," આ પ્રકરણ કેંડલ ચાર્ટ વિશ્લેષણની આ યાત્રાનું એ જ પહેલું પગલું છે; જો કે આ પુસ્તકમાં તમને આગળનાં પણ ઘણાં પગલાઓ મળી શકશે. આ એક પરિચયાત્મક પ્રકરણ પછી તમે જાણી શકશો કે કેંડલસ્ટિક તમારા બજારના વિશ્લેષણને કઈ રીતે વધુ સફળ બનાવી શકે છે, તમારા બજારની અંદર પ્રવેશ કરવાના અને બહાર નીકળવાના ટાઇમિંગને કઈ રીતે વધુ ચોક્કસ બનાવી શકે છે અને વિશ્લેષણ માટેના નવા, અસરકારક અને અનોખા માર્ગો ખુલ્લા કરી શકે છે.

આ પુસ્તકની પહેલી આવૃત્તિમાં મેં એક સાહસિક ભવિષ્યવાણી કરી હતી. મેં કહ્યું હતું, "નજીકના ભવિષ્યમાં કેંડલ ચાર્ટ પણ બાર ચાર્ટ જેટલા જ લોકપ્રિય અને પ્રમાણિત બની શકે છે. જેમ જેમ વધુ તકનીકી વિશ્લેષકો કેંડલ ચાર્ટ સાથે સાહજિક બનતા જશે, તે લોકો ફરી બાર ચાર્ટનો ઉપયોગ ક્યારેય કરશે નહીં." અને આજે ખરેખર આમ જ બની રહ્યું છે.

મારા સંસ્થાગત અને જાહેર સેમિનારોમાં અંતે હું મોટાભાગે સહભાગીઓને પૂછું છું કે, "હવે તમારામાંથી કેટલા લોકો બાર ચાર્ટનો ઉપયોગ કરશે?" મારા સેમિનારમાં આજ સુધીમાં હજારો ટ્રેડર્સ અને રોકાણકારોએ ભાગ લીધો છે, પરંતુ કોઈએ આ પ્રશ્નના જવાબમાં હાથ ઊંચો કર્યો નથી. જો આ કેંડલસ્ટિક ચાર્ટ તમારે માટે નવો છે, તો તમે આ પુસ્તક વાંચ્યા બાદ અથવા તો તેનાં કેટલાંક પ્રકરણો વાંચ્યા બાદ હાથ ઊંચો ન કરવાનું કારણ સમજી શકશો.

બાર ચાર્ટના બદલે કેંડલ ચાર્ટનો ઉપયોગ કરવો દરેક રીતે ફાયદાકારક બની રહે છે. જેમ આપણે કેંડલ ચાર્ટ રેખાઓ દોરવા વિશેના પ્રકરણમાં જોઈશું તેમ, કેંડલ ચાર્ટ બનાવવા માટે પણ એટલા જ ડેટા અને એટલી જ માહિતીની જરૂર પડે છે, જેટલી બાર ચાર્ટ બનાવવામાં જરૂર પડે છે (ઓપન, હાઈ, લો અને ક્લોઝ). આ બહુ અગત્યની વાત છે. આનો અર્થ છે કે બાર ચાર્ટ સાથે મુવિંગ એવરેજ, ટ્રેન્ડલાઇન, રીટ્રેસમેન્ટ વગેરે જે તકનીકી વિશ્લેષક સાધનોનો ઉપયોગ કરવામાં આવે છે, તેમનો ઉપયોગ કેંડલ ચાર્ટમાં પણ કરી શકાય છે, પરંતુ આ જ મુખ્ય પોઇન્ટ છે. કેંડલ ચાર્ટ એવા સંકેતો આપી શકે છે, જે તમને બાર ચાર્ટમાં મળી શકતા નથી. જો તમે કેંડલ ચાર્ટ અને પશ્ચિમી તકનીકનું સંયોજન કરશો, તો તમે એ લોકોથી ઘણા આગળ નીકળી જશો, જે ફક્ત પારંપરિક પશ્ચિમી ચાર્ટિંગ તકનીકોનો ઉપયોગ કરે છે. બાર ચાર્ટના બદલે કેંડલ ચાર્ટનો ઉપયોગ કરવા છતાં તમે એ તમામ વિશ્લેષણ કરી શકો છો, જે તમે બાર ચાર્ટમાં કરી શકો. એ હકીકતને ભૂલશો નહીં કે કેંડલ ચાર્ટ શેરબજારની ચાલ વિશે એટલી ઊંડી અને મહત્ત્વપૂર્ણ માહિતી આપે છે, જે તમને બીજે ક્યાંય મળી શકશે નહીં.

આ પુસ્તક કોને માટે છે?

આ પુસ્તક તમારે માટે છે :

- જો તમારી ચાર્ટિંગ સર્વિસમાં કેંડલ ચાર્ટ છે અને તમે તેમાંથી મહત્તમ લાભ મેળવવા માગતા હોવ.
- જો તમે તમારા સ્પર્ધકો કરતાં આગળ નીકળવા માગતા હોવ.
- જો તમે શેરબજારમાં પ્રવેશવાના અને બહાર નીકળવા ટાઇમિંગને વધુ ચોક્કસ બનાવવા માગતા હોવ.
- જો તમે તમારી હાલની ટ્રેડિંગ ટેક્નિક અને સાધનોની સાથે જ વધારાની અમૂલ્ય તકનીક શીખવા માગતા હોવ.
- જો તમે કંઈક નવું શીખતી વખતે પણ કંટાળાને બદલે આનંદ અનુભવવા માગતા હોવ.
- જો તમે કેંડલ ચાર્ટના ક્ષેત્રમાં નવા હો અથવા તો અનુભવી નિષ્ણાત હોવ.

થોડી પૃષ્ઠભૂમિ

હું ઘણીવાર પોતાને જ પૂછતો હોઉં છું, “જે સિસ્ટમ આટલા લાંબા સમયથી હયાત છે, આખરે પશ્ચિમમાં તેના વિશે કેમ કોઈ જાણતું ન હતું? શું જાપાનીઓ તેને છૂપી રાખવા માગતા હતા?” હું આનો જવાબ જાણતો નથી, પરંતુ કેંડલસ્ટિક ચાર્ટિંગ તકનીકના તમામ ટુકડાઓને એક સાથે જોડવા માટે મારે ઘણાં વર્ષ સુધી સંશોધન કરીને મથવું પડ્યું હતું. જો કે હું ઘણી રીતે નસીબદાર સાબિત થયો. કદાચ મારો દઢ નિર્ણય અને સૌભાગ્યનું એ અદ્‌ભુત સંયોજન હતું, જે બીજાઓ પાસે ન હતું અને તેના કારણે જ હું આ કામ કરી શક્યો.

હું 1987માં એક જાપાની બ્રોકરને મળ્યો હતો. એક દિવસ જ્યારે હું તેની ઑફિસમાં બેઠો હતો, ત્યારે તે જાપાની સ્ટોક ચાર્ટનું એક પુસ્તક જોઈ રહી હતી (જાપાની ચાર્ટ પુસ્તકો કેંડલસ્ટિક સ્વરૂપે હોય છે). તેણે કહ્યું, “જુઓ, આ એક બારી (વિન્ડો) દેખાય છે.” મેં તેને તરત જ પૂછ્યું કે, આનો શું અર્થ થાય? તેણે મને સમજાવ્યું કે પશ્ચિમી ભાષામાં જેને ગેપ કહેવામાં આવે છે, તેને જ જાપાનમાં વિન્ડો કહેવામાં આવે છે. તેમણે આગળ એ પણ સ્પષ્ટ કર્યું કે પશ્ચિમી ટેક્નિશિયનો ‘ગેપ ભરવો’ એવા શબ્દોનો ઉપયોગ કરે છે, જ્યારે જાપાનીઓ ‘બારી બંધ થવી’ એ રીતે ઉલ્લેખ કરે છે, પછી તેમણે મને ‘ડોજી’ અને ‘ડાર્ક ક્લાઉડ કવર’ (કાળાં વાદળ છવાઈ જવાં) જેવા શબ્દોનો ઉપયોગ સમજાવ્યો. હું આ તકનીક તરફ આકર્ષિત થયો. તે પછી મેં કેંડલ ચાર્ટ વિશે સંપૂર્ણ માહિતી મેળવવાનો નિર્ણય કર્યો. સંશોધન અને વિશ્લેષણ કરવામાં ત્રણ વર્ષ જેટલો સમય મને લાગી ગયો.

આ કોઈ સહેલું કામ ન હતું. મારું પ્રારંભિક શિક્ષણ એક જાપાની બ્રોકરની મદદથી થયું અને પછી મેં પોતાની જાતે કેંડલ ચાર્ટ બનાવી, તેનું વિશ્લેષણ કર્યું, પછી માર્કેટ ટેક્નિશિયન્સ ઍસોસિયેશન (એમટીએ)[1] લાઇબ્રેરી, ન્યૂયૉર્ક સિટીમાં મને નિપ્પોન ટેક્નિકલ એનાલિસ્ટ્સ ઍસોસિયેશન દ્વારા પ્રકાશિત એક પુસ્તિકા મળી, જેનું શીર્ષક હતું, 'એનાલિસિસ ઑફ સ્ટોક પ્રાઇસ ઇન જાપાન'. આ જાપાની પુસ્તિકાનો અંગ્રેજીમાં અનુવાદ કરવામાં આવ્યો હતો. કમનસીબે, કેંડલસ્ટિકની વ્યાખ્યા વિશે ફક્ત દસ પાનાંમાં વર્ણન કરવામાં આવ્યું હતું, પરંતુ હવે મારી પાસે કેંડલ વિશેની થોડી માહિતી અંગ્રેજીમાં પણ હતી.

થોડા મહિનાઓ પછી, મને એક પુસ્તક મળ્યું, જેણે કેંડલ ચાર્ટિંગ વિશે મને થોડી વધુ મૂળભૂત માહિતી પૂરી પાડી. મને આ પુસ્તક ફરી એકવાર એમટીએની લાઇબ્રેરીમાં મળ્યું. એમટીએનાં ઑફિસ મૅનેજર શેલી લેબેક જાપાનથી એક પુસ્તક લઈને આવી, જેનું શીર્ષક હતું, 'ધ જાપાનીઝ ચાર્ટ ઑફ ચાર્ટ્સ.' આ પુસ્તક સેકી શિમિજૂએ લખ્યું હતું અને તેનો અનુવાદ ગ્રેગ નિકોલસન દ્વારા કરવામાં આવ્યો હતો. (આ પુસ્તક ટોક્યો ફ્યૂચર્સ ટ્રેડિંગ પબ્લિશિંગ કંપની દ્વારા પ્રકાશિત કરવામાં આવ્યું હતું). આ એક અગત્યનું પુસ્તક સાબિત થયું, કારણ કે આ પુસ્તકમાં કેંડલ ચાર્ટ ઉપર અંગ્રેજીમાં લગભગ સિત્તેર જેટલાં પાનાં આપવામાં આવ્યાં હતાં.

જો કે આ પુસ્તક દ્વારા મને ઘણી સારી માહિતી મળી, પરંતુ આ સિદ્ધાંતોને સમજવામાં અને તેને ગ્રહણ કરવામાં મારે ઘણા પ્રયાસો અને સમય આપવો પડ્યો. આ બધું જ મારે માટે બિલકુલ નવું જ હતું. હું જાપાની શબ્દાવલી અને પરિભાષાઓ બાબતે અજાણ હતો. લેખનશૈલી પણ થોડીઘણી અસ્પષ્ટ હતી. તેનું એક કારણ એ પણ હોઈ શકે કે જાપાની ભાષામાંથી આનો અનુવાદ કરવો પણ એક મુશ્કેલ કાર્ય હતું. આ પુસ્તક મૂળ 25 વર્ષ પહેલાં જાપાની ભાષામાં જાપાનીઓ માટે લખવામાં આવ્યું હતું. જ્યારે મેં પોતાના માટે કેંડલસ્ટિક વિશેની જાપાની સામગ્રીનો અનુવાદ કરાવ્યો, ત્યારે મને ખ્યાલ આવ્યો કે આટલા વિશિષ્ટ વિષયને જાપાની ભાષામાંથી અંગ્રેજી ભાષામાં ઉતારવો એ કેટલું મુશ્કેલ કામ હતું.

હવે મારી પાસે કેટલીક લેખિત સામગ્રી આવી ગઈ હતી. આ પુસ્તક હું મહિનાઓ સુધી મારી સાથે લઈને ફરતો રહ્યો. હું તેને વારંવાર વાંચતો રહેતો, લાંબી લાંબી નોંધ તેમાંથી બનાવતો રહ્યો, પોતે જાતે બનાવેલા ડઝનબંધ કેંડલ ચાર્ટ ઉપર કેંડલ તકનીક અજમાવતો રહ્યો (તે સમયે કેંડલ ચાર્ટિંગ સોફ્ટવેર ન હતા, માટે તમામ ચાર્ટ મારે હાથેથી દોરીને બનાવવા પડતા). મેં નવા સિદ્ધાંતો અને નવી પરિભાષાઓને વારંવાર વાંચ્યા અને આત્મસાત્ કર્યા. હું એક રીતે નસીબદાર રહ્યો - લેખક સેકી શિમિજૂએ ઉદારતાપૂર્વક મારા ઘણા પ્રશ્નોના જવાબ આપ્યા, જો કે શ્રી શિમિજૂ

અંગ્રેજી બોલતા નથી, પરંતુ પુસ્તકના અનુવાદક ગ્રેગ નિકોલસને ફેક્સ દ્વારા અમારી વચ્ચે મધ્યસ્થી તરીકે ખૂબ ઉત્તમ કામ કર્યું. 'ધ જાપાનીઝ ચાર્ટ ઑફ ચાર્ટ્સ'એ મારી આગામી શોધ માટેનો પાયો બનાવ્યો અને એક આધાર ઊભો કર્યો.

કેંડલ ચાર્ટિંગ તકનીકોમાં મારી નવી કેળવેલી ક્ષમતાઓનો વિસ્તાર કરવા માટે મેં જાપાની કેંડલસ્ટિકના અભ્યાસીઓની શોધ કરી, જેમની પાસે આ વિષય ઉપર વાત કરવાની ઇચ્છા અને સમય હોય. મને એક જાપાની ટ્રેડર મોરિહિકો ગોટો મળ્યા, જેઓ કેંડલ ચાર્ટનો ઉપયોગ કરતા હતા અને પોતાનો મૂલ્યવાન સમય અને જ્ઞાન મારી સાથે શેર કરવા માટે તૈયાર થયા. આ ખૂબ રોમાંચક હતું! તેમણે મને જણાવ્યું કે તેમનો પરિવાર પેઢીઓથી કેંડલ ચાર્ટનો ઉપયોગ કરતો આવ્યો હતો! અમે કેંડલ ચાર્ટના ઇતિહાસ અને ઉપયોગ બાબતે કલાકો સુધી ચર્ચા કરી. તેઓ પાસે જ્ઞાનનો અખૂટ ભંડાર હતો.

મારી જાણકારીનો અસલી ખજાનો કેંડલસ્ટિક ચાર્ટિંગનું એ સાહિત્ય છે, જેનો અનુવાદ મેં કરાવ્યો છે. આ કામ બાબતે અનુવાદક રિચર્ડ સોલબર્ગનું મળવું, મારે માટે અત્યંત સૌભાગ્યપૂર્ણ સાબિત થયું. જાપાનમાં કેંડલ ચાર્ટિંગ ઉપર ઉપલબ્ધ તમામ પુસ્તકોને શોધવા (મારા ખ્યાલ મુજબ સંભવતઃ જાપાનની બહાર મારી પાસે આવાં પુસ્તકોનો સૌથી મોટો સંગ્રહ છે) અને તેમનો અનુવાદ કરવાનું રિચર્ડ સોલબર્ગનું કૌશલ્ય બંને અદ્ભુત છે.

ડિસેમ્બર, 1989માં મેં કેંડલ ચાર્ટ ઉપર બે પાનાનો લેખ લખ્યો. આ વિષય ઉપર આ પહેલા કોઈ બિન-જાપાનીએ ક્યારેય કંઈ લખ્યું ન હતું; હું આમ કરનારો પહેલો બિન-જાપાની વ્યક્તિ હતો. 1990ના દશકની શરૂઆતમાં એમટીએની ચાર્ટર્ડ માર્કેટ ટેક્નિશિયનની પરીક્ષા માટે મારે થિસિસ લખવાનો હતો, માટે મેં કેંડલ ચાર્ટ્સ ઉપર એક રિસર્ચ પેપર લખી કાઢ્યું. જાપાની કેંડલ ચાર્ટ વિશે કોઈ બિન-જાપાની વ્યક્તિ દ્વારા લખવામાં આવેલ આ પહેલો વિસ્તૃત લેખ હતો. તે પછી મેરિલ લિંચમાં એક પેમ્ફલેટ લખવામાં આવ્યું (જેને માટે 10,000થી પણ વધુ વિનંતીઓ કરવામાં આવી હતી).

મારું પુસ્તક 'જાપાનીઝ કેંડલસ્ટિક ચાર્ટિંગ ટેક્ટિક્સ' 1991માં પ્રકાશિત થયું, જેના પછી 1994માં 'બિયોન્ડ કેંડલસ્ટિક્સ' (જૉન વાઈલી) પ્રકાશિત થયું. આ લખી રહ્યો છું, ત્યાં સુધી આ પુસ્તકોના કુલ આઠ ભાષામાં અનુવાદ થઈ ચૂક્યા છે અને ઘણી આવૃત્તિઓ પ્રકાશિત થઈ ચૂકી છે.

મારા આ કાર્યને વિશ્વ મીડિયામાં ખૂબ મહત્ત્વ આપવામાં આવ્યું, જેમાં 'ધ વૉલ સ્ટ્રીટ જર્નલ', 'ધ જાપાન ઇકોનોમિક જર્નલ', 'બેરન્સ', 'વર્થ' મૅગેઝિન, 'ઇન્સ્ટિટ્યૂશનલ ઇન્વેસ્ટર' અને ઘણાં અન્ય મૅગેઝિન અને પત્રિકાઓનો સમાવેશ થાય છે. એફએનએન (સીએનબીસીની પૂર્વ સંસ્થા) ઉપર મારી

ઉપસ્થિતિએ એ ચૅનલ ઉપર સૌથી વધુ દર્શકોને આકર્ષિત કર્યા અને આ એક વિક્રમ છે, જે આ લખતાં સુધી અતૂટ રહ્યો છે.

મને મારી ટ્રેડિંગ વ્યૂહરચનાઓને સત્તર કરતાં વધુ દેશોમાં હજારો ટ્રેડર્સ અને વિશ્લેષકો સામે રજૂ કરવાનું સૌભાગ્ય પ્રાપ્ત થયું છે, જેમાં હનોઈ, વિયેતનામ પણ સામેલ છે. મને વિશ્વ બૅન્ક અને ફેડરલ રિઝર્વ સામે પણ મારી રજૂઆત કરવાનું સૌભાગ્ય પ્રાપ્ત થયું છે.

સંસ્થાગત ઑનસાઇટ કસ્ટમાઇઝ્ડ સેમિનાર અને વિશ્લેષણાત્મક સેવાઓ પૂરી પાડવા માટે મેં 1997માં નિસન રિસર્ચ ઇન્ટરનેશનલની સ્થાપના કરી.

મેં 2000માં કેંડલચાર્ટ્સ ડોટ કોમ નામની વેબસાઇટ શરૂ કરી, જે વેબ આધારિત સેમિનાર, વીડિયો અને અન્ય સેવાઓ પૂરી પાડે છે. હું આપને અમારી વેબસાઇટ www.candlecharts.comની મુલાકાત લેવા માટે આમંત્રિત કરું છું.

આ પુસ્તકમાં શું છે?

આ પુસ્તકનાં પહેલા ભાગમાં તમે શીખશો કે ડઝનબંધ કેંડલ રેખાઓ અને સંરચનાઓ બનાવી શકાય છે અને તેમની વ્યાખ્યા કરી શકાય છે. આનાથી ધીરે ધીરે અને સ્પષ્ટપણે ભાગ-2 માટે એક નક્કર આધાર તૈયાર થશે, જ્યાં તમને કેંડલ્સના આ અનોખા જ્ઞાનને પાશ્ચાત્ય તકનીકો સાથે એકીકૃત કરવાનું મહત્ત્વ સમજાશે. મારું લક્ષ્ય તમને શેરબજારના કોઈ સર્વજ્ઞ બનાવવાનું નથી. મારો ઉદ્દેશ્ય તો આ પુસ્તક થકી આપને એ દર્શાવવાનો છે કે જાપાની કેંડલ્સ તમારા ટ્રેડિંગ વ્યવસાયને કઈ રીતે ચમકાવી શકે છે.

કોઈ ઇન્ડિકેટર કઈ રીતે કામ કરે છે, તે દર્શાવવા માટેની સૌથી સારી રીત શેરબજારનાં અસલ ઉદાહરણો છે. જાપાનમાં કહેવત છે, "એક વાર જોવું, તે હજારવાર સાંભળવા કરતાં વધુ સારું સાબિત થાય છે." માટે જ દરેક તકનીક માટે તમને વાસ્તવિક દુનિયાનાં ઘણાં ઉદાહરણો મળી રહેશે.

હું મુખ્યરૂપે અમેરિકન બજારો ઉપર ધ્યાન કેન્દ્રિત કરીશ, પરંતુ આ પુસ્તકમાં આપેલા ટૂલ્સ વિશ્વના કોઈ પણ બજારમાં અને ટાઇમફ્રેમમાં લાગુ કરી શકાય છે. આ બાબત એ હકીકતથી પ્રસ્થાપિત થાય છે કે કેંડલ ચાર્ટનો ઉપયોગ ઘણી ટાઇમફ્રેમમાં કરવામાં આવે છે: વીક્લી (હેજર્સ માટે), રોજિંદો (સ્વિંગ અને મધ્યમ સમયગાળાના ટ્રેડર્સ માટે), અને ઇન્ટ્રા ડે ચાર્ટ (સ્વિંગ અને ડે ટ્રેડર્સ માટે). આ પુસ્તકમાં દર્શાવવામાં આવેલ તકનીકોનો ઉપયોગ ઇક્વિટી, ફ્યૂચર્સ, ઓપ્શન્સ, ફોરેન એક્સ્ચેન્જ - ક્યાંય પણ અને કોઈ પણ સમયગાળામાં કરી શકાય છે, જેમાં તકનીકી વિશ્લેષણ સંભવ બની શકે.

શીખવામાં સરળતા રહે તે માટે મેં કેંડલસ્ટિક પેટર્નના ચિત્ર પણ આપ્યાં છે. આ ચિત્રો ફક્ત ઉદાહરણ તરીકે આપવામાં આવ્યાં છે. તેને

એ પૃષ્ઠભૂમિમાં જોવાં જોઈએ કે તે કેટલાક દિશા-નિર્દેશો અને સિદ્ધાંતો દર્શાવે છે. એ જરૂરી નથી કે તમારા બજારના વાસ્તવિક પેટર્ન બિલકુલ એવા જ દેખાય અથવા તે રીતે જ વૈધ દેખાય, જે મારાં ચિત્રોમાં દેખાય છે. આ પુસ્તકનાં ઘણાં ચાર્ટ ઉદાહરણોમાં આ વાત ઉપર ભાર મૂકવામાં આવ્યો છે. તમે જોશો કે પેટર્ન્સની વિવિધતા બજારની સ્થિતિ બાબતે મહત્ત્વપૂર્ણ સંકેત આપી શકે છે.

શું કોઈ ચોક્કસ કેંડલ સંરચના એ ખાસ સંરચના પ્રમાણે યોગ્ય સાબિત થઈ શકે, આ નક્કી કરવા માટે થોડી વિવેકબુદ્ધિ વાપરવાની જરૂર પડે છે, પરંતુ આ તો તમામ ચાર્ટિંગ તકનીકોમાં હોય છે. ઉદાહરણ તરીકે, માની લો કે કોઈ શેરનો સપોર્ટ 100 ડૉલર ઉપર છે અને તે શેરનો ભાવ ઇન્ટ્રા ડે 100 ડૉલરની નીચે જતો રહે, તો શું આપણે માની શકીએ કે સપોર્ટ તૂટી ગયો અથવા શેરનો ભાવ ક્લોઝિંગ સમયે 100 ડૉલરની નીચે હોવો જોઈએ, તો જ આપણે માનીશું કે સપોર્ટ તૂટી ગયો? શું 100 ડૉલરથી ફક્ત 50 સેન્ટ ભાવ ઓછો થવાના કારણે આપણે સપોર્ટ તૂટી ગયો હોવાનું માનીશું કે પછી વધુ ભાવઘટાડાની જરૂર રહે છે? તમારે તમારા ટ્રેડિંગના પ્રકાર, જોખમ ઉઠાવવાની ક્ષમતા અને બજારની ચાલના આધારે આ બાબતે નિર્ણય લેવો જોઈએ. તે જ રીતે શબ્દો, ચિત્રો અને વાસ્તવિક દુનિયાનાં ઉદાહરણો દ્વારા હું કેંડલ સંરચનાઓને ઓળખવાના કેટલાક સામાન્ય સિદ્ધાંતો અને દિશા-નિર્દેશ બતાવીશ, પરંતુ તમારે એ આશા ન રાખવી જોઈએ કે અસલી દુનિયાનાં તમારાં ઉદાહરણો હંમેશાં મારી આદર્શ સંરચનાઓ સાથે મળતા આવશે.

પુસ્તકના અંતે બે પારિભાષિક શબ્દાવલીઓ આપવામાં આવી છે. પહેલી શબ્દાવલીમાં કેંડલસ્ટિક શબ્દાવલી છે અને બીજીમાં આ પુસ્તકમાં ઉપયોગમાં લેવામાં આવેલ પશ્ચિમી શબ્દાવલી આપવામાં આવી છે. કેંડલસ્ટિક શબ્દાવલીમાં તમામ પેટર્ન્સનાં ચિત્ર પણ આપવામાં આવ્યાં છે.

કેટલીક સાવધાનીઓ

તકનીકી વિશ્લેષણના વ્યક્તિ અભિગમની જેમ જ કેંડલસ્ટિકમાં પણ ઘણી વ્યાખ્યાઓ બાબતે મતમતાંતર રહે છે, જે બાબતે ઉપયોગકર્તા પોતાના અનુભવ, વિવેકબુદ્ધિ અને પૃષ્ઠભૂમિ અનુસાર નિર્ણય લઈ શકે છે. આ કેટલીક કેંડલસ્ટિક સંરચનાઓ બાબતે સાચું છે. સંશોધન દરમિયાન મળેલ માહિતીમાં મને કેટલાંક એવાં ઉદાહરણો મળ્યાં, જેમાં કોઈ ચોક્કસ પેટર્ન બાબતે અલગ અલગ વ્યાખ્યાઓ કરવામાં આવી હતી, જો કે તેમાં અંતર પણ સાવ નજીવું હતું. ઉદાહરણ તરીકે, એક જાપાની લેખકનું માનવું હતું કે ડાર્ક ક્લાઉડ કવર (કાળાં વાદળ છવાઈ જવાં)ને પૂર્ણ કરવા માટે શેરનો ખૂલતો ભાવ આગલા બંધ ભાવ કરતાં વધુ હોવો જોઈએ. બાકીના અન્ય

લેખિત અને મૌખિક સ્રોતો કહે છે કે, આ પેટર્ન માટે ખૂલતો ભાવ પાછલા સત્રના હાઈથી ઉપર હોવો જોઈએ.

જ્યાં મને અલગ અલગ પરિભાષાઓ મળી, ત્યાં મેં એ નિયમોને ધ્યાને લીધા છે, જેને ધ્યાને લેવાથી પેટર્નની ભવિષ્યવાણીઓ અને અનુમાનો સાચાં હોવાની સંભાવનાઓ વધી શકે. ઉદાહરણ તરીકે, પાછલા ઉદાહરણમાં દર્શાવવામાં આવેલ પેટર્ન એક રિવર્સલ સિગ્નલ છે, જે ટોપ ઉપર દેખાઈ આવે છે. માટે, મેં એ વ્યાખ્યા પસંદ કરી છે કે શેરનો ખૂલતો ભાવ પાછલા દિવસના હાઈ ભાવ કરતાં ઉપર હોવો જોઈએ. આમ એટલા માટે બની શકે કે જો શેરનો ભાવ ખૂલીને પાછલા દિવસના હાઈ ભાવ કરતાં નીચો જાય, તો તે વધુ મંદી (બેરીશ) તરફ જશે, જે એ પરિસ્થિતિમાં નહીં થાય, જો તે પાછલા દિવસના બંધ કરતાં ઉપર ખૂલીને પછી નીચે આવે.

મેં જે જાપાની સામગ્રીનો અનુવાદ કરાવ્યો, તેમાં મોટાભાગની સામગ્રી સંપૂર્ણ રીતે સ્પષ્ટ કે ચોક્કસ ન હતી. તેનું આંશિક કારણ એ પણ હોઈ શકે કે, જાપાનીઓમાં અસ્પષ્ટ હોવાની વૃત્તિ જન્મજાત જ હોય છે. આ વૃત્તિના મૂળ સામંતી યુગ દરમિયાનના હોઈ શકે છે, જ્યારે જાપાનમાં એ બાબત સામાન્ય હતી કે કોઈ સમુરાઈ પોતાની સાથે યોગ્ય વ્યવહાર ન કરવાના કારણે કોઈ પણ સામાન્ય માણસનું માથું ધડથી અલગ કરી દેતો હતો. સામાન્ય માણસને ઘણીવાર એ પણ ખબર ન રહેતી કે સમુરાઈ તેની પાસેથી કેવા વ્યવહાર અથવા વર્તન કે જવાબની અપેક્ષા રાખે છે. માટે તે અસ્પષ્ટ શબ્દાવલીનો ઉપયોગ કરતો હતો, જેથી તે પોતાનું માથું ધડથી અલગ થતું બચાવી શકે. પરંતુ મને લાગે છે કે આ અસ્પષ્ટ વ્યાખ્યાઓ પાછળ વધુ મહત્ત્વપૂર્ણ કારણ એ હોઈ શકે કે તકનીકી વિશ્લેષણ એ વિજ્ઞાન કરતાં વધુ એક કળા છે.

આપણે કોઈ ચુસ્ત નિયમોની અપેક્ષા ન રાખવી જોઈએ. મોટેભાગે તકનીકી વિશ્લેષણો ફક્ત માર્ગદર્શન પૂરું પાડી શકે છે. ઉદાહરણ તરીકે, જો જાપાની પુસ્તક એમ દર્શાવતું હોય કે આગલા ઉછાળાની ભવિષ્યવાણી કરવા માટે કોઈ કેંડલ રેખાને પાર કરવી જરૂરી છે, તો હું તે 'પાર કરવા'ને 'તેની ઉપરના બંધ ભાવ'ને માનું છું. આમ એટલા માટે છે કે, મારા કોઈ રેઝિસ્ટન્સને ઉપર જવા અથવા સપોર્ટની નીચે જવા બાબતે બંધ ભાવ એ ઇન્ટ્રા ડે ગતિવિધિ કરતાં વધુ મહત્ત્વપૂર્ણ છે. આ વ્યક્તિલક્ષી અભિગમનું એક વધુ ઉદાહરણ છે: જાપાની સાહિત્યમાં ઘણા કેંડલ પેટર્ન્સને ઊંચા ભાવ અથવા નીચા ભાવ બાબતે મહત્ત્વપૂર્ણ ગણવામાં આવ્યું છે. પરંતુ, આમ 'ઊંચો ભાવ' અથવા 'નીચો ભાવ' કોને ગણવો તે બાબતે સ્પષ્ટ વ્યાખ્યા કરવામાં આવી નથી. નીચા અથવા ઊંચા ભાવને આંકવા માટે હું કોઈ ઓસિલેટર ઇન્ડિકેટરનો ઉપયોગ કરવાનું સૂચન કરું છે, જે

દર્શાવી શકે કે બજાર ઓવરસોલ્ડ (વધુ વેચાણ) છે કે ઓવરબોટ (વધુ ખરીદી) છે. આ ઉદાહરણ દ્વારા સ્પષ્ટ રીતે જોઈ શકાય છે કે પારંપરિક પશ્ચિમી તકનીકી ટૂલ્સ (જેમ કે ઓસિલેટર્સ)ને કેંડલ ચાર્ટ્સ સાથે જોડવા કેમ અગત્યનું બની રહે છે.

અન્ય તમામ ચાર્ટિંગ પ્રોસેસની જેમ જ કેંડલ ચાર્ટ પણ ઉપયોગકર્તાની પોતાની વ્યાખ્યા ઉપર આધાર રાખે છે. તમે બજારમાં લાંબા સમય સુધી કેંડલ ચાર્ટિંગ સાથે કામ કરશો, ત્યારે તમે સમજી શકશો કે, તમારા બજારમાં કયા પેટર્ન્સ અને તેમના વિવિધ સ્વરૂપો (વેરિયેશન્સ) શ્રેષ્ઠ રીતે કામ કરી શકે છે. આ રીતે જુઓ તો, વ્યક્તિલક્ષી અભિગમ નુકસાનકારક નથી, ઊલટું તમે એ લોકો કરતાં વધુ લાભદાયક સ્થિતિમાં આવી જાઓ છો, જેમણે શેરબજાર ઉપર દેખરેખ રાખવામાં તમારા જેટલો સમય અને શક્તિ લગાવ્યાં નથી.

જેમ પ્રકરણ-3માં દર્શાવ્યું છે તે મુજબ, વ્યક્તિગત કેંડલ ચાર્ટ રેખા દોરવા માટે બંધ ભાવની જરૂરિયાત રહે છે. માટે વૈધ ટ્રેડિંગ સિગ્નલ મેળવવા માટે તમારે બંધ ભાવની રાહ જોવાની જરૂર પડી શકે છે. આનો અર્થ છે કે 'માર્કેટ ઑન ક્લોઝ ઑર્ડર'ની જરૂરિયાત હોઈ શકે અથવા તો તમારે એ અનુમાન લગાવવાની જરૂર રહે કે બંધ કયા સ્તરે થશે, જેથી તમે બજાર બંધ થવાના થોડા સમય પહેલાં તમારો ઑર્ડર મૂકી શકો. જો કે તમે આગલા દિવસે બજાર ખૂલવાની રાહ પણ જોઈ શકો છો.

ક્લોઝની રાહ જોવાની જરૂરિયાત ફક્ત કેંડલ ચાર્ટ સુધી જ સીમિત નથી. ઘણી તકનીકી પદ્ધતિઓ છે (ખાસ કરીને જે બંધ ભાવની મુવિંગ એવરેજ ઉપર આધારિત હોય છે), જેમાં સિગ્નલ મેળવવા માટે બંધ ભાવની જરૂર હોય છે. માટે જ કોઈ પણ ટ્રેડિંગ સત્રની આખરી કેટલીક મિનિટોમાં બજારમાં થોડી ગતિ આવી જાય છે, જ્યારે બંધ ભાવ ઉપર આધારિત કોમ્પ્યુટરાઇઝ્ડ ટ્રેડિંગ સિગ્નલ મેળવવામાં આવે છે. કેટલાક ટેક્નિશિયનો રેઝિસ્ટન્સ લેવલની ઉપરના બંધને જ ખરીદવા માટેનો યોગ્ય સંકેત માને છે અને તેની પુષ્ટિ માટે તેઓ ક્લોઝની રાહ જુએ છે.

કેંડલ ચાર્ટ ઘણા ઉપયોગી ટ્રેડિંગ સંકેતો પૂરા પાડે છે, પરંતુ તે પ્રાઇસ ટાર્ગેટ આપતા નથી. માટે જ, કેંડલ ચાર્ટ ઉપર પશ્ચિમી તકનીકોનો ઉપયોગ કરવો અત્યંત મહત્ત્વપૂર્ણ છે. આપણે ભાગ-2માં આની ઉપર વધુ ધ્યાન આપીશું અને ચર્ચા કરીશું.

આ પુસ્તકમાં સેંકડો ચાર્ટ આપવામાં આવ્યા છે, માટે તમને જો કોઈ એવા પેટર્ન જોવા મળે, જે હું આ ચાર્ટમાં આપવાનો ચૂકી ગયો હોઉં, તો હેરાન ન થશો. ઘણીવાર તમને એવા પેટર્ન્સનાં ઉદાહરણ પણ જોવા મળશે, જે સફળ થયાં નથી. કોઈ પણ તકનીકી ટૂલ, કેંડલસ્ટિક પણ 100% સફળ નથી જ થતાં.

કેંડલસ્ટિકને એક સંપૂર્ણ સફળ પદ્ધતિ તરીકે બનાવવામાં આવી નથી. આ તો આ ટ્રેડિંગના યુદ્ધમાં વાપરી શકાય તેવું એક હથિયાર છે, જો કે તે બ્રહ્માસ્ત્ર જેવું શક્તિશાળી હથિયાર જરૂર છે.

કેંડલ ચાર્ટના વિષયમાં ઊંડાઈમાં જતાં પહેલાં, હું તકનીકી વિશ્લેષણના મહત્ત્વ બાબતે ટૂંકી ચર્ચા કરવા માગું છું. આ ખાસ એ લોકો માટે છે, જેને માટે આ વિષય સાવ નવો છે. આનો ઉદ્દેશ્ય એ સાબિત કરવાનો છે કે તકનીકી વિશ્લેષણ આટલું મહત્ત્વપૂર્ણ કેમ છે. આમાં કોઈ ઊંડાણપૂર્વકની ચર્ચા-વિચારણા નથી. જો તમે તકનીકી વિશ્લેષણ દ્વારા મળી શકતા લાભોથી પરિચિત હોવ, તો તમે આ વિભાગને અવગણી શકો છો. જો તમે નીચે આપવામાં આવેલ ભાગ ન વાંચો, તો પણ ચિંતાની કોઈ વાત નથી. તેના પછીની કેંડલ ચાર્ટના વિશ્લેષણ વિશેની જાણકારી ઉપર કોઈ અસર નહીં પડે.

તકનીકી વિશ્લેષણનું મહત્ત્વ

તકનીકી વિશ્લેષણનું મહત્ત્વ બહુપરિમાણીય છે. આમ જુઓ તો, ફંડામેન્ટલ એનાલિસિસ માગ/પૂર્તિ પરિસ્થિતિઓ (જેમ કે પીઈ રેશિયો, આર્થિક આંકડાઓ)નું અનુમાન તમને પૂરું પાડી શકે છે, પરંતુ આ વિશ્લેષણમાં કોઈ મનોવૈજ્ઞાનિક પાસુ સામેલ હોતું નથી. પરંતુ, જેમ આપણે જોઈએ છીએ તેમ, ઘણીવાર બજારમાં લાગણીઓ અને સંવેદનશીલતા મોટો ભાગ ભજવી જાય છે. જેમ જૉન મેનાર્ડ કીન્સે કહ્યું હતું, “અતાર્કિક દુનિયામાં તાર્કિક રોકાણનીતિથી વધુ નુકસાનકારક કંઈ હોઈ શકે નહીં.”[2] તકનીકી વિશ્લેષણ તમામ બજારોમાં રહેલ ‘અતાર્કિક’ (ભાવનાત્મક) પાસુ માપવા માટેની એક માત્ર પદ્ધતિ પૂરી પાડે છે.

મનોવિજ્ઞાન કેટલી પ્રબળતા સાથે કોઈ પણ બજારને અસર કરી શકે છે, તે વિશે એક મનોરંજક વાત સાંભળો. આ વાત ધ ન્યૂ ગેટ્સબિસ પુસ્તક[3]માંથી લેવામાં આવેલ છે. આ ઘટના શિકાગો બોર્ડ ઑફ ટ્રેડમાં ઘટિત થયેલ છે.

> સોયાબીનના ભાવમાં ઉછાળો આવ્યો હતો. ઇલિનોયના સોયાબીન બેલ્ટમાં દુકાળ પડ્યો હતો. જો જલદી જ વરસાદ ન પડે તો સોયાબીનની ભારે અછત સર્જાય તેમ હતું. અચાનક બારી ઉપર પાણીનાં ટીપાં પડવાના શરૂ થયાં. કોઈએ બૂમ પાડી, “જુઓ, વરસાદ!” 500 જોડ આંખો (ટ્રેડર્સ) રૂમની મોટી બારીઓ પાસે પહોંચી ગઈ, પછી તો પાણી સતત વરસતું રહ્યું, પહેલાં ધીમે ધીમે અને પછી જોરદાર રીતે. ડાઉનટાઉન શિકાગોમાં વરસાદ શરૂ થયો હતો.
>
> વેચો! ખરીદો! ખરીદો! વેચો! નો શોરબકોર શરૂ થયો, જાણે તે બહાર ગરજતાં વાદળોના અવાજ સાથે સ્પર્ધા કરી રહ્યા

> હોય. સોયાબીનનો ભાવ ધીમે ધીમે ઘટવા માંડ્યાં, અને પછી તો સોયાબીનના ભાવ તૂટતા તારાની માફક ઝડપથી ઘટીને નીચે આવી ગયા.
>
> એ વાત સાચી હતી કે શિકાગોમાં વરસાદ પડતો હતો, પરંતુ સોયાબીનનો પાક શિકાગોમાં થતો ન હતો. સોયાબીન બેલ્ટ માટેનું મુખ્ય કેન્દ્ર તો શિકાગોથી 300 માઈલ દૂર દક્ષિણમાં હતું, જ્યાં આકાશ સાવ સૂકું, ભૂરું અને કોરુંધાકોર હતું. માટે, વરસાદ સોયાબીનના ખેતરોમાં ન થતો હતો, પણ ટ્રેડર્સના મગજ અને મનમાં થતો હતો અને આ જ સૌથી અગત્યની બાબત બની રહે છે. બજાર માટે કોઈ બાબત અગત્યની ત્યાં સુધી નથી હોતી, જ્યાં સુધી બજાર તે બાબતે કોઈ પ્રતિક્રિયા ન આપે. "રમત મગજની અંદર રમાય છે અને લાગણીઓ સાથે રમત રમવામાં આવે છે."

ભીડનું મનોવિજ્ઞાન કેટલું મહત્ત્વપૂર્ણ હોય છે તે સમજવા માટે એ વિચારો કે શું થાય છે જ્યારે તમે ભોજન કે કપડાં જેવી કોઈ વસ્તુ માટે કાગળના બનેલા 'પૈસા' અને રૂપિયાની આપ-લે કરો છો. આ કાગળની આમ જુઓ તો કોઈ કિંમત નથી, તો પછી તે કોઈ નક્કર અને ચોક્કસ વસ્તુની આપ-લે માટે કેમ કરવામાં આવે છે? આમ એક સમાન અને સહભાગી માનસિકતાને કારણે બને છે. દરેક વ્યક્તિને વિશ્વાસ હોય છે કે એ કાગળના ટુકડાની જે કિંમત નક્કી કરવામાં આવી છે, તે દરેક લોકો દ્વારા સ્વીકારવામાં આવશે. એકવાર જ્યારે આ માનસિકતા ગાયબ થઈ જાય અને લોકો જ્યારે પૈસા અને ધનમાં વિશ્વાસ કરવાનું બંધ કરી દે, ત્યારે આ કાગળના ટુકડાની કોઈ કિંમત રહેતી નથી.

બીજું, એક શિસ્તબદ્ધ ટ્રેડિંગ માટે તકનીકી પાસુ પણ એક મહત્ત્વપૂર્ણ તત્ત્વ છે. લાગણીશીલતા એ તમામ ટ્રેડર્સનો સૌથી મોટો દુશ્મન છે અને શિસ્ત દ્વારા તમે આ લાગણીશીલતાની અસરને ઓછી કરી શકો છો. જ્યારે બજારમાં તમારા પૈસા લાગેલા હોય છે, ત્યારે લાગણીશીલતા ડ્રાઇવર સીટ ઉપર બેસી જાય છે અને તર્ક અને વાસ્તવિક્તા ફક્ત યાત્રી બની રહે છે. જો તમને આ બાબતે કોઈ શંકા લાગતી હોય તો, પહેલાં પેપર ટ્રેડિંગ અને પછી પોતાના પૈસાથી ટ્રેડિંગ કરીને બે વચ્ચેનો ફેર જોઈ લો. તમને ખ્યાલ આવશે કે તણાવ, અપેક્ષાઓ અને ચિંતાનાં નુકસાનકારક પાસાંઓ કઈ રીતે તમારી ટ્રેડિંગ શૈલી અને બજારના દૃષ્ટિકોણને ઊંડાઈપૂર્વક બદલી નાખે છે - જે સામાન્ય રીતે તમે રોકેલી રકમના પ્રમાણમાં હોય છે. તકનીકી વિશ્લેષણ વાસ્તવિકતાને ફરી એકવાર ડ્રાઇવિંગ સીટ ઉપર બેસાડી શકે છે. આનાથી તમે ખરીદવા અને વેચવા માટેનો ચોક્કસ સમય, જોખમ અને વળતરનું પ્રમાણ અને સ્ટોપ આઉટ લેવલ નક્કી કરવાની પદ્ધતિ બનાવી

શકો છો. તેનો ઉપયોગ કરીને તમે ટ્રેડિંગમાં જોખમ પ્રબંધન અને ધન પ્રબંધન નીતિ તૈયાર કરીને લાગુ કરી શકો છો.

જેમ પાછલી ચર્ચામાં દર્શાવવામાં આવ્યું છે તેમ, તકનીકી વિશ્લેષણ બજારની સંવેદનશીલતા તરફ નિષ્પક્ષ રહેવામાં ફાળો આપે છે. આપણે જે મુજબનું જોવા માગતા હોઈએ, તે મુજબ બજારને જોવું તે એક માનવ સ્વભાવ છે અને તેમાં આપણે બજાર જે ખરેખર છે, તેને અવગણીએ છીએ. આવું કેટલીવાર બને છે? કોઈ ટ્રેડર કોઈ શેર ખરીદે છે અને ત્યાર પછી તરત જ બજાર નીચે આવી જાય છે. શું તે નુકસાનમાં શેર વેચી દે છે? સામાન્ય રીતે નહીં!

જો કે શેરબજારમાં આશાને કોઈ સારી વ્યૂહરચના તરીકે ગણવામાં આવતી નથી, પરંતુ ટ્રેડર તમામ ફંડામેન્ટલ બુલિશ માહિતી શોધે છે, જેનાથી તેની આશાઓ વધી જાય કે બજાર તેની ઇચ્છિત દિશામાં જવા માંડશે (જેમ અમારા એક સલાહકાર ગ્રાહકે આને વર્ણવ્યું હતું, "તમે તમારી પોઝિશન પ્રત્યે વફાદાર હોવ છો.") આ દરમિયાન ભાવ નીચે જતો જાય છે. કદાચ બજાર તેને કંઈક કહેવાની કોશિશ કરી રહ્યું છે. બજાર આપણી સાથે સંવાદ કરે છે. આપણે તકનીકી વિશ્લેષણનો ઉપયોગ કરીને તેને સાંભળી શકીએ છીએ, જે બજાર આપણને કહેવા માગતું હોય છે, પરંતુ આ ટ્રેડરે તો બજાર દ્વારા આપવામાં આવતા સંદેશાઓ પ્રત્યે પોતાના આંખ-કાન બંધ કરી દીધા છે.

જો આ ટ્રેડર પાછું વળીને પ્રાઇસ એક્ટિવિટી (ભાવની ચાલ)ને તટસ્થતાપૂર્વક જુએ તો, તેને બજારની દશા અને દિશાનો સારી રીતે ખ્યાલ આવી શકે છે. તો શું, જો કોઈ બુલિશ, કોઈ સારા સમાચાર આવ્યા પછી પણ ભાવ ન વધે અને ઊલટા ઓછા થઈ જાય? આ રીતના ભાવ બજારની માનસિકતા બાબતે બહુ મહત્ત્વપૂર્ણ જાણકારી આપે છે અને એ પણ દર્શાવે છે કે આમાં કઈ રીતે ટ્રેડિંગ કરવું જોઈએ.

મારું માનવું છે કે આ વિચાર પ્રસિદ્ધ ટ્રેડર જેસી લિવરમોર દ્વારા વ્યક્ત કરવામાં આવ્યો હતો કે જ્યારે કોઈ દૂરથી જુએ છે, ત્યારે જ તે કોઈ પણ વસ્તુને વધુ સારી રીતે જોઈ શકે છે. તકનીકી વિશ્લેષણ આપણને એક પગલું પાછળ લઈ જાય છે અને બજાર બાબતે એક અલગ અને કદાચ વધુ સારો દૃષ્ટિકોણ દર્શાવે છે.

ત્રીજું, તકનીકી વિશ્લેષણ મહત્ત્વપૂર્ણ છે, ભલે તેની ઉપયોગિતા બાબતે તમે સંપૂર્ણ રીતે સહમત ન હોવ. આમ એટલા માટે છે કે ઘણીવાર ચાર્ટ એક્શન જ બજારને હલાવવાની અને નીચે પાડવાની તાકાત ધરાવે છે, માટે તેની ઉપર નજર રાખવી આપણા માટે હિતાવહ બની રહે છે.

ચોથું, રેન્ડમ વોક થિયરીનો દાવો છે કે એક દિવસના બજાર ભાવની આગલા દિવસના ભાવ ઉપર કોઈ અસર નથી પડતી, પરંતુ આ એકેડેમિક

દૃષ્ટિકોણ એક મહત્ત્વપૂર્ણ ઘટકને છોડી દે છે - લોકો. લોકો ભાવને આગલા દિવસે પણ યાદ રાખે છે અને તે મુજબ જ આગળ વધે છે. એ સાચું છે કે, લોકોની પ્રતિક્રિયા ખરેખર ભાવ ઉપર અસર કરે છે, પરંતુ બીજી બાજુ ભાવ પણ લોકોની પ્રતિક્રિયાઓ ઉપર અસર કરે છે. આમ, ભાવ પોતે જ બજારના વિશ્લેષણનો એક મહત્ત્વપૂર્ણ ઘટક છે. તકનીકી વિશ્લેષણની નિંદા કરનારા લોકો આ મુદ્દો ભૂલી જાય છે.

પાંચ, પ્રાઇસ એક્શન સમગ્ર રીતે માગ/આપૂર્તિ સબંધોને જોવા માટેની સૌથી પ્રત્યક્ષ અને સૌથી સરળ રીત છે. આમાં બની શકે કે કોઈ ફંડામેન્ટલ ખબર સામાન્ય વ્યક્તિને ન પણ ખબર હોય, પરંતુ આ ભાવમાં સામેલ હોઈ શકે છે, જે લોકો બજારને પ્રભાવિત કરનારી ઘટના વિશે પહેલેથી જ જાણે છે, તેમણે ચોક્કસ આના આધારે ખરીદી કે વેચવાલી કરી હશે અને આમ, આ જાણકારી વર્તમાન ભાવમાં સામેલ થઈ જાય છે.

નોંધ:

1. જે પણ તકનીકી વિશ્લેષણમાં ગંભીર રસ ધરાવતા હોય, તેમને હું એમટીએ સાથે જોડાવાની આગ્રહપૂર્વક સલાહ આપું છું. તેમની વેબસાઇટ www.mta. or. છે.
2. સ્મિથ, એડમ, ધ મની ગેમ (ન્યૂયૉર્ક: રેન્ડમ હાઉસ, 1986, પાન નં.: 154)
3. ટેમાર્કિન, બૉબ, ધ ન્યૂ ગેટ્સબિસ (શિકાગો: બૉબ ટેમાર્કિન, 1985, પણ નં: 122-123

પ્રકરણ 2

ઐતિહાસિક પૃષ્ઠભૂમિ

古きを訪ねて新しきを知る

જૂની બાબતોની સમીક્ષા કરીને જ આપણે નવું શીખી શકીએ છીએ.

આ પ્રકરણ દર્શાવે છે કે જાપાની તકનીકી વિશ્લેષણ શરૂ કઈ રીતે થયું. તમારામાંથી જે લોકો આ પુસ્તકનાં મહત્ત્વપૂર્ણ ભાગ (એટલે કે કેંડલસ્ટિકનો ઉપયોગ અને તકનીક) વાંચવા માટે વધુ આતુર છે, તે લોકો આ પ્રકરણને અવગણી શકે છે અથવા તે ભાગ વાંચ્યા પછીથી આ પ્રકરણનો અભ્યાસ કરી શકે છે. જો કે આ ઇતિહાસ પણ ખૂબ રસપ્રદ છે.

ભાવોની ભવિષ્યની વધ-ઘટની ભવિષ્યવાણી કરવા માટે જૂના ભાવોનો ઉપયોગ કરવામાં સૌથી પ્રથમ અને સૌથી પ્રખ્યાત લોકોમાં મુનેહિસા હોમ્મા[1]નું નામ આવે છે. તેઓ 1700ના દશકમાં ચોખા બજારમાં ટ્રેડિંગ કરીને ખૂબ પૈસા કમાયા. હોમ્મા વિશે વાત કરતાં પહેલાં એ સમયની આર્થિક પૃષ્ઠભૂમિ ઉપર એક નજર નાખવી યોગ્ય રહેશે, જે દરમિયાન હોમ્માએ અદ્‌ભુત પ્રગતિ કરી. આપણે 1500 દશકના અંતથી 1700 દશકના મધ્ય સુધીના સમય ઉપર નજર કરીશું. આ સમય પહેલાં જાપાન સાઠ જેટલા પ્રાંતોમાં વિભાજિત થયેલો હતો, પરંતુ આ સમય દરમિયાન તે એકતાના સૂત્રમાં બંધાયેલો દેશ બન્યો, જ્યાં વાણિજ્ય અને વ્યવસાય ખૂબ ફૂલ્યો-ફાલ્યો.

1500થી 1600 સુધી જાપાન યુદ્ધમાં ગ્રસ્ત રહ્યું. દરેક ડેમ્યો (એટલે કે જમીનદાર/સામંત; શાબ્દિક રૂપે જોઈએ તો મોટી હેસિયત ધરાવનારા) પાડોશી વિસ્તારો ઉપર કબજો કરવાના પ્રયાસો કરતા રહેતા. 1500 અને

1600ના દશક વચ્ચેના આ 100 વર્ષના સમયગાળાને 'સેન્ગોકુ જીદાઈ' એટલે કે દેશનો 'યુદ્ધગ્રસ્ત સમયગાળો' કહેવામાં આવે છે. આ અવ્યવસ્થા અને અરાજકતાનો સમય હતો. 1600ના દશકની શરૂઆત સુધી ત્રણ અસાધારણ સેનાપતિઓ - નોબુનાગા ઓડા, હિદેયોશી તોયોતામી અને ઇયાસુ તોકુગાવા એ 40 વર્ષના સમયગાળામાં જાપાનને એકસૂત્રમાં બાંધ્યું. જાપાની ઇતિહાસ અને લોકકથાઓમાં તેમના પરાક્રમ અને ઉપલબ્ધિઓ બાબતે વર્ણન કરવામાં આવ્યું છે. એક જાપાની કહેવત છે: "નોબુનાગાએ ચોખાનો ઢગલો કર્યો, હિદેયોશીએ લોટ બાંધ્યો અને તોકુગાવાએ રોટલી ખાધી." બીજા શબ્દોમાં, આ ત્રણ સેનાપતિઓએ જાપાનને એકત્રિત કરવામાં મહત્ત્વપૂર્ણ યોગદાન આપ્યું છે, પરંતુ તોકુગાવા આ મહાન સેનાપતિઓમાંના અંતિમ સેનાપતિ હતા, જેમના પરિવારે 1615થી 1867 સુધી જાપાન ઉપર શાસન કર્યું. આ યુગને તોકુગાવા શોગનેટના નામે ઓળખવામાં આવે છે.

સદીઓ સુધી જાપાન યુદ્ધગ્રસ્ત રહ્યું, માટે આશ્ચર્યની કોઈ વાત નથી કે યુદ્ધની શબ્દાવલી, કેંડલસ્ટિક શબ્દાવલીની અભિન્ન અંગ બની રહી. આમ જો વિચાર કરીએ તો, ટ્રેડિંગ યુદ્ધમાં જીતવા માટે પણ અસલી યુદ્ધના જ ઘણાં કૌશલ્યોની જરૂરિયાત રહે છે, જેમ કે વ્યૂહરચના, મનોવિજ્ઞાન, પ્રતિસ્પર્ધા, વ્યૂહાત્મક પલાયન અને હા, નસીબની પણ જરૂર રહે જ છે. માટે જ, તમને કોઈ આશ્ચર્ય ન થવું જોઈએ કે આ સંપૂર્ણ પુસ્તકમાં તમને જે કેંડલસ્ટિક શબ્દાવલી જોવા મળશે, તે રણભૂમિની ઉપમાઓ ઉપર આધારિત છે, જેમ કે 'નાઇટ ઍન્ડ મૉર્નિંગ એટેક' (રાત્રિ અને સવારના સમયનું આક્રમણ), 'ઍડ્વાન્સિંગ થ્રી સોલ્જર્સ પેટર્ન' (આગળ વધતા ત્રણ સૈનિકો), 'કાઉન્ટર એટેક લાઇન્સ' (જવાબી હુમલ માટેની સેના), 'ગ્રેવસ્ટોન' (કબરનો પથ્થર) વગેરે.

તોકુગાવાના નેતૃત્વવાળી કેન્દ્રિત જાપાની સામંતી વ્યવસ્થાએ એક તુલનાત્મક સ્થિરતા પ્રદાન કરી, જેનાથી નવી તકો ઊભી થઈ. કૃષિ અર્થવ્યવસ્થા વધી, પરંતુ તેનાથી પણ વધુ મહત્ત્વપૂર્ણ વાત એ હતી કે ઘરેલુ વેપાર પણ વધ્યો અને વેપાર કરવો સરળ બની રહ્યો. સત્તરમી શતાબ્દી સુધીમાં સ્થાનિક અને અલગ અલગ બજારોની પદ્ધતિ ખતમ થઈ ગઈ અને એક રાષ્ટ્રીય બજારનો સિદ્ધાંત વિકસ્યો. કેન્દ્રીય બજારના આ સિદ્ધાંતના કારણે જ આગળ જતાં જાપાનમાં તકનીકી વિશ્લેષણની પ્રગતિ થઈ. હિદેયોશી તોયોતામી ઓસાકાને જાપાનની રાજધાની માનતા હતા, માટે તેમણે ઓસાકાને એક વેપાર કેન્દ્ર તરીકે વિકસિત કરવા ઉપર ભાર મૂક્યો. ઓસાકા દરિયાકિનારે આવેલું હતું અને તે સમયે જમીની યાત્રા ધીમી, જોખમી અને મોંઘી હતી. આના કારણે ઓસાકા આયાત/નિકાસ કરવા માટે અને તેને સંગ્રહિત કરવા માટેનું એક રાષ્ટ્રીય ગોડાઉન બની

રહ્યું. પછીથી તે વેપાર અને નાણાકીય દૃષ્ટિએ જાપાનનું સૌથી મોટું શહેર બની રહ્યું. ઓસાકાની સંપત્તિ અને આપૂર્તિના વિશાળ ભંડારોના કારણે તેને ‘જાપાનનું રસોઈઘર’નું નામ આપવામાં આવ્યું.

ઓસાકાએ સપ્લાય માટેના આંતરિક અંતરને ઘટાડ્યું, જેના કારણે માલસામાનની કિંમતો સ્થિર થઈ શકી. ઓસાકાના લોકોને નફો કમાવવાની ખૂબ ઇચ્છા હતી (આ અન્ય શહેરો કરતાં વિરુદ્ધ હતું, જ્યાં લોકો પૈસાની કમાવાની વૃત્તિને નીચી દૃષ્ટિએ જોતા હતા). તે સમયની સામાજિક વ્યવસ્થામાં ચાર વર્ગ હતા. ઊતરતા ક્રમે તે સૈનિક, કિસાન, કારીગર અને વેપારી. સામાજિક અવરોધોને પાર કરવામાં વેપારીઓને 1700 સુધીનો સમય લાગ્યો. આજ સુધી ઓસાકામાં ‘મોકરિમક્કા’નું પારંપરિક અભિવાદન લોકપ્રિય છે, જેનો અર્થ થાય છે, “શું તમે નફો કમાઈ રહ્યા છો?”

ઓસાકામાં યોદોયા કીયન હિદેયોશી (ત્રણ મહાન સૈન્ય એકીકૃતકર્તાઓમાંનો એક)ના વેપારી બની ગયા. યોદોયામાં ચોખાનું પરિવહન, વિતરણ અને ભાવ નક્કી કરવાની અસાધારણ ક્ષમતા હતી. યોદોયાની સામે આવેલો વરંડો એટલો મહત્ત્વપૂર્ણ બની રહ્યો કે તે જાપાનના પહેલા ચોખા વિનિમય કેન્દ્ર તરીકે વિકસિત થયો - યોદોયા ધનિક બની ગયા, પરંતુ જેમ પાછળથી ખબર પડી તેમ, તેઓ વધુ પડતા ધનિક બની ગયા હતા. બાકુફૂ (શોગનના નેતૃત્વવાળી સૈન્ય સરકાર) એ 1705માં એ આરોપ લગાવીને યોદોયાની સંપૂર્ણ સંપત્તિ જપ્ત કરી લીધી કે તેમનું વિલાસિતાપૂર્ણ અને વૈભવશાળી જીવન તેમના સામાજિક વર્ગને શોભતું નથી. બાકુફૂ કેટલાક વેપારીઓની શક્તિ અને પ્રભાવ જોઈને આશંકિત હતો. 1642માં કેટલાક અધિકારીઓ અને વેપારીઓએ ચોખા બજાર ઉપર પકડ મેળવવાની કોશિશ કરી હતી. તેમને કડક સજા આપવામાં આવી: વેપારીઓના બાળકોને ફાંસી આપવામાં આવી, વેપારીઓને ત્યાંથી હાંકી કાઢવામાં આવ્યા અને તેમની સંપત્તિ જપ્ત કરી લેવામાં આવી.

ચોખા બજાર મૂળભૂત રીતે યોદોયાના વરંડામાંથી શરૂ થયું હતું અને તેને સંસ્થાગત બનાવીને ઓસાકામાં 17મી શતાબ્દીના અંતમાં દોજિમા રાઇસ એક્સચેન્જની સ્થાપના કરવામાં આવી. 1710 સુધી દોજિમા રાઇસ એક્સચેન્જમાં ખરેખરા ચોખાના જ સોદા થતાં હતા, પરંતુ 1710 બાદ એક્સચેન્જ ગોદામો દ્વારા આપવામાં આવતી ચોખાની રસીદો પણ જારી અને સ્વીકાર કરવા લાગ્યું હતું. આ ગોદામોની રસીદોને રાઇસ કૂપન કહેવામાં આવતી હતી. આ રાઇસ કૂપન જ પહેલા ફ્યૂચર કૉન્ટ્રેક્ટ (વાયદા કરાર) બન્યા, જેમનું ટ્રેડિંગ થતું હતું.

ચોખાની દલાલી ઓસાકાની સમૃદ્ધિનો પાયો બની ગઈ. ત્યાં એક સમયે 1300થી વધુ ચોખાના વેપારીઓ હતા. કોઈ માન્ય મુદ્રા અથવા નાણાં ન હોવાથી (સિક્કાના ડુપ્લિકેશનના કારણે નક્કર મુદ્રાના પ્રયાસો પણ નિષ્ફળ

રહ્યા હતા), માટે ચોખા દ્વારા જ નાણાકીય આપ-લે પણ કરવામાં આવતી હતી. જ્યારે કોઈ ડેમ્યોને પૈસાની જરૂર પડતી, ત્યારે તે પોતાના ચોખા ઓસાકા મોકલી દેતો, જ્યાં તેના ઉપર તે ગોદામમાં રાખવામાં આવતા હતા. આ ચોખા મળ્યા બદલની રસીદ તરીકે તેને એક કૂપન આપવામાં આવતી હતી અને તે ઇચ્છે ત્યારે આ ચોખાની કૂપન વેચી શકે તેમ હતું. ઘણા ડેમ્યોની નાણાકીય સમસ્યાઓ એટલી વધુ હતી કે તેઓ તેની આગલી ચોખાની વસૂલીની આશામાં (ખેડૂત ડેમ્યોને ટૅક્સમાં ચોખા આપતા હતા - સામાન્ય રીતે પાકના 40થી 60 ટકા જેટલો) પોતાની રાઇસ કૂપન વેચી દેતા હતા. ઘણીવાર તો આગલાં ઘણાં વર્ષોનો ચોખાનો પાક ગીરવે મૂકી દેવામાં આવતો. આ રાઇસ કૂપનોનું સક્રિય રીતે ટ્રેડિંગ કરવામાં આવતું. ભવિષ્યમાં રાઇસની ડિલિવરીની આશામાં વેચાતી આ રાઇસ કૂપન વિશ્વના પહેલાં ફ્યૂચર કૉન્ટ્રાક્ટ બની રહ્યા. દોજીમા ચોખા એક્સચેન્જ, જ્યાં આ કૂપનોનું ટ્રેડિંગ કરવામાં આવતું હતું, તે વિશ્વનું પહેલું ફ્યૂચર એક્સચેન્જ બની રહ્યું. રાઇસ કૂપનને ‘ખાલી ચોખા’ કૂપન પણ કહેવામાં આવતી. (એટલે કે એવા ચોખા, જે ભૌતિક રીતે ઉપલબ્ધ ન હતા). ચોખાના ફ્યૂચર ટ્રેડિંગની લોકપ્રિયતાનો અંદાજ આ વાત ઉપરથી માંડી શકાય છે: 1749માં, ઓસાકામાં ખાલી ચોખાની કૂપન્સની કુલ 1,10,000 બેલ્ટનું ટ્રેડિંગ થયું હતું (ચોખાનું ટ્રેડિંગ બેલ્ટમાં થતું હતું), પરંતુ સમગ્ર જાપાનમાં ચોખાના ફક્ત 30,000 બેલ્ટ જ ઉપલબ્ધ હતા.[2]

આ પૃષ્ઠભૂમિમાં હોમ્માનો પ્રવેશ થયો, જેને ‘બજારનો દેવતા’ કહેવામાં આવે છે. મુનેહિસા હોમ્માનો જન્મ 1724માં એક ધનિક પરિવારમાં થયો હતો. હોમ્મા પરિવારને એટલો અમીર માનવામાં આવતો હતો કે તે સમયે એક કહેવત હતી, “હું ક્યારેય હોમ્મા જેટલો અમીર તો નહીં બની શકું, પણ હું સ્થાનિક સ્વામી બનવાનું પસંદ કરીશ.” જ્યારે હોમ્માને 1750માં તેમના પારિવારિક વ્યવસાયમાં જોડાવા માટે આમંત્રણ આપવામાં આવ્યું, ત્યારે તેમણે સકાતા બંદરના શહેરમાં પોતાના સ્થાનિક રાઇસ એક્સચેન્જમાં ટ્રેડિંગ શરૂ કર્યું. સકાતા ચોખાનું મુખ્ય સંગ્રહ અને વિતરણ માટેનું કેન્દ્ર હતું. હોમ્મા સકાતાના હોવાના કારણે જાપાની કેંડલસ્ટિક સાહિત્યમાં ઘણી જગ્યાએ તમને ‘સકાતાના નિયમ’ એટલે કે હોમ્માના નિયમોનો ઉલ્લેખ મળી આવશે.

મુનેહિસા હોમ્માના પિતાના મૃત્યુ બાદ મુનેહિસા પરિવારમાં નાના હોવા છતાં તેમને પરિવારની સંપત્તિનો કારભાર સોંપવામાં આવ્યો. (તે સમયે એવો રિવાજ હતો કે પરિવારની સંપત્તિ અને વ્યવસાય સામાન્ય રીતે પરિવારના સૌથી મોટા દીકરાને સોંપવામાં આવતો હતો.) આની પાછળ કદાચ એ કારણ હતું કે મુનેહિસામાં બજારને સમજવાની તીવ્ર બુદ્ધિ હતી. પારિવારિક દોલત સાથે હોમ્મા જાપાનના સૌથી મોટા રાઇસ

એક્સચેન્જ એટલે કે ઓસાકાના દોજિમા રાઇસ એક્સચેન્જમાં ગયા અને રાઇસ ફ્યૂચરનું ટ્રેડિંગ કરવાનું શરૂ કર્યું.

હોમ્માનો પરિવાર મોટા પાયે ચોખાની ખેતી કરતો હતો, તેના કારણે તેમને ચોખાના બજાર બાબતે સારી એવી માહિતી અને જાણકારી રહેતી. તે સિવાય હોમ્મા મોસમનો વાર્ષિક રેકોર્ડ પણ રાખતા હતા. રોકાણકારોની માનસિકતા સમજવા માટે હોમ્માએ ચોખાના ભાવનું ઊંડું ઐતિહાસિક વિશ્લેષણ કર્યું. તેમણે આ વિશ્લેષણ ત્યારે શરૂ કર્યું હતું, જ્યારે રાઇસ એક્સચેન્જ યોદોયાના વરંડામાં ચાલતું હતું. હોમ્માએ પોતાની સંદેશા વ્યવહારની એક નવી પદ્ધતિ શરૂ કરી હતી. અગાઉથી નક્કી કરવામાં આવેલ સમયે તેઓ ઝંડા દ્વારા સંદેશાઓ મોકલવા માટે મકાનની છત ઉપર માણસોને નિયુક્ત કરતા. હોમ્માના માણસો ઓસાકાથી સકાતા સુધી સતત ચોક્કસ અંતરે નિયુકત રહેતા. ઓસાકાના બજાર ઉપર વર્ચસ્વ સ્થાપિત કર્યા બાદ હોમ્માએ ઈડો (જેને હવે ટોક્યો કહેવામાં આવે છે)ના સ્થાનિક એક્સચેન્જમાં ટ્રેડિંગ કરવાનું શરૂ કર્યું. તેઓ પોતાના જ્ઞાન અને કૌશલ્ય દ્વારા ખૂબ દોલત કમાયા. કહેવામાં આવે છે કે, તેમણે એકવાર સતત 100 નફાના સોદા કર્યા હતા.

તેમની પ્રતિષ્ઠા એટલી તો ભવ્ય હતી કે ઈડોમાં તેમની ઉપર એક લોકગીત બનાવવામાં આવ્યું, “જ્યારે સકાતા (હોમ્માનું શહેર)માં તાપ નીકળે છે, ત્યારે દોજિમા (ઓસાકાના દોજિમા રાઇસ એક્સચેન્જ)માં વાદળો છવાઈ જાય છે અને કુરામાએ (ઈડોનું કુરામાએ એક્સચેન્જ)માં વરસાદ વરસવાનો શરૂ થાય છે.” આનો અર્થ છે જ્યારે સકાતામાં ચોખાનો પાક સારો હોય છે, ત્યારે દોજિમા રાઇસ એક્સચેન્જમાં ચોખાના ભાવ થોડા ઘટે છે અને ઈડોમાં તો ખૂબ નીચા આવી જાય છે. આ લોકગીત ચોખા બજાર ઉપર હોમ્માના પ્રભુત્વને દર્શાવે છે. પછીના વર્ષોમાં હોમ્મા સરકારના નાણાકીય સલાહકાર બન્યા અને તેમને સમુરાઈની સન્માનનીય ઉપાધિ પણ આપવામાં આવી. 1803માં, તેમનું મૃત્યુ થયું. બજાર ઉપર હોમ્માએ બે પુસ્તકો લખ્યાં હતા : ‘સકાતા સેન્હો’ અને ‘સોબા સાની નો ડેન’. એમ માનવામાં આવે છે કે તે 1700ના દશકમાં લખવામાં આવ્યા હતા. ચોખા બજાર ઉપર લાગુ પાડવામાં આવેલ તેમના ટ્રેડિંગ સિદ્ધાંતો જ આગળ જઈને જાપાનના કેંડલસ્ટિક પદ્ધતિનો પાયો બન્યા.

નોંધ:

1. તેમના પહેલા નામનો અનુવાદ ઘણીવાર સોક્યૂ પણ કરવામાં આવે છે અને તેમના છેલ્લા નામનો અનુવાદ ઘણી જગ્યાએ હોમા તરીકે પણ જોવા મળે છે. આનાથી તમને જાપાની ભાષામાંથી અંગ્રેજીમાં અનુવાદ કરવા બાબતે

પડતી મુશ્કેલીઓનો ખ્યાલ આવી શકશે. હોમ્માના પહેલા નામનું જાપાની પ્રતીક અનુવાદક ઉપર આધાર રાખીને સોક્યૂ અથવા મુનેહિસા બંનેમાંથી કોઈ એક હોઈ શકે છે. તેમનું છેલ્લું નામ પણ અનુવાદક મુજબ હોમ્મા અથવા હોમા હોઈ શકે છે. મેં આ પુસ્તકમાં હોમ્મા લખવાનું પસંદ કર્યું છે, જે નિપ્પોન ટેક્નિકલ એનાલિસ્ટસ ઍસોસિયેશને ઉપયોગમાં લીધું છે.

2. હર્શમીયર, જોહાન્સ અને ત્સુનેહિકી, યુઇ. ધ ડેવલપમેન્ટ ઑફ જાપાનીઝ બિઝનેસ 1600-1793 (કેમ્બ્રિજ, એમએ: હાર્વર્ડ યુનિવર્સિટી પ્રેસ, 1975, પાન નં.: 31)

ભાગ – 1

મૂળભૂત બાબતો

千里の道も一歩から

હજારો માઈલ લાંબી યાત્રાની શરૂઆત તો પહેલા ડગલાથી જ થાય છે.

પ્રકરણ 3

કેંડલસ્ટિક રેખાઓ બનાવવી

櫓櫂がなくて舟で渡れぬ

હલેસાં વગર તમે નાવ લઈને પણ દૂર સુધી જઈ શકતા નથી.

કેંડલસ્ટિક ચાર્ટમાં ઓપન, હાઈ, લો અને ક્લોઝ સંબંધિત એ જ ડેટાનો ઉપયોગ કરવામાં આવે છે, જેનો ઉપયોગ પારંપરિક પશ્ચિમી બાર ચાર્ટમાં કરવામાં આવે છે. આ બાબત ધ્યાને લઈને ચિત્ર 3.1માં એક બાર ચાર્ટ દર્શાવવામાં આવ્યો છે. બાર ચાર્ટ દ્વારા દર્શાવવામાં આવેલ ભાવના આંકડાઓના ઉપયોગથી બનાવવામાં આવેલ કેંડલસ્ટિક ચાર્ટ ચિત્ર 3.2માં દર્શાવવામાં આવ્યો છે.

તમને જરૂર એમ લાગશે કે, જાણે કેંડલ ચાર્ટમાં દર્શાવેલા ભાવ પાનાં ઉપરથી ઊડીને તમારી આંખે વળગે છે, તે બિલકુલ સ્પષ્ટ અલગથી જ દેખાઈ આવે છે. કેંડલ ચાર્ટ એક જ નજરમાં તમને બજારની સંપૂર્ણ પરિસ્થિતિ દર્શાવી દે છે. બાર ચાર્ટ સપાટ અને દ્વિ-પરિમાણીય દેખાય છે; કેંડલ ચાર્ટ લગભગ ત્રિ-પરિમાણીય પાસાંઓ દર્શાવે છે. કેંડલસ્ટિક ચાર્ટ દેખાવમાં પણ આકર્ષક લાગે છે. ચિત્ર 3.3 દર્શાવે છે કે એક જ ડેટા બાર ચાર્ટ અને કેંડલ ચાર્ટમાં કેવા દેખાય છે.

ચિત્ર 3.1 લ્યૂસેન્ટ - ડેઇલી (બાર ચાર્ટ)

ચિત્ર 3.2 લ્યૂસેન્ટ - ડેઇલી (કેંડલસ્ટિક ચાર્ટ)

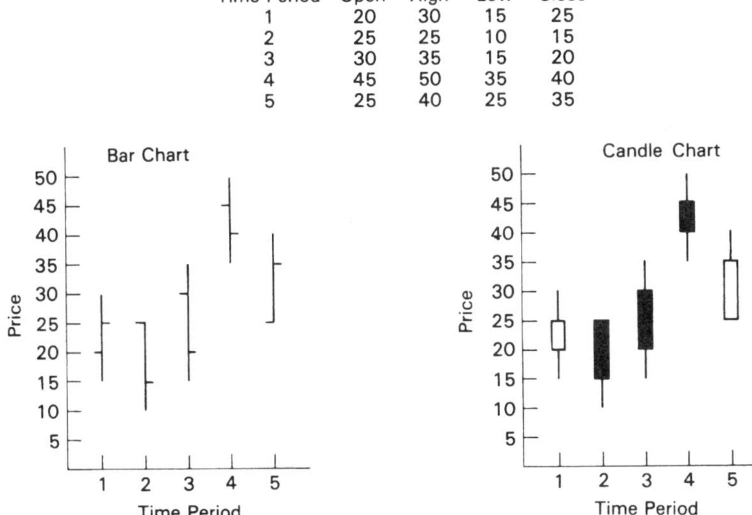

Time Period	Open	High	Low	Close
1	20	30	15	25
2	25	25	10	15
3	30	35	15	20
4	45	50	35	40
5	25	40	25	35

ચિત્ર 3.3 બાર ચાર્ટ અને કેંડલસ્ટિક ચાર્ટ

કેંડલ રેખાઓ દોરવી

ચિત્ર 3.4થી 3.6માં દર્શાવેલ કેંડલસ્ટિક રેખાઓના વેલણાકાર ભાગને વાસ્તવિક શરીર એટલે કે રિયલ બોડી કહેવામાં આવે છે (હવે પછી આપણે ફક્ત શરીર કહીશું).

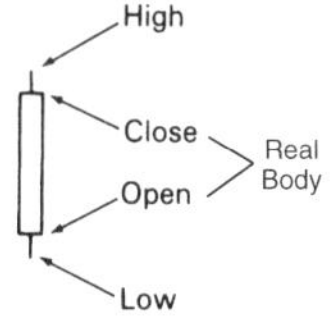

ચિત્ર 3.4 સફેદ કેંડલ લાઇન

શરીરનો અર્થ જે તે સત્રના ઓપન અને ક્લોઝ વચ્ચેની રેન્જ છે, એટલે કે કોઈ શેર કયા ભાવે ખૂલ્યો અને કયા ભાવે બંધ થયો. જ્યારે શરીર કાળા રંગનું એટલે કે ભરેલું હોય, તો તેનો અર્થ છે કે સત્રના બંધ ભાવ ખૂલતા ભાવ કરતાં ઓછા હતા. જો શરીર ખાલી હોય, એટલે કે સફેદ રંગનું હોય તો, તેનો અર્થ છે કે જે તે શેરનો બંધ ભાવ ખૂલતા ભાવ કરતાં વધુ હતો.

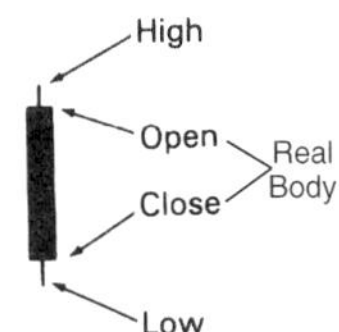

ચિત્ર 3.5 કાળી કેંડલ લાઇન

શરીરની ઉપરની અને નીચેની પાતળી રેખાઓને છાયા કહે છે (આ પણ કેટલું બંધબેસતું નામ છે, શરીર અને તેનો પડછાયો). આ છાયાઓ તે સત્રના ભાવોની ચરમસીમા એટલે કે શિખર દર્શાવે છે. શરીરની ઉપરની છાયાને અપર શેડો અને શરીરની નીચેની છાયાને લોઅર શેડો કહે છે. તે જ રીતે, ઉપરની છાયાનું શિખર તે સત્રનો હાઈ ભાવ હોય છે અને નીચેની છાયાનું ચરમ બિંદુ તે સત્રનો લો ભાવ હોય છે.

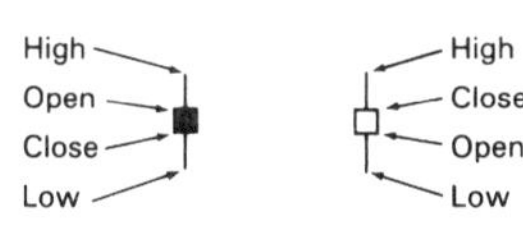

ચિત્ર 3.6 સ્પિનિંગ ટોપ (ફરતો ભમરડો)

જો કોઈ કેંડલમાં ઉપરની છાયા ન હોય તો, તેને શેવન હેડ (મૂંડાવેલું માથું) કહે છે અને જો કોઈ કેંડલમાં નીચેની છાયા ન હોય તો તેને શેવન બૉટમ (નીચેનો ભાગ મૂંડાવેલો) એમ કહે છે.

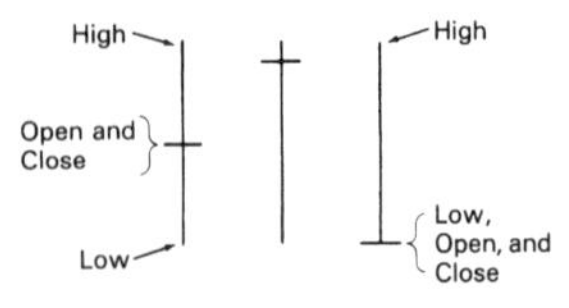

ચિત્ર 3.7 ડોજીનું ઉદાહરણ

કેંડલ અથવા તો કેંડલસ્ટિક નામ એટલા માટે પડ્યું કે તે રેખાઓ મીણબત્તી જેવી દેખાય છે, જેમ પ્રસ્તાવનામાં પણ જણાવવામાં આવ્યું છે તેમ આ પુસ્તકમાં આપણે કેંડલ અને કેંડલસ્ટિકનો ઉપયોગ સમાનાર્થી શબ્દ તરીકે કરીશું.

જાપાનીઓ કહે છે કે, આ કેંડલસ્ટિકનું શરીર જ "ભાવના ચડાવ-ઉતાર (પ્રાઇસ મૂવમેન્ટ)નો સાર" છે. આનાથી શરીરની શક્તિ વિશે એક મુખ્ય સિદ્ધાંત પ્રદર્શિત થાય છે: કેંડલના શરીરની ઊંચાઈ અને રંગ જોઈને જ આપણને તરત ખ્યાલ આવી જાય છે કે, બજારનું નિયંત્રણ કોના હાથમાં રહ્યું હશે: બુલ્સ એટલે કે તેજીના ખેલાડીઓ કે બેર્સ એટલે કે મંદીના ખેલાડીઓ.

આ રીતે જોઈએ તો, કેંડલ ચાર્ટની મદદથી બજારનું વિશ્લેષણ વધુ ઝડપથી અને કુશળતાપૂર્વક કરી શકાય છે. ચિત્ર 3.4માં દર્શાવવામાં આવેલ લાંબી સફેદ કેંડલને જોઈને કહો કે બજાર ઉપર કોનું નિયંત્રણ રહ્યું હશે? સ્પષ્ટ રીતે જોઈ શકાય છે કે બુલ્સ દ્વારા જ નિયંત્રિત કરવામાં આવ્યું હશે, કારણ કે બજાર પોતાના લો ઉપર ખૂલ્યું અને હાઈની નજીક બંધ રહ્યું છે. આ જ રીતે લાંબી કાળી કેંડલ (ચિત્ર 3.5) આપણને સ્પષ્ટ રીતે દર્શાવી શકે છે કે તે સત્રમાં મંદીના ખેલાડીઓ અથવા તો બેર્સ નિયંત્રણમાં રહ્યા હશે, કારણ કે બજાર તેના હાઈની નજીક ખૂલ્યું છે અને લો ની નજીક બંધ થયું છે.

કેંડલ લાઇન્સ કોઈ પણ ટાઇમ ફ્રેમમાં બનાવી શકાય છે - ઇન્ટ્રા ડે, ડેઇલી અથવા તો વિક્લી ચાર્ટ. ઉદાહરણ તરીકે, ચિત્ર 3.4માં દર્શાવવામાં આવેલ સફેદ કેંડલ જો ડેઇલી ચાર્ટમાં આવે, તો તેનો અર્થ છે શરીરનું બૉટમ તે દિવસનો પહેલો ટ્રેડ છે. (અહીં યાદ રાખવું જરૂરી છે કે, સફેદ શરીરનો અર્થ, ઓપન શરીરનો નીચેનો ભાગ થાય છે) અને શરીરનું ટોપ તે દિવસની ક્લોઝિંગ પ્રાઇસ છે. તે દિવસનું ટોપ ઉપરની છાયાનું ઉચ્ચતમ બિંદુ છે, જ્યારે બૉટમ નીચલી છાયાની સૌથી નીચેનું બિંદુ છે.

આમ, પાંચ મિનિટની કાળી કેંડલસ્ટિક લાઇન આપણને દર્શાવે છે કે, તે પાંચ મિનિટના સમયગાળામાં બજાર કાળા શરીરના ટોપ ઉપર ખૂલ્યું અને તેના નીચેના ભાગમાં બંધ થયું. ઉપરની અને નીચેની છાયા તે પાંચ મિનિટના સત્રના હાઈ અને લો ભાવ દર્શાવે છે.

શરીરનો એક વ્યાવહારિક ઉપયોગ એ છે કે તેના આકારને બજારની ગતિનું (મોમેન્ટમ) બેરોમિટર માની શકાય છે.

લાંબું સફેદ અથવા તો કાળું કેંડલસ્ટિક શરીર દર્શાવે છે કે બજારનું મોમેન્ટમ એકતરફી રહ્યું છે, જ્યારે શરીર નાનું હોય તો આપણને ચેતવણી મળે છે કે પાછળના ટ્રેડ અથવા તો મોમેન્ટમની ગતિ ઓછી થઈ રહી છે. નાના કદના શરીર (ભલે તે કાળુ હોય કે સફેદ)ને જાપાની ભાષામાં

સ્પિનિંગ ટોપ (ભમરડો) કહે છે. ચિત્ર 3.6 સ્પિનિંગ ટોપનું ઉદાહરણ દર્શાવે છે. ચિત્ર 3.6માં દર્શાવવામાં આવેલ રેખાઓમાં ઉપલી અને નીચલી છાયાઓ છે, પરંતુ છાયાઓનો આકાર મહત્ત્વપૂર્ણ નથી, આ તો શરીરનો નાનો આકાર છે, જેના કારણે તેને સ્પિનિંગ ટોપ કહેવામાં આવે છે.

સ્પિનિંગ ટોપ કેટલીક કેંડલસ્ટિક સંરચનાઓમાં મુખ્ય ભૂમિકા ભજવે છે, જેમાં મૉર્નિંગ સ્ટાર, ઈવનિંગ સ્ટાર, હરામી, હેમર અને અન્ય પ્રકારો સામેલ છે, જેની ઉપર આગલા પ્રકારણોમાં ચર્ચા કરીશું.

ચિત્ર 3.7માં આપવામાં આવેલ શરીરો વિશે તમને કંઈ ધ્યાનમાં આવ્યું? ત્યાં શરીર લગભગ અદૃશ્ય છે, એટલે કે શરીર જેવું કંઈ છે જ નહીં. આવી કેંડલ લાઇનોને ડોજી કહે છે (ડોજીનું બહુવચન પણ ડોજી જ થાય છે). ડોજીનો અર્થ છે તે સત્રમાં ઓપન અને ક્લોઝ એક જ ભાવ ઉપર થયું છે (અથવા તો તેમની વચ્ચે ખૂબ જ ઓછો ફેર છે). ડોજીને રિવર્સલ સિગ્નલ (દિશા પરિવર્તનનો સંકેત) પણ માનવામાં આવે છે. આપણે આ બાબતે આ પ્રકરણમાં આગળ અને વધુ ચર્ચા પ્રકરણ-8માં કરીશું.

ચિત્ર 3.8માં 1 એપ્રિલથી શરૂ થતાં સપ્તાહમાં 315 ડૉલરની આસપાસ બજાર પડવાનું શરૂ થયું, જે કાળી કેંડલ દ્વારા જોઈ શકાય છે. પડતી વધુ અને વધુ થતી ગઈ તેમ તેમ, શરીરની લંબાઈ વધતી ગઈ, જે વધતું જતું બેરીશ એટલે કે મંદી તરફની ગતિ (મોમેન્ટમ)નું પ્રતીક હતું. 7 એપ્રિલના રોજ સ્પિનિંગ ટોપ દેખાયું, જેનાથી સંપૂર્ણ પરિદૃશ્ય જ બદલાઈ ગયું. આ પહેલાં બજાર ઉપર મંદીના ખેલાડીઓનો કબજો હતો, પરંતુ સ્પિનિંગ ટોપ દર્શાવે છે કે મંદીના ખેલાડીઓનું વર્ચસ્વ ઓછું થઈ રહ્યું છે. નાનું શરીર ફક્ત એક જ સત્રની ગતિવિધિ દર્શાવતું હોવાથી, આપણે તેને ફાઇનલ પણ ન માની લેવું જોઈએ, આ એક હંગામી સંકેત જ છે, પરંતુ કદાચ આ દિશા પરિવર્તન એટલે કે રિવર્સલનો પહેલો સંકેત હતો. આ આપણને કેંડલસ્ટિક ચાર્ટનો એક મોટો લાભ દર્શાવે છે : તે એક સત્ર જેટલી નાની ગતિવિધિમાં પણ બજારના સંભવિત દિશા પરિવર્તનનો સંકેત દર્શાવી શકે છે.

જો કે, 7 એપ્રિલવાળો સ્પિનિંગ ટોપ ફક્ત એક જ કેંડલનો સંકેત હતો, પરંતુ આના કારણે પારંપરિક પશ્ચિમી તકનીક વિશ્લેષણ ટૂલની પુષ્ટિ પણ થઈ છે - રાઇઝિંગ સપોર્ટ લાઇન, જેને 10 માર્ચ અને 23 માર્ચના લો ને ભેગા કરીને બનાવવામાં આવ્યો હતો. આમ, આપણી પાસે હવે બે સંકેત - એક સપોર્ટ લાઇન અને બીજો સ્પિનિંગ ટોપ મળ્યા, જે 285 ડૉલરના સપોર્ટને મહત્ત્વપૂર્ણ બનાવે છે. પૂર્વી અને પશ્ચિમી તકનીકોના મિશ્રણના આ સિદ્ધાંત ઉપર આપણે ભાગ 2માં ધ્યાન કેન્દ્રિત કરીશું.

ચિત્ર 3.8 સેમી કંડક્ટર ઇન્ડેક્સ-ડેઇલી (સ્પિનિંગ ટોપ)

સ્પિનિંગ ટોપ દિશા-પરિવર્તનનો સંકેત પહેલેથી જ આપી દે છે, તેનું એક વધુ ઉદાહરણ એ પોઇન્ટ છે, જ્યાં 315 ડૉલરથી બજાર પડવાની શરૂઆત થઈ - 2 એપ્રિલનું સ્પિનિંગ ટોપ (યાદ રાખો કે નાના શરીરનો રંગ અગત્યનો નથી), જે એક ઊંચી સફેદ કેંડલ પછી આવ્યો (તે સમયે મંદીના ખેલાડીઓ નિયંત્રણ ધરાવતા હતા).

કેંડલ્સનું એક રસપ્રદ પાસુ એ છે કે, તે ચેતવણીમાં એવા સંકેતો આપી શકે છે, જે બાર ચાર્ટમાં નથી મળતા. ઉદાહરણ તરીકે, ચિત્ર 3.2ના ચાર્ટમાં 18 જાન્યુઆરીના સપ્તાહની રેલી ઉપર નજર નાખો. હવે શેરનો ભાવ 60 ડૉલરની નજીક જઈ રહ્યો હતો, ત્યારે બે કેંડલ રેખાઓ ઉપર ધ્યાન આપો. જો આ બાર ચાર્ટ હોત, તો તે શેર યોગ્ય જ લાગત, કારણ કે તે હાયર હાઈ અને હાયર લો તો બનાવી જ રહ્યો હતો, હાયર ક્લોઝ પણ દર્શાવી રહ્યો હતો, પરંતુ કેંડલ ચાર્ટ એક અલગ જ દૃષ્ટિકોણ દર્શાવે છે. ખરેખર તો, આ નાનાં શરીરો સંકેત આપી રહ્યા છે કે બજાર ઉપર બુલ્સનું સંપૂર્ણ નિયંત્રણ નથી. તે સિવાય, એ પણ જુઓ કે 18 જાન્યુઆરીથી શરૂ થતાં સપ્તાહ દરમિયાન જે હાઈ બન્યો હતો, તે રેઝિસ્ટન્સ એરિયાની ખૂબ નજીક હતો. આમ, કેંડલ્સના નાના શરીર એ રેઝિસ્ટન્સ એરિયાની પુષ્ટિ કરી રહ્યા હતા અને તેનું મહત્ત્વ પણ દર્શાવી રહ્યા હતા.

જેમ આપણે જોયું તેમ, જાપાનીઓ ઓપન અને ક્લોઝના પરસ્પર સબંધો ઉપર ખૂબ ભાર આપે છે, કારણ કે આ બંને પોઇન્ટ સમગ્ર ટ્રેડિંગ દિવસના સૌથી વધુ સંવેદનશીલ પોઇન્ટ હોય છે. જાપાનમાં એક કહેવત

છે : "સવારનો પહેલો એક કલાક આખા દિવસની દિશા નક્કી કરે છે." આમ, બજાર ખૂલવાનો આંક પણ આખા ટ્રેડિંગ દિવસની દિશા નક્કી કરતાં હોય છે. તે જે તે દિવસે બજારની દિશા બાબતે પહેલો સંકેત આપે છે. બજાર ઓપન થવાનો સમય એ સમય છે, જ્યારે રાત્રિ દરમિયાનની તમામ ખબરોનું વિશ્લેષણ થાય છે અને ઓપન ભાવ તે તમામ ખબરોનો સાર દર્શાવે છે.

જે ટ્રેડર જેટલો વધુ ચિંતિત હોય, તે તેટલો જ ઝડપથી ટ્રેડિંગ કરવા માગતો હોય છે. માટે, શોર્ટ ટ્રેડ કરનારા ટ્રેડર્સ શોર્ટ કવર કરવા માટે ઉતાવળમાં હોઈ શકે છે, ખરીદવા માટે ઉત્સુક લોકો મોટા પાયે ખરીદી કરવા માટે ઇચ્છુક હોય છે, હેજિંગ કરનારા લોકો તેમની જૂની પોઝિશનમાંથી બહાર આવવા માગતા હોય છે અથવા નવી પોઝિશન બનાવવા માગતા હોય છે, વગેરે.

ઓપનની આ ઝડપી ગતિશીલતા બાદ, સંભવિત ખરીદદારો અને વિક્રેતાઓ પાસે હવે સ્પષ્ટ માપદંડ હોય છે. શેરબજારમાં ટ્રેડિંગ કરવાને હંમેશાં યુદ્ધ સાથે સરખાવવામાં આવે છે. આ સંદર્ભમાં ઓપન ભાવ યુદ્ધક્ષેત્રનું પ્રારંભિક દૃશ્ય દર્શાવે છે અને મિત્ર અને શત્રુ સેના બાબતે પહેલો સંકેત આપે છે.

ભાવનું બીજું મહત્ત્વપૂર્ણ બિંદુ છે, ક્લોઝ એટલે કે બંધ ભાવ. બજાર કયા ભાવે બંધ થશે તે બાબતે ટ્રેડર્સ બહુ સંવેદનશીલ હોઈ શકે છે. ક્લોઝિંગ પ્રાઇસ ઘણા ટેક્નિશિયનો માટે પણ બહુ મહત્ત્વપૂર્ણ હોય છે. ચાર્ટમાં કોઈ રેઝિસ્ટન્સ અથવા કોઈ સપોર્ટ ઉપર બ્રેકઆઉટ સફળ છે કે નહીં, તે વાતની પુષ્ટિ માટે તેમણે ક્લોઝ થવાની રાહ જોવાની રહે છે, કારણ કે ક્લોઝ જ તેમને દર્શાવી શકે છે કે આ બ્રેકઆઉટ સફળ થયો છે કે નહીં. વાયદા બજાર એટલે કે ફ્યૂચર માર્કેટમાં પણ માર્જિન કોલ્સ પણ ક્લોઝ ઉપર આધારિત હોય છે. ઘણા કોમ્પ્યુટર ટ્રેડિંગ ઇન્ડિકેટર્સ (ઉદાહરણ તરીકે, મૂવિંગ એવરેજ અથવા આરએસઆઇ)ની ગણતરી પણ બંધ ભાવ ઉપર કરવામાં આવે છે.

કેંડલ ચાર્ટ વિશ્લેષણ ચોક્કસ સૈન્ય ઉપમાઓ આપે છે. જો ખરીદવાનો અથવા વેચવાનો કોઈ મોટો ઑર્ડર બજારમાં ક્લોઝના સમયે અથવા તેની નજીકના સમયે મૂકવામાં આવે અને તેનો હેતુ જે તે શેરનો ભાવ પોતાના ઇચ્છિત ભાવે કરાવવાનો હોય તો, જાપાનીઓ આ પ્રકારની ગતિવિધિને 'નાઇટ ઍટેક' (રાત્રિ દરમિયાનનો હુમલો) કહે છે. આવી જ ગતિવિધિ જો ઓપન સમયે કરવામાં આવે તો, તેને મૉર્નિંગ ઍટેક (સવારના સમયનો હુમલો) કહે છે.

કેંડલસ્ટિક શબ્દાવલી અને શેરબજારની ભાવના

તકનીકી વિશ્લેષણ એકમાત્ર પદ્ધતિ છે, જેના દ્વારા તમે શેરબજારના સંવેદનાત્મક ઘટકને માપી શકો છે. આપણે જાણીએ છીએ કે ઘણી વાર નાની અમસ્તી સંવેદના પણ મોટા તથ્યો અને હકીકતો ઉપર ભારે પડી જાય છે. ફંડામેન્ટલ્સમાં કોઈ ફેર પડ્યો હોતો નથી, પરંતુ બજારના ભાવમાં અચાનક મોટા ફેરફારો આવે છે : આ સંવેદનશીલતા નહીં, તો બીજું શું કહી શકાય?

કેંડલ ચાર્ટની એક આકર્ષક વિશેષતા એ છે કે કેંડલ પેટર્ન બજારની સંવેદનાત્મક પરિસ્થિતિનું વર્ણન કરનારી એક રંગીન પ્રણાલી છે. 'ડાર્ક ક્લાઉડ કવર' (કાળાં વાદળ છવાઈ જવાં), આ વાક્ય સાંભળીને શું તમારા મનમાં એમ વિચાર આવે છે કે બજાર સંવેદનાત્મક રીતે સ્વસ્થ છે? સ્પષ્ટ જ છે, કે નહીં જ! જેમ આપણે પાછળથી જોઈશું તેમ, આ એક બેરીશ પેટર્ન છે અને તે બજારની અસ્વસ્થ હાલત દર્શાવે છે.

આ પુસ્તકમાં ઘણી પેટર્ન અને સિદ્ધાંતો આપવામાં આવ્યા છે. જાપાનીઓ દ્વારા ઉપયોગમાં લેવાતા વર્ણનાત્મક નામો પણ છે, જે કેંડલસ્ટિક ચાર્ટને રસપ્રદ બનાવે છે, બલ્કે એ યાદ રાખવું પણ સરળ થઈ પડે છે કે આ પેટર્ન બુલિશ છે કે બેરીશ. ઉદાહરણ તરીકે, પ્રકરણ-5માં તમને 'મૉર્નિંગ સ્ટાર' અને 'ઈવનિંગ સ્ટાર' બાબતે જણાવવામાં આવશે. બની શકે કે તમને એ ખબર ન હોય કે આ પેટર્ન કેવી દેખાય છે અથવા બજાર માટે આનો શું અર્થ તારવી શકાય, તો પણ શું તમે ફક્ત નામ સાંભળીને કહી શકો કે આમાં કયું બુલિશ હશે અને કયું બેરીશ? અંધારું થતાં પહેલા આકાશમાં દેખાતો ઈવનિંગ સ્ટાર (જે શુક્રગ્રહનું જ એક નામ છે), તે બેરીશ સંકેત લાગે છે અને તે ખરેખર છે પણ! તે જ રીતે મૉર્નિંગ સ્ટાર બુલિશ છે, કારણ કે મૉર્નિંગ સ્ટાર (બુધ ગ્રહ) સૂર્યોદયની પહેલા આકાશમાં દેખાય છે.

નોંધ :

1. સ્પિનિંગ ટોપ વિશે મારું પુસ્તક 'બિયોન્ડ કેંડલસ્ટિક' (ન્યૂયૉર્ક : જૉન વાઈલી ઍન્ડ સન્સ, 1994)માં વિગતવાર ચર્ચા કરવામાં આવી છે.

પ્રકરણ 4

રિવર્સલ પેટર્ન

一寸先は闇

એક ઇંચ આગળ અંધારું છે.

કોઈ પણ શેરનો ભાવ મહત્ત્વપૂર્ણ સંકેત આપી શકે છે. તકનીકી વિશ્લેષકો આ સંકેતો ઉપર ઝીણી નજર રાખતા હોય છે, કારણ કે તેઓ ઇચ્છતા હોય છે કે બજારની મનોઃસ્થિતિ અને ટ્રેન્ડમાં આવનારા પરિવર્તન બાબતની ચેતવણી તેમને પહેલેથી જ મળી જાય. રિવર્સલ પેટર્ન (દિશા-પરિવર્તન પેટર્ન) બજારમાં ટ્રેન્ડ બદલાવા બાબતનો મહત્ત્વપૂર્ણ સંકેત છે. પશ્ચિમી રિવર્સલ ઇન્ડિકેટર્સમાં ડબલ ટોપ, ડબલ બૉટમ, રિવર્સલ ડે, હેડ ઍન્ડ શોલ્ડર્સ અને આઇલૅન્ડ ટોપ્સ અને આઇલૅન્ડ બૉટમ્સ સામેલ છે, પરંતુ 'રિવર્સલ પેટર્ન' શબ્દ ખરી રીતે સંપૂર્ણ યોગ્ય નથી. 'રિવર્સલ' શબ્દ સાંભળીને તમને એમ લાગે કે જૂનો ટ્રેન્ડ અચાનક બદલાઈને અચાનક જ તેનાથી વિરુદ્ધનો ટ્રેન્ડ શરૂ થઈ ગયો, પણ ખરેખર આમ બહુ ઓછું બને છે. ટ્રેન્ડમાં પરિવર્તન સામાન્ય રીતે ધીરે ધીરે અને ક્રમશઃ થાય છે. બજારની મનોદશા બદલવામાં સમય લાગે છે. ટ્રેન્ડ રિવર્સલ સિગ્નલનો અર્થ એ થાય છે કે વર્તમાન ટ્રેન્ડ બદલાઈ શકે છે. આનો અર્થ એમ નથી કે તે ચોક્કસ જ દિશા બદલીને વિરુદ્ધ દિશામાં જવા લાગશે. ટ્રેન્ડની તુલના તમે તમારી આગળ જતી કાર સાથે કરી શકો છો. જ્યારે આગલી કારની બ્રેક લાઇટ સળગે છે, ત્યારે તમે સમજી શકો છો કે કાર હવે ઊભી રહેશે. બ્રેક લાઇટ રિવર્સલ ઇન્ડિકેટર છે, જે જોઈને તમે સમજી શકો છો કે, વર્તમાન ટ્રેન્ડ (એટલે કે ગતિશીલ કાર) હવે પૂર્ણ થવાનો છે, પરંતુ જ્યારે

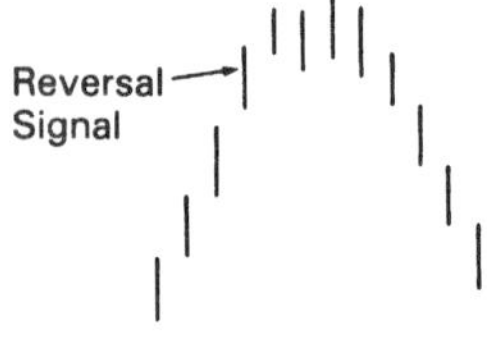

ચિત્ર 4.1 ટોપ રિવર્સલ

ચિત્ર 4.2 ટોપ રિવર્સલ

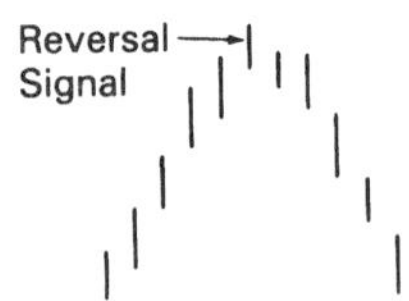

ચિત્ર 4.3 ટોપ રિવર્સલ

કાર સ્થિર થઈ જાય, પછી શું ડ્રાઇવર કારને રિવર્સ ગિયરમાં નાખશે? કે પછી ત્યાં જ રોકાઈ જશે? અથવા તો ફરી પાછો આગળ વધવાનું નક્કી કરશે? જ્યાં સુધી વધુ સંકેતો ન મળે ત્યાં સુધી આપણે એ નક્કી નથી કરી શકતા કે, ડ્રાઇવર આગળ શું કરશે. બ્રેક લાઇટ જોઈને આપણે ફક્ત એટલું સમજી શકીએ છીએ કે, કાર ઊભી રહેવાની છે.

ચિત્ર 4.1થી 4.3નાં ઉદાહરણો દર્શાવે છે કે ટોપ રિવર્સલ સિગ્નલ મળ્યા બાદ, શું થઈ શકે છે. ઉદાહરણ તરીકે, પાછલા અપટ્રેન્ડના બદલે સાઇડવેઝ પ્રાઇસ એક્શન (ભાવ ઉપર નીચે થવાની થોડી ઘણી ગતિવિધિઓ) દેખાઈ શકે છે, જે પછી એક નવો અપટ્રેન્ડ કે ડાઉનટ્રેન્ડ શરૂ થઈ શકે છે. (જુઓ ચિત્ર 4.1 અને 4.2) ચિત્ર 4.2 દર્શાવે છે કે અપટ્રેન્ડ અચાનક ડાઉનટ્રેન્ડમાં કઈ રીતે બદલાઈ શકે છે.

અહીં ખાસ નોંધ લેશો કે મારા મત મુજબ ‘રિવર્સલ પેટર્ન’નો અર્થ ફક્ત એટલો જ થાય છે કે પાછલો ટ્રેન્ડ બદલાવો જોઈએ, આનો અર્થ એમ નથી થતો કે તે વિરુદ્ધ દિશામાં જ જશે. સમજદારી એ છે કે રિવર્સલ પેટર્નને ટ્રેન્ડ બદલાવાનો સંકેત માનવામાં આવવો જોઈએ. રિવર્સલ પેટર્નને યોગ્ય રીતે ઓળખવો તે પણ એક કૌશલ્ય છે, કારણ કે સફળ ટ્રેડિંગ માટે ટ્રેન્ડ અને સંભાવના બંને તમારા પક્ષમાં હોવી જોઈએ. રિવર્સલ ઇન્ડિકેટરનો અર્થ છે કે બજાર તમને લાલ ઝંડી દર્શાવી રહ્યું છે કે, ‘સાવધાન - ટ્રેન્ડ બદલાઈ શકે છે.’ બીજા શબ્દોમાં, બજારની મનોદશા બદલાઈ રહી છે. માટે, તમારે પણ તમારી ટ્રેડિંગ શૈલી બજારના નવા વલણ મુજબ બદલવી જોઈએ. રિવર્સલ ઇન્ડિકેટરનો ઉપયોગ કરીને ટ્રેડિંગ કરવા અથવા તો ખરીદવા-વેચવા માટેની ઘણી પદ્ધતિ છે. આપણે આ પુસ્તકમાં આવાં ઘણાં ઉદાહરણો જોઈશું.

સૈદ્ધાંતિક રીતે જોઈએ તો, રિવર્સલ સિગ્નલના આધારે નવી પોઝિશન ત્યારે જ ઊભી કરો, જ્યારે તે સિગ્નલ મોટા ટ્રેન્ડની દિશા દર્શાવતું હોય. ઉદાહરણ તરીકે, માની લો કે, બુલ માર્કેટમાં ટોપ રિવર્સલ પેટર્ન દેખાય છે. આ ચોક્કસ જ બેરીશ સંકેત છે, પરંતુ આ જોઈને તમારે શોર્ટ સેલ ન કરવું જોઈએ. આમ એટલા માટે છે કે મોટો ટ્રેન્ડ હજી પણ ઉપરની દિશા તરફ જઈ રહ્યો હોવાનું દેખાય છે. હા, આ સિગ્નલ જોઈને તમે તમારી પાસે રહેલા જૂના શેર જરૂર વેચી શકો છો અને પછી બજારમાં કરેક્શન આવે (ઘટાડો) ત્યારે શેર ખરીદવા માટેના બુલિશ સંકેતની રાહ જોઈ શકો છો, કારણ કે વર્તમાન ટ્રેન્ડ હજી પણ ઉપરની તરફનો છે.

હું રિવર્સલ પેટર્ન બાબતે વિગતવાર વાત કરીશ, કારણ કે મોટાભાગના કેંડલ ઇન્ડિકેટર રિવર્સલ પેટર્ન (દિશા-પરિવર્તન પેટર્ન) હોય છે. ચાલો, હવે આપણે આ કેંડલ રિવર્સલ ઇન્ડિકેટર્સના પહેલા સમૂહને જોઈએ : હેમર (હથોડો) અને હેંગિંગ મૅન લાઇન (લટકતો માણસ).

અમ્બ્રેલા લાઇન (છત્રી)

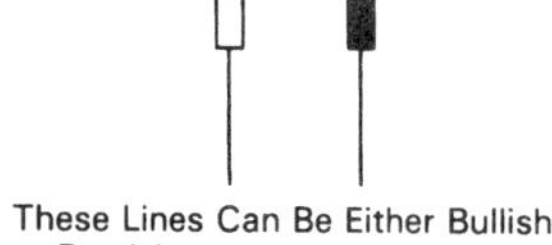

ચિત્ર 4.4 અમ્બ્રેલા લાઇન્સ

ચિત્ર 4.4માં ડેઇલી રેન્જના ઉપરના ભાગમાં નાનું શરીર (કાળું અથવા સફેદ) અને લાંબી નીચેની છાયા દેખાય છે. ચિત્ર 4.4ની લાઇનને અમ્બ્રેલા લાઇન કહેવામાં આવે છે, કારણ કે તે છત્રી જેવી દેખાય છે. અમ્બ્રેલા લાઇન એ કેંડલ લાઇન છે, જેમાં રેન્જના ઉપલા ભાગમાં નાનું શરીર હોય છે અને નીચેની છાયા લાંબી હોય છે. આ અમ્બ્રેલા લાઇન ખૂબ મનમોહક હોય છે, કારણ કે તે બજારની પરિસ્થિતિ મુજબ બુલિશ પણ હોઈ શકે છે અને બેરીશ પણ.

જો કોઈ અમ્બ્રેલા લાઇન ડાઉનટ્રેન્ડમાં દેખાય, તો તે એ વાતનો સંકેત છે કે ડાઉનટ્રેન્ડ હવે પૂર્ણ થવામાં છે. આ પરિસ્થિતિમાં આ અમ્બ્રેલા લાઇનને હેમર અથવા હથોડો કહેવામાં આવે છે, જેમ કે કોઈ મજબૂત પાયા ઉપર હથોડો મારવામાં આવે (જુઓ ચિત્ર 4.5). હેમર માટે જાપાની શબ્દ છે, તાકુરી. આ શબ્દનો અર્થ થાય છે, 'તળિયું જોઈને પાણીની ઊંડાઈ માપવાનો પ્રયાસ કરવો.' આ હેમરની આદર્શ વ્યાખ્યા છે, કારણ કે આમાં બજાર તળિયાની શોધમાં ખૂબ નીચે સુધી જાય છે, જે લાંબી છાયા દ્વારા સ્પષ્ટ જોઈ શકાય છે. સંયોગવશ, હેમર હાથા સાથેના હથોડા જેવો જ દેખાય છે.

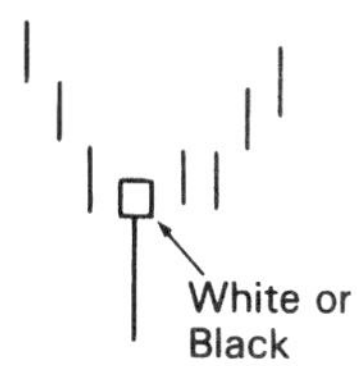

ચિત્ર 4.5 હેમર (હથોડો)

જેમ ઉપર કહેવામાં આવ્યું છે તેમ, અમ્બ્રેલા લાઇનની ભવિષ્યવાણી એ વાત ઉપર આધારિત છે કે બજાર કઈ દિશામાં જઈ રહ્યું છે. આપણે જોયું કે, બજાર પડ્યા પછી દેખાતી અમ્બ્રેલા લાઇન એટલે કે હેમર બુલિશ માટેનો સંકેત છે, પરંતુ જો ચિત્ર 4.4માં દર્શાવવામાં આવેલ લાઇન કોઈ રેલી પછી દેખાય, તો તે સંભવતઃ ટોપ રિવર્સલ સંકેત છે, જેને હેંગિંગ મૅન (ચિત્ર 4.6) જેવું ખતરનાક નામ આપવામાં આવે છે. આને હેંગિંગ મૅન (લટકતો માણસ) એવું નામ એટલા માટે આપવામાં આવ્યું છે કે તે દોરડા ઉપર લટકતા માણસ જેવું દેખાય છે, જેના પગ લટકતા દેખાય છે.

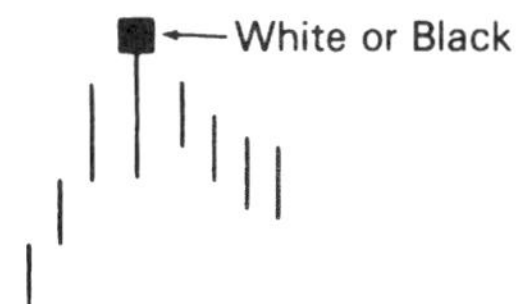

ચિત્ર 4.6 હેંગિંગ મૅન (લટકતો માણસ)

જો કે, એ થોડું વિચિત્ર લાગી શકે કે એક જ કેંડલ લાઇન ક્યારેક બુલિશ તો ક્યારેક બેરીશ હોઈ શકે છે, પરંતુ જે લોકો પશ્ચિમી શબ્દાવલી આઇલૅન્ડ ટોપ અને આઇલૅન્ડ બૉટમથી પરિચિત છે, તેઓ સમજી શકશે કે એ જ સિદ્ધાંત અહીં પણ લાગુ પડે છે. આઇલૅન્ડ સંરચના બુલિશ અથવા તો બેરીશ હોઈ શકે છે, તે એ વાત ઉપર આધાર રાખે છે કે તે ટ્રેન્ડમાં ક્યાં દેખાય છે. લાંબી રેલી પછી, આઇલૅન્ડ પેટર્ન બેરીશ હોય છે, જ્યારે ડાઉનટ્રેન્ડ પછી તે જ આઇલૅન્ડ પેટર્ન બુલિશ હોય છે.

હું તમને કેંડલ ચાર્ટિંગ તકનીકોમાં સામે આવતા પડકારો વિશે જણાવવા માગું છું. મેં મારા સંશોધન માટે એક પુસ્તકનો ઉપયોગ કર્યો હતો. તે પુસ્તકમાં, ચિત્ર 4.4માં દર્શાવવામાં આવેલ અમ્બ્રેલા લાઇન્સનું વર્ણન આ

મુજબ કરવામાં આવ્યું હતું, "નીચેથી ખરીદો અને ઉપરથી વેચો." આ જોઈને હું અચંબિત થયો હતો, આનો શું અર્થ હોઈ શકે? જો કે, અહીં ધ્યાને લેવું યોગ્ય રહેશે કે, જ્યારે હું આ પુસ્તકનો અભ્યાસ કરી રહ્યો હતો, ત્યારે હું હેમર કે હેંગિંગ એ બાબતે કંઈ જાણતો ન હતો. થોડા સમય પછી, થોડા વધુ સંશોધન પછી મને લેખકના કહેવાનો અર્થ સમજાયો કે આ ઘટતા બજાર પછીનો બુલિશ ટ્રેન્ડ છે (નીચેથી ખરીદો) અને વધતા બજાર પછી બેરીશ છે (ઉપરથી વેચો). પૂર્વના દેશોના રહસ્યોને ઉજાગર કરવા માટે મેં જે કોઈ અભ્યાસ કે સંશોધન કર્યું, તેમાં આટલો સમય એટલા માટે લાગ્યો કે મોટાભાગના કેંડલ પેટર્ન્સ અને તકનીકોનું વર્ણન ખૂબ જ ગૂંચવણભરેલું હતું. જો કે મને તો આવા પડકારો ઉઠાવવામાં રસ પડે છે.

હેમર અને હેંગિંગ મૅનને ઓળખવા માટેના ત્રણ માપદંડ છે:

1. શરીર ટ્રેડિંગ રેન્જના ઉપરના ભાગે હોય છે. શરીરનો રંગ મહત્ત્વપૂર્ણ નથી.
2. આની નીચેની છાયા લાંબી હોય છે અને તે શરીર કરતાં ઓછામાં ઓછી બે ગણી ઊંચી હોવી જોઈએ.
3. આમાં કોઈ ઉપરી છાયા ન હોવી જોઈએ અથવા તો ખૂબ નાની છાયા હોવી જોઈએ.

હેંગિંગ મૅન અને હેમરમાં ત્રણ પ્રકારના ફેર હોઈ શકે છે - ટ્રેન્ડ, કેંડલ લાઇન પહેલા મૂવમેન્ટની રેન્જ અને પુષ્ટિ. તે આ મુજબ છે:

- ટ્રેન્ડ: હેમર બજાર ઘટ્યા પછી આવવું જોઈએ અને હેંગિંગ મૅન રેલી પછી આવવું જોઈએ.
- કેંડલ લાઇન પહેલા મૂવમેન્ટની રેન્જ: હેમર ટૂંક સમયના ઘટાડા પછી પણ યોગ્ય માનવામાં આવે છે, પરંતુ હેંગિંગ મૅન લાંબી રેલી પછી આવવું જોઈએ, આદર્શ સ્થિતિ મુજબ તે ઓલ-ટાઈમ હાઈની આસપાસ દેખાવું જોઈએ.
- પુષ્ટિ: જેમ પછીથી દર્શાવવામાં આવશે તે મુજબ, હેંગિંગ મૅન પેટર્નમાં આપણને પુષ્ટિની જરૂરિયાત રહે છે, જ્યારે હેમરના કેસમાં કોઈ પુષ્ટિની જરૂરિયાત રહેતી નથી.

નીચેની છાયા જેટલી લાંબી હશે, ઉપરની છાયા જેટલી નાની હશે અને શરીર જેટલું નાનું હશે, બુલિશ હેમર અથવા બેરીશ હેંગિંગ મૅન એટલું જ વધુ અર્થપૂર્ણ બની રહેશે. હવે આપણે પહેલા હેમર અને પછી હેંગિંગ મૅન ઉપર ધ્યાન કેન્દ્રિત કરીશું.

હેમર (હથોડો)

હેમરનું શરીર સફેદ અથવા કાળું હોઈ શકે છે. આમ એટલા માટે કે હેમરનું શરીર ભલે કાળું હોય, પરંતુ ચિત્ર 4.5માં આપણે જોઈ શકીએ છીએ કે આમ હોવા છતાં તે એ સત્રના હાઈ પાસે બંધ થયો છે. આપણે કહી શકીએ છીએ કે, જો હેમરનું શરીર સફેદ હોય તો તે થોડું વધુ બુલિશ હોય છે (કારણ કે તે પોતાના હાઈ ભાવ ઉપર બંધ થયું છે). સફેદ હેમરને જાપાનીઓ 'પાવર લાઇન' (વીજળીનો તાર) પણ કહે છે. જો કે મારો અનુભવ કહે છે કે હેમરની સફળતા તેના શરીરના રંગ ઉપર આધારિત નથી હોતી.

હેમરની લાંબી નીચલા ભાગની છાયા અને સત્રનું ઊંચા ભાવે બંધ થવાનું ચિત્રાત્મક આલેખન દર્શાવે છે કે બજાર એ સત્રમાં સૌપ્રથમ તો ઝડપથી નીચું ગયું, પછી પાછું ઊંચકાયું અને તે સત્રના ઊંચા ભાવ ઉપર બંધ થયું. આનાં પરિણામો બુલિશ હોઈ શકે છે. ઊંચા ભાવે અથવા તેની નજીક બંધ થવાના કારણે હેમરમાં કોઈ ઉપલી છાયા ન હોવી જોઈએ અથવા બહુ નાની હોવી જોઈએ. જો ઉપરની છાયા લાંબી હોય તો તેનો અર્થ છે કે બજાર તેના ઊંચા ભાવ કરતાં ઘણું નીચે બંધ થયું છે, જેના કારણે હેમરનો એક મહત્ત્વપૂર્ણ માપદંડ પૂર્ણ થતો નથી.

હેમર બૉટમ રિવર્સલ સંકેત હોવાના કારણે, હવે ડાઉન ટ્રેન્ડની જરૂર છે, કારણ કે બજારની દિશા તો જ બદલાઈ શકે.

ચિત્ર 4.7માં આપણને 24 ફેબ્રુઆરી દરમિયાનની એક હેમર દેખાય છે. આ એક આદર્શ પરિસ્થિતિ છે, કારણ કે તેની નીચેની છાયા લાંબી છે અને નાનું શરીર ટ્રેંડિંગ રેન્જના ઉપરના ભાગે છે. આ બજાર પડ્યા પછી આવ્યું છે, જે હેમર માટેનો એક મહત્ત્વપૂર્ણ માપદંડ છે.

22 ફેબ્રુઆરીની કેંડલને હેમર ન માની શકાય, કારણ કે તેની નીચલી છાયા શરીરની ઊંચાઈ કરતાં બે કે ત્રણગણી લાંબી નથી, જે હેમર માટેની એક અનિવાર્ય શરત છે. નીચેની છાયા લાંબી એટલા માટે હોવી જોઈએ, કારણ કે તેના દ્વારા જ એ પ્રદર્શિત થઈ શકે છે, સત્ર દરમિયાન મંદીના ખેલાડીઓ બજારને ઝડપથી નીચેની તરફ લઈ ગયા હતા, અને પછી જાપાનીઓની ભાષામાં એક જોરદાર 'આત્મઘાતી યુદ્ધ' થયું, જેમાં મંદીના ખેલાડીઓએ નિયંત્રણ ગુમાવી દીધું, જે એ વાત દ્વારા સાબિત થઈ શકે છે, બજાર તે સત્રના હાઈ ઉપર અથવા તેની નજીક બંધ થયું છે. આ બાબત 24 તારીખના આદર્શ હેમરના ચિત્રમાં સ્પષ્ટરૂપે દેખાઈ આવે છે. તમે ચોક્કસ કહી શકો છો કે, આ આદર્શ હેમરનું ચિત્ર જોયા બાદ મંદીના ખેલાડીઓએ શોર્ટ કવરિંગ બાબતે વિચારણા શરૂ કરી હશે.

ચિત્ર : 4.7 વૉલમાર્ટ સ્ટોર્સ - ડેઇલી (હેમર)

ચિત્ર 4.7માં કેંડલ ચાર્ટિંગ એક મહત્ત્વપૂર્ણ પાસુ સામે આવે છે. કેંડલ ચાર્ટના આધારે સફળ ટ્રેડિંગ કરવા માટે પેટર્નની સમજણ હોવી જોઈએ એટલું જ નહીં, પરંતુ એ સમજ પણ હોવી જોઈએ કે કેંડલ પેટર્ન ક્યાં સર્જાય છે અને ટ્રેડિંગના જોખમ/વળતરની દૃષ્ટિએ કઈ રીતે તેનું વિશ્લેષણ કરી શકાય. ટ્રેડરે કોઈ પણ કેંડલ પેટર્ન અથવા કેંડલ લાઇનના આધારે ટ્રેડિંગ કરતાં પહેલાં હંમેશાં જોખમ/વળતરનો રેશિયો (રિસ્ક રિવોર્ડ રેશિયો) ઉપર ખૂબ વિચાર કરવો જરૂરી છે. ચાલો, આપણે જોખમ/વળતરના આ પાસાને ધ્યાને રાખીને 24 તારીખના આદર્શ હેમરનું વિશ્લેષણ કરીએ.

જ્યાં સુધી હેમર પૂર્ણ રીતે સર્જાયું (અહીં ખાસ યાદ રાખવું જરૂરી છે કે આપણે આ માટે બંધની રાહ જોવી પડે છે), ત્યાં સુધીમાં શેર 48 ડૉલર સુધી પહોંચી ગયો હતો, એટલે કે જો કોઈ ટ્રેડર હેમર પૂર્ણ થયા બાદ આ શેર ખરીદે (48 ડૉલરની આસપાસ) તો, તેને હેમરના નીચેના સ્તર સુધીનું જોખમ હતું, એટલે કે 43 ડૉલરનું, એટલે કે તેનું જોખમ 5 ડૉલરનું છે. અને જો તમારું ટાર્ગેટ 5 ડૉલર કરતાં વધુનું હોય તો, આમાં જો કે કંઈ ખોટું પણ નથી, પરંતુ કેટલાક સક્રિય ટ્રેડરને આ 5 ડૉલરનું જોખમ પણ મોટું લાગી શકે છે.

માટે, ટ્રેડના સંભવિત જોખમને ઘટાડવા માટે ટ્રેડર કરેક્શનની રાહ જોઈ શકે છે, જે હેમરની નીચેની છાયાની અંદર બંધ આપી શકે (ઘણીવાર હેમર પછી કરેક્શન આવતું જ નથી). જો આપણે હેમરના સૌથી નીચેના

સ્તરે ખરીદી કરીએ તો, તેનો અર્થ છે કે આપણે સ્ટોપ-આઉટની નજીક ખરીદી કરી રહ્યા છીએ અને તેના કારણે જોખમ પણ ઓછું થઈ જાય છે.

આપણે ધારીએ કે, ટ્રેડર A, 24 ફેબ્રુઆરીની હેમરને જુએ છે. તે આ સુંદર હેમરને જોઈને જ એટલો રોમાંચિત થઈ જાય છે કે તે આ હેમરની આસપાસના ભાવે, એટલે કે 48 ડૉલરના ભાવે ખરીદી કરે છે. આગલા દિવસે શેર નીચા જઈને 44.5 ડૉલર ઉપર ખૂલે છે. ટ્રેડર Aને હાલમાં 3.5 ડૉલરની ખોટ છે. તે 3.5 ડૉલરનું નુકસાન સહન કરીને આગલા દિવસે ખરીદેલા શેર વેચી શકે છે. આ પરિસ્થિતિમાં ટ્રેડર A કહી શકે છે કે, કેંડલસ્ટિક ચાર્ટિંગ ટેક્નિક સફળ થતી નથી.

બીજી બાજુ, ટ્રેડર B હેમરના સંભવિત દિશા પરિવર્તન સંકેતને ઓળખી લે છે, પરંતુ જોખમ/વળતરના રેશિયોને ધ્યાને લઈ, તે હેમરના ક્લોઝ ઉપર ખરીદી કરતો નથી (કારણ કે તેના મતે આમાં જોખમ વધારે છે). આગલા દિવસે જ્યારે બજાર નીચા સ્તરે ખૂલે છે, ત્યારે તે લાંબી નીચલી છાયાના નીચેના સ્તરે, સંભવિત સપોર્ટ એરિયાની નજીક ખૂલે છે. ટ્રેડર B એ જોઈને ખુશ થઈ જાય છે કે શેર હવે સંભવિત સપોર્ટ લેવલ ઉપર છે, માટે તે ખરીદી કરવાનો નિર્ણય કરે છે. શેર જ્યારે તેના સપોર્ટ એરિયાથી ઉપર તરફ વધવા માંડે છે, ત્યારે ટ્રેડર B કેંડલસ્ટિક ચાર્ટિંગનાં વખાણ કરવા માંડે છે.

જો કે એવો પણ સમય ચોક્કસ આવશે જ, જ્યારે બજાર સંભવિત સપોર્ટ અથવા તો રેઝિસ્ટન્સ એરિયાને યોગ્ય રીતે અનુસરશે નહીં, જેટલી યોગ્ય રીતે તે આ હેમરના કિસ્સામાં અનુસર્યું હતું. તમે કેંડલ ચાર્ટમાં સમાયેલ સંભાવનાઓનો વ્યક્તિગતરૂપે કઈ રીતે ઉપયોગ કરી શકો છો, તેની ઉપર આધાર રહે છે કે કેંડલસ્ટિક ચાર્ટિંગ તમારે માટે કેટલી ઉપયોગી નીવડી શકે છે.

પાછલા ચાર્ટમાં આપણે જોયું કે હેમર કઈ રીતે સંભવિત સપોર્ટ બની શકે છે. ચિત્ર 4.8માં આપણે જોઈ શકીએ છીએ કે હેમરનો ઉપયોગ કઈ રીતે સપોર્ટની પુષ્ટિ માટે પણ કરી શકાય છે. નેસ્ડેક-100 (એનડીએક્સ)ના ચાર્ટમાં એક રેલી છે, જે એરિયા A ઉપર શરૂ થઈ છે. ઉપર તરફ આગળ વધવાની ગતિ ધીમી થઈ હતી, તેનો પહેલો સંકેત ત્યારે જોવા મળ્યો, જ્યારે 3723ની આસપાસ બે નાનાં કાળાં શરીર દેખાવાના શરૂ થયાં (1 અને 2). બજાર ત્યાંથી ઝડપથી નીચે આવવાની શરૂઆત થઈ. જ્યારે તે 3680 (A)ના સંભવિત સપોર્ટ એરિયાની નજીક આવ્યો, ત્યારે ત્યાં એક હેમર બની ગઈ. જો સપોર્ટ મજબૂત હોય તો, હેમરે સપોર્ટનું કામ કરવું જોઈએ, જે તેણે આગલા બે સત્રોમાં કરવું જોઈએ. દેખીતું જ છે કે, જો નેસ્ડેક 3680ના સપોર્ટ એરિયાની નીચે બંધ થાત, તો બજાર બુલિશ બનવાની સંભાવનાઓ ખતમ થઈ જાત. આ ટેક્નિકલ વિશ્લેષણનું

એક મહત્ત્વપૂર્ણ પાસુ છે - હંમેશાં એક ભાવ હોય છે, જે આપણને દર્શાવી દે છે કે આપણે ખોટા છીએ. આ કિસ્સામાં તે 3680ની નીચે બંધ થાત.

ચિત્ર 4.8 એનડીએક્સ - 5 મિનિટ (હેમર)

ચિત્ર 4.9 આઇબીએમ - 5 મિનિટ (હેમર)

ચિત્ર 4.9માં એક હેમર દેખાય છે, જેની નીચેની છાયા લાંબી છે અને તેનું નાનું શરીર સત્રના ઉપલા ભાગમાં છે. આપણે એ સમજવું રહ્યું કે હેમરમાં છૂટીછવાઈ ઉપલી છાયા હોઈ શકે છે, જે આ ચિત્રમાં છે. આ હેમરે સપોર્ટ માટેનો એક મજબૂત પાયો નાખ્યો.

હેંગિંગ મૅન (લટકતો માણસ)

હેંગિંગ મૅનનો આકાર પણ હેમર જેવો જ હોય છે. બંનેમાં એકમાત્ર ફેર એટલો જ છે કે, હેંગિંગ મૅન હંમેશા બજારમાં ઉછાળો આવ્યા પછીની રેલી દરમિયાન દેખાય છે (જુઓ ચિત્ર 4.6). મોટેભાગે લાંબી નીચલી છાયાને સકારાત્મક માનવામાં આવે છે અને હેંગિંગ મૅનમાં આ મુજબની છાયા હોવાથી એ ખાસ મહત્ત્વપૂર્ણ બની રહે છે કે હેંગિંગ મૅન બાબતે બેરીશ પુષ્ટિની રાહ જોવામાં આવે. ઓછામાં ઓછું હેંગિંગ મૅનના શરીરની નીચેથી ખૂલવાની રાહ જુઓ. હું સામાન્ય રીતે હેંગિંગ મૅનથી નીચે ક્લોઝ થવાનું વધુ પસંદ કરું છું.

હેંગિંગ મૅનના શરીરની નીચે બંધ થવાની રાહ શું કામ જોવી જોઈએ? કારણ કે જો બજાર આગલા દિવસે નીચું બંધ થાય, તો જે ટ્રેડર્સે હેંગિંગ મૅનવાળા દિવસના ઓપન અથવા ક્લોઝ ઉપર ખરીદી કરી હોય (અને આ બંને સમયે વૉલ્યૂમ ખૂબ વધારે હોય છે), તેઓ હવે ખોટ ખાવાની પોઝિશનમાં આવી ગયા હોય છે. માટે જ હું હેંગિંગ મૅનને ઑલટાઇમ હાઈ ઉપર જોવાનું પસંદ કરું છું, જો કે આ કોઈ મોટી રેલીના ઉપલા ભાગ ઉપર ખૂબ ઉપયોગી નીવડે છે. આ પરિસ્થિતિમાં હેંગિંગ મૅનવાળા સત્રમાં જે ટ્રેડર્સે ખરીદી કરી હોય, તેઓ હવે જાણી ગયા છે કે તેમણે આ નવા હાઈ ઉપર ખરીદી કરીને ભૂલ કરી છે અને માટે તેઓ ખૂબ ગભરાયેલા હોય છે. આ ખરીદી કરનારાઓ ખોટ ખાઈને પોતાના શેર વેચવાનો નિર્ણય લઈ શકે છે, જેના કારણે વેચવાલીનું પ્રેશર વધુ થઈ શકે છે. જુઓ કે ચિત્ર 4.8 (પોઇન્ટ-2)નું નાનું શરીર હેંગિંગ મૅન હતું, જેના બેરીશ પરિણામોની પુષ્ટિ ત્યારે થઈ, જ્યારે આગલી કૅંડલનું ક્લોઝ તેનાથી નીચેના સ્તરે થયું.

ચિત્ર 4.10 એ વાતનું ઉત્કૃષ્ટ ઉદાહરણ છે કે, કઈ રીતે એક જ લાઇન બેરીશ (જેમ કે 29 જાન્યુઆરીની હેંગિંગ મૅન લાઇન) અથવા બુલિશ (22 ફેબ્રુઆરીની હેમર) હોઈ શકે છે, જો કે આ ઉદાહરણમાં હેંગિંગ મૅન અને હેમર બંનેના શરીર સફેદ છે, પરંતુ શરીરનો રંગ મહત્ત્વનો હોતો નથી.

પહેલી લાઇન હેંગિંગ મૅન હતી, કારણ કે આના પહેલાં આપણને અપટ્રેન્ડમાં રેલી દેખાય છે. હેંગિંગ મૅન રેલીના નવા હાઈની આસપાસ સર્જાયો હતો. આગલા દિવસે (1 ફેબ્રુઆરી) બજાર હેંગિંગ મૅનના શરીરની નીચે બંધ થયો, જેના કારણે તમામ નવા ખરીદી કરનારાઓ-જેમણે હેંગિંગ

મૅનના ઓપન અથવા ક્લોઝ ઉપર ખરીદી કરી હતી-તે સહુ નુકસાનમાં આવી ગયા.

ચિત્ર 4.10 માઇક્રોસોફ્ટ - ડેઈલી (હેંગિંગ મૅન અને હેમર)

22 ફેબ્રુઆરીની લાઇન હેમર હતી, કારણ કે તે ડાઉનટ્રેન્ડ પછી બની હતી. હેમરના આગલા દિવસે એક નાનું શરીર દેખાય છે, જે એ વાતનો શરૂઆતનો સંકેત હતું કે બેરીશના ઇરાદાઓનો વિરોધ થઈ રહ્યો છે. હેમર તેનો વધુ બુલિશ પુરાવો હતી.

ચિત્ર 4.11માં 13 ડિસેમ્બરના રોજ આપણે ટૂંક સમય માટે બૉક્સ રેન્જ (સાઇડવેઝ ટ્રેડિંગ રેન્જ માટેનો જાપાની શબ્દ)થી અપસાઇડ બ્રેકઆઉટ જોઈએ છીએ. આ બ્રેકઆઉટ પછી ત્રણ લાંબા સફેદ શરીરો સાથે રેલી ચાલુ રહી, જેમાં દરેક શેર પોતાના નીચા ભાવની આસપાસ ખૂલ્યો અને પોતાના હાઈ અથવા તેની આસપાસ બંધ થયો. આમ, બુલ્સનું વર્ચસ્વ સાબિત થઈ ગયું. ત્રીજી લાંબી સફેદ કેંડલ પછી ચેતવણીના થોડા સંકેતો દેખાવા માંડ્યા, કારણ કે ઘણી કેંડલ લાંબી ઉપલી છાયા દેખાડવા માંડી હતી. એ વાત ઉપર પણ ખાસ ધ્યાન આપવું જોઈએ કે જ્યારે આપણને આ ઉપલી છાયા દેખાઈ, ત્યારે હાઈના સ્લોપ (ઢાળ)માં પણ પરિવર્તન થઈ રહ્યું હતું. આમ જોઈએ તો, એક હાઈ અને તેના આગલા હાઈ વચ્ચેનો સ્લોપ ઓછો થઈ રહ્યો હતો (જેને ઢળતી લાઇન દ્વારા દર્શાવવામાં આવ્યો

છે). આનો અર્થ એમ થાય છે કે આમ તો નવા હાઈ બની રહ્યા હતા, પરંતુ રેલીની ગતિ ધીમી પડી રહી હતી.

બજાર ઉપર બુલ્સનું નિયંત્રણ ઓછું થઈ રહ્યું હતું, તેનો ખરો સંકેત હેંગિંગ મૅનવાળા દિવસે મળ્યો. આ માત્ર હેંગિંગ મૅનવાળો જ દિવસ ન હતો, બલ્કે આ રેલીનું પહેલું કાળું શરીર અને રેલીનું પહેલું સ્પિનિંગ ટોપ પણ હતું. હેંગિંગ મૅનની પુષ્ટિ ત્યારે થઈ, જ્યારે આગલા દિવસનો ક્લોઝ હેંગિંગ મૅનના શરીરની નીચે બન્યો. બુલ્સે બે દિવસ પછી બજારને ઉપર ધકેલવાની કોશિશ કરી, પરંતુ આ પ્રક્રિયા 32 ડૉલરની આસપાસ આવીને થંભી ગઈ, જ્યારે લાંબી ઉપલી છાયાઓની શૃંખલા જોવામાં આવી.

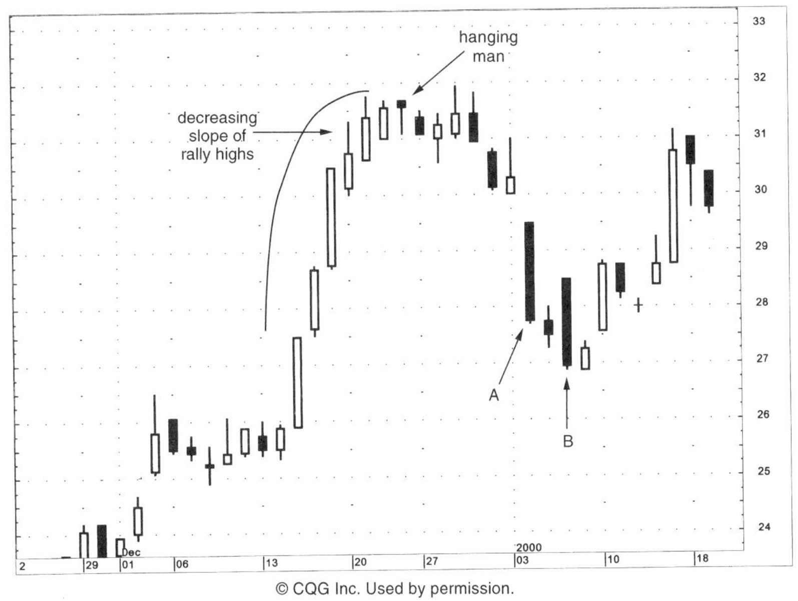

ચિત્ર 4.11 યુનિ બૅન્કો યુનિયાઓ ડી બેંકોઝ બ્રાસિલેરોઝ – ડેઈલી (હેંગિંગ મૅન)

32 ડૉલરથી હેંગિંગ મૅન દ્વારા જે ભાવ ઘટવાના શરૂ થયા, તે 27 ડૉલર પાસે આવીને સ્થગિત થયા. A અને B ઉપરના લાંબા કાળા શરીર પછી આપણે એ જણાવી શકીએ તેમ છીએ, કે શું થયું હતું. A અને Bમાંના દરેકનું શરીર કાળું અને લાંબું હતું, પરંતુ બંને પછી એક નાનું શરીર દેખાય છે. આપણને એમ લાગી શકે કે Aની જેમ જ Bની બેરીશ કેંડલ પછી પણ બજાર આગલા દિવસે વધુ નીચું જશે, પરંતુ એમ થયું નહીં, કારણ કે આગલા દિવસે સ્પિનિંગ ટોપ આવી ગયું. આનાથી આપણે જાણી શકીએ કે A અને Bવાળી બે લાંબી કાળી કેંડલવાળા દિવસે મંદીના ખેલાડીઓએ બે વાર બજાર ઉપર નિયંત્રણ મેળવવાની કોશિશ કરી હતી,

પરંતુ બંને વાર નિષ્ફળ રહ્યા હતા. આમાં સંભવતઃ બેરીશે શોર્ટ સેલિંગ બાબતે પુનઃવિચાર કરવો પડ્યો અને તે લોકોને વધુ પ્રોત્સાહન મળ્યું, જે ખરીદી કરવાનું વિચારી રહ્યા હતા.

ચિત્ર 4.12 દર્શાવે છે કે હેંગિંગ મૅનની બેરીશ પુષ્ટિની રાહ જોવાનું શા માટે મહત્ત્વપૂર્ણ હોય છે. 1, 2 અને 3 કેંડલ હેંગિંગ મૅન હતા (તેમની ઉપલી છાયા એટલી નાની હતી કે તેમને હેંગિંગ મૅન માની શકાય તેમ હતું). આમાંની દરેક કેંડલ રેલીના નવા હાઈ ઉપર ક્લોઝ થઈ અને આમ તેણે બુલિશ મોમેન્ટમને જાળવી રાખ્યું, જો કે આ બધા જ આમ તો હેંગિંગ મૅન છે, અને આના બેરીશ પ્રભાવ હોઈ શકે છે, પરંતુ આપણે તેની પુષ્ટિ કરવાની રહે છે, જે થઈ જ નહીં. ટ્રેન્ડ બુલિશથી સાઇડવેઝ અથવા બેરીશમાં ત્યારે જ બદલાઈ શકે, જ્યારે શેરનો ક્લોઝ હેંગિંગ મૅનના શરીરમાંથી કોઈની પણ નીચે હોય. આમ થયું નહીં. યાદ રાખો, જેમણે પણ હેંગિંગ મૅનવાળા દિવસે ઓપન અથવા ક્લોઝમાં ખરીદી કરી હોય, તેમણે તે શેર રેલીના હાઈ ઉપર ખરીદ્યો હતો. જો હેંગિંગ મૅન પછી પણ બજાર ઉપરની તરફ વધતું રહે (જેમ અહીં જોવા મળ્યું) તો, શું તે ખરીદી કરનારાઓને કોઈ મુશ્કેલી પડી હશે? દેખીતું જ છે કે, નહીં! ઊલટા એ લોકો તો એ વાત ઉપર ખુશ થશે કે તેમની ખરીદી પછી બજાર ઉપર તરફ આગળ વધ્યું છે. માટે, જેમ આ ઉદાહરણમાં દર્શાવ્યું છે તેમ, જો બજાર હેંગિંગ મૅનના શરીરની નીચે ક્લોઝ ન થાય તો, બુલિશ ટ્રેન્ડ જ ચાલુ રહેત.

ચિત્ર 4.12 ગેબેલી એસેટ મૅનેજમેન્ટ - ડેઈલી (હેંગિંગ મૅન અને પુષ્ટિ)

એનગલ્ફિંગ પેટર્ન (આલિંગન પેટર્ન)

ચિત્ર 4.13 બુલિશ એનગલ્ફિંગ પેટર્ન (બુલિશ આલિંગન પેટર્ન)

હેમર અને હેંગિંગ મૅન એક જ કેંડલ લાઇન છે. જેમ આપણે જોયું છે તેમ, એક કેંડલ લાઇન પણ શરીર અને છાયાના આકાર, રંગ અને લંબાઈ દ્વારા બજારના સ્વાસ્થ્ય વિશે મહત્ત્વપૂર્ણ સંકેત આપી શકે છે, પરંતુ મોટાભાગના કેંડલ સંકેત ઘણી કેંડલ લાઇનના સંયોજન ઉપર આધારિત હોય છે. એનગલ્ફિંગ પેટર્ન (આલિંગન પેટર્ન) આ બહુ કેંડલ પેટર્નમાંની પહેલી પેટર્ન છે. એનગલ્ફિંગ પેટર્ન ખૂબ મહત્ત્વપૂર્ણ રિવર્સલ સિગ્નલ છે અને તે બે વિરુદ્ધ રંગનાં શરીર દ્વારા સર્જાય છે.

ચિત્ર 4.13માં, બુલિશ એનગલ્ફિંગ પેટર્ન દર્શાવવામાં આવી છે. બજાર ઘટતું જઈ રહ્યું છે, પછી એક સફેદ બુલિશ શરીર આવે છે અને પાછલા દિવસના કાળા શરીરને સંપૂર્ણ રીતે ઢાંકી દે છે. તે તેને માથાથી પગ સુધી ઢાંકીને, બંને બાજુએ તેને પાર જતું રહે છે (માટે જ એનુ નામ એનગલ્ફિંગ પેટર્ન પડ્યું છે). એક ઉપનામ છે, 'હગિંગ પેટર્ન', જેનું કારણ પણ સ્પષ્ટ છે! (કદાચ વેલેન્ટાઇન દિવસે હું એનગલ્ફિંગ પેટર્નને આલિંગન પેટર્ન કહીશ.) બુલિશ એનગલ્ફિંગ પેટર્ન દર્શાવે છે કે ખરીદીનું દબાણ વેચવાલીના દબાણ કરતાં વધુ શક્તિશાળી છે.

ચિત્ર 4.14 બેરીશ એનગલ્ફિંગ પેટર્ન (બેરીશ આલિંગન પેટર્ન)

ચિત્ર 4.14માં બેરીશ એનગલ્ફિંગ પેટર્ન દર્શાવવામાં આવ્યું છે. અહીં બજારનો ટ્રેન્ડ ઉપરની તરફ છે. ત્યારે જ એક કાળું શરીર આવીને પાછલા દિવસના સફેદ શરીરને ઢાંકી દે છે. આ ટોપ રિવર્સલનો સંકેત છે અને દર્શાવે છે કે સપ્લાય માગ કરતાં વધુ છે.

એનગલ્ફિંગ પેટર્નના ત્રણ માપદંડ છે :

1. બજારમાં અપટ્રેન્ડ હોવાનું સ્પષ્ટપણે દેખાવું જોઈએ (બેરીશ એનગલ્ફિંગ પેટર્ન માટે) અથવા સ્પષ્ટ રૂપે ડાઉન ટ્રેન્ડ દેખાવો જોઈએ. (બુલિશ એનગલ્ફિંગ પેટર્ન માટે), ભલે તે ટ્રેન્ડ ટૂંક સમય માટે હોય.
2. એનગલ્ફિંગ પેટર્ન બે કેંડલથી બને છે. એ જરૂરી છે કે બીજું શરીર આગલા શરીરને પૂર્ણરૂપે ઢાંકી દે. (છાયાને ઢાંકવું જરૂરી નથી.)
3. એનગલ્ફિંગ પેટર્નનું બીજું શરીર પહેલાં શરીરથી વિરુદ્ધ રંગનું હોવું જોઈએ. (આ નિયમનો અપવાદ ત્યારે બને છે, જ્યારે એનગલ્ફિંગ પેટર્નનું પહેલું શરીર ડોજી હોય, એટલે કે એક મોટા ઘટાડા પછી જો ડોજીને એક બહુ મોટું સફેદ શરીર ઢાંકી દે, તો તેને બૉટમ રિવર્સલનો સંકેત માનવામાં આવે છે. કોઈ અપટ્રેન્ડમાં જો કોઈ ડોજીને મોટું કાળું શરીર ઢાંકી દે તો, તેને ટોપ રિવર્સલનો સંકેત માનવામાં આવે છે.)

જાપાનના એનગલ્ફિંગ પેટર્નની સૌથી નજીકનું ઉદાહરણ પશ્ચિમનું આઉટસાઇડ રિવર્સલ સેશન છે. પશ્ચિમી તકનીકી વિશ્લેષણમાં આમ ત્યારે બને છે, જ્યારે અપટ્રેન્ડ અથવા ડાઉનટ્રેન્ડ દરમિયાન એક નવો હાઈ અથવા લો બને છે, પરંતુ ભાવ પાછલા દિવસના ક્લોઝની ઉપર અથવા નીચે બંધ થાય છે.

એનગલ્ફિંગ પેટર્ન ખૂબ મહત્ત્વપૂર્ણ દિશા-પરિવર્તનનો સંકેત હોઈ શકે છે, જેની સફળતાઓની સંભાવનાઓ આ બાબતો દ્વારા વધી શકે છે :

1. જો એનગલ્ફિંગ પેટર્નનું પહેલાં દિવસનું શરીર બહુ નાનું હોય (જેમ કે સ્પિનિંગ ટોપ), પરંતુ બીજા દિવસનું શરીર બહુ લાંબુ હોય. પહેલાં શરીરની નાની કેંડલ દર્શાવે છે કે પાછલા ટ્રેન્ડની શક્તિ ખતમ થઈ રહી છે. બીજા શરીરની મોટી કેંડલ દર્શાવે છે કે નવા ટ્રેન્ડની શક્તિ ખૂબ વધુ છે.
2. જો એનગલ્ફિંગ પેટર્ન ખૂબ લાંબા કે ઝડપી મૂવ પછી દેખાય, ઝડપી અથવા લાંબા મૂવનો અર્થ છે, બજાર એકતરફી ચાલી રહ્યું છે (કાં તો ઓવરસોલ્ડ અથવા તો ઓવર બોટ) અને આમાં પ્રોફિટ બુકિંગની સંભાવનાઓ વધુ હોય છે.
3. જો એનગલ્ફિંગ પેટર્નના બીજા શરીર ઉપર ભારે વૉલ્યૂમ હોય. ભાગ-2માં આપણે વૉલ્યૂમ ઉપર વિગતવાર ચર્ચા કરીશું.

એનગલ્ફિંગ પેટર્નનો એક મુખ્ય ઉપયોગ સપોર્ટ અથવા રેઝિસ્ટન્સના રૂપે તેનો ઉપયોગ કરવાનો છે. તેને ચિત્ર 4.15 અને 4.16માં દર્શાવવામાં આવ્યું છે. ચિત્ર 4.15માં હું બેરીશ એનગલ્ફિંગ પેટર્ન બનાવતી બે કેંડલના હાઈનો ઉપયોગ કરું છું. આ હાઈને આપણે રેઝિસ્ટન્સ માની લઈએ (ક્લોઝના આધારે). જેમ ચિત્ર 4.16માં દર્શાવવામાં આવ્યું છે તેમ, આ સિદ્ધાંતનો ઉપયોગ બુલિશ એનગલ્ફિંગ પેટર્ન માટે કરવામાં આવ્યો છે, જ્યાં આપણે એનગલ્ફિંગ પેટર્નના સૌથી નીચા લો ને સપોર્ટ સમજવો જોઈએ.

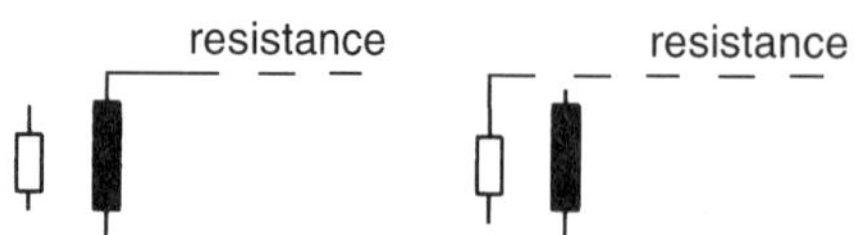

ચિત્ર 4.15: બેરીશ એનગલ્ફિંગ પેટર્ન માટેનો રેઝિસ્ટન્સ (પ્રતિરોધ)

ચિત્ર 4.16: બુલિશ એનગલ્ફિંગ પેટર્ન માટેનો સપોર્ટ (સમર્થન)

બેરીશ એનગલ્ફિંગ પેટર્ન ટેક્નિક રેઝિસ્ટન્સ અને સપોર્ટ રૂપે ત્યારે ખાસ ઉપયોગી નીવડે છે, જ્યારે બજાર નીચેના બિંદુ (બુલિશ એનગલ્ફિંગ પેટર્ન)થી ખૂબ ઉપર તરફ જતું રહ્યું હોય, અથવા તેના હાઈ (બેરીશ એનગલ્ફિંગ પેટર્ન સાથે) ખૂબ નીચું આવી ગયું હોય, જેના કારણે ખરીદવામાં

કે વેચવામાં વધુ જોખમ લાગે છે. ઉદાહરણ તરીકે, જ્યાં સુધી બુલિશ એનગલ્ફિંગ પેટર્ન સંપૂર્ણ થાય છે (યાદ રાખો : આપણે બીજા સત્રના ક્લોઝની રાહ જોવી પડે છે, કારણ કે તે પછી જ આપણને ખબર પડી શકે કે આ બુલિશ એનગલ્ફિંગ પેટર્ન હતું કેમ), ત્યાં સુધી બની શકે કે બજાર તેના લો કરતાં ઘણું ઉપર પહોંચી ગયું હોય. આ પરિસ્થિતિમાં આપણને લાગશે કે બજાર હવે ખરીદી કરવાથી ખૂબ દૂર જતું રહ્યું છે. આ સંજોગોમાં આપણે કરેક્શનની રાહ જોઈ શકીએ છીએ, જે ભાવને આપણા સપોર્ટ એરિયા (બુલિશ એનગલ્ફિંગ પેટર્નના લો) સુધી નીચે લઈ આવે અને તે સમયે આપણે તેને ખરીદી શકીએ. આ બેરીશ એનગલ્ફિંગ પેટર્નના કિસ્સામાં પણ આપણે કરી શકીએ છીએ, પરંતુ વિપરીત પ્રક્રિયા સ્વરૂપે.

ચિત્ર 4.17માં આપણે જોઈ શકીએ છીએ કે છ સત્રો સુધી કાળી કેંડલ નીચે આવતી રહી. ત્યાર પછી, 5 મે ના રોજ પહેલી સફેદ કેંડલ દેખાઈ. આ સફેદ કેંડલે બુલિશ એનગલ્ફિંગ પેટર્ન બનાવી દીધી. આપણે જોઈ શકીએ છીએ કે બુલિશ એનગલ્ફિંગ પેટર્નનો લો (પેટર્ન બનાવનારા બંને સત્રોનું નિમ્ન બિંદુ) 56 ડૉલરની નજીક છે. આપણે 56 ડૉલરને આપણો સપોર્ટ માની લઈએ છીએ.

ચિત્ર 4.17 : લ્યૂસેન્ટ - 60 મિનિટ (બુલિશ એનગલ્ફિંગ પેટર્ન)

લ્યૂસેન્ટએ આ બુલિશ એનગલ્ફિંગ પેટર્ન પછી રેલી શરૂ કરી, જે બેરીશ એનગલ્ફિંગ પેટર્ન ઉપર આવીને થોભી ગઈ. નોંધ કરો કે આ બેરીશ

એનગલ્ફિંગ પેટર્નનો હાઈ આગલા સત્રમાં રેઝિસ્ટન્સ બની ગયો. આ બેરીશ એનગલ્ફિંગ પેટર્નથી ભાવ ઘટવાના શરૂ થયા, ત્યાર પછી ડોજીએ સંભવિત સંકેત આપ્યા કે શેર બુલિશ એનગલ્ફિંગ પેટર્ન ઉપર સપોર્ટની નજીક સ્થિર થવાની કોશિશ કરી રહ્યો છે. બુલિશ એનગલ્ફિંગ પેટર્નના સપોર્ટના આ સફળ પરીક્ષણ બાદ શેરમાં રેલી આવી, શેર બેરીશ એનગલ્ફિંગ પેટર્નના રેઝિસ્ટન્સ ઉપર થોડા સમય સુધી અટક્યો અને વધતી સપોર્ટ લાઇન સાથે વધતો ગયો.

પ્રકરણ-1માં મેં શરીરના મહત્ત્વ વિશે વાત કરી હતી, પરંતુ તેની છાયા પણ વિશ્લેષણ માટે મહત્ત્વપૂર્ણ બની રહે છે. આ બાબતનું એક ઉદાહરણ આપણે ચિત્ર 4.18માં જોઈએ છીએ.[1] 2 અને 16 નવેમ્બરના સપ્તાહ દરમિયાન ઘણી ઉપલી લાંબી છાયાઓ જોવામાં આવી-જેને બેરીશ છાયાઓ પણ કહેવામાં આવે છે. આ લાંબી ઉપલી છાયાઓએ પ્રબળ ચિત્રાત્મક સંકેત આપ્યો કે બજાર 1.1850ને પાર કરી શકતો નથી. લાંબી ઉપલી છાયાઓના બીજા સમૂહ પછી જે ભાવ ઘટવાની શરૂઆત થઈ, તે હેમર ઉપર ખતમ થઈ (હેમરની નીચેની છાયા લાંબી હોય છે, જે છાયાના મહત્ત્વનું એક વધુ ઉદાહરણ છે). હેમરના બે દિવસ પછી એક લાંબું કાળું શરીર દેખાયું, જેણે હેમરના સપોર્ટને તોડી નાખ્યો. આગલા દિવસે એક લાંબી સફેદ કેંડલે બુલિશ એનગલ્ફિંગ પેટર્ન બનાવી લીધું. આ બુલિશ એનગલ્ફિંગ પેટર્ન સાથે જ જે રેલી શરૂ થઈ, તે 1.1950 ઉપર ડોજી સાથે ખતમ થઈ. ધ્યાન આપો કે ડોજીએ કઈ રીતે એ રેઝિસ્ટન્સ એરિયાની પુષ્ટિ કરી, જે ઑક્ટોબરના અંતમાં લાંબી ઉપલી છાયાઓથી બનેલું હતું. બુલિશ એનગલ્ફિંગ પેટર્ન સપોર્ટ બની શકે છે, તે યાદ રાખીને આપણે 27-28 નંબરના બુલિશ એનગલ્ફિંગ પેટર્નને જોઈએ, જેનો લો 1.1470ની નજીક હતો. 11 જાન્યુઆરીના સપ્તાહમાં આ સપોર્ટ સાચે જ બજારની નીચે પડતું રોકવામાં સફળ થયો.

ચિત્ર 4.18 યૂરો/ડૉલર - ડેઇલી (બુલિશ એનગલ્ફિંગ પેટર્ન)

ચિત્ર 4.19 ક્રૂડ ઓઇલ - વીક્લી (બુલિશ એનગલ્ફિંગ પેટર્ન)

ક્રૂડ ઓઇલમાં એક મહત્ત્વપૂર્ણ લો બન્યો છે. આ આદર્શ બુલિશ એનગલ્ફિંગ પેટર્ન સાથે બન્યો હતો, જેને ચિત્ર 4.19માં દર્શાવવામાં આવ્યો છે. આ એક આદર્શ પેટર્ન હતી, કારણ કે પહેલું શરીર નાનું અને કાળું હતું (આ દર્શાવે છે કે બેર્સના પગ લથડી રહ્યા છે), જ્યારે બીજું શરીર લાંબું અને સફેદ હતું, જે તેના લો ની નજીક ખૂલ્યો અને હાઈની નજીક બંધ થયો. આ વિશિષ્ટ બુલિશ એનગલ્ફિંગ પેટર્ન (આલિંગન પેટર્ન) વિશે મહત્ત્વપૂર્ણ વાત એ હતી કે સફેદ શરીરે એક જ કાળા શરીરને નહીં, પરંતુ ત્રણ કાળા શરીરને ઢાંકી દીધા. અહીં એ પણ ધ્યાને લેવું જરૂરી છે કે બુલ્સ હવે બજારના સંપૂર્ણ નિયંત્રણમાં છે, પરંતુ બુલિશ એનગલ્ફિંગ પેટર્નથી એ વાતનો સંકેત મળતો નથી કે આના પછીની રેલી કેટલી લાંબી હશે કે મોટી હશે. એ વાત હંમેશાં યાદ રાખજો કે કેંડલ્સ શરૂઆતના રિવર્સલ સંકેત આપવામાં તો બેજોડ સાબિત થાય છે, પરંતુ તે ભાવના ટાર્ગેટ આપી શકતી નથી. માટે જ પશ્ચિમી તકનીકી વિશ્લેષણ મહત્ત્વપૂર્ણ છે, કારણ કે પ્રાઇસ ટાર્ગેટ બાબતે અંદાજ આપી શકાય છે. આ બાબતે આપણે ભાગ-2માં વિગતવાર વાત કરીશું.

ચિત્ર 4.20માં એરિયા Aથી શરૂ થનારી રેલી માર્ચના અંતે કેટલાક દિવસો સુધી 43.50 ડૉલરની નજીક આવીને અટકી, જ્યારે કેટલીક લાંબી છાયાઓ અને એક ડોજી દેખાયું.

ચિત્ર 4.20 સિટીબૅન્ક-ડેઇલી (બેરીશ એનગલ્ફિંગ પેટર્ન)

પાંચ દિવસના આ રેઝિસ્ટન્સ એરિયાની ઉપર જતાંની સાથે જ, જેમ જાપાનીઓ આને કહે છે તેમ, “ધૂળ સાફ થઈ ગઈ.” અને જ્યાં સુધી 13-

14 એપ્રિલની બેરીશ એનગલ્ફિંગ પેટર્ન ન આવી ત્યાં સુધી રેલી સાચે જ ઝડપી બની. ધ્યાન આપો કે આ પેટર્નનું કાળું શરીર વધુ પડતું મોટું છે. આનાથી એ સ્થાપિત થયું કે બેર્સએ બજારનું નિયંત્રણ બુલ્સના હાથમાંથી છીનવી લીધું હતું. આ બેરીશ એનગલ્ફિંગ પેટર્નની પુષ્ટિ કેટલાંક સપ્તાહ બાદ બીજા બેરીશ એનગલ્ફિંગ પેટર્ને કરી. આનાથી એ સ્પષ્ટ થયું કે જ્યારે જ્યારે બેર્સ શેરને 51.50 ડૉલર સુધી લઈ જતા હતા ત્યારે તેઓ થાપ ખાઈ જતા હતા.

ચિત્ર 4.21 સિસ્કો-ડેઇલી (બેરીશ એનગલ્ફિંગ પેટર્ન)

ચાલો, આપણે આ બંને બેરીશ એનગલ્ફિંગ પેટર્ન જોઈએ અને પશ્ચિમી આઉટસાઇડ રિવર્સલ સેશન સાથે એની સરખામણી કરીએ. પશ્ચિમી આઉટસાઇડ રિવર્સલ સેશનમાં (હું ટોપ આઉટસાઇડ રિવર્સલ સેશન ઉપર ધ્યાન કેન્દ્રિત કરીશ) બજાર નવો હાઈ બનાવે છે અને પછી આગલા દિવસનું ક્લોઝિંગ પાછલા દિવસના ક્લોઝિંગ કરતાં નીચું થાય છે. પહેલું બેરીશ એનગલ્ફિંગ પેટર્ન, જો આ બાર ચાર્ટ સ્વરૂપે હોત, તો પારંપરિક પશ્ચિમી આઉટસાઇડ રિવર્સલ ડે પણ હશે, કારણ કે તે શેરે કાળા કેંડલના સત્રને ટોપ સાથે તે સત્રનું હાઈ બનાવ્યું અને પછી પાછલા દિવસના ક્લોઝની નીચે બંધ થયો.

હવે આપણે એપ્રિલના અંતમાં આવનાર બીજા બેરીશ એનગલ્ફિંગ પેટર્નને જોઈએ. ધ્યાન આપો કે આ બેરીશ એનગલ્ફિંગ પેટર્નની બીજી કેંડલ નવો હાઈ બનાવવામાં નિષ્ફળ રહી (તેનો હાઈ 51 ડૉલર હતો, જ્યારે તેના પાછલા દિવસનો હાઈ 51.75 ડૉલર હતો). પરિણામે પારંપરિક

બાર ચાર્ટમાં એ આઉટસાઇડ રિવર્સલ સેશન (કારણ કે તેણે નવો હાઈ ન બનાવ્યો હતો) ન હોત અને આપણને રિવર્સલ સિગ્નલ ન મળી શકત, પરંતુ કેંડલ ચાર્ટના બેરીશ એનગલ્ફિંગ પેટર્ન માટે એટલું જ પૂરતું છે કે એક કાળું શરીર એક સફેદ શરીરની ચારે બાજુ વીંટળાયેલું હોય, જેમ આ કિસ્સામાં બન્યું. આ એક સારું ઉદાહરણ છે કે કેંડલ એનાલિસીસના કારણે તમારો ટાઇમિંગ એ લોકો કરતાં વધુ સારો હોઈ શકે છે, જેઓ ફક્ત પારંપરિક બાર ચાર્ટના વિશ્લેષણ ઉપર આધાર રાખે છે.

ચિત્ર 4.21માં જુલાઈની શરૂઆતમાં એક બેરીશ એનગલ્ફિંગ પેટર્ને આવીને રેલીને ઝાંખી પાડી દીધી. આ બેરીશ એનગલ્ફિંગ પેટર્ન આગલા દોઢ સપ્તાહ સુધી રેઝિસ્ટન્સ બની રહ્યો. જ્યારે સિસ્કો 15 જુલાઈએ આ બેરીશ એનગલ્ફિંગ પેટર્નના હાઈ ઉપર બંધ થયો ત્યારે આ એક બુલિશ બ્રેકઆઉટ હતો (જો કે આ એક ડોજી બ્રેકઆઉટ હતો, પરંતુ સકારાત્મક વાત એ હતી કે આ એક નવા હાઈ ઉપર બંધ થયો હતો). જે લોકો મોમેન્ટમ પ્લેયર્સ હોય, તેઓ બેરીશ એનગલ્ફિંગ પેટર્ન ઉપર બ્રેકઆઉટને નવી રેલી શરૂ થવાનો સંકેત માની શકે છે અને તે શેર ખરીદવા માટે વિચાર કરી શકે છે. બ્રેકઆઉટની પુષ્ટિ કરવા બાબતે મારું સૂચન છે કે ફક્ત ઇન્ટ્રાડે બ્રેકઆઉટ જોઈને જ ન ખરીદો, તેને રેઝિસ્ટન્સ એરિયાની ઉપર બંધ થાય, ત્યાં સુધી રાહ જુઓ. એક બીજું બેરીશ એનગલ્ફિંગ પેટર્ન 21 જુલાઈએ દેખાયું અને રેઝિસ્ટન્સ સ્થાપિત થયો, જેનું ટેસ્ટિંગ ઑગસ્ટના અંતમાં થયું. નોંધ કરો કે જ્યારે ભાવ બેરીશ એનગલ્ફિંગ પેટર્નના રેઝિસ્ટન્સ એરિયાની નજીક આવ્યો, ત્યારે નાના શરીરોનો સમૂહ કઈ રીતે અટકતો જતો હતો.

ડાર્ક ક્લાઉડ કવર (કાળાં વાદળો છવાઈ જવાં)

ચિત્ર 4.22 : ડાર્ક ક્લાઉડ કવર (કાળાં વાદળ છવાઈ જવાં).

આપણું આગલું રિવર્સલ પેટર્ન છે, ડાર્ક ક્લાઉડ કવર (જુઓ ચિત્ર 4.22). આ બે કેંડલનું પેટર્ન છે, જે કોઈ અપટ્રેન્ડ પછી અથવા તો ઘણીવાર તો કંજેક્શન/કોન્સોલિડેશન બેન્ડના શિખર ઉપર પણ ટોપ રિવર્સલનો સૂચક બની રહે છે. આ બે કેંડલવાળા પેટર્નના પહેલા દિવસનું શરીર શક્તિશાળી અને સફેદ હોય છે. આગલા દિવસનો ભાવ પાછલા દિવસના હાઈ કરતાં ઉપરના ભાવે ખૂલે છે (એટલે કે ઉપલી છાયાની પણ ઉપર), પરંતુ બીજા દિવસના અંતે બજાર નીચે જઈને પાછલા દિવસના સફેદ શરીરની અંદરના નીચા ભાવે ક્લોઝ થાય છે. આ જેટલો સફેદ શરીરની અંદરના ભાવે બંધ થાય તેટલો જ તેને શક્તિશાળી રિવર્સલનો સંકેત માનવામાં આવે છે. કેટલાક જાપાની ટેક્નિશિયનોના મત મુજબ કાળી કેંડલનું ક્લોઝ સફેદ શરીરના 50%ની અંદર બંધ થવું જોઈએ. જો કાળું શરીર સફેદ કેંડલસ્ટિકના અડધા ભાગની નીચે ક્લોઝ ન થાય તો, ડાર્ક ક્લાઉડ કવર પછી બજાર

વધુ બેરીશ બને તે માટેની રાહ જોવી જોઈએ. હું કેટલાક સંજોગોમાં એ પેટર્નને પણ ડાર્ક ક્લાઉડ કવર માની લઉં છું, જેનો ખૂલતો ભાવ પાછળ દિવસના હાઈને બદલે પાછા દિવસના ક્લોઝ ઉપરના ભાવે થયો હોય.

સુરક્ષાત્મક સ્ટોપ્સનું મહત્ત્વ

તકનીકી વિશ્લેષણનું સૌથી શક્તિશાળી પાસુ એ પણ છે કે તે ટ્રેડિંગના જોખમને ઓછું કરે છે અને ધન પ્રબંધન માટેની એક ઉત્તમ પદ્ધતિ પૂરી પાડે છે. જોખમ ઓછું કરવાનો અર્થ છે, પ્રોટેક્ટિવ સ્ટોપ્સનો ઉપયોગ કરવો, જેથી અણધારેલા ભાવ ઘટવા અથવા વધવાની સ્થિતિમાં ટ્રેડર નજીવા નુકસાન સાથે પોતાની પોઝિશનમાંથી બહાર નીકળી શકે અને વધુ નુકસાનમાંથી બચી શકે.

સ્ટોપને મૂળ ટ્રેડ સમયે જ નક્કી કરી લેવું જોઈએ, કારણ કે તે સમયે જ ટ્રેડર સૌથી વધુ તટસ્થ અને તાર્કિક હોય છે. જો બજાર તમારા ધારવા મુજબ ચાલી રહ્યું હોય, તો જ તે પોઝિશન કાયમ રાખો. તે પછીના ભાવની વધઘટ જો તમારી ધારણા મુજબ ન હોય અથવા તો વિરુદ્ધનાં પરિણામો દર્શાવે તો, બજારમાંથી બહાર નીકળી જાઓ. જ્યારે બજાર તમારી પસંદ કરેલી પોઝિશનથી વિરુદ્ધ જવા માંડે, ત્યારે તમે વિચારી શકો છો, "સ્ટોપ લોસ લગાવવાની માથાકૂટ શું કામ કરવી? મારી વિરુદ્ધની આ પ્રાઇસ એક્શન તો ટૂંક સમય માટેની છે." આમ તમે જીદ પકડતાં થઈ જાઓ છો અને પોતાની પોઝિશનને કાયમ રાખીને એવી આશા રાખવા માંડો છો કે બજાર પલટાઈને તમારી તરફેણની દિશામાં ચાલવા માંડશે. અહીં બે તથ્યો ખાસ યાદ રાખો :

1. તમામ લોંગ ટર્મ ટ્રેન્ડ્સ શોર્ટ ટર્મ ટ્રેન્ડસ તરીકે જ શરૂ થાય છે.
2. આશા રાખવી તે બજારના સોદાઓમાં ક્યારેય સફળ રણનીતિ હોતી નથી, કારણ કે બજાર તમારી કે તમારી પોઝિશનની ચિંતા કરતું નથી અને પોતાની મરજી મુજબની દિશામાં આગળ વધતું રહે છે.

બજાર એ વાતની ચિંતા કરતું હોતું નથી કે તમારી પાસે શેર છે કે નહીં. ખોટા હોવા કરતાં પણ વધુ એક ખરાબ બાબત હોય છે : ખોટા બની રહેવું. તમારી જીદ, આશા અને તમારી માન્યતાઓ અને ધારણાઓ છોડી દો; પોતાના પૈસા ગુમાવશો નહીં. તમારી એ યોગ્યતા ઉપર ગર્વ કરો કે તમે કેટલી ઝડપથી તમારી ભૂલો ઓળખી શકો છો અને તેને સુધારી શકો છો. સ્ટોપ લોસ લાગુ કરીને એટલે કે થોડું ઘણું નુકસાન સહન કરીને બહાર નીકળી જવાનો અર્થ છે, પોતાની ભૂલ સ્વીકાર કરવાનો. લોકો પોતાની ભૂલ માનવામાં અચકાતાં હોય

છે, કારણ કે તેના કારણે તેમની પ્રતિષ્ઠા અને ગર્વને હાનિ પહોંચે છે, તેમનો અહમ્ ઘવાય છે. સારા ટ્રેડરો ક્યારેય જીદ પકડતાં નથી અથવા તો જડ દૃષ્ટિકોણ રાખતા નથી. એમ કહેવામાં આવે છે કે પ્રખ્યાત રોકાણકાર વોરેન બફેટના બે નિયમો છે :

1. પૂંજીની સુરક્ષા
2. નિયમ-1ને ભૂલશો નહીં.

સ્ટોપ લોસ આ નિયમોનો પર્યાય છે. તમારી પાસે મર્યાદિત પૂંજી હોય છે. તમારે તમારી આ પૂંજીને શક્ય તેટલી વધારવાની છે અને કંઈ નહીં તો ઓછામાં ઓછી તેને જાળવી તો રાખવી જ જોઈએ. જો બજાર તમારી પોઝિશનની વિરુદ્ધ જતું રહ્યું હોય તો, આ બહાર નીકળી જવાનો અને બીજી તકો શોધવા માટેનો શ્રેષ્ઠ સમય છે. સ્ટોપ લોસને તમે વહીવટી ખર્ચ તરીકે માની શકો છો.

મોટાભાગની જાપાની કેંડલસ્ટિક શબ્દાવલીના મૂળ સૈન્ય સબંધિત શબ્દોમાં છે; આપણે સ્ટોપ્સને પણ તે જ સંદર્ભમાં જોઈ શકીએ છીએ. તમારી દરેક ટ્રેડ એક યુદ્ધ સમાન હોય છે અને તમારે તે જ કરવાનું રહે છે, જે એક મહાન સેનાપતિ કરતો હોય છે : મુશ્કેલ સમયમાં રણનૈતિક દૃષ્ટિકોણ અપનાવીને થોડા સમય માટે પીછેહઠ કરવી. સેનાપતિનું લક્ષ્ય સૈનિકો અને જોડેના માલ-સામાનની રક્ષા કરવાનું હોય છે. તમારું લક્ષ્ય પૂંજી અને માનસિક સંતુલનની રક્ષા કરવાનું છે. ઘણીવાર તો યુદ્ધ જીતવા માટે તમારે કેટલીક લડાઈઓ હારવી પણ પડે છે. જાપાનમાં એક કહેવત છે : "સામન માછલી પકડવા માટે એક હૂક ગુમાવવો પડે તો પણ યોગ્ય છે." જો તમે સ્ટોપ લોસને લીધે અટકી જાઓ છો, તો માની લો કે તમે એક હૂક ગુમાવ્યો છે. કદાચ આગલા હૂકમાં તમને વળતર મળી પણ જાય.

આ બેરીશ પેટર્ન પાછળના તર્કની વ્યાખ્યા કરવી આસાન છે. ડાર્ક ક્લાઉડ કવરના પહેલા દિવસે બજાર એક શક્તિશાળી સફેદ કેંડલ સાથે ઉપર ચડે છે. તે પછી આગલા દિવસના ખૂલતાં ભાવ ઉપર બજાર હાઈ ગેપ કરે છે, એટલે કે પાછલા દિવસના હાઈની ઉપર ખૂલે છે. આ સ્થિતિમાં બુલ્સ નિયંત્રણમાં હોય છે. પરંતુ અચાનક સમગ્ર તસવીર બદલાઈ જાય છે, જ્યારે આ પેટર્નના બીજા દિવસે બજાર પાછલા ક્લોઝ કરતાં નીચે બંધ થાય છે; એટલું જ નહીં, તે પાછલા દિવસના શરીરની અંદર ઘણું નીચે ઊતરી જાય છે, જેના કારણે પાછલા દિવસનો નફો પણ ખેંચાઈ જાય છે. આ સંજોગોમાં બુલ્સ પોતાની પોઝિશન બાબતે આશંકિત અને ચિંતિત થઈ જશે. બીજી બાજુ, શોર્ટ સેલ કરવાની રાહ જોઈને બેઠેલા ટ્રેડર્સ પાસે સ્ટોપ લગાડવાનું એક નિશ્ચિત સ્થાન હશે - ડાર્ક ક્લાઉડ કવર પેટર્નના બીજા દિવસનો નવો હાઈ.

આ બાબતોથી ડાર્ક ક્લાઉડ કવરનું મહત્ત્વ વધી જાય છે :

1. પાછલા સફેદ શરીરમાં કાળા શરીરનું ક્લોઝ જેટલી વધુ ઊંડાઈ સુધી હશે, ટોપ બનવાની અથવા રેલી અટકવાની સંભાવનાઓ તેટલી જ વધુ હશે. (જો કાળું શરીર પાછલા દિવસના સંપૂર્ણ સફેદ શરીરને ઢાંકી દે, તો તેને ડાર્ક ક્લાઉડ કવર નહીં, પણ બેરીશ એનગલ્ફિંગ પેટર્ન કહેવામાં આવશે.) ડાર્ક ક્લાઉડ કવરને આંશિક સૂર્યગ્રહણ તરીકે માની લઈએ, જે સંપૂર્ણ સૂર્યને નહીં પરંતુ તેના આંશિક ભાગને ઢાંકી દે છે (એટલે કે પાછલા સફેદ શરીરના ફક્ત અડધા ભાગને ઢાંકી દે છે). બેરીશ એનગલ્ફિંગ પેટર્નને સંપૂર્ણ સૂર્યગ્રહણ તરીકે માની શકાય છે, જે સંપૂર્ણ સૂર્યને ઢાંકી દે છે (એટલે કે પૂર્ણ સફેદ શરીરને ઢાંકી દે છે). આના પરિણામે, બેરીશ એનગલ્ફિંગ પેટર્ન વધુ મહત્ત્વપૂર્ણ ટોપ રિવર્સલ સંકેત માનવામાં આવે છે. જો કોઈ લાંબું સફેદ શરીર ડાર્ક ક્લાઉડ કવર અથવા તો બેરીશ એનગલ્ફિંગ પેટર્નના હાઈ ઉપર ક્લોઝ આપે તો, તેને નવી રેલી શરૂ થવાનો સંકેત માનવામાં આવે છે.
2. લાંબી રેલી દરમિયાન જો કોઈ શક્તિશાળી સફેદ કેંડલ દેખાય, જે તેના લો ઉપર ખૂલે છે (એટલે કે શેવન બૉટમ) અને તેના હાઈ ઉપર બંધ થાય (એટલે કે શેવન હેડ) અને આગલા દિવસે એક લાંબું કાળું શરીર દેખાય, જે તેના હાઈ ઉપર ખૂલે છે અને તેના લો ઉપર બંધ થાય છે, તો શેવન હેડ અને શેવન બૉટમ બ્લેક ડે રજૂ થઈ જાય છે.
3. જો ડાર્ક ક્લાઉડ કવરના બીજા દિવસે (એટલે કે કાળું શરીર) કોઈ મોટા રેઝિસ્ટન્સના સ્તરે ખૂલે છે અને પછી નીચે આવી જાય છે, તો આનાથી એ સાબિત થાય છે કે બુલ્સ બજારનું નિયંત્રણ મેળવી લેવામાં અસફળ રહ્યા છે.
4. જો બીજા દિવસના ઓપનિંગ ઉપર મોટું વૉલ્યૂમ હોય તો તેનો અર્થ છે કે ઘણા ખરીદકર્તાઓ ખરીદવા માટે ઉતાવળા થઈ રહ્યા છે. ઉદાહરણ તરીકે, નવા ઓપનિંગ હાઈ ઉપર ભારે વૉલ્યૂમનો અર્થ એમ પણ થઈ શકે છે કે નવા ખરીદદારો બજારમાં આવી ગયા છે. પછી બજાર ગબડે છે. થોડા જ સમયમાં આ નવા ખરીદદારોની આ ભીડને (અને અપટ્રેન્ડ ઉપર કૂદતી જૂના ખરીદદારોની ભીડને પણ) એ ખ્યાલ આવી જશે કે તેઓ જે જહાજ ઉપર ચડી ગયા છે, તે તો ટાઈટેનિક છે. ફ્યુચર ટ્રેડર્સ માટે વધુ પડતો ઓપનિંગ ઇન્ટરેસ્ટ એક વધુ ચેતવણી હોઈ શકે છે.

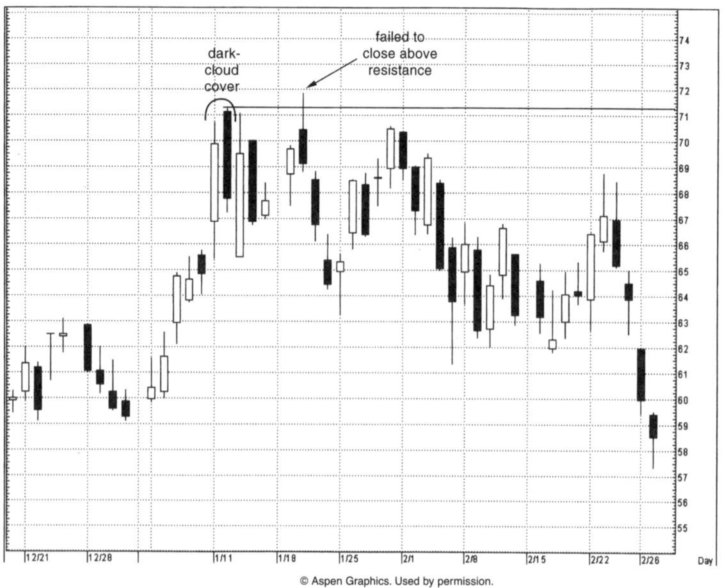

ચિત્ર 4.23 : ઇન્ટેલ - ડેઇલી (ડાર્ક ક્લાઉડ કવર)

ચિત્ર 4.24 વોલવરાઇન ટ્યૂબ - ડેઇલી (ડાર્ક ક્લાઉડ કવર)

જે રીતે બેરીશ એનગલ્ફિંગ પેટર્ન રેઝિસ્ટન્સ હોઈ શકે છે તે જ રીતે ડાર્ક ક્લાઉડ કવર બનાવનારા બે દિવસના સર્વોચ હાઈને જ રેઝિસ્ટન્સ માનવો જોઈએ. આને ચિત્ર 4.22માં દર્શાવવામાં આવ્યું છે.

ચિત્ર 4.23માં એક ડાર્ક ક્લાઉડ કવરે રેલીને રોકી દીધી. આ પેટર્નના પછીના દિવસે ઇન્ટેલએ ઉપરની બાજુ જોર લગાવ્યું અને 17 ડૉલરની નજીક આ પેટર્નના હાઈ પાસે નિષ્ફળ રહ્યો. આ શેર એક સપ્તાહ અને પછી બે સપ્તાહ પછી ફરી એકવાર 71 ડૉલર ઉપર આવીને અટકી ગયો. જુઓ કે ઇન્ટેલ 20 જાન્યુઆરીએ રેઝિસ્ટન્સ લાઇનની ઉપર ગયો, પરંતુ આ રેઝિસ્ટન્સ ઉપર ક્લોઝ ન થવાના કારણે રેઝિસ્ટન્સ કાયમ રહ્યો.

ચિત્ર 4.24માં આપણે એક રેલી જોઈ શકીએ છીએ, જે ઑગસ્ટ માસની વચ્ચે શરૂ થઈ. 22 ઑગસ્ટે શેરે ગેપ હાઈ કરીને હેંગિંગ મૅન બનાવ્યો, પરંતુ ટ્રેન્ડ રિવર્સલની પુષ્ટિ થઈ નહીં, કારણ કે આગલા દિવસનો ક્લોઝ હેંગિંગ મૅનના શરીરની ઉપરની બાજુ થયો. આ શેરે 28 ઑગસ્ટના રોજ 43.25 ડૉલર ઉપર ગેપ ઓપન કરીને અંતિમ છલાંગ લગાવી. આ ઓપન બુલ્સની દૃષ્ટિએ ઘણું સારું લાગતું હતું, પરંતુ આ શેર તે દિવસે નીચો આવીને 40.62 ડૉલર ઉપર બંધ થયો. આ સાચે જ ડાર્ક ક્લાઉડ કવર પેટર્ન હતું, કારણ કે કાળી કેંડલ પાછલા દિવસના સફેદ શરીરની ઘણે અંદર સુધી ગઈ હતી.

ચિત્ર 4.25 : નેસ્ડેક કંપોઝીટ - 60 મિનિટ (ડાર્ક ક્લાઉડ કવર)

જો કે ડાર્ક ક્લાઉડ કવર સારું હતું, પરંતુ જોખમ અને વળતરનો રેશિયો ખાસ સારો ન હતો, કારણ કે આ વેચવા માટે સારી જગ્યા ન હતી. આમ

એટલા માટે, કારણ કે આ પેટર્નની પુષ્ટિ ડાર્ક ક્લાઉડ કવર પેટર્નના બીજા દિવસે ક્લોઝ ઉપર થઈ હતી અને ત્યારે આ શેર પોતાના હાઈ કરતાં ખૂબ નીચે આવી ગયો હતો. આવા સંજોગોમાં સંભવિત રેઝિસ્ટન્સરૂપે ડાર્ક ક્લાઉડ કવરના સિદ્ધાંતનો ઉપયોગ કરી શકાય છે. જો ટ્રેડર શોર્ટ-સેલ કરવા માગતો હોય તો, તેણે રાહ જોવી જોઈએ કે શેર બાઉન્સ બેક કરીને ડાર્ક ક્લાઉડ કવરની નજીક આવે. ઑક્ટોબરની શરૂઆતમાં ડાર્ક ક્લાઉડ કવરના હાઈ સુધી એક રેલી થઈ. જ્યારે આનું શરીર નાનું થતું ગયું અને સતત ચાર દિવસનો હાઈ 43.25 ડૉલર ઉપર જ અટકી રહ્યો, ત્યારે સંકેત મળ્યો કે બુલ્સની શક્તિ ઓછી થઈ રહી છે. ઑક્ટોબરની શરૂઆતમાં જે પડતી શરૂ થઈ, તે એક હેમર આવ્યા પછી ખતમ થઈ, જેણે સપ્ટેમ્બરના અંતના સપોર્ટ એરિયાની પુષ્ટિ કરી.

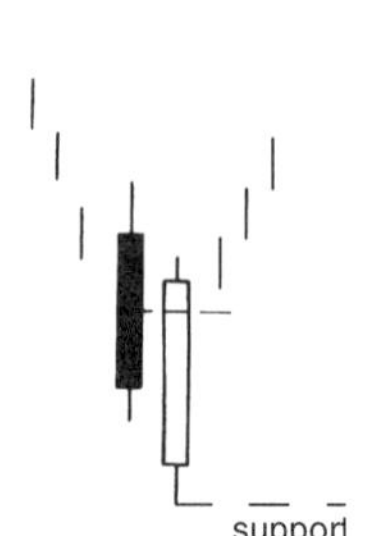

ચિત્ર 4.26 : પિયર્સિંગ પેટર્ન (ચીરો દર્શાવતુ પેટર્ન)

ચિત્ર 4.25માં બિંદુ 1 અને 2ના બેવડા બુલિશ એનગલ્ફિંગ પેટર્ને 3275/3250 ક્ષેત્રમાં સપોર્ટની શક્તિને રેખાંકિત કરી. બીજા બુલિશ એનગલ્ફિંગ પેટર્નથી શરૂ થયેલી રેલી ડાર્ક ક્લાઉડ કવરની નજીક આવ્યેથી અટકવા લાગી. આ પેટર્ન પછી તરત જ એક સફેદ શરીરે ડાર્ક ક્લાઉડ કવરના રેઝિસ્ટન્સને થોડું ભેદી નાખ્યું (આડી લાઇન દ્વારા દર્શાવવામાં આવ્યું છે), જો કે આ કોઈ નિર્ણાયક બ્રેકઆઉટ ન હતું, પરંતુ ક્લોઝ ચોક્કસ જ રેઝિસ્ટન્સની ઉપર હતો અને તે રીતે આ એક સકારાત્મક સંકેત હતો.

ચિત્ર 4.25 બજારની બદલાતી પરિસ્થિતિઓને અનુરૂપ પોતાની ટ્રેડિંગ શૈલી બદલવાનું મહત્ત્વ દર્શાવે છે, એટલે કે પહેલા ડાર્ક ક્લાઉડ કવર ઉપર રેઝિસ્ટન્સની ઉપર બ્રેકઆઉટ થાય છે, જેનાથી ટ્રેન્ડ ઉપરની તરફનો જળવાઈ રહે છે, પરંતુ આગલા સત્રમાં બજાર બાબતે આપણો દૃષ્ટિકોણ સકારાત્મકને બદલે સતર્ક અને ચોક્કસ થઈ જાય છે. કેમ? કારણ કે બ્રેકઆઉટના પછીના દિવસે એક કાળી કેંડલે બીજું ડાર્ક ક્લાઉડ કવર બનાવી દીધું. આ બીજી કાળી કેંડલે એ દર્શાવ્યું કે બુલ્સ નવા હાઈને જાળવી રાખવા માટે અક્ષમ છે.

પિયર્સિંગ પેટર્ન (ચીરો દર્શાવતું પેટર્ન)

મોટાભાગની કેંડલ પેટર્ન્સ બાબતે દરેક બેરીશ પેટર્નનો એક વિપરીત બુલિશ પેટર્ન પણ હોય છે. આ જ બેરીશ ડાર્ક ક્લાઉડ કવર બાબતની હકીકત છે. ડાર્ક ક્લાઉડ કવરનું વિપરીત છે, બુલિશ પિયર્સિંગ પેટર્ન (જુઓ ચિત્ર : 4.6). પિયર્સિંગ પેટર્ન (ચીરો દર્શાવતું પેટર્ન) ડાઉન ટ્રેન્ડમાં બે કેંડલથી બને છે. પહેલી કેંડલનું શરીર કાળું હોય છે, જ્યારે બીજી કેંડલનું શરીર સફેદ હોય છે. સફેદ કેંડલ આદર્શ રીતે પાછલી કાળી કેંડલના લો થી નીચે ખૂલે છે, પછી ભાવ વધવા માંડે છે અને કાળી કેંડલના શરીરને ભેદી નાખે છે.

પિયર્સિંગ પેટર્ન એનગલ્ફિંગ પેટર્ન જેવી જ હોય છે. બુલિશ એનગલ્ફિંગ પેટર્નમાં સફેદ શરીર પાછલા કાળા શરીરને સંપૂર્ણ રીતે ઢાંકી દે છે. પિયર્સિંગ પેટર્નમાં સફેદ શરીર પાછલા કાળા શરીરને સંપૂર્ણ રીતે ઢાંકતું નથી, પણ ભેદી નાખે છે. પિયર્સિંગ પેટર્નમાં કાળા શરીરને જેટલું વધારે ભેદી નાખવામાં આવે છે, તેનું બૉટમ રિવર્સલ બનવાની સંભાવનાઓ તેટલી જ વધુ હોય છે. આદર્શ પિયર્સિંગ પેટર્નમાં સફેદ શરીર પાછલા દિવસના કાળા શરીરને અડધાથી વધારે ભેદી નાખે છે. પિયર્સિંગ પેટર્નની પાછળનું મનોવિજ્ઞાન આ મુજબ હોય છે : બજાર ડાઉન ટ્રેન્ડમાં છે. બેરીશ કાળું શરીર આ દૃષ્ટિકોણને મજબૂત બનાવે છે. આગલા સત્રમાં બજાર ગેપ ડાઉન કરીને નીચે ખૂલે છે. મંદીના ખેલાડીઓ બજારને સંતોષપૂર્વક જોઈ રહ્યા છે, પછી ક્લોઝની પહેલા બજાર ઉપરની તરફ વધવા માંડે છે અને પાછલા દિવસના ક્લોઝની નજીક પહોંચે છે, એટલું જ નહીં પરંતુ તેની ઉપર બંધ થાય છે. બેર્સ હવે પોતાની પોઝિશન બાબતે ચિંતિત બનશે. જે લોકો ખરીદવાનો વિચાર કરી રહ્યા હોય, તે લોકો એમ માને છે કે હવે નવો લો બની શકશે નહીં અને આ લોકો તેને જ ખરીદવાની તક માની લે છે.

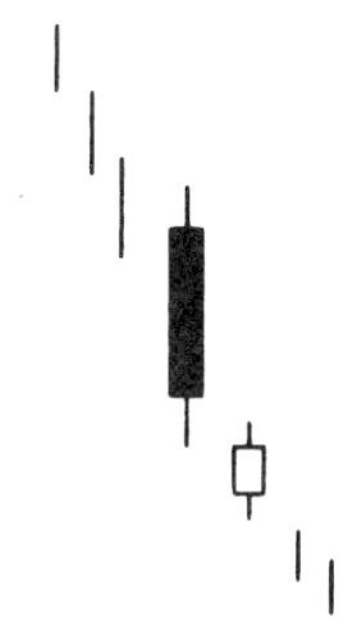

4.27 : ઑન-નેક પેટર્ન (ગળા-ઉપર-ગળું પેટર્ન)

પિયર્સિંગ પેટર્ન સંકેતનું મહત્ત્વ ડાર્ક ક્લાઉડ કવરવાળા 1થી 4 ઘટકોના આધારે જ વધે છે, જો કે આ તેનાથી બિલકુલ વિપરીત હોય છે. (જુઓ પાછલો ભાગ) ડાર્ક ક્લાઉડ કવરમાં આપણે એ જોવા માગીએ છીએ કે કાળુ શરીર પાછલી સફેદ કેંડલસ્ટિકના અડધાથી નીચે આવી જાય, પરંતુ આ નિયમ થોડો લચીલો છે. પિયર્સિંગ પેટર્નમાં લચકપણું ઓછું હોય છે. પિયર્સિંગ પેટર્નની સફેદ કેંડલસ્ટિકને કાળી કેંડલસ્ટિકના શરીરને કોઈ પણ સંજોગોમાં અડધા કરતાં વધુ ભેદવું જ જોઈએ. બેરીશ ડાર્ક ક્લાઉડ કવર પેટર્નની સરખામણીએ બુલિશ પિયર્સિંગ પેટર્નમાં ઓછી લચક એટલા માટે હોય છે કે જાપાનમાં અન્ય ત્રણ પ્રકારની પેટર્ન પણ હોય છે, જેને ઓન-નેક (ગળા-ઉપર-ગળું), ઇન-નેક (ગળાની અંદર) અને થ્રસ્ટિંગ પેટર્ન (ધક્કામાર પેટર્ન) કહેવામાં આવે છે (જુઓ ચિત્ર 4.27થી 4.29), જેનો મૂળભૂત પાયો પિયર્સિંગ પેટર્ન (ચીરો દર્શાવતું પેટર્ન) જેવો જ હોય છે. આમાં અંતર એટલું જ જોવાનું રહે છે કે સફેદ કેંડલે કાળી કેંડલના શરીરને ક્યાં સુધી ભેદી નાખ્યું છે. ઓન-નેક પેટર્નની સફેદ કેંડલ (સામાન્ય રીતે નાની) પાછલા સત્રના લો ની નજીક બંધ થાય છે. ઇન-નેક પેટર્નની સફેદ કેંડલ પાછા શરીરની થોડી અંદર બંધ થાય છે. (આ પણ એક નાની સફેદ કેંડલ હોવી જોઈએ). થ્રસ્ટિંગ પેટર્નમાં વધુ લાંબી સફેદ કેંડલ હોવી જોઈએ, જે આ ઇન-નેક પેટર્નથી વધુ શક્તિશાળી હોય છે, પરંતુ તે પાછલા કાળા શરીરના અડધાની ઉપર બંધ થતી નથી.

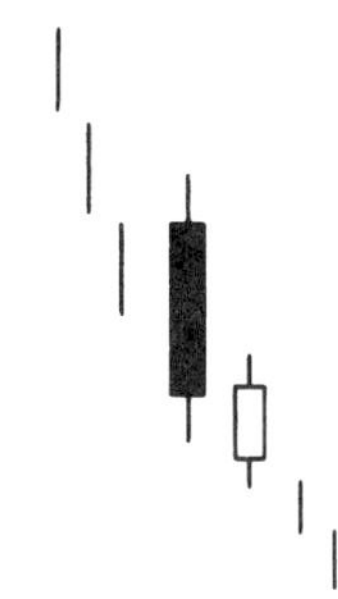

4.28 : ઇન-નેક પેટર્ન (ગળાની અંદર પેટર્ન)

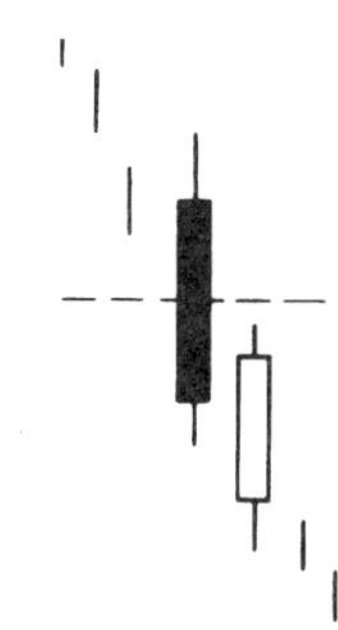

4.29 : થ્રસ્ટિંગ પેટર્ન (ધક્કામાર પેટર્ન)

ચિત્ર 4.27થી 4.29વાળા વ્યક્તિગત પેટર્ન્સને યાદ રાખવું મહત્ત્વપૂર્ણ

નથી. તેના બદલે, બસ એટલું યાદ રાખો કે બૉટમ રિવર્સલ સંકેત ત્યારે જ વધુ શક્તિશાળી હશે, જ્યારે સફેદ કેંડલ કાળી કેંડલના શરીરને અડધાથી વધુ ભેદે છે અથવા ચીરી નાખે છે.

ચિત્ર 4.30ના એરિયા 1 અને 2માં દર્શાવવામાં આવેલ લાંબી નીચલી છાયાઓએ 56 ડૉલર પાસે સંભવિત સપોર્ટનો સંકેત આપ્યો, પરંતુ 8 સપ્ટેમ્બરે ડેટન-હડસન 54 ડૉલર પાસે ઓપન થયો, જેનાથી આ સપોર્ટ તૂટી ગયો.

4.30 : ડેટન-હડસન - ડેઇલી (પિયર્સિંગ પેટર્ન)

હવે બેર્સ નિયંત્રણમાં આવી ગયા હતા - અથવા તેમને એમ લાગતું હતું. 8 સપ્ટેમ્બરના અંત સુધીમાં બુલ્સ શેરને પાછલા સત્રના ક્લોઝ કરતાં ઉપર લઈ જવામાં સફળ થયા હતા. 7-8 સપ્ટેમ્બરના બે કેંડલ્સે પિયર્સિંગ પેટર્ન બનાવી દીધી. પિયર્સિંગ પેટર્નના એક સપ્તાહ બાદ 16 સપ્ટેમ્બરના હેમરે 54 ડૉલરની આસપાસ પેટર્નના સપોર્ટને મજબૂત કર્યો. વધુ પુષ્ટિ હેમરના પછીના સપ્તાહમાં લાંબી નીચલી છાયાઓની શૃંખલા સાથે આવી.

ચિત્ર 4.31માં માર્ચના મધ્યમાં બુલિશ એનગલ્ફિંગ પેટર્નથી રેલી શરૂ થઈ. જ્યારે આ રેલી 59 ડૉલરની નજીક પહોંચી ત્યારે 24 માર્ચના સ્પીનિંગ ટોપએ મુશ્કેલીનો સંકેત આપ્યો. 3 એપ્રિલે એક લાંબા સફેદ શરીરે 59 ડૉલર ઉપર ક્લોઝ આપ્યો. આનાથી બુલ્સ ફરી પાછા નિયંત્રણમાં આવી ગયા, ઓછામાં ઓછા આગલા દિવસ સુધી તો ખરા જ. આગલા દિવસે એટલે કે 4 એપ્રિલે એક પ્રકારનું ડાર્ક ક્લાઉડ કવર બની ગયું. આ ડાર્ક ક્લાઉડ કવરનું એક વેરીએશન એટલે કે રૂપાંતર હતું, કારણ કે તે પેટર્નમાં

આપણે બીજા દિવસના ઓપનને પાછલા સત્રના હાઈની ઉપર જોવા માગતા હતા. આ કિસ્સામાં ઓપન પાછલા દિવસના હાઈની ઉપર ન હતો, ફક્ત ક્લોઝની ઉપર હતો, પરંતુ 4 એપ્રિલવાળી કાળી કેંડલ સફેદ કેંડલના શરીરમાં ઊંડે સુધી ઊતરી ગઈ હતી, માટે એ સંભાવનાઓ વધી ગઈ હતી કે તે પારંપરિક ડાર્ક-ક્લાઉડ કવર જેટલું જ પ્રભાવશાળી હશે.

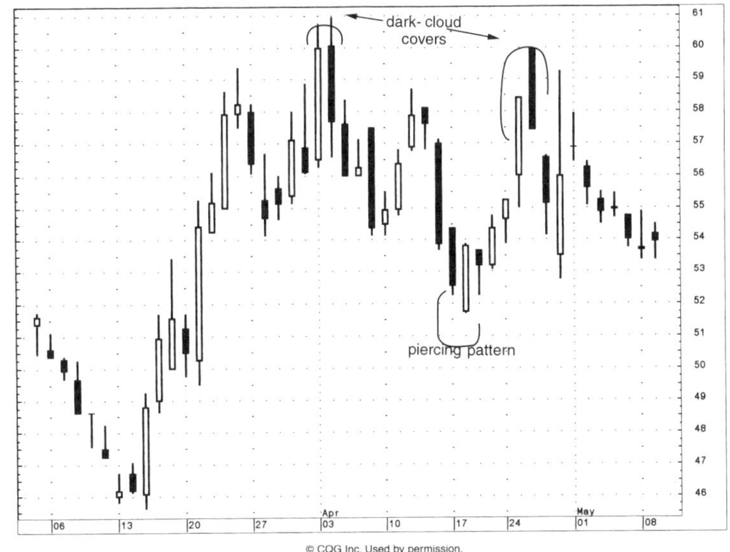

4.31 : અમેરિકન જનરલ - ડેઇલી (પિયર્સિંગ પેટર્ન)

17-18 એપ્રિલવાળા પિયર્સિંગ પેટર્ને એક રેલીનો સંકેત આપ્યો. આ પિયર્સિંગ પેટર્નથી શરૂ થયેલી રેલી ત્યાં સુધી ચાલતી રહી, જ્યાં સુધી 24-25 એપ્રિલે બીજું ડાર્ક ક્લાઉડ કવર ન આવ્યું. આ બીજા ડાર્ક ક્લાઉડ કવરને પણ આદર્શ ડાર્ક ક્લાઉડનું એક સ્વરૂપ માની શકાય છે. કેમ? કારણ કે કાળા શરીરે સફેદ શરીરને અડધાથી વધારે પાર કર્યું ન હતું, જો કે આ આદર્શ ડાર્ક ક્લાઉડ કવર ન હતું, પરંતુ તે કારણોસર મેં તેને પારંપરિક ડાર્ક ક્લાઉડ કવર જેટલું જ બેરીશ માન્યું. 1. 25 એપ્રિલની કાળી કેંડલ પાછલા દિવસના હાઈ કરતાં ઘણા ઉપરના ભાવે ખૂલ્યો, પરંતુ પાછલા દિવસના ક્લોઝની નીચે બંધ થયો અને 2. આ બુલ્સની અસફળતા દર્શાવે છે અને આમ એપ્રિલની શરૂઆતના ડાર્ક ક્લાઉડ કવરના રેઝિસ્ટન્સની પુષ્ટિ પણ કરતું હતું.

આ ચાર્ટ એ સામાન્ય માન્યતાને રેખાંકિત કરે છે કે ટ્રેડરે બિન-આદર્શ કેંડલ પેટર્નને જોતી વખતે બે વાતો ઉપર વિચાર કરવો જોઈએ : (1) આ કઈ રીતે બન્યું અને (2) સમગ્ર બજારના ચિત્રમાં આનો શું અર્થ થાય છે. આ બંને બાબતો આપણને એ અનુમાન લગાવવામાં મદદ કરશે કે શું

આદર્શથી લઈને નિમ્ન કક્ષાના પેટર્નના પણ એવાં જ પરિણામો હોઈ શકે છે, જે આદર્શ કેંડલ પેટર્નના હોય છે. આ પ્રકારની અલગતાના કારણે જ કોમ્પ્યુટર કેંડલ પેટર્નને સહેલાઈથી ઓળખી શકતું નથી. ઉદાહરણ તરીકે, આ ચિત્રમાં દર્શાવવામાં આવેલ બે ડાર્ક ક્લાઉડ કવર ખરેખર ડાર્ક ક્લાઉડ કવરની આદર્શ વ્યાખ્યાને પૂર્ણ કરતાં નથી, પરંતુ મેં તેને ડાર્ક ક્લાઉડ કવર માન્યું, કારણ કે હું જોઈ શકતો હતો કે તે ક્યાં અને કઈ રીતે બન્યા હતા, જેમ અગાઉના પેરામાં ચર્ચા કરવામાં આવી છે.

ચિત્ર 4.32 ઇન્ટરનેશનલ બિઝનેસ મશીન - 15 મિનિટ (થ્રસ્ટિંગ પેટર્ન)

જે પિયર્સિંગ પેટર્ન પાછલી કાળી કેંડલને ભેદીને ઉપર સુધી જતું નથી, તે બાબતે મારું સામાન્ય સૂચન છે કે તમે તેની પુષ્ટિની રાહ જુઓ. આ પુષ્ટિ તમને ત્યારે મળશે, જ્યારે સફેદ કેંડલના આગલા દિવસનો ક્લોઝ આનાથી ઊંચા ભાવે થયો હોય. ચિત્ર 4.32માં 31 માર્ચની સવારે એક સફેદ કેંડલે પાછલી કાળી કેંડલને ભેદી નાખી. આણે કાળી કેંડલને અડધાથી વધારે સુધી ભેદીને ક્લોઝ ન આપ્યો હતો, માટે આ પિયર્સિંગ પેટર્ન ન હતું. આ તો થ્રસ્ટિંગ પેટર્ન (ધક્કામાર પેટર્ન) હતું. આ થ્રસ્ટિંગ પેટર્નની પછીનું સત્ર જ્યારે વધુ ભાવે ક્લોઝ થયું, ત્યારે આનાથી પુષ્ટિ થઈ કે આ બૉટમ બનવાનો સંકેત હોઈ શકે છે. 31 માર્ચના સત્રમાં પછીથી એક વધુ થ્રસ્ટિંગ પેટર્ન 117ની નજીક બન્યું. સામાન્ય રીતે થ્રસ્ટિંગ પેટર્નના કિસ્સામાં (જેમ આપણે પહેલા દિવસે જોયું હતું તેમ), ટ્રેડરે વધુ બુલિશ પેટર્નની રાહ જોવી જોઈએ, પરંતુ આ બીજા થ્રસ્ટિંગ પેટર્નના કિસ્સામાં, આ જૂના

સપોર્ટ એરિયા ઉપર હોવાના કારણે આપણે વધુ બુલિશ પુષ્ટિની એટલી જરૂર ન પડશે (એટલે કે આગલા સત્રમાં ઊંચા ક્લોઝની રાહ જોવાની જરૂર ન હતી). માટે સક્રિય મોમેન્ટમ ટ્રેડર્સ બીજા થ્રસ્ટિંગ પેટર્નના સફેદ કેંડલના ક્લોઝ ઉપર ખરીદી શકતા હતા. બહાર નીકળવાનો સંકેત આગલી સવારે તરત જ બેરીશ એનગલ્ફિંગ પેટર્નને આપી દીધો.

નોંધ :

1. છાયાઓ વિશેનું મારું પુસ્તક બિયોન્ડ કેંડલસ્ટિક્સ (ન્યૂયોર્ક : જોન વાઇલી, 1994)માં વધુ વિસ્તારપૂર્વક જણાવવામાં આવ્યું છે.

પ્રકરણ 5

સ્ટાર (તારો)

用人に飽きはない
મનુષ્ય જેટલો સાવધાન રહે તેટલું જ સારું છે.

સ્ટારવાળા રિવર્સલ પેટર્ન ખૂબ આકર્ષક હોય છે. સ્ટારનું શરીર (સફેદ અથવા કાળું) બહુ નાનું હોય છે, જે આના પહેલાં આવતા મોટા શરીર પછી ગેપ ઉપર ખૂલે છે (જુઓ ચિત્ર 5.1). બીજા શબ્દોમાં કહીએ તો, સ્ટારનું શરીર પાછલા દિવસની ઉપલી છાયાની અંદર હોઈ શકે છે; તેમના શરીર ફક્ત દૂર રહેવા જોઈએ. (આ નિયમના પણ કેટલાક અપવાદો છે, જે આપણે આ ભાગમાં આગળ જોઈશું). જો સ્ટારમાં શરીર ન હોય અને ડોજી હોય તો આને ડોજી સ્ટાર કહેવામાં આવે છે (ચિત્ર : 5.2). સ્ટાર, ખાસ કરીને ડોજી સ્ટાર એ વાતની ચેતવણી છે કે સંભવત: પાછલો ટ્રેન્ડ પૂર્ણ થવા આવી રહ્યો છે.

સ્ટારનું નાનું શરીર બુલ્સ અને બેર્સ વચ્ચેના ગતિરોધને દર્શાવે છે. દેખીતું જ છે કે, બજાર ઝડપથી વધી રહ્યું છે અને માટે બુલ્સ બજાર ઉપર નિયંત્રણ ધરાવે છે. આ સંજોગોમાં સ્ટાર દેખાવાનો અર્થ છે કે કદાચ ખરીદનારાઓનું નિયંત્રણ ખતમ થઈ રહ્યું છે અને ખરીદનારાઓ અને વેચનારાઓ વચ્ચે રસાકસી સર્જાયેલી છે. આમ એ માટે પણ બની શકે કે બુલ્સની શક્તિ ઓછી થવાના કારણે થઈ રહી હોય અથવા તો બેર્સનું દબાણ વધવાના કારણે થઈ રહી હોય. આ બંને સંજોગોમાં સ્ટાર આપણને દર્શાવે છે કે રેલીની શક્તિ હવે ઓછી થઈ ગઈ છે. આનો અર્થ છે કે બજારને આંચકો લાગવાનું જોખમ છે.

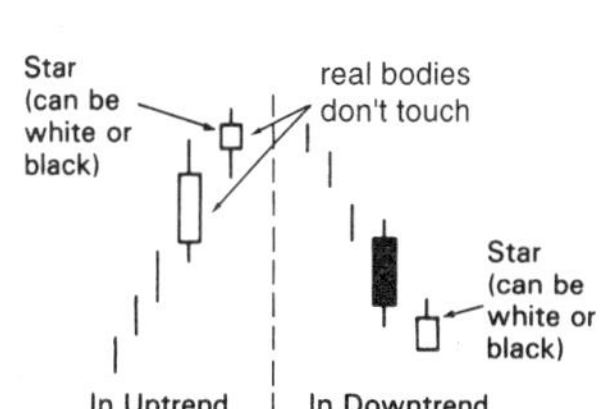

ચિત્ર 5.1 : અપટ્રેન્ડ અને ડાઉનટ્રેન્ડમાં સ્ટાર (તારો)

આ ઊલટા સ્વરૂપે સાચું છે, જો સ્ટાર ડાઉન ટ્રેન્ડમાં દેખાય (ઘણીવાર ડાઉન ટ્રેન્ડ દરમિયાન દેખાતા સ્તરને રેઇન ડ્રોપ એટલે કે વરસાદના ટીપાં

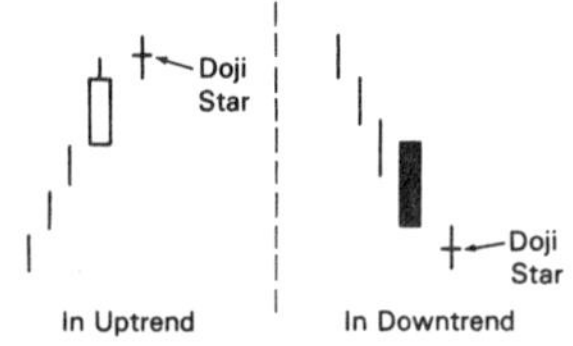

ચિત્ર 5.2 : અપટ્રેન્ડ અને ડાઉનટ્રેન્ડમાં ડોજી સ્ટાર (ડોજી તારો)

પણ કહેવામાં આવે છે). ડાઉન ટ્રેન્ડ દરમિયાન લાંબી કાળી કેંડલ સ્પષ્ટ દર્શાવે છે કે બેર્સ નિયંત્રણમાં છે. સ્ટાર દેખાતાની સાથે જ વાતાવરણ બદલાઈ જાય છે, કારણ કે સ્ટાર સંકેત આપે છે કે આ પોઇન્ટ ઉપર બુલ્સ અને બેર્સ બંને સમાન રીતે શક્તિશાળી છે. બીજા શબ્દોમાં, બજારને નીચે તરફ લઈ જતી શક્તિ ઓછી થઈ ગઈ છે. આ મંદીનું માર્કેટ જાળવી રાખવા માટેનો સારો સંકેત નથી.

સ્ટાર ચાર રિવર્સલ પેટર્નનો ભાગ હોય છે :

1. મૉર્નિંગ સ્ટાર
2. ઈવનિંગ સ્ટાર
3. ડોજી સ્ટાર
4. શૂટિંગ સ્ટાર

મૉર્નિંગ સ્ટાર (સવારનો તારો)

મૉર્નિંગ સ્ટાર (ચિત્ર 5.3) બૉટમ રિવર્સલ પેટર્ન છે, એટલે કે આ બજાર ઘટવાની પ્રક્રિયા પૂર્ણ થવાનો સંકેત દર્શાવે છે. આનું આ નામ એટલા માટે આપવામાં આવ્યું છે કે મૉર્નિંગ સ્ટાર (એટલે કે બુધ ગ્રહ) સૂર્યોદય થવાનો સંકેત દર્શાવે છે, તે જ રીતે કેંડલસ્ટિક ચાર્ટ્સનો મૉર્નિંગ સ્ટાર પણ ભાવિ રેલીનો સંકેત આપે છે. આ પેટર્નમાં ત્રણ કેંડલ લાઇન્સની જરૂર હોય છે :

- કેંડલ 1 : એક લાંબું કાળું શરીર. આમાં સ્પષ્ટ દેખાય છે કે બેર્સ નિયંત્રણમાં છે.
- કેંડલ 2 : એક નાનું શરીર, જે પાછલા શરીરને સ્પર્શ ન કરતું હોય. (આ બે લાઇન મૂળભૂત પેટર્ન દર્શાવે છે) નાના શરીરનો અર્થ છે કે બેર્સની બજારને નીચેની તરફ ઘસડી જવાની શક્તિ ઓછી થઈ રહી છે.
- કેંડલ 3 : મૉર્નિંગ સ્ટારની અંતિમ કેંડલ સફેદ શરીર હોય છે, જે પહેલા સત્રની કાળી કેંડલને બહુ ઉપર સુધી ભેદતી હોય છે. આ એ વાતનો સંકેત છે કે બુલ્સે બજારની કમાન સંભાળી લીધી છે.

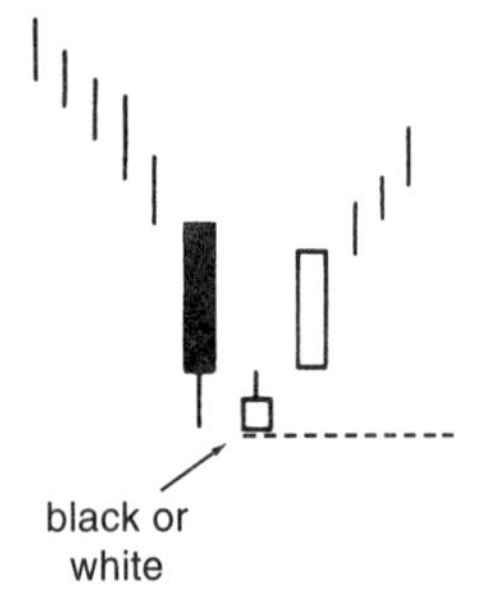

ચિત્ર 5.3 : મૉર્નિંગ સ્ટાર (સવારનો તારો)

આ પેટર્ન બનાવનારી ત્રણ કેંડલના લઘુત્તમ લો આગળ જઈને સપોર્ટનું કામ કરે છે, જેમ ચિત્ર 5.3માં ડેશ લાઇન દ્વારા દર્શાવવામાં આવ્યું છે.

આદર્શ મૉર્નિંગ સ્ટારમાં બીજા અને ત્રીજા શરીરો વચ્ચે ગેપ હોવો જોઈએ. મારા અનુભવ મુજબ ગેપ ન હોવા છતાં આ પેટર્નની શક્તિ ઓછી થતી નથી. નિર્ણાયક વાત એ છે કે બીજી કેંડલ સ્પીનિંગ ટોપ હોવી જોઈએ અને કેંડલ 3 દ્વારા કાળી કેંડલને સારી રીતે ભેદવામાં આવવી જોઈએ.

ચિત્ર 5.4 આનું ઉદાહરણ દર્શાવે છે. જુલાઈના અંત/ઑગસ્ટની શરૂઆતમાં આપણે ત્રણ કેંડલ જોઈએ છીએ, જે મૉર્નિંગ સ્ટારના જરૂરી માપદંડોને પૂર્ણ

કરે છે : એક લાંબી કાળી કેંડલ, એક નાનું શરીર અને પછી એક ઊંચી સફેદ કેંડલ. દેખીતું છે કે, આ પેટર્ન પડતી અથવા ડાઉન ટ્રેન્ડ પછી આવવી જોઈએ. આ આદર્શ મૉર્નિંગ સ્ટાર પેટર્ન એટલા માટે ન હતી કે ત્રીજું શરીર બીજા કેંડલની ચારેબાજુ વીંટળાયેલું હતું, પરંતુ મારો અનુભવ કહે છે કે બીજા અને ત્રીજા કેંડલને ઓવરલેપ કરવાથી આ પેટર્નની અસરકારકતા ઓછી થતી નથી. તકનીકી દૃષ્ટિથી જોઈએ તો, આ મૉર્નિંગ સ્ટારના બીજા અને ત્રીજા કેંડલથી બુલિશ એનગલ્ફિંગ પેટર્ન બની ગયું હતું.

આ ચાર્ટ એ વાતનું પણ સારું ઉદાહરણ છે કે કેંડલ ચાર્ટ કઈ રીતે દિશા પરિવર્તનનો સંકેત ઝડપથી આપી દે છે, મોટાભાગે પારંપરિક સંકેતો કરતાં પહેલા. ફેબ્રુઆરીમાં જે મંદીની ચૅનલ શરૂ થઈ, તે જે તે વર્ષના ત્રીજા ક્વાર્ટર સુધી કાયમ રહી. આ મંદીની ચૅનલના ટોપ ઉપર ક્લોઝ થવું તે એક પારંપરિક પશ્ચિમી સંકેત હતો કે ડાઉનટ્રેન્ડ ખતમ થઈ ગયો છે, પરંતુ મંદીની ચૅનલ તૂટવાના ઘણા સત્ર પહેલા જ આપણને, કેંડલસ્ટિક ચાર્ટના વપરાશી લોકોને દિશા પરિવર્તનનો સંકેત મળી ગયો હતો, કારણ કે મૉર્નિંગ સ્ટારએ આપણને દર્શાવી દીધું હતું કે ટ્રેન્ડ બદલાઈ શકે છે.

ચિત્ર 5.4 : ઘઉં - વીકલી કંટીન્યૂએશન (મૉર્નિંગ સ્ટાર)

મૉર્નિંગ સ્ટારની મર્યાદા એ છે કે તે ત્રણ કેંડલવાળી પેટર્ન છે અને માટે આ પેટર્ન પૂર્ણ થવા માટે ટ્રેડરે ત્રણ દિવસ સુધી રાહ જોવી પડે છે. જેમ સામાન્ય રીતે બને છે તેમ, જો આ ત્રીજી કેંડલ લાંબી સફેદ કેંડલ હોય, તો આપણને સંકેત મળે ત્યાં સુધીમાં બજાર ઘણું વધી ગયું હોય

છે. બીજા શબ્દોમાં, મૉર્નિંગ સ્ટાર પેટર્ન પૂર્ણ થયેથી આપણને ટ્રેડિંગ માટે આકર્ષક જોખમ/વળતર રેશિયો મળી શકતો નથી. આનો એક વિકલ્પ એ છે કે મૉર્નિંગ સ્ટારના સપોર્ટ એરિયા સુધી કરેક્શન આવવાની રાહ જુઓ અને ત્યારે ખરીદો. જેમ ચિત્ર 5.5માં દર્શાવવામાં આવ્યું છે, ફેબ્રુઆરીની શરૂઆતમાં મૉર્નિંગ સ્ટાર દેખાયો હતો. જો કોઈએ આ પેટર્ન પૂર્ણ થયેથી 74 ડૉલર ઉપર ખરીદ્યો હોય તો, આગલા દિવસે તે ખોટમાં આવી જાત. જો તરત જ ખરીદવાના બદલે, ટ્રેડર મૉર્નિંગ સ્ટારના લો (65.50 ડૉલરની આસપાસ) સુધીના કરેક્શનની રાહ જોત, તો તેનું જોખમ ઓછું થઈ જાત, કારણ કે સ્ટોપ મૉર્નિંગ સ્ટારના લો ની નીચે લાગત. પછી જ્યારે આ શેર ઉપર ઊંચકાયો, ત્યારે રાઇઝિંગ સપોર્ટ લાઇનની મદદથી વધતો ગયો. (ટ્રેન્ડલાઇન્સ માટે પ્રકરણ-11 જુઓ.)

જો કે આદર્શ મૉર્નિંગ સ્ટાર અને ઈવનિંગ સ્ટારના ત્રણે શરીરોમાંથી કોઈ પણ પાછળના શરીરને સ્પર્શ ન કરતું હોવું જોઈએ, પરંતુ આ બંનેની વ્યાખ્યાઓમાં થોડી વધુ લચક છે, ખાસ કરીને એ બજારોમાં જ્યાં ઓપન અને લો એકસમાન હોય અથવા તો એકબીજાની નજીક હોય. આમાં નીચેનાનો સમાવેશ થાય છે :

1. ફોરેઇન એક્સ્ચેંજ માર્કેટ, જ્યાં કોઈ અધિકૃત ક્લોઝ કે ઓપન હોતું નથી.
2. સેમી-કંડક્ટર અથવા ડ્રગ ઇન્ડેક્સ જેવા ઇન્ડેક્સ.
3. ઇન્ટ્રાડે ચાર્ટ. ઉદાહરણ તરીકે, સામાન્ય રીતે 15 મિનિટના ચાર્ટ ઉપર કેંડલનો ઓપન પાછલી 15 મિનિટવાળી કેંડલના ક્લોઝથી ખાસ અલગ હોતો નથી.

ચિત્ર 5.6નો ઇન્ટ્રાડે ચાર્ટ આપણને કેંડલ પેટર્નની વ્યાખ્યામાં લચકનું મહત્ત્વ દર્શાવે છે. 27 ડિસેમ્બરે બપોરે ઇન્ડેક્સએ મૂવનો નવો લો બનાવ્યો અને આ પ્રક્રિયામાં 3535/3530નો સપોર્ટ તોડી નાખ્યો. આ રીતે બેર્સએ નિયંત્રણ પોતાના હાથમાં લઈ લીધું, પરંતુ બપોરે 1 વાગે એક નાનું શરીર દેખાયું અને આગલા સત્રમાં લાંબી સફેદ કેંડલે આવીને મૉર્નિંગ સ્ટાર બનાવ્યો. અહીં ખાસ ધ્યાન રાખો કે ત્રણે શરીરો એકબીજાને સ્પર્શતા હતા (બીજી કેંડલનો ઓપન એ જ હતો, જે પહેલી કેંડલનો ક્લોઝ હતો અને ત્રીજી કેંડલનો ઓપન એ જ હતો જે બીજી કેંડલનો ક્લોઝ હતો.)

આ એક ઇન્ટ્રાડે ચાર્ટ હોવાના કારણે, અહીં ઓપન/ક્લોઝની અલગતા સામાન્ય રીતે મહત્ત્વહીન હોય છે, માટે મેં તેને મૉર્નિંગ સ્ટાર જ માન્યો. આ પેટર્ન વધુ વિશ્વસનીય બની રહ્યું, કારણ કે આ પેટર્નને પૂર્ણ કરતી ત્રીજી કેંડલે ઇન્ડેક્સને 3530ના જૂના સપોર્ટ એરિયાની ઉપર પહોંચાડી દીધો. જ્યારે કોઈ બજાર નવો લો બનાવે છે અને બેર્સ એ નવા લો ને

જાળવી ન શકે, ત્યારે તે મોટાભાગે રિવર્સલ એટલે કે દિશા-પરિવર્તનનો સંકેત હોય છે.

ચિત્ર 5.5 : મેરિલ લિંચ - ડેઈલી (મૉર્નિંગ સ્ટાર)

ચિત્ર 5.6 : નેસ્ડેક કંપોઝીટ ઇન્ડેક્સ - 15 મિનિટ (મૉર્નિંગ સ્ટાર)

ઈવનિંગ સ્ટાર (સાંજનો તારો)

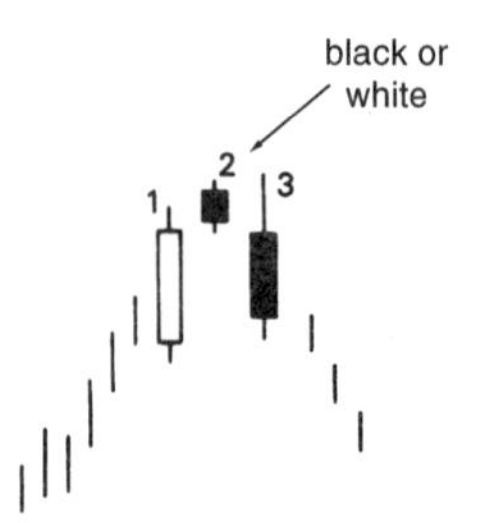

5.7 ઈવનિંગ સ્ટાર (સાંજનો તારો)

ઈવનિંગ સ્ટાર ખરેખર તો મૉર્નિંગ સ્ટારની વિરુદ્ધની પેટર્ન છે. આ બેરીશ હોય છે. આનું નામ પણ યોગ્ય રીતે જ રાખવામાં આવ્યું છે, કારણ કે ઈવનિંગ સ્ટાર એટલે કે શુક્રનો ગ્રહ, બરાબર અંધારું થતાં પહેલા દેખાય છે. ઈવનિંગ સ્ટાર ટોપ રિવર્સલ હોવાના કારણે જો તે અપટ્રેન્ડ પછી દેખાય, તો તેને ધ્યાને લઈને આગળ વધવું જોઈએ, કારણ કે આ રેલી પૂર્ણ થવાનો સંકેત દર્શાવે છે. ઈવનિંગ સ્ટાર ત્રણ કેંડલથી બને છે (જુઓ ચિત્ર 5.7). પહેલી કેંડલ લાંબું અને સફેદ શરીર ધરાવતી હોય છે, જેના પછી એક સ્ટાર આવે છે. આ સ્ટાર ટોપ બનવાનો પહેલો સંકેત છે. ત્રીજી કેંડલ ટોપની પુષ્ટિ કરે છે અને ઈવનિંગ સ્ટારના ત્રણ કેંડલવાળા પેટર્નને પૂર્ણ કરે છે. ત્રીજી કેંડલનું શરીર કાળું હોય છે, જે પહેલી કેંડલના સફેદ શરીરને ઊંડે સુધી ભેદતી હોય છે. હું ઈવનિંગ સ્ટાર પેટર્નની તુલના ટ્રાફિક લાઇટ સાથે કરું છું. ટ્રાફિક લાઇટ લીલી (બુલિશ સફેદ શરીર)થી પીળી થાય છે (સ્ટાર સ્વરૂપે ચેતવણીનો સંકેત) અને પછી લાલ થઈ જાય છે (કાળું શરીર જે એ વાતની પુષ્ટિ કરે છે કે જૂનો ટ્રેન્ડ ખતમ થઈ ગયો છે).

સૈદ્ધાંતિક રીતે ઈવનિંગ સ્ટારના પહેલા અને બીજા શરીરની વચ્ચે ગેપ હોવો જોઈએ. એટલું જ નહીં, બીજા અને ત્રીજા શરીર વચ્ચે પણ ગેપ હોવો જોઈએ, પરંતુ જેમ મૉર્નિંગ સ્ટારવાળા ભાગમાં વિગતવાર જણાવવામાં આવ્યું છે તેમ, આ બીજો ગેપ ક્યારેક જ દેખાય છે. આ પેટર્નની સફળતા માટે આ જરૂરી પણ નથી. આપણે મુખ્યત્વે એ ચિંતા કરવાની રહે છે કે ત્રીજા દિવસનું કાળું શરીર પહેલા દિવસના સફેદ શરીરની અંદર કેટલે સુધી ગયું છે.

પહેલી નજરે ચિત્ર 5.7 આઇલૅન્ડ ટોપ રિવર્સલ જેવું છે, જેનો ઉપયોગ મોટાભાગે પશ્ચિમી ટેક્નિશિયન કરે છે. ઈવનિંગ સ્ટારનું વધુ વિશ્લેષણ કરવાથી એ સ્પષ્ટ થઈ શકે છે કે આ એક એવો રિવર્સલ સંકેત પ્રદાન કરે છે, જે આઇલૅન્ડ ટોપ (ચિત્ર 5.8)માં ઉપલબ્ધ હોતો નથી. આઇલૅન્ડ ટોપમાં બીજા દિવસનો લો પહેલા અને ત્રીજા દિવસના હાઈની ઉપર હોવો જોઈએ, પરંતુ આદર્શ ઈવનિંગ સ્ટારના રિવર્સલ સિગ્નલ માટે એટલું જ જરૂરી છે કે બીજા દિવસનું શરીર પહેલા અને ત્રીજા દિવસના હાઈની ઉપર રહે.

કેટલાક ઘટકો મૉર્નિંગ અથવા ઈવનિંગ સ્ટારના રિવર્સલ સંકેત હોવાની સંભાવનાઓને વધારી દે છે, જે આ મુજબ છે :

1. પહેલા, બીજા અને ત્રીજા શરીરોની વચ્ચે કોઈ ઓવરલેપ ન હોય.
2. ત્રીજી કેંડલ પહેલી કેંડલના શરીરમાં ઊંડે સુધી જઈને ક્લોઝ થાય.

3. પહેલી કેંડલ ઉપર વૉલ્યૂમ ઓછું હોય અને ત્રીજી કેંડલ ઉપર મોટું વૉલ્યૂમ દેખાય. આનાથી સ્પષ્ટ થશે કે પાછલા ટ્રેન્ડની શક્તિ ઓછી થઈ રહી છે અને નવા ટ્રેન્ડ તરફ શક્તિ વધી રહી છે.

ઈવનિંગ સ્ટારનો હાઈ નવો રેઝિસ્ટન્સ બની જાય છે, જે ચિત્ર 5.7માં ડેશ લાઇન દ્વારા જોઈ શકાય છે.

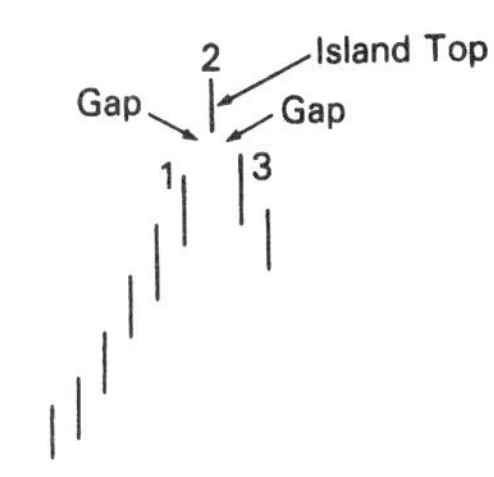

5.8 પશ્ચિમી આઇલૅન્ડ ટોપ

આપણે ચિત્ર 5.9 જોઈએ. આમાં જાન્યુઆરીની શરૂઆતમાં આદર્શ ઈવનિંગ સ્ટાર બન્યો હતો. ઈવનિંગ સ્ટારની આદર્શ સ્થિતિ મુજબ આના ત્રણે શરીર એકબીજાને સ્પર્શ કરતા ન હતા. સ્ટારના બદલે હેંગિંગ મૅન હતું (એટલે કે ઈવનિંગ સ્ટાર પેટર્નની બીજી કેંડલ), જેની બેરીશ પુષ્ટિ આગલા દિવસે થઈ. ઈવનિંગ સ્ટારમાં જે ઘટાડો શરૂ થયો, તે એક સપ્તાહ પછી એરિયા A ઉપર 1210 નજીક ખતમ થઈ. એરિયા Aથી શરૂ થયેલી રેલી એક સપ્તાહ પછી ઈવનિંગ સ્ટારના રેઝિસ્ટન્સ એરિયા પાસે ડોજી સ્વરૂપે અટકી. આ ડોજીએ સંકેત આપ્યો કે રેલીની શક્તિ ઓછી થઈ રહી છે. (ડોજી વિશે પ્રકરણ-8માં ચર્ચા કરવામાં આવી છે.)

ફેબ્રુઆરીના પહેલા સપ્તાહમાં જ્યારે બજાર રેલી કરીને આ રેઝિસ્ટન્સ સુધી પહોંચ્યું, ત્યારે તેણે એરિયા B ઉપર એક બેરીશ એનગલ્ફિંગ પેટર્ન બનાવ્યું. હું આ બેરીશ એનગલ્ફિંગ પેટર્નનો ઉલ્લેખ એટલા માટે કરું છું કે હું કેંડલ પેટર્નને વ્યાખ્યાયિત કરવામાં ટ્રેન્ડનું મહત્ત્વ દર્શાવવા માગું છું. હું જણાવી ચૂક્યો છું કે બેરીશ એનગલ્ફિંગ પેટર્ન ત્યારે બને છે, જ્યારે કાળું શરીર સફેદ શરીરને ઢાંકી દે છે. એરિયા A ઉપર કાળા શરીરે પાછલા સફેદ શરીરને સંપૂર્ણ રીતે ઢાંકી દીધું હતું. શું આ બેરીશ એનગલ્ફિંગ પેટર્ન હતું? ના, કારણ કે આ ભાવ ઘટ્યા બાદ અથવા તો ડાઉનટ્રેન્ડ પછી આવ્યું હતું, જ્યારે કે બેરીશ એનગલ્ફિંગ ટોપ રિવર્સલ પેટર્ન છે, માટે દિશા પરિવર્તનનો સંકેત દર્શાવવા માટે તેણે રેલીના શિખર સુધી પહોંચવું જોઈએ. માટે, હું Bવાળા પેટર્નને બેરીશ એનગલ્ફિંગ પેટર્ન કહું છું, પરંતુ Aને નહીં.

નોંધ:

ઈવનિંગ અને મૉર્નિંગ સ્ટાર પેટર્નનું પૂરું નામ છે થ્રી-રિવર ઈવનિંગ સ્ટાર અને થ્રી રિવર મૉર્નિંગ સ્ટાર. શરૂઆતમાં મને લાગતું હતું કે તેને થ્રી રિવર એટલા માટે કહેતાં હશે કે આ પેટર્નમાં ત્રણ કેંડલ હોય છે. પછીથી મને ખબર પડી કે આ નામ પાછળનું કારણ તો વધુ આકર્ષક છે. સોળમી શતાબ્દીના અંતમાં નોબુનાગા ઓડા એક મોટા સૈન્ય અધિકારી હતા. તેઓ એ ત્રણ અધિકારીઓ પૈકીનાં એક હતા, જેમણે

સામંતશાહી ધરાવતા જાપાનનું એકીકરણ કર્યું (જુઓ પ્રકરણ-2). તેઓ એક મહત્ત્વપૂર્ણ યુદ્ધ લડ્યા, જે ચોખા માટેના એક ફળદ્રુપ પ્રદેશમાં થયું. તે સમયે ચોખા જ શ્રીમંતાઈ માટેનું માપ હોવાથી, નોબુનોગા આ પ્રદેશ ઉપર કબજો જમાવવા માગતા હતા, પરંતુ આ પ્રદેશના માલિકો પણ બરાબરનું યુદ્ધ આપવા માટે તૈયાર હતા. ચોખાના આ ફળદ્રુપ વિસ્તારમાં ત્રણ નદીઓ હતી. ભારે સુરક્ષિત વિસ્તાર હોવાના કારણે નોબુનાગા માટે આ ત્રણ નદીઓ પાર કરવી ખૂબ મુશ્કેલ હતું. તેમને વિજય ત્યારે મળ્યો, જ્યારે તેમની સેનાએ આખરે આ ત્રણ નદીઓને મુશ્કેલીથી પાર કરી લીધી. માટે જ 'થ્રી રિવર' મૉર્નિંગ અને ઈવનિંગ સ્ટાર દર્શાવે છે કે આ પેટર્ન બન્યા પછી આ ત્રણ નદીઓને પાર કરવાનું કામ ઘણું મુશ્કેલ છે, એટલે કે બુલિશ થ્રી રિવર મૉર્નિંગ સ્ટાર મહત્ત્વપૂર્ણ સપોર્ટ બની રહેશે અને બેરીશ થ્રી રિવર ઈવનિંગ સ્ટાર મહત્ત્વપૂર્ણ રેઝિસ્ટન્સ બની રહેશે. "ત્રણ નદીઓ"નો આ અવરોધ પાર કર્યા પછી જ હુમલો કરનારી સેના થોડી રાહત અનુભવી શકે છે. માટે ઈવનિંગ સ્ટારના રેઝિસ્ટન્સની ઉપર (મૉર્નિંગ સ્ટારના સપોર્ટની નીચે) ક્લોઝ થવાથી એ સાબિત થાય છે કે માગ એટલે કે સપ્લાયની સેનાએ યુદ્ધક્ષેત્ર ઉપર કબજો કરી લીધો છે.

ફેબ્રુઆરીના અંતમાં ઈવનિંગ સ્ટારના રેઝિસ્ટન્સ લેવલની પાસે એક ડોજી દેખાઈ, જેમાં એ દેખાયું કે ત્યાં વેચવાલીનું દબાણ વધી રહ્યું છે. આ ડોજી પછીની લાંબી કાળી કેંડલે એક વધુ ઈવનિંગ સ્ટાર પેટર્ન બનાવી દીધું. આ ઈવનિંગ સ્ટારની બીજી કેંડલ સ્પીનિંગ ટોપના બદલે ડોજી હતી. આ પ્રકારના ખાસ ઈવનિંગ સ્ટારને ઈવનિંગ ડોજી સ્ટાર કહે છે, જે બાબતે આ ભાગમાં આપણે વધુ ચર્ચા કરીશું. બીજો ઈવનિંગ સ્ટાર એ સ્થિતિનું ઉદાહરણ છે, જ્યાં બીજી અને ત્રીજી કેંડલ ઓવરલેપ કરે છે. મારા અનુભવ મુજબ આ પણ આદર્શ પેટર્નની જેમ જ સારી રીતે કામ કરે છે, જેમાં શરીર પરસ્પર ઓવરલેપ કરતા નથી.

કેટલીક કેંડલ પેટર્ન સામે એ મુશ્કેલી હોય છે કે પેટર્ન પૂર્ણ થયા સુધીમાં બજાર તેના હાઈ અથવા લો થી દૂર જઈ ચૂક્યું હોય છે. ઈવનિંગ સ્ટાર લાંબા કાળા શરીર સાથે પૂર્ણ થાય છે, એટલે કે જ્યાં સુધી તે દિશા પરિવર્તનનો સંકેત આપી શકે ત્યાં સુધીમાં બજાર દિશા બદલી ચૂક્યું હોય છે. આપણે આ ચિત્ર 5.10માં જોઈ શકીએ છીએ.

જેમ આ ચાર્ટમાં દર્શાવવામાં આવ્યું છે તેમ, મૂવનું ઉચ્ચતમ સ્તર 34 ડૉલરની નજીક હતું, જ્યારે ઈવનિંગ સ્ટાર પૂર્ણ થવા ઉપર ત્રીજા સત્રનું ક્લોઝ 31 ડૉલર ઉપર થયું, એટલે કે જો કોઈ ઈવનિંગ સ્ટારના આધારે

31 ડૉલર ઉપર શોર્ટ સેલ કરે, તો તેણે 34 ડૉલર (ઈવનિંગ સ્ટારના હાઈ) સુધીનું જોખમ લેવાનું આવી શકે. 3 ડૉલરના જોખમમાં એમ તો કોઈ સમસ્યા ન હોઈ શકે, પરંતુ તમારું લક્ષ્ય આ જોખમ કરતાં ઘણું વધુ હોવું જોઈએ, ત્યારે જ તે એક આકર્ષક જોખમ/વળતરવાળી ટ્રેડ બની શકે.

જો 3 ડૉલરનું જોખમ ખૂબ વધુ લાગતું હોય તો, આપણે જોખમ/વળતરના રેશિયોને વધુ સારો બનાવવા માટે એ વાતની રાહ જોઈ શકીએ છીએ કે બજાર રિબાઉંડ થઈને ઈવનિંગ સ્ટારના ટોપવાળા રેઝિસ્ટન્સ ક્ષેત્રની નજીક આવશે (જો કે રિબાઉંડની કોઈ ગેરેન્ટી હોતી નથી). આ ઉદાહરણમાં, ઈવનિંગ સ્ટારના બે સત્રો પછી આપણને 2 ડૉલરનું રિબાઉંડ મળ્યું, જે શેરને 34 ડૉલરના તેના મહત્ત્વપૂર્ણ રેઝિસ્ટન્સની ખૂબ નજીક લઈ ગયું. આ પછી આ શેર ફરીથી ઘટવા લાગ્યો અને એપ્રિલ-મે ના સમયગાળામાં દાખલ થયો. તે સમયે શરીરોની ઘટતી જતી લંબાઈએ એ વાતની ભવિષ્યવાણી કરી દીધી કે દિશા પરિવર્તનની સંભાવનાઓ વધી ગઈ છે.

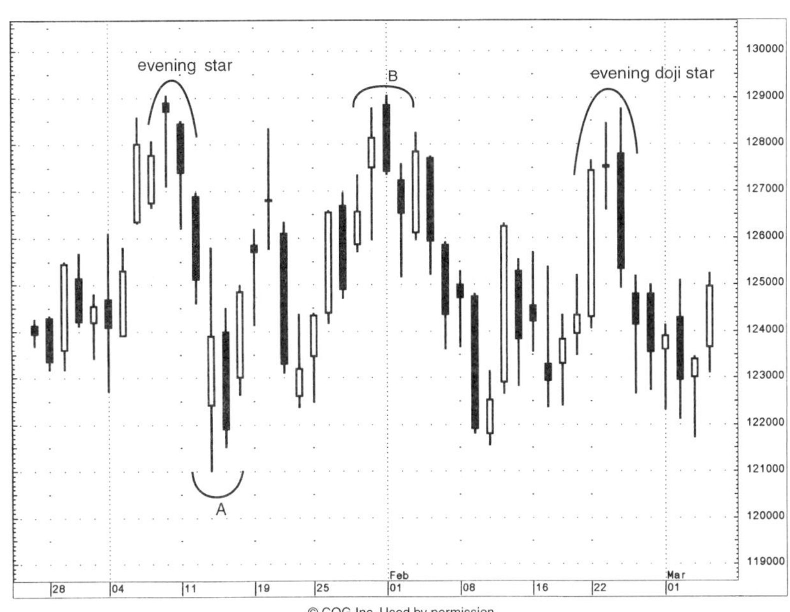

ચિત્ર 5.9 : એસએન્ડપી ઇન્ડેક્સ - ડેઇલી (ઈવનિંગ સ્ટાર)

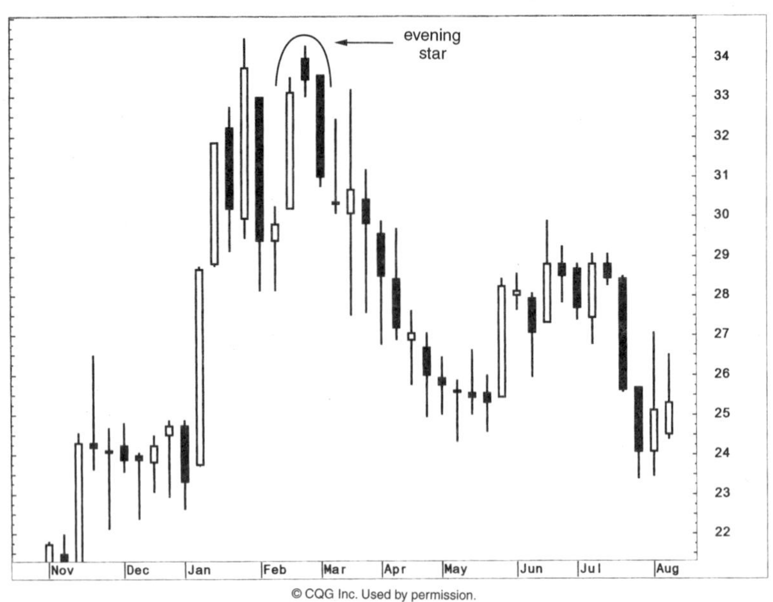

ચિત્ર 5.10 : રૉજર કોમ્યુનિકેશન - વીક્લી (ઈવનિંગ સ્ટાર)

મૉર્નિંગ અને ઈવનિંગ ડોજી સ્ટાર :

ચિત્ર 5.11 : ઈવનિંગ ડોજી સ્ટાર

ચિત્ર 5.12 : મૉર્નિંગ ડોજી સ્ટાર

ઈવનિંગ સ્ટારની બીજી કેંડલમાં જ્યારે નાના શરીરના બદલે ડોજી હોય છે, ત્યારે તેને ઈવનિંગ ડોજી સ્ટાર કહે છે (જુઓ ચિત્ર 5.11). ઈવનિંગ ડોજી સ્ટાર સામાન્ય ઈવનિંગ સ્ટારનું જ એક વિશિષ્ટ રૂપ છે. ચિત્ર 5.9માં આપણે આ પેટર્નનું ઉદાહરણ જોઈ ચૂક્યા છે.

જે મૉર્નિંગ સ્ટારની વચ્ચેવાળી કેંડલમાં સ્ટારની જગ્યાએ ડોજી હોય છે, તેને મૉર્નિંગ ડોજી સ્ટાર કહે છે (જુઓ ચિત્ર 5.12). આ મૉર્નિંગ સ્ટાર સફળ બૉટમ/સપોર્ટ બની શકે છે.

જો કોઈ ઈવનિંગ ડોજી સ્ટારમાં ડોજીની નીચલી છાયા પહેલી અથવા તો ત્રીજી કેંડલની ઉપલી છાયાને સ્પર્શતી ન હોય તો તેને એબેંડંડ બેબી ટોપ એટલે કે ત્યજી દેવાયેલું (પરિત્યક્ત) શિશુ શિખર (જુઓ ચિત્ર 5.13) નામનો ટોપ રિવર્સલ માટેનો સંકેત માનવામાં આવે છે. આ પેટર્ન બહુ દુર્લભ હોય છે.

આ જ બાબત બૉટમ બાબતે પણ વિપરીત રીતે સાચી છે. ખાસ કરીને જો ત્યાં ડોજી હોય, જેના પછી અને પહેલા ગેપ હોય (જ્યાં છાયાઓ પરસ્પર સ્પર્શતી ન હોય), તો આ બૉટમ/સપોર્ટ હોવો જોઈએ. આ પેટર્નને એબેંડંડ બેબી બૉટમ એટલે કે પરિત્યક્ત શિશુ ખાઈ કહેવામાં આવે છે

(જુઓ ચિત્ર 5.14). આ પણ એક દુર્લભ પેટર્ન છે. આની દુર્લભતાનું અનુમાન કરવા માટે એ વાત ઉપર વિચાર કરો કે એબેંડંડ બેબી ખરેખર તો પશ્ચિમી આઇલૅન્ડ ટોપ અથવા બૉટમ જેવું હોય છે, જ્યાં આઇલૅન્ડવાળું સત્ર ડોજી હોય છે.

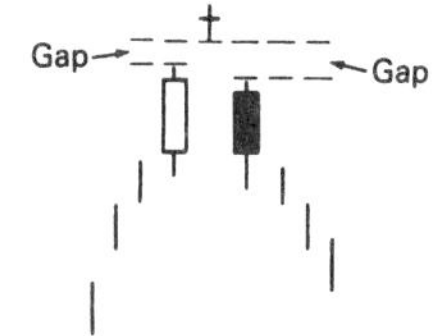

ચિત્ર 5.13 : એબેંડંડ બેબી ટોપ (પરિત્યક્ત શિશુ શિખર)

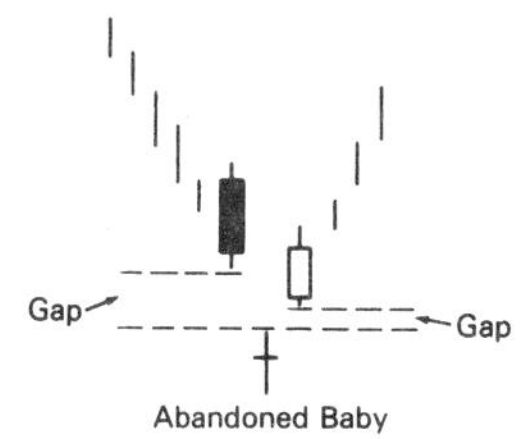

ચિત્ર 5.14 : એબેંડંડ બેબી બૉટમ (પરિત્યક્ત શિશુ ખાઈ)

ચિત્ર 5.15માં મૉર્નિંગ સ્ટારની વચ્ચેવાળી કેંડલ ડોજી છે, માટે આ મૉર્નિંગ ડોજી સ્ટારનું ઉદાહરણ છે. અહીં આપણે જોઈ શકીએ છીએ કે ત્રીજી કેંડલ બીજા શરીર (એટલે કે ડોજી લાઇન)ને થોડુંઘણું ઓવરલેપ કરે છે. આ મૉર્નિંગ સ્ટારથી જે રેલી શરૂ થઈ, તે સ્પીનિંગ ટોપ (એટલે કે નાનું શરીર)ની શ્રેણી સાથે જ શક્તિહીન થઈ ગઈ. જેમ પારંપરિક મૉર્નિંગ સ્ટાર સાથે થાય છે, તેમ મૉર્નિંગ ડોજી સ્તરના લઘુતમ લો (આ કેસમાં 92 ડૉલરની નજીક) એ સપોર્ટનું કામ કરવું જોઈએ. ઑક્ટોબરના મધ્યમાં આ જ થયું, જ્યારે મૉર્નિંગ સ્ટારે પૂરતો સપોર્ટ આપ્યો. મૉર્નિંગ સ્ટારના ડોજીવાળા ભાગમાં ઉપલી અને નીચલી છાયાઓ લાંબી હતી. આનાથી આગળ ખબર પડે છે કે બજારનો ટ્રેન્ડ નબળો પડી રહ્યો હતો (જે આ કેસમાં નીચેની તરફ હતો). આ પ્રકારની ડોજીને લોંગ-લેગ્ડ એટલે કે લાંબા પગવાળી ડોજી કહેવામાં આવે છે અને આપણે પ્રકરણ-8માં આ વિશે વધુ ચર્ચા કરીશું.

ચિત્ર 5.16માં ઈવનિંગ ડોજી સ્ટાર દર્શાવવામાં આવ્યો છે. આદર્શ દૃષ્ટિએ હું આ પેટર્નની ત્રીજી કાળી કેંડલને પહેલી સફેદ કાળી કેંડલના શરીરમાં વધુ ને વધુ અંદર જોવા માગું છું, પરંતુ અહીં ડોજી સ્ટાર 400 ડૉલરના શતકીય અંક ઉપર બન્યો હતો ('શતકીય અંક' 100 ડૉલરનો પૂર્ણાંક હોય છે, જે પોતે જ રેઝિસ્ટન્સ અથવા તો સપોર્ટ બની શકે છે) અને પછી કેટલાક દિવસો પછી, આ પેટર્નના રેઝિસ્ટન્સ એરિયાને પાર કરવાનો પ્રયાસ નિષ્ફળ રહ્યો (ઉપલી છાયાવાળી લાંબી કેંડલ દ્વારા). આનાથી સાબિત થાય છે કે આ ઈવનિંગ ડોજી સ્ટાર સાચે જ ખૂબ પ્રભાવી છે. 400 ડૉલરનું સ્તર આગલાં કેટલાંક સપ્તાહો સુધી રેઝિસ્ટન્સ બની રહ્યું અને પછી 30 નવેમ્બરે લાંબા કાળા શરીરે બેરીશ એનગલ્ફિંગ પેટર્ન બનાવીને ઘાતક પ્રહાર કરી દીધો.

ચિત્ર 5.17માં ફેબ્રુઆરીના અંતમાં એક ઈવનિંગ ડોજી સ્ટાર પેટર્ન બની હતી. આ ડોજીના પહેલા અને પછી ગેપ હોવાના કારણે આ પેટર્ન એબેંડંડ બેબી ટોપ (પરિત્યક્ત શિશુ શિખર) હતું. આમાં ત્રીજા દિવસનું ગેપડાઉન કેંડલ મુશ્કેલીનું કારણ હતી. આણે દર્શાવ્યું કે પાછલા દિવસે ક્લોઝ ઉપર 56 ડૉલરની ઉપર જે નવો હાઈ બન્યો હતો, તે જળવાઈ શક્યો નહીં. જ્યારે કોઈ નવો હાઈ બને છે અને બુલ્સ એ હાઈને જાળવી શકે નહીં, ત્યારે મોટેભાગે શેરના ભાવ ગગડી જાય છે. આની ઉપર પ્રકરણ-11માં વધુ ચર્ચા કરીશું.

આદર્શ એબેંડંડ બેબી બૉટમ (પરિત્યક્ત શિશુ ખાઈ)માં બીજું શરીર ડોજી હોય છે. ચિત્ર 5.18માં આપણને બીજા દિવસે આદર્શ એબેંડંડ બેબી બૉટમ માટે જરૂરી ડોજી મળતું નથી; આના બદલે આપણને એક નાનું શરીર મળે છે. પરંતુ અત્રે ધ્યાન આપવા જેવી બાબત એ છે કે શરીર એટલું તો નાનું હતું કે તેને ડોજી માની શકાય તેમ હતું એટલે કે આ એબેંડંડ બેબી બૉટમનું એક નવું સ્વરૂપ હતું (જેમાં બીજા દિવસે ડોજીના બદલે હેમર દેખાય છે). આ બૉટમ રિવર્સલથી શરૂ થયેલ રેલી ત્યાં સુધી ચાલુ રહી, જ્યાં સુધી વધુ લાંબી ઉપલી છાયાઓ (તીર ઉપર)એ આપણને ચેતવણી ન આપી કે બુલ્સની શક્તિ ઓછી થઈ રહી છે. આનાથી એ દૃષ્ટિકોણ મજબૂત થયો કે બજાર ઉપરી ટોચ ઉપર પહોંચી ગયું છે અને નીચે પડવાનું છે. 6 એપ્રિલના બુલિશ એનગલ્ફિંગ પેટર્ન પછી બજાર રીબાઉન્ડ થવાનું શરૂ થયું.

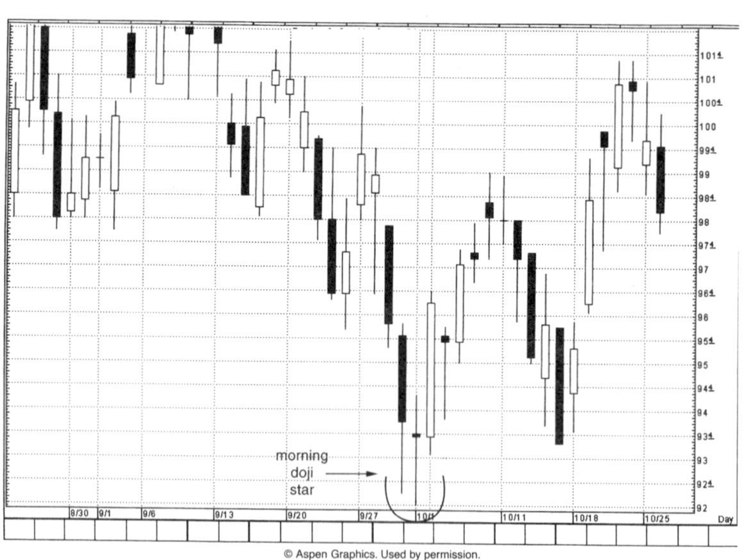

ચિત્ર 5.15 : પ્રોક્ટર ઍન્ડ ગેમ્બલ - ડેઇલી (મૉર્નિંગ ડોજી સ્ટાર)

ચિત્ર 5.16 : ડ્રગ ઇન્ડેક્સ - ડેઇલી (ઈવનિંગ ડોજી સ્ટાર)

ચિત્ર 5.17 : સીવીએસ - ડેઇલી (એબેંડંડ બેબી ટોપ)

ચિત્ર 5.18 : સોયાબિન ઓઇલ - ડેઇલી (એબેંડંડ બેબી બૉટમ)

શૂટિંગ સ્ટાર (તૂટતો તારો) અને ઇનવર્ટેડ હેમર (ઊંધો હથોડો)

જેમ ચિત્ર 5.19માં દર્શાવવામાં આવ્યું છે તેમ, શૂટિંગ સ્ટાર (તૂટતો તારો)નું શરીર નાનું હોય છે અને તે તેની રેન્જના નીચેના ભાગમાં હોય છે અને તેની ઉપલી છાયા લાંબી હોય છે. આપણે જોઈ શકીએ છીએ કે આ કેંડલનું નામ કેમ આમ રાખવામાં આવ્યું હશે. આ તૂટતા તારા અથવા ઉલ્કા જેવું દેખાય છે, જેની લાંબી પૂછડી આકાશમાં ચમકતી દેખાય છે. જાપાનીઓ સાચું કહે છે કે, શૂટિંગ સ્ટાર (તૂટતો તારો) આપણા ઉપર આવનારી મુસીબતનો સંકેત આપે છે. આ એકમાત્ર કેંડલ હોવાથી સામાન્ય રીતે એટલું મહત્ત્વપૂર્ણ રિવર્સલ આવતું નથી, જેટલું બે દિવસનું બેરીશ એનગલ્ફિંગ પેટર્ન અથવા ત્રણ દિવસનું ઈવનિંગ સ્ટાર પેટર્ન હોય છે. હું શૂટિંગ સ્ટાર (તૂટતો તારો)ને બાકી બંને પેટર્ન્સ જેટલો અગત્યનો રેઝિસ્ટન્સ પણ માનતો નથી.

બાકી સ્ટાર્સની જેમ જ શૂટિંગ સ્ટાર (તૂટતો તારો)ના શરીરનો રંગ પણ મહત્ત્વનો હોતો નથી. શૂટિંગ સ્ટાર (તૂટતો તારો) ચિત્રાત્મક રીતે આપણને દર્શાવે છે કે બજાર તેના લો ઉપર ખૂલ્યું, પછી એક ભારે રેલી આવી, પરંતુ અંતે ઘટીને ઓપનની નજીક જ બંધ થયું. બીજી રીતે કહીએ તો, તે દિવસની રેલી ચાલુ રહી શકી નહીં.

શૂટિંગ સ્ટાર (તૂટતો તારો) રિવર્સલ સંકેત હોવાના કારણે તે રેલી પછી દેખાવો જોઈએ. આદર્શ શૂટિંગ સ્ટાર (તૂટતો તારો)નું શરીર પાછલા શરીરથી ગેપ અવે હોય છે, પરંતુ જેમ આપણે ઘણા ચાર્ટ ઉદાહરણોમાં જોઈશું, તે મુજબ ગેપ હંમેશા જરૂરી હોતો નથી. એક રીતે અપ-ગેપ ન હોવાથી શૂટિંગ સ્ટાર (તૂટતો તારો) વધુ નકારાત્મક બની જાય છે. આમ એટલા માટે બને છે કે, જેમ પ્રકરણ 7માં જણાવવામાં આવશે તેમ, અપગેપ (જેને જાપાનમાં ઉપલી બારી કહેવામાં આવે છે) તે એક સકારાત્મક સંકેત છે. માટે, હું એમ કહું છું કે જો શૂટિંગ સ્ટાર (તૂટતો તારો)માં ગેપ ન હોય, તો તે દર્શાવે છે કે અપટ્રેન્ડ નબળો પડી રહ્યો છે. જો શૂટિંગ સ્ટાર ભાવ ઘટ્યા બાદ એટલે કે ડાઉન ટ્રેન્ડ પછી આવે તો તે એક બુલિશ સંકેત બની રહે છે. ત્યાં આ કેંડલને ઇનવર્ટેડ હેમર (ઊંધો હથોડો) કહેવામાં આવે છે. ઇનવર્ટેડ હેમર (ઊંધો હથોડો) કેંડલ ઉપર વધુ ચર્ચા આ પ્રકરણના પાછલા ભાગમાં કરવામાં આવી છે.

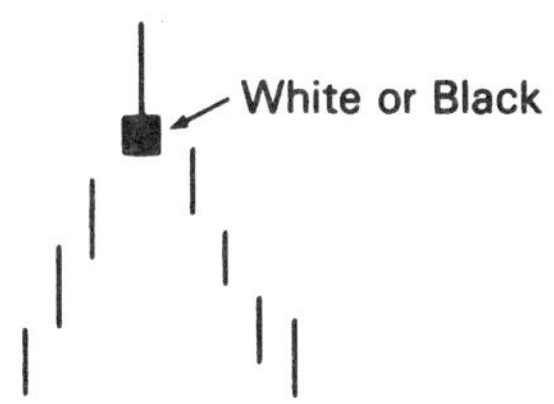

ચિત્ર 5.19 શૂટિંગ સ્ટાર (તૂટતો તારો)

શૂટિંગ સ્ટાર (તૂટતો તારો)

જો ચિત્ર 5.20ને કેંડલ ચાર્ટને બદલે બાર ચાર્ટ તરીકે બનાવવામાં આવે તો, સેશન A, B અને C એક સ્વસ્થ વાતાવરણ ઊભું કરે છે, કારણ કે તેમાંનો દરેક હાયર હાઈ, હાયર લો અને હાયર ક્લોઝ બનાવી રહ્યો છે, પરંતુ કેંડલ ચાર્ટ આ ત્રણ દિવસોમાં આપણને આગામી મુશ્કેલીઓની ચિત્રાત્મક ચેતવણી આપી દે છે. ખાસ કરીને A, B અને Cની બેરીશ ઉપલી છાયા પ્રબળ સંકેત આપે છે કે શેર, જેમ જાપાનીઓ કહે છે તેમ "પીડાથી વલખાં મારતો ઉપર આવી રહ્યો છે." ટોપની અંતિમ પુષ્ટિ પણ સેશન Cના શૂટિંગ સ્ટાર દ્વારા થઈ છે. કદાચ તમે એ નોંધ્યું પણ હોય કે શૂટિંગ સ્ટાર ગ્રેવસ્ટોન ડોજી જેવો દેખાય છે. ગ્રેવસ્ટોન (કબરનો પથ્થર) ડોજી ખરેખર તો શૂટિંગ સ્ટારનું જ એક વિશિષ્ટ સ્વરૂપ છે. શૂટિંગ સ્ટારનું શરીર નાનું હોય છે, પરંતુ ડોજી હોવાના કારણે ગ્રેવસ્ટોન ડોજીનું કોઈ શરીર હોતું નથી. આમ, ગ્રેવસ્ટોન ડોજી શૂટિંગ સ્ટાર કરતાં પણ વધુ બેરીશ હોય છે.

ચિત્ર 5.21માં 10 માર્ચના રોજ 34.50 ડૉલરની આસપાસ પહેલો શૂટિંગ સ્ટાર દેખાયો. થોડા દિવસો પછી સતત ત્રણ શૂટિંગ સ્ટાર આ જ 34.50 ડૉલરના લેવલ ઉપર દેખાયા. આનાથી એ સ્પષ્ટ થાય છે કે બુલ્સ ભલે ગમે તેટલું જોર કરે, પણ જ્યારે તેઓ શેરને 34.50 ડૉલરની ઉપર લઈ જાય છે, ત્યાર પછી આ ક્લોઝ જાળવી શકતા નથી. બીજા શબ્દોમાં, શૂટિંગ સ્ટાર ચિત્રાત્મક રીતે આપણને દર્શાવે છે કે બજાર વધુ ઊંચા ભાવને સ્વીકારી નથી રહ્યું. આ જ ઉદાહરણની જેમ જ્યારે આપણને એક જ ભાવ ઉપર એક પછી એક એવા ઘણા સંકેતો મળે છે, ત્યારે તે રેઝિસ્ટન્સ એરિયા મજબૂત બને છે. આ કેસમાં શૂટિંગ સ્ટારના

જમાવડાએ રિવર્સલની સંભાવનાઓને ખૂબ વધારી દીધી. દેખીતું છે કે, જો બુલ્સ પોતાની તાકાત ઉપર આ શેરને શૂટિંગ સ્ટારના હાઈની ઉપર ક્લોઝ કરવામાં સફળ થઈ જાત, તો આપણે આપણા બેરીશ દૃષ્ટિકોણ બાબતે ફરીથી વિચાર કરવાની જરૂર પડત.

ચિત્ર 5.20 : મેલ વેલ - ડેઇલી (શૂટિંગ સ્ટાર)

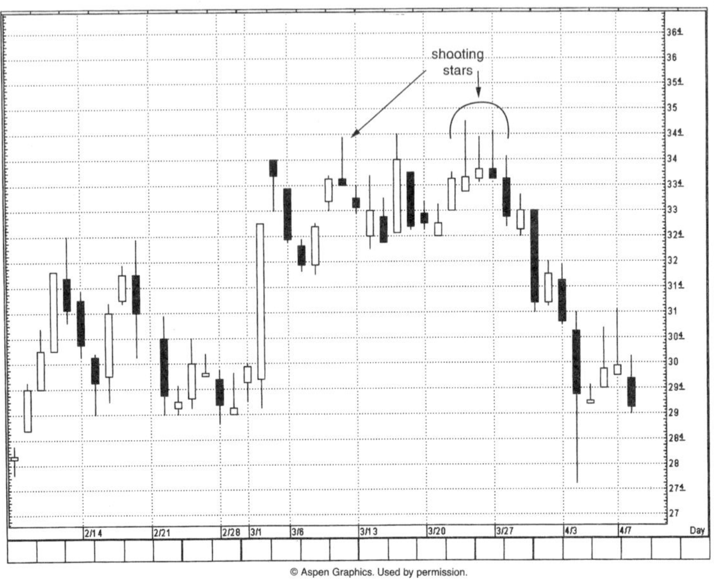

ચિત્ર 5.21 : યૂનિબેન્કો યૂનિયાઓ ડી બેન્કોઝ બ્રાસિલેરોઝ-ડેઇલી (શૂટિંગ સ્ટાર)

ચિત્ર 5.22 : કોર્નિંગ - 30 મિનિટ (શૂટિંગ સ્ટાર)

ચિત્ર 5.22માં 22 ઑગસ્ટની શરૂઆતમાં એક શૂટિંગ સ્ટારે 304 ડૉલરની નજીક મુશ્કેલી દર્શાવી, કારણ કે આ તે જ પ્રાઇસ લેવલ ઉપર થનારું સતત ત્રીજું સત્ર હતું. શૂટિંગ સ્ટારની પછીની 30 મિનિટની કેંડલે ટોપ બનવાનો વધુ પુરાવો રજૂ કર્યો, કારણ કે તેણે બેરીશ એનગલ્ફિંગ પેટર્ન બનાવી અને પછી કોર્નિંગનો શેર બૉક્સ રેન્જમાં અટકી ગયો, જે 294ની 23 ઑગસ્ટના સપોર્ટથી બની (જેને આગલા દિવસની સવારના એક વધુ હેમર દ્વારા જાળવી રાખવામાં આવી). 294 ઉપર બીજા હેમરથી શરૂ થયેલ રેલી 304ની નજીક શૂટિંગ સ્ટારના રેઝિસ્ટન્સના ટોપ સાથે ટકરાઈ ગઈ.

ઇનવર્ટેડ હેમર (ઊંધો હથોડો) :

જો કે આ સ્ટાર પેટર્ન નથી, તેમ છતાં હું આ ભાગમાં ઇનવર્ટેડ હેમર પેટર્ન બાબતે એટલે ચર્ચા કરવા માગું છું કે તે સ્ટાર પેટર્ન જેવો જ હોય છે. ચિત્ર 5.23 દર્શાવે છે કે ઇનવર્ટેડ હેમર પણ શૂટિંગ સ્ટાર જેવું જ દેખાય છે, કારણ કે તેની ઉપલી છાયા લાંબી હોય છે અને રેન્જના નીચેના છેડા ઉપર નાનું શરીર હોય છે. શૂટિંગ સ્ટાર અને ઇનવર્ટેડ હેમરમાં એકમાત્ર અંતર એ હોય છે કે શૂટિંગ સ્ટાર રેલી એટલે કે અપટ્રેન્ડ પછી આવે છે, જ્યારે ઇનવર્ટેડ હેમર પડતી અથવા તો ડાઉનટ્રેન્ડ પછી આવે છે. માટે, શૂટિંગ સ્ટાર ટોપ રિવર્સલ કેંડલ છે, જ્યારે ઇનવર્ટેડ હેમર બૉટમ રિવર્સલ કેંડલ છે. ઇનવર્ટેડ હેમરના શરીરનો રંગ અગત્યનો નથી. આ હેમર અને

ચિત્ર 5.23 : ઇનવર્ટેડ હેમર (ઊંધો હથોડો)

હેંગિંગ મૅન જેવો જ કેસ છે (જુઓ પ્રકરણ-4), જેમાં તે જ આકારની કેંડલ પાછલા ટ્રેન્ડના આધારે બુલિશ અથવા બેરીશ હોય છે.

જે રીતે હેંગિંગ મૅનને બેરીશ પુષ્ટિની જરૂર હોય છે, તે જ રીતે ઇનવર્ટેડ હેમરને પણ બુલિશ પુષ્ટિની જરૂર હોય છે. આની પુષ્ટિ ત્યારે થાય છે, જ્યારે આગલા દિવસનો ઓપન ભાવ ઇનવર્ટેડ હેમરના શરીર કરતાં વધુ હોય અથવા ખાસ કરીને જ્યારે આગલા દિવસનો ક્લોઝ ઇનવર્ટેડ હેમરના શરીરની ઉપરનો હોય.

ઇનવર્ટેડ હેમરમાં બુલિશ પુષ્ટિની જરૂર એટલા માટે પડે છે, કારણ કે આની લાંબી ઉપલી છાયા ઇનવર્ટેડ હેમરને થોડો બેરીશ બનાવે છે. એટલે કે ઇનવર્ટેડ હેમરવાળા સત્રમાં બજાર પોતાના લો અથવા તેની નજીકના ભાવ ઉપર ખૂલે છે અને પછી રેલી શરૂ થાય છે. બુલ્સ રેલી જાળવી શકતા નથી, માટે ભાવ સત્રના લો ઉપર અથવા તેની નજીક ક્લોઝ થાય છે. આ પ્રકારની નકારાત્મક પ્રક્રિયાને બુલિશ રિવર્સલ સંકેત કઈ રીતે માની શકાય? આનો જવાબ આગલા દિવસની ગતિવિધિ એટલે કે પ્રાઇસ એક્શન ઉપર આધાર રાખે છે. જો આગલા દિવસે બજાર ઇનવર્ટેડ હેમરના શરીરની ઉપર ઓપન થાય અને ખાસ કરીને તેની ઉપર ક્લોઝ થાય તો, તેનો અર્થ છે કે જે ટ્રેડર્સે ઇનવર્ટેડ હેમરના ઓપન અથવા ક્લોઝ ઉપર શોર્ટ સેલ કર્યું હોય તેમને નુકસાન થઈ રહ્યું છે. બજાર ઇનવર્ટેડ હેમરના શરીરની ઉપર જેટલા વધુ સમય સુધી રહે, તેમના શોર્ટ કવરિંગની સંભાવના તેટલી જ વધુ હોય છે. આના કારણે શોર્ટ કવરિંગની રેલી શરૂ થઈ શકે છે, જેના કારણે બૉટમ પિકર્સ એટલે કે બૉટમની રાહ જોનારાઓ ખરીદવાની શરૂઆત કરી શકે છે. આ બેવડી પ્રક્રિયાના કારણે ભાવ ઝડપથી વધી શકે છે અને રેલી શરૂ થઈ શકે છે.

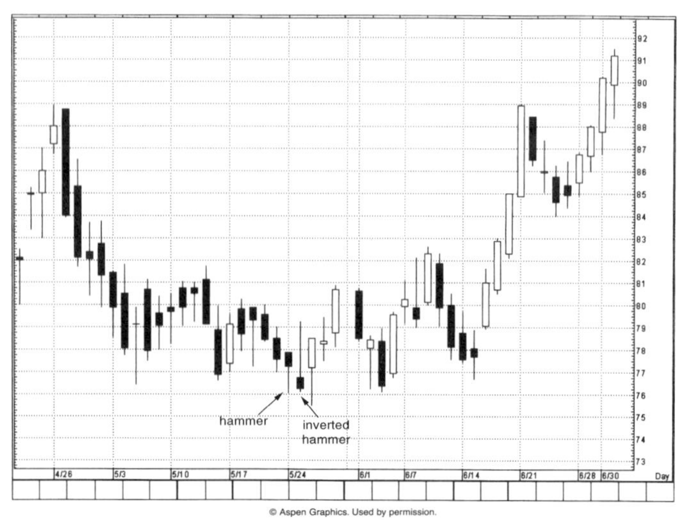

ચિત્ર 5.24 : માઇક્રોસોફ્ટ - ડેઇલી (ઇનવર્ટેડ હેમર)

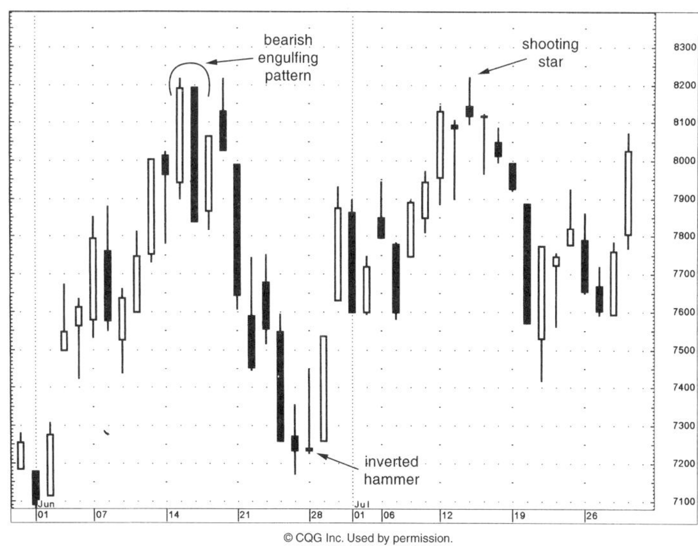

© CQG Inc. Used by permission.

ચિત્ર 5.25 : ઓઇલ સર્વિસ ઇન્ડેક્સ - ડેઇલી (ઇનવર્ટેડ હેમર)

ચિત્ર 5.24માં 24 મે એ એક હેમરે 76 ડૉલર ઉપર સપોર્ટ બનાવ્યો. આગલા દિવસે એક ઇનવર્ટેડ હેમર દેખાઈ. આ મૂવનો નવો ક્લોઝ હતો અને શોર્ટ ટર્મ ટ્રેન્ડ બેરીશ જ બની રહ્યો. પરંતુ, હેમરનો લો વાળો સપોર્ટ હજી જળવાયેલો હતો. 26 મે ના ક્લોઝમાં બે સકારાત્મક બાબતો હતી: આણે હેમરના સપોર્ટની પુષ્ટિ કરી અને ઇનવર્ટેડ હેમરની બુલિશ પુષ્ટિ કરી, કારણ કે ક્લોઝ ઇનવર્ટેડ હેમરના શરીરની ઉપર થયો હતો. જો 76 ડૉલરના સપોર્ટને મજબૂત સપોર્ટ સમજવા માટે વધુ બુલિશ પુષ્ટિની જરૂર હતી, તો તે 2 જૂન વાળી હેમરે પૂર્ણ કરી.

ચિત્ર 5.25માં જૂનના મધ્યમાં એક બેરીશ એનગલ્ફિંગ પેટર્ન કેટલાક દિવસો પછી રેઝિસ્ટન્સ બની ગયો. જ્યારે બુલ્સ 82 ડૉલરના આ રેઝિસ્ટન્સને પાર કરવામાં અસફળ રહ્યા, ત્યારે ભાવ ઘટવાના શરૂ થયા, જે એક ઇનવર્ટેડ હેમર સાથે પૂર્ણ થઈ. આ ઇનવર્ટેડ હેમરની પુષ્ટિ આગલા દિવસે જ થઈ ગઈ, કારણ કે ઓપન વધુ ઊંચા સ્તરે થયું હતું અને ખાસ કરીને ક્લોઝ પણ ઊંચા સ્તરે જ થયું હતું. આ ઇનવર્ટેડ હેમરથી શરૂ થયેલી રેલી 12 જુલાઈવાળા સપ્તાહ સુધી ચાલુ રહી, જ્યાં સુધી શૂટિંગ સ્ટારે એ સંકેત ન આપ્યો કે બેરીશ એનગલ્ફિંગ પેટર્નનો જૂનો રેઝિસ્ટન્સ હજી પણ મજબૂત છે.

પ્રકરણ 6

અન્ય રિવર્સલ પેટર્ન

臭い物に蓋

જે વસ્તુમાંથી દુર્ગંધ આવી રહી હોય, તેની ઉપર ઢાંકણ ઢાંકી દો.

પ્રકરણ-4 અને 5માં દર્શાવવામાં આવેલ મોટાભાગના રિવર્સલ પેટર્ન તુલનાત્મક રીતે શક્તિશાળી રિવર્સલ સિગ્નલ હોય છે. તે સ્પષ્ટરૂપે દર્શાવે છે કે બુલ્સે બજારનું નિયંત્રણ બેર્સ પાસેથી છીનવીને પોતાના હાથમાં લઈ લીધું છે (જેમ કે બુલિશ એનગલ્ફિંગ પેટર્ન, મૉર્નિંગ સ્ટાર અથવા પિયર્સિંગ પેટર્નમાં) અથવા બેર્સે બજારનું નિયંત્રણ બુલ્સ પાસેથી છીનવીને પોતાના હાથમાં લઈ લીધું છે (જેમ કે, બેરીશ એનગલ્ફિંગ પેટર્ન, ઈવનિંગ સ્ટાર અથવા ડાર્ક ક્લાઉડ કવરમાં). આ પ્રકરણ કેટલાક વધુ રિવર્સલ ઇન્ડિકેટર્સ દર્શાવે છે, જે સામાન્ય રીતે (જો કે હંમેશાં નહીં) ઓછા શક્તિશાળી સિગ્નલ હોય છે. આમાં હરામી પેટર્ન, ટ્વિઝર્સ ટોપ્સ અને બૉટમ્સ, બેલ્ટ-હોલ્ડ લાઇન્સ, અપસાઇડ ગેપ ટુ ક્રોઝ અને કાઉન્ટર એટેક લાઇન્સ સામેલ છે. તે પછી આ પ્રકરણ કેટલાક વધુ શક્તિશાળી રિવર્સલ સિગ્નલ વિશે તપાસ કરે છે, જેમાં થ્રી બ્લેક ક્રોઝ, થ્રી માઉન્ટેન્સ, થ્રી રિવર્સ, ડમ્પલિંગ ટોપ્સ, ફ્રાઈ પેન બૉટમ્સ અને ટાવર ટોપ્સ અને બૉટમ્સ સામેલ છે.

હરામી પેટર્ન (ગર્ભવતી પેટર્ન)

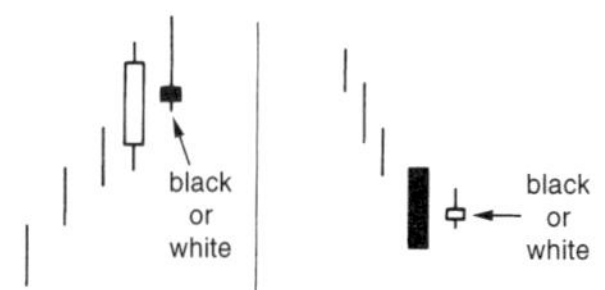

ચિત્ર 6.1 : હરામી પેટર્ન (ગર્ભવતી પેટર્ન)

સ્પીનિંગ ટોપ (નાનું શરીર) ઘણા પેટર્ન્સનો ભાગ હોય છે. હરામી એક આવી જ પેટર્ન છે (સ્ટાર પણ આવી જ એક પેટર્ન છે, જેની તપાસ આપણે પ્રકરણ-5માં કરી છે). હરામી પેટર્ન (જુઓ ચિત્ર 6.1)માં એક નાનું શરીર

હોય છે, જે 'અસામાન્યરૂપે લાંબા કાળા અથવા સફેદ શરીર'માં સમાઈ જાય છે. જાપાની ભાષામાં હરામીનો અર્થ ગર્ભવતી થાય છે. જાપાનીઓ લાંબી કેંડલને માતા અને નાની કેંડલને બાળક અથવા ભ્રૂણ કહે છે. હરામી પેટર્નની બીજી કેંડલ સફેદ અથવા કાળી હોઈ શકે છે. ઉદાહરણ તરીકે, હરામી પેટર્નની પહેલી અને બીજી બંને કેંડલ સફેદ હોય તો, તેને મોટેભાગે 'સફેદ સફેદ હરામી' કહેવામાં આવે છે.

જાપાનીઓ અનુસાર હરામી પેટર્ન દેખાવાનો અર્થ છે, બજાર હાંફી રહ્યું છે. બેરીશ હરામી બજારના ખરાબ સ્વાસ્થ્યનો સંકેત દર્શાવે છે. ખાસ કરીને, જ્યારે બુલ રેલી પછી જ્યારે લાંબું સફેદ શરીર દેખાય છે, ત્યારે બજારનું સ્વાસ્થ્ય બરાબર લાગે છે, પરંતુ જ્યારે આ શક્તિશાળી શરીર પછી નાનું શરીર દેખાય છે, ત્યારે બજારની હાલત ખરાબ દેખાવા માંડે છે, એટલે કે બજાર અનિશ્ચિત દેખાય છે. તે સિવાય, નાના શરીરનું ઓપન અને ક્લોઝ પાછલી ઓપન અને ક્લોઝ રેન્જની અંદર હોય છે, જે એક વધુ સંકેત છે કે બુલ રેલી નબળી પડી ગઈ છે અને તે ટ્રેન્ડ બદલી શકે છે. બેરીશ મૂવ દરમિયાન લાંબું કાળું શરીર દર્શાવે છે કે બેર્સ ખૂબ શક્તિશાળી છે, પરંતુ આગલા દિવસે જ નાનું શરીર અનિશ્ચિતતા અને અનિર્ણાયકતાનો સંકેત આપે છે. આ ટ્રેન્ડ રિવર્સલનો સંકેત હોઈ શકે છે, કારણ કે બીજા દિવસનું નાનું શરીર એ વાતની ચેતવણી છે કે બેર્સની શક્તિ ઘટી ગઈ છે.

હરામી પેટર્નમાં બે કેંડલ હોય છે. પહેલી કેંડલમાં શરીર ઊંચું હોય છે, જ્યારે બીજી કેંડલમાં શરીર નાનું હોય છે. બે કેંડલ લાઇન્સનું આ સંમિશ્રણ એનગલ્ફિંગ પેટર્ન (આલિંગન પેટર્ન)ની વિરુદ્ધનું હોય છે. એનગલ્ફિંગ પેટર્નમાં એક લાંબું શરીર પહેલાંના નાના શરીરને સંપૂર્ણ રીતે ઢાંકી દે છે.

હરામી પેટર્ન અને એનગલ્ફિંગ પેટર્નમાં એક વધુ અંતર એ હોય છે કે એનગલ્ફિંગ પેટર્નની બંને કેંડલમાં શરીરના રંગ અલગ હોવા જોઈએ. હરામી પેટર્નમાં આ જરૂરી નથી. જો કે મોટાભાગે એમ જોવામાં આવે છે કે હરામી પેટર્નની બંને કેંડલના રંગ અલગ હોય છે.

હરામી પેટર્ન પશ્ચિમના ઈનસાઇડ ડે જેવી હોય છે. પશ્ચિમી ઈનસાઇડ ડેમાં (જુઓ ચિત્ર 6.2) બીજા સત્રની પૂરી રેન્જ પહેલા સત્રની પૂરી રેન્જની અંદર હોવી જોઈએ. હરામી પેટર્નમાં આ જરૂરી નથી. હરામી પેટર્ન માટે એટલું જરૂરી છે કે બીજું શરીર પહેલા શરીરની અંદર રહે, ભલે બીજા દિવસની છાયા પાછલા દિવસના હાઈ અને લો ની ઉપર નીચે રહે. ચિત્ર 6.1 ની ડાબી બાજુના બેરીશ હરામી પેટર્નને ધ્યાનથી જુઓ. બીજા સત્રની ઉપલી છાયા પાછલા સફેદ શરીરની ઉપર હતી. તેમ છતાં, આ હરામી પેટર્ન છે, કારણ કે બીજા સત્રનું શરીર પહેલા શરીરની અંદર સમાયેલું છે.

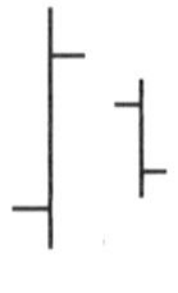

ચિત્ર 6.2 : ઇનસાઇડ ડે

હરામી ક્રૉસ :

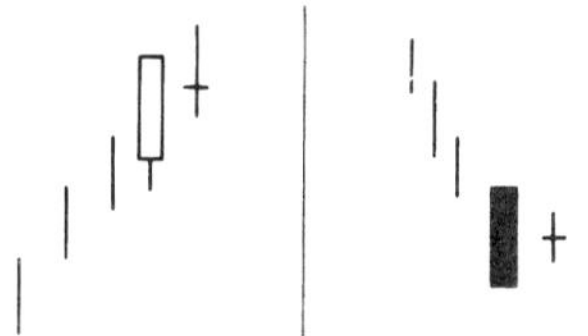

ચિત્ર 6.3 : હરામી ક્રૉસ

સામાન્ય હરામી પેટર્નમાં એક ઊંચા શરીર પછી એક નીચું શરીર આવે છે, પરંતુ કોઈ નિયમ એ દર્શાવતો નથી કે નાનું શરીર કેટલું નાનું હોય છે. ઘણી અન્ય ચાર્ટિંગ ટેક્નિક્સની જેમ આ વિશે ટ્રેડરે પોતે જ નિર્ણય લેવાનો રહે છે. સામાન્ય સિદ્ધાંત એ છે કે બીજું શરીર જેટલું નાનું હોય, પેટર્ન તેટલી જ વધુ શક્તિશાળી હોય છે. આ સામાન્ય રીતે સાચું પણ છે, કારણ કે શરીર જેટલું નાનું હોય છે, અનિશ્ચિતતા અથવા તો અન્ય પ્રવૃત્તિઓ તેટલી જ વધુ હોય છે અને ટ્રેન્ડ બદલાવાની સંભાવનાઓ પણ વધુ હોય છે. જ્યારે બીજી કેંડલનું શરીર ખૂબ નાનું હોય છે, એટલે કે જ્યારે તેના ઓપન અને ક્લોઝ વચ્ચેનું અંતર ખૂબ ઓછું અથવા શૂન્ય હોય છે, ત્યારે ડોજી બને છે. ભાવો ઘટવા દરમિયાન, કોઈ લાંબા કાળા શરીર પછી (અથવા રેલી દરમિયાન કોઈ ઊંચા સફેદ શરીર પછી) આવનારી ડોજી એક ખાસ પ્રકારની હરામી પેટર્ન છે, જેને હરામી ક્રૉસ કહેવામાં આવે છે (ચિત્ર 6.3).

હરામી ક્રૉસને જાપાનમાં હરામી પેટર્ન કરતાં વધુ શક્તિશાળી રિવર્સલ સિગ્નલ માનવામાં આવે છે, કારણ કે આમાં ડોજી હોય છે. હરામી ક્રૉસને ઘણીવાર પેટ્રિફાઇંગ પેટર્ન (ભયાનક પેટર્ન) પણ કહેવામાં આવે છે. આ ઉપનામ બાબતે મારું અનુમાન છે કે પાછલો ટ્રેન્ડ રિવર્સ મૂવની તૈયારી જોઈને ડરી ગયો છે અથવા તો સહમી ગયો છે. કોઈ બહુ લાંબી સફેદ કેંડલ પછી આવનાર હરામી ક્રૉસ એક એવી પેટર્ન છે, જેને અવગણવાનાં બહુ ગંભીર પરિણામો આવી શકે છે. હરામી ક્રૉસ ઘટાડા પછી બૉટમનો સંકેત પણ આપી શકે છે, પરંતુ આ બુલ રેલી પછી ટોપ ઉપર વધુ પ્રભાવશાળી હોય છે.

ચિત્ર 6.4 એક સારી રેલી દર્શાવે છે, જે 26 ઑક્ટોબરે શરૂ થઈ. 31 ઑક્ટોબરે આ રેલીની ત્રીજી સફેદ કેંડલ ઇન્ડેક્સને 23-24 ઑક્ટોબરના બેરીશ એનગલ્ફિંગ પેટર્નના રેઝિસ્ટન્સ (એરિયા B)ની ઉપર લઈ ગઈ, પરંતુ 31 તારીખે બુલ્સનો આશાવાદ વધુ સમય સુધી જળવાયો નહીં, કારણ કે 1 નવેમ્બરની કેંડલે હરામી પેટર્ન બનાવી દીધો. આ કેંડલનું શરીર એટલું નાનું હતું કે તેને હરામી ક્રૉસ માની શકાય તેમ હતું. હરામી પછી સ્પીનિંગ ટોપની શ્રેણીએ એ સંભાવનાની પુષ્ટિ કરી કે ટ્રેન્ડ હવે અપટ્રેન્ડના બદલે ન્યૂટ્રલ બની ગયો છે. 8 નવેમ્બરની કાળી કેંડલે ટાવર ટોપને પૂર્ણ કર્યું (જે આપણે આ પ્રકરણમાં આગળ જોઈશું).

ચિત્ર 6.5માં હેંગિંગ મૅન સાથે ઘટાડો શરૂ થયો, જે 4-5 નવેમ્બરના હરામી ઉપર આવીને થોભી. આ હરામીનું બીજું શરીર એટલું તો નાનું હતું કે મેં આને ડોજી માન્યું, માટે મારા મુજબ આ હરામી ક્રૉસ હતો.

ચિત્ર 6.4 : એસએન્ડપી - ડેઇલી (હરામી)

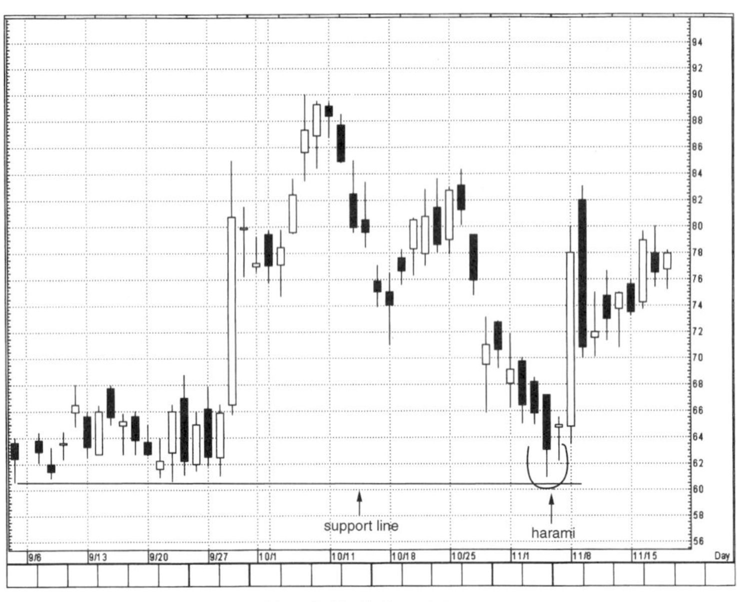

ચિત્ર 6.5 : એમેઝોન - ડેઇલી (હરામી ક્રૉસ)

આ પેટર્ન વિશે ખાસ બાબત એ હતી કે આના દ્વારા 61 ડૉલરના જૂના સપોર્ટની પુષ્ટિ કરવામાં આવી હતી (જેને આડી સપોર્ટ લાઇન દ્વારા

દર્શાવવામાં આવી છે). જો આ બાર ચાર્ટ હોત, તો ત્યારે પણ આપણને સપ્ટેમ્બરવાળો સપોર્ટ દેખાઈ જાત, જો કે આપણે કેંડલ ચાર્ટનો ઉપયોગ કરીએ છીએ, પરંતુ આપણે પારંપરિક બાર ચાર્ટના સપોર્ટ અથવા તો રેઝિસ્ટન્સ એરિયાનો ઉપયોગ કરી શકીએ છીએ અને આપણે તે કરવું પણ જોઈએ. આમ, એક જાપાની સંકેત (હરામી)એ એક પશ્ચિમી સંકેત (સપોર્ટ લાઇન)ની પુષ્ટિ કરી.

29-30 સપ્ટેમ્બરે પણ હરામી ક્રૉસ પેટર્ન દેખાય છે. આ હરામી ક્રૉસ પેટર્ન પછી શોર્ટ ટર્મ ટ્રેન્ડ બુલિશથી સાઇડવેઝમાં બદલાઈ ગઈ. આ પેટર્ન એક મહત્ત્વપૂર્ણ બિંદુને રેખાંકિત કરે છે - જેને પ્રકરણ-4ની પ્રસ્તાવનામાં જણાવવામાં આવ્યું હતું : જ્યારે કોઈ ટ્રેન્ડ બદલાય છે, ત્યારે હંમેશાં તેનો અર્થ એમ નથી હોતો કે ટ્રેન્ડ તરત જ ઉપરથી નીચે તરફ કે નીચેથી ઉપર તરફ બદલાઈ જશે; તે સાઇડવેઝ (એટલે કે તીરછી) પણ થઈ શકે છે. આ ચિત્રમાં બંને હરામી પેટર્ન આવ્યા બાદ જૂનો ટ્રેન્ડ બદલાઈ ગયો. નવેમ્બરના હરામી પેટર્ન પછી ડાઉનટ્રેન્ડ અપટ્રેન્ડમાં બદલાઈ ગયો, જ્યારે સપ્ટેમ્બરના હરામી પેટર્ન પછી અપટ્રેન્સ સાઇડવેઝ (તીરછી) ટ્રેન્ડમાં બદલાઈ ગયો. આમ, બંને હરામી પેટર્ને ટ્રેન્ડ બદલાવાની સફળ ભવિષ્યવાણી કરી.

આપણે સહુ બજારમાં જાસૂસની જેમ કામ કરીએ છીએ, કારણ કે આપણે હંમેશાં બજાર દ્વારા આપવામાં આવતા નાના નાના સંકેતોને પકડવાની કોશિશ કરતા હોઈએ છીએ. આ સંકેતોને સમજ્યા પછી આપણે આપણા બજાર સંબંધિત દૃષ્ટિકોણને બદલવાની જરૂર પડી શકે છે. ચિત્ર 6.6 આનું ઉદાહરણ છે. 19 એપ્રિલે આ શેરે એક લાંબી સફેદ કેંડલ સાથે રેઝિસ્ટન્સ ઉપર ધક્કો માર્યો. આ બુલિશ બ્રેકઆઉટ પછી સંકેતો બુલિશ બની રહ્યા, પરંતુ આગલા દિવસે હરામી બનતાની સાથે જ બજારની માનસિકતા બદલાઈ ગઈ, જો કે આ હરામીએ શોર્ટ-ટર્મ ટ્રેન્ડને બુલિશમાંથી બેરીશમાં બદલ્યો નહીં. આ ચેતવણીનો સ્પષ્ટ સંકેત હતો, એટલે કે આ પછી આપણે શેર ઓછી સંખ્યામાં ખરીદી શકીએ. આપણા સુરક્ષાત્મક સ્ટોપ લોસને થોડો ઉપર મૂકી શકીએ અથવા તો ટ્રેલિંગ સ્ટોપ લોસનો ઉપયોગ કરી શકીએ. હરામી પછી ડોજી (24 એપ્રિલ)એ આવીને એ વાતની પુષ્ટિ કરી કે ટ્રેન્ડ બુલિશમાંથી સાઇડવેઝ અથવા ન્યૂટ્રલ થઈ ગયો છે, કારણ કે ડોજી એવો સમય દર્શાવે છે, જ્યાં બુલ્સ અને બેર્સ બંને સંતુલિત હોય છે. આ હરામી પેટર્ન પછી જે ઘટાડો શરૂ થયો, તે બુલિશ એનગલ્ફિંગ પેટર્ન (આ પેટર્નની પહેલી કેંડલ હેમર હતી) સુધી ચાલુ રહ્યો. બુલિશ એનગલ્ફિંગ પેટર્ન ઉપરથી શરૂ થયેલી રેલી 9 મે ની ડોજી ઉપર રોકાઈ. 1 અને 2 તરીકે અંકિત કરવામાં આવેલ કેંડલ પણ હરામી પેટર્ન છે, જેમાં કેંડલ 2 ડોજી હોવાના કારણે હરામી ક્રૉસ બને છે.

ચિત્ર 6.6 : ફાર્મેસિયા - ડેઇલી (હરામી)

ચિત્ર 6.7 : ક્રિસ ક્રાફ્ટ ઇન્ડસ્ટ્રીઝ-ડેઇલી (હરામી)

ચિત્ર 6.7 દર્શાવે છે કે આપણે કેટલી સહેલાઈથી કેંડલ ચાર્ટિંગને પશ્ચિમી ચાર્ટિંગ ટૂલ્સ સાથે મેળવી શકીએ છીએ. રાઇઝિંગ રેઝિસ્ટન્સ લાઇન (ઉપર

જતી પ્રતિરોધ રેખા) 15 માર્ચ અને 12 એપ્રિલના હાઈને જોડે છે. જેમ આ પુસ્તકનાં ભાગ-2માં વિગતવાર જણાવવામાં આવશે (જ્યાં આપણે પશ્ચિમી ચાર્ટિંગ ટૂલ્સ ઉપર ધ્યાન કેન્દ્રિત કરીશું) તેમ, રાઇઝિંગ રેઝિસ્ટન્સ લાઇન ઉપર શેરનો સપ્લાય વધી શકે છે, માટે બુલ્સે ખાસ પ્રયાસો કરવા પડશે. જ્યારે 13 મે એ ભાવ આ રેઝિસ્ટન્સ ઉપર આવ્યા, ત્યારે એ વાતની ચિત્રાત્મક પુષ્ટિ થઈ કે સપ્લાય માગ ઉપર ભારે પડી રહ્યો છે. આ પુષ્ટિ બે પ્રકારે થઈ : તે કેંડલની ઉપલી બેરીશ છાયાથી અને હરામી પેટર્ન બનવાથી. એ પણ જુઓ કે 12-13 એપ્રિલનો પાછલું ટોપ પણ હરામી પેટર્ન જ હતું. બિંદુ 1 અને 2 ઉપર હેમરે સ્થિર થવાનો સંકેત આપ્યો.

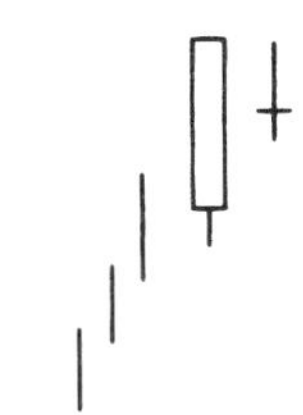

ચિત્ર 6.8 : ટ્વિઝર્સ ટોપ (ચીપિયાના બે ફાડ દ્વારા બનતું શિખર)

ટ્વિઝર્સ ટોપ્સ અને બૉટમ્સ (ચીપિયાના બે ફાડ દ્વારા બનતું શિખર અને ખાઈ)

ટ્વિઝર્સ બે અથવા વધુ કેંડલ લાઇન્સ છે જેના હાઈ અને લો એકસમાન હોય છે. તેને ટ્વિઝર્સ ટોપ (ચીપિયાના બે ફાડ દ્વારા બનતું શિખર) અને ટ્વિઝર્સ બૉટમ (ચીપિયાના બે ફાડ દ્વારા બનતું તળિયું) એટલા માટે કહેવામાં આવે છે કે તેની તુલના ચીપિયાના બે કાંટા સાથે કરી શકાય છે. ઉપર વધતા બજારમાં જ્યારે બે અથવા વધુ સતત એક સમાન હાઈ બને છે, ત્યારે ટ્વિઝર્સ ટોપ્સ બને છે. ઘટતા જતાં બજારમાં જ્યારે બે અથવા વધુ લો સતત એકસમાન હોય ત્યારે, ટ્વિઝર્સ બૉટમ બને છે. ટ્વિઝર્સ શરીર છાયા અને/અથવા ડોજી દ્વારા બની શકે છે. આદર્શ સ્થિતિ મુજબ ટ્વિઝર્સની પહેલી કેંડલ લાંબી હોવી જોઈએ અને આગલી કેંડલનું શરીર નાનું હોવું જોઈએ. આનાથી જણાઈ આવે છે કે પહેલા દિવસે જે શક્તિ હતી (લાંબી સફેદ કેંડલના કિસ્સામાં બુલિશ શક્તિ અને કાળી લાંબી કેંડલના કિસ્સામાં બેરીશ શક્તિ), તે તે જ હાઈ (ટ્વિઝર્સ ટોપ માટે) અથવા તો તે જ લો (ટ્વિઝર્સ બૉટમ માટે)વાળા આગામી નાના શરીરના કારણે ખતમ થઈ ગઈ છે. જો ટ્વિઝર્સ ટોપની સાથે જ કોઈ બીજી બેરીશ (ટોપ રિવર્સલ માટે) અથવા બુલિશ (બૉટમ રિવર્સલ માટે) કેંડલ સંકેત પણ છે, તો આના કારણે પેટર્નનું મહત્ત્વ વધી જાય છે.

ચિત્ર 6.9 : ટ્વિઝર્સ ટોપ અને હેંગિંગ મેન (લટકતો માણસ

ચિત્ર 6.10 : ટ્વિઝર્સ ટોપ અને શૂટિંગ સ્ટાર

ચાલો, ચિત્ર 6.8થી 6.13ને વિગતવાર સમજીએ :

- ચિત્ર 6.8 દર્શાવે છે કે રેલીમાં એક સફેદ લાંબી કેંડલ પછી ડોજી આવે છે. આ બે કેંડલવાળી પેટર્ન છે, જેમાં હરામી ક્રૉસનો હાઈ પણ એ જ છે અને આ મહત્ત્વપૂર્ણ ચેતવણી આપે છે.
- ચિત્ર 6.9 એક લાંબી સફેદ કેંડલ અને હેંગિંગ મૅનથી બનેલા ટ્વિઝર્સ ટોપને દર્શાવે છે. જો બજાર હેંગિંગ મૅનના શરીરની નીચે ઓપન (ખાસ તો ક્લોઝ) થાય, તો એ વાતની સંભાવનાઓ પ્રબળ

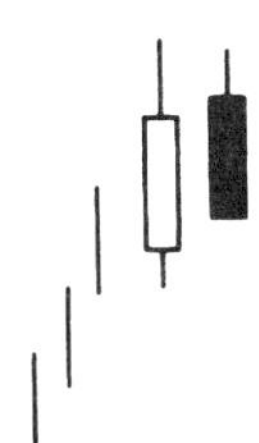

ચિત્ર 6.11 : ટ્વિઝર્સ ટોપ અને ડાર્ક ક્લાઉડ કવર (કાળા વાદળ છવાઈ જવા)

બની રહે છે કે ટોપ બની ગયું છે. આ બે લાઇનના મિશ્રણને હરામી પણ માની શકાય છે. આમ, આ અપટ્રેન્ડ દરમિયાન ટોપ રિવર્સલ પેટર્ન હશે.

- ચિત્ર 6.10 ટ્વિઝર્સ ટોપને બીજી કેંડલના બેરીશ શૂટિંગ સ્ટાર લાઇન સાથે ચિત્રિત કરે છે.
- જેમ પહેલાં જણાવવામાં આવ્યું છે તેમ, આદર્શ ટ્વિઝર્સની બીજી કેંડલનો હાઈ સમાન હશે એટલું જ નહીં, પરંતુ તેનું શરીર પણ નાનું હશે. ચિત્ર 6.11માં બીજી કેંડલનું શરીર નાનું નથી, પરંતુ આ બીજી કેંડલ એક પ્રકારનું ડાર્ક ક્લાઉડ કવર બનાવે છે (બીજા દિવસે પાછલા દિવસના હાઈની ઉપર ખૂલવાના બદલે તેના ક્લોઝ ઉપર ખૂલે છે). કાળી કેંડલવાળા દિવસનો હાઈ પણ પાછલા દિવસના હાઈને સ્પર્શ કરીને નીચો આવી જાય છે. આ અંતિમ તથ્ય - એટલે કે બંને સત્રોના હાઈ સમાન છે - તેના કારણે ટ્વિઝર્સ ડાર્ક ક્લાઉડ કવરના આ રૂપાંતરણને વધુ નકારાત્મક બનાવી દે છે.

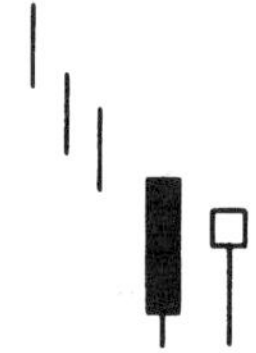

ચિત્ર 6.12 : ટ્વિઝર્સ બૉટમ અને હેમર

- ચિત્ર 6.12માં એક હેમર દેખાય છે, જે પાછલી લાંબી કાળી કેંડલના લો નું સફળ પરીક્ષણ કરે છે. હેમર અને સપોર્ટનું સફળ પરીક્ષણ સાબિત કરે છે કે બજારમાં બેર્સનું નિયંત્રણ ઓછું થઈ રહ્યું છે. આ બે કેંડલવાળી પેટર્ન પણ હરામી છે. આ કારણે પણ આપણે આને સપોર્ટ તરીકે જોઈ શકીએ છીએ.

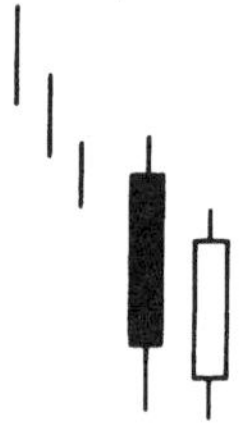

ચિત્ર 6.13 : ટ્વિઝર્સ બૉટમ અને પિયર્સિંગ પેટર્ન

- ચિત્ર 6.13માં બીજી કેંડલનું શરીર નાનું નથી, પરંતુ આને બુલિશ પિયર્સિંગ પેટર્નનું એક સ્વરૂપ માની શકાય છે. (આદર્શ પિયર્સિંગ પેટર્નની કેંડલ પાછલા દિવસના લો ની નીચે ખૂલે છે, જ્યારે અહીં તે પાછલા દિવસના ક્લોઝની નીચે ખૂલ્યું હતું). આ કારણે હું તેને ટ્વિઝર્સ બૉટમ તરીકે પણ જોઉં છું.

ટ્વિઝર્સના આ ઉદાહરણો વિસ્તૃત નથી. આ તો ફક્ત એટલું દર્શાવે છે કે ટોપ અને બૉટમ ટ્વિઝર્સની પુષ્ટિ બીજા કેંડલસ્ટિક સંકેતો દ્વારા કરવી જોઈએ, જેથી બજારનું પૂર્વાનુમાન કરવામાં તે મહત્ત્વની ભૂમિકા ભજવી શકે.

ટ્વિઝર્સને ડેઇલી, ઇન્ટ્રાડે અને વીકલી અથવા લાંબા ચાર્ટમાં અલગ અલગ રીતે જોવું જોઈએ. આમ એટલા માટે, કારણ કે બે ડેઇલી અથવા ઇન્ટ્રાડે કેંડલ્સમાં હાઈ અને લો મોટેભાગે એકસમાન હોય છે અને માટે આમાં ટ્વિઝર્સ પેટર્નને વધુ મહત્ત્વ આપવું યોગ્ય જણાતું નથી. જ્યારે આ બંને કેંડલ્સ આદર્શ ટ્વિઝર્સની ખાસ શરતોને પૂર્ણ કરતા હોય (સમાન હાઈ અથવા સમાન લો વાળી કેંડલ પેટર્ન, જેમાં પહેલી કેંડલ લાંબી હોય અને બીજી નાની હોય), ત્યારે જ આની ઉપર ધ્યાન આપવું જોઈએ. માટે, ડેઇલી અથવા ઇન્ટ્રાડે ચાર્ટમાં ટ્વિઝર્સ બાબતે ધ્યાન રાખવા જેવી મુખ્ય

બાબત એ છે કે ટ્વિઝર્સના આધારે ટ્રેડિંગ કરવા માટે કેંડલ લાઇન્સના વિશેષ સંયોજનની જરૂર રહે છે.

જે લોકો લાંબા સમયગાળા માટેના ખેલાડીઓ છે, તેમના માટે વીકલી અને મંથલી કેંડલસ્ટિક ચાર્ટ ઉપર બે સતત કેંડલથી બનેલ ટ્વિઝર્સ ટોપ અથવા બૉટમ મહત્ત્વપૂર્ણ રિવર્સલ પેટર્ન બની શકે છે. આને માટે અન્ય કેંડલ સંરચનાની પુષ્ટિ જરૂરી નથી, કારણ કે ઉદાહરણ માટે, વીકલી ચાર્ટમાં આ સપ્તાહનો લો પાછલા સપ્તાહના લો ઉપર ખૂલીને તેને જાળવી રાખે છે અને માટે તે રેલી માટેનો આધાર બની શકે છે. આ જ બાબત ડેઇલી અથવા ઇન્ટ્રાડે માટે કહી શકાય તેમ નથી.

ચિત્ર 6.14 ટ્વિઝર્સ બૉટમ દર્શાવે છે. ધ્યાન આપો કે આ ટ્વિઝર્સનું બીજું શરીર પહેલા શરીરની અંદર નથી, માટે આને હરામી પેટર્ન ન કહી શકાય. મે ના અંતમાં ટ્વિઝર્સ બૉટમ બન્યું. તે પછી 1 જૂને એક લાંબી સફેદ કેંડલ દેખાઈ, જેના આગલા જ દિવસે એક નાનું શરીર દેખાયું; આ બંને કેંડલ્સના હાઈ (59.50 ડૉલર) એક સમાન છે. આમ, 1-2 જૂનના આ પેટર્નને ટ્વિઝર્સ ટોપ માની શકાય છે, પરંતુ તકનીકી રીતે જોઈએ તો બજાર ઓવરબોટ ન હતું અથવા આ પહેલા કોઈ લાંબી રેલી ન આવી હતી, માટે આમાં કરેક્શન અથવા ઘટાડાની એટલી સંભાવનાઓ ન હતી, જેટલી ત્યારે હોત, જો આપણને આ જ ટ્વિઝર્સ ટોપ ઓવરબોટ બજારમાં અથવા લાંબી રેલી પછી દેખાઈ હોત. 1-2 જૂનના ટ્વિઝર્સ ટોપનો પ્રભાવ નકારાત્મક અથવા બેરીશ થવાનો હતો (આ હરામી પેટર્ન પણ હતી), પરંતુ 3 જૂને બજાર આ બંને દિવસોના હાઈની ઉપર ક્લોઝ થયું, જેના કારણે ટ્વિઝર્સ ટોપના સંભવિત બેરીશ પ્રભાવ રદ થઈ ગયા.

ચિત્ર 6.14 : કેટરપિલર - ડેઇલી (ટ્વિઝર્સ બૉટમ)

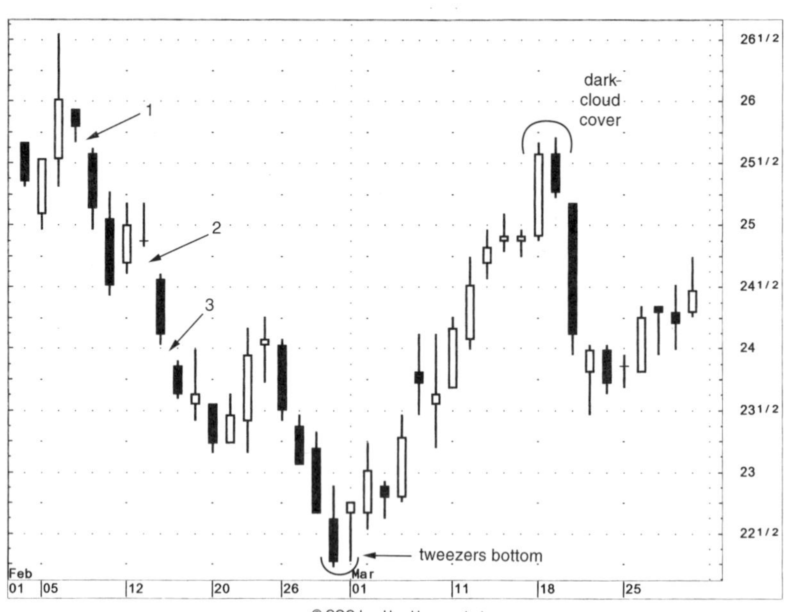

© CQG Inc. Used by permission.

ચિત્ર 6.15 : જોર્જિયા પેસિફિક - ડેઇલી (ટ્વિઝર્સ બૉટમ)

© Aspen Graphics. Used by permission.

ચિત્ર 6.16 : ડેલ - ડેઇલી (ટ્વિઝર્સ ટોપ)

ચિત્ર 6.15માં 1, 2 અને 3 ઉપર ડાઉન ગેપ્સની એક શ્રેણી દેખાય છે (ગેપને કેંડલ ચાર્ટમાં 'બારી' કહેવામાં આવે છે, જે બાબતે પ્રકરણ-7માં વધુ ચર્ચા કરવામાં આવી છે), જેણે બેરીશ મોમેન્ટમને શક્તિશાળી બનાવી રાખ્યું, પછી ફેબ્રુઆરીના અંતમાં ટ્વિઝર્સ બૉટમ બન્યું, જેની બીજી કેંડલ હેમર પણ હતી. 18 માર્ચવાળા સપ્તાહમાં ડાર્ક-ક્લાઉડ કવરે એ સંકેત આપ્યો કે રેલીની શક્તિ નબળી પડતી જાય છે.

ચિત્ર 6.16 ટ્વિઝર્સ ટોપ દર્શાવે છે. 2 ફેબ્રુઆરીનું નાનું શરીર પાછલા શરીરની અંદર ન હોવાના કારણે, આપણે તેને હરામી પેટર્ન કહી શકતા નથી. તો પણ આ ટ્વિઝર્સ તો હતું, કારણ કે આનો 55 ડૉલરનો હાઈ પણ પાછલા હાઈ જેટલો જ હતો. તે સિવાય, 2 ફેબ્રુઆરીનું નાનું શરીર હેંગિંગ મૅન હતું (ઉપલી છાયા એટલી નાની છે કે આપણે તેને હેંગિંગ મૅન કહી શકીએ છે). દેખીતું છે કે આપણને હેંગિંગ મૅનની બેરીશ પુષ્ટિની જરૂરિયાત રહે છે, એટલે કે આગલા દિવસનો ક્લોઝ હેંગિંગ મૅનના શરીરની નીચે હોવો જોઈતો હતો અને આગલા દિવસે આ જ મુજબ થયું.

ચિત્ર 6.17 : કોમર્સ બૈકોર્પ - ડેઇલી (ટ્વિઝર્સ ટોપ)

આ ટ્વિઝર્સ ટોપ પછી ડેલના શેરમાં ઘટાડાનો સમય આવ્યો, પછી ફેબ્રુઆરીના અંતથી માર્ચની શરૂઆત સુધી હેમર્સની શ્રેણી આવી, જેણે બજારને સ્થિર બનાવ્યું. 26 ફેબ્રુઆરી અને 1 માર્ચના પહેલા બે હેમર આદર્શ ટ્વિઝર્સ બૉટમ ન હતા, કેમ? જો કે તેમના લો એકસમાન હતા,

પરંતુ તેમ છતાં તે ટ્વિઝર્સ બૉટમની એક જરૂરી શરત પૂર્ણ ન કરતા હતા - ટ્વિઝર્સ બૉટમની પહેલી કેંડલનું શરીર લાંબું હોવું જોઈએ, જો કે 26 ફેબ્રુઆરી અને 1 માર્ચના આ બંને હેમર્સને ટ્વિઝર્સ બૉટમની શ્રેણીમાં ન મૂકી શકીએ, પરંતુ હું તેના મહત્ત્વ ઉપર ચોક્કસ ભાર આપવા માગું છું, કારણ કે તેમણે જ આ રેખાંકિત કર્યું કે બજાર બુલિશ લાંબી નીચેની છાયાઓ સાથે 39 ડૉલરની નીચેના ભાવને સ્વીકાર ન કરી રહ્યું હતું. માટે, હું 26 અને 27 ફેબ્રુઆરીના આ પેટર્નને ટ્વિઝર્સ બૉટમનું એક સ્વરૂપ માનું છું.

ચિત્ર 6.18 : નેટવર્ક સોલ્યુશન્સ - ડેઇલી (ટ્વિઝર્સ ટોપ)

જો કે ચિત્ર 6.17માં 22-23 ડિસેમ્બરની બે કેંડલ્સ ડાર્ક ક્લાઉડ કવર તો ન બનાવી શકી (કારણ કે કાળી કેંડલ લાંબી સફેદ કેંડલના અડધા તો શું પણ તેના ચોથાભાગને પણ પાર ન કરી શકી), પરંતુ તેમણે ટ્વિઝર્સ ટોપ ચોક્કસ બનાવ્યું. આમ તો હું ડાર્ક ક્લાઉડ કવરને ટ્વિઝર્સ ટોપ કરતાં પણ વધુ જોખમી માનું છું (કારણ કે સામાન્ય ડાર્ક ક્લાઉડ કવર સફેદ કેંડલની અડધી કરતાં વધુ ઊંડાઈએ જઈને ક્લોઝ થાય છે), પરંતુ આ ટ્વિઝર્સ ટોપને ચોક્કસ ચેતવણીનો સંકેત માની શકાય છે. આનો પડઘો આગલા સપ્તાહે પડ્યો, જ્યારે નાનાં શરીરો અને ડોજીએ દર્શાવ્યું કે બજારનો અભિગમ બુલિશ ઉપરથી ન્યૂટ્રલ તરફ જઈ રહ્યો છે.

ચિત્ર 6.18માં બિંદુ B ઉપર બુલિશ એનગલ્ફિંગ પેટર્નએ ફેબ્રુઆરીની શરૂઆતની રેલીનો પાયો નાખ્યો, જે 6 માર્ચના ગેપ દ્વારા ચાલુ રહી. જેમ આગળ પ્રકરણ-7માં જણાવવામાં આવ્યું છે તેમ રાઇઝિંગ ગેપ (અપગેપ)નો લો સારો સપોર્ટ બની શકે છે. આ ગેપના બૉટમે 185 ડૉલરની પાસે સપોર્ટ આપવાનું સારું કામ કર્યું, જેને 8 માર્ચે લાંબી નીચલી છાયા ધરાવતી કેંડલે પ્રમાણિત કર્યું.

10 માર્ચે 250 ડૉલરની પાસે એક નાના શરીરે હરામી પેટર્ન બનાવી. હરામીની બંને કેંડલ્સના હાઈ સમાન હોવાના કારણે આ એક ટ્વિઝર્સ ટોપ પેટર્ન પણ હતું.

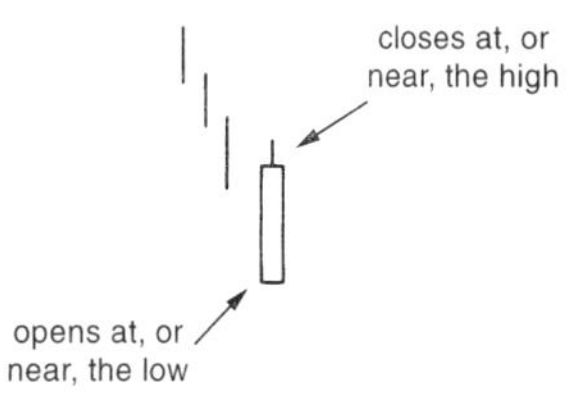

ચિત્ર 6.19 : બુલિશ બેલ્ટ - હોલ્ડ લાઇન

બેલ્ટ હોલ્ડ લાઇન્સ

બેલ્ટ - હોલ્ડ એક કેંડલ દ્વારા બને છે. બુલિશ બેલ્ટ-હોલ્ડ એક લાંબી સફેદ કેંડલ છે, જે દિવસના લો ઉપર ખૂલે છે (અથવા તેની નીચલી છાયા બહુ નાની હોય છે) અને દિવસના હાઈ ઉપર અથવા તેની નજીક ક્લોઝ થાય છે (જુઓ ચિત્ર 6.19). બુલિશ બેલ્ટ-હોલ્ડ લાઇનને વ્હાઇટ ઓપનિંગ શેવન બૉટમ પણ કહેવામાં આવે છે. જો ડાઉનટ્રેન્ડ અને ઓવરસોલ્ડ બજારમાં લાંબો બુલિશ બેલ્ટ-હોલ્ડ દેખાય તો તે રેલીની ભવિષ્યવાણી કરે છે.

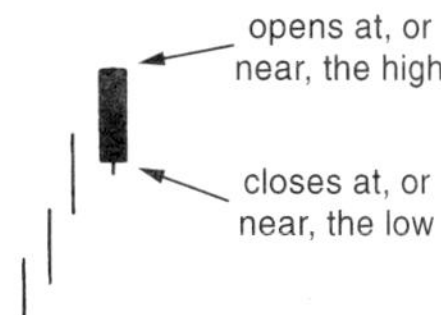

ચિત્ર 6.20 : બેરીશ બેલ્ટ - હોલ્ડ લાઇન

બેરીશ બેલ્ટ-હોલ્ડ (જુઓ ચિત્ર 6.20) એક લાંબી કાળી કેંડલ છે, જે સત્રના હાઈ ઉપર (અથવા હાઈની નજીક) ઓપન થાય છે અને સમગ્ર સત્રમાં નીચેની તરફ પડતો જાય છે. જો અપટ્રેન્ડ હોય અને બજાર ઓવરબોટ હોય તો, બેરીશ બેલ્ટ-હોલ્ડ દેખાવું તે ટોપ રિવર્સલ હોય છે. બેરીશ બેલ્ટ-હોલ્ડ લાઇનને ઘણીવાર બ્લેક ઓપન શેવિંગ હેડ પણ કહેવામાં આવે છે.

બેલ્ટ-હોલ્ડ કેંડલની ઊંચાઈ જેટલી વધુ હોય, તેટલી જ તે વધુ મહત્ત્વપૂર્ણ હોય છે. બેલ્ટ-હોલ્ડનું ખરું જાપાની નામ સુમો રેસલિંગની શબ્દાવલીમાં 'યોરિકિરી' છે, જેનો અર્થ થાય છે "પોતાના વિરોધીને રિંગની બહાર ધકેલી દેવો પણ તેનો બેલ્ટ પકડી રાખવો."

જો કાળી બેરીશ બેલ્ટ-હોલ્ડ લાઇન પછી બજાર તેની ઉપર ક્લોઝ આપે તો, તેનો અર્થ આપણે એમ માનવો જોઈએ કે બેલ્ટ-હોલ્ડની બેરીશ અસર પૂરી થઈ છે અને અપટ્રેન્ડ ફરીથી શરૂ થઈ ગયો છે. તે જ રીતે, જો બજાર પછીથી સફેદ બુલિશ બેલ્ટ-હોલ્ડ લાઇનની નીચે ક્લોઝ થાય તો, તેનો અર્થ છે કે વેચવાનું દબાણ નવેસરથી શરૂ થશે.

બેલ્ટ-હોલ્ડ લાઇન્સ ત્યારે મહત્ત્વપૂર્ણ બની રહે છે, જ્યારે તે રેઝિસ્ટન્સ અથવા બીજી બેલ્ટ-હોલ્ડ લાઇન્સની પુષ્ટિ કરે અથવા તો તે કેટલાક સમય સુધી દેખાય નહીં. ચિત્ર 6.21માં B બિંદુ ઉપર બેરીશ એનગલ્ફિંગ પેટર્ને સંભવિત મુશ્કેલીનો સંકેત આપ્યો.

ચિત્ર 6.21 : જૂનિપર નેટવર્ક્સ - 5 મિનિટ (બેરીશ બેલ્ટ-હોલ્ડ)

ચિત્ર 6.22 : રેડબેક નેટવર્ક્સ - ડેઇલી (બુલિશ બેલ્ટ-હોલ્ડ)

આ બેરીશ એનગલ્ફિંગ પેટર્નની પાસે જ ડબલ બેરીશ બેલ્ટ-હોલ્ડ લાઇન દેખાઈ અને આમ તેણે તે ક્ષેત્રને સપ્લાયનું ક્ષેત્ર બનાવવામાં મદદ કરી, જો કે આ ટૂંકાગાળામાં પણ ઘણા બેરીશ સંકેતો આવ્યા (બેરીશ એનગલ્ફિંગ પેટર્ન અને બે બેરીશ બેલ્ટ-હોલ્ડ લાઇન્સ), પરંતુ તેનો અર્થ એમ ન હતો કે આ પછી બજાર એકદમ જ નીચું જતું રહેશે, જે બીજા બેલ્ટ-હોલ્ડ પછી જોઈ શકાયું. કેંડલ સંકેતોના આ સંગમે ડિશ-પરિવર્તનની સંભાવનાઓને તો વધારી હતી, પરંતુ તે ઘટતાં જતાં ભાવોના પ્રાઇસ ટાર્ગેટ ન દર્શાવી શકતા હતા.

જૂનની શરૂઆતમાં રાઇઝિંગ ગેપ (અપ-ગેપ) ઝડપથી સપોર્ટ ઝોન બની રહ્યો, જે જૂનના પહેલા પખવાડિયામાં તેની સફળ જાળવણી દ્વારા પ્રમાણિત થયું. 13 જૂનની કેંડલ બુલિશ બેલ્ટ-હોલ્ડ હતી. જુલાઈના અંત અને ઑગસ્ટની શરૂઆતમાં ગેપના આગલા પરીક્ષણમાં બુલિશ બેલ્ટ-હોલ્ડ લાઇન્સની એક વધુ શ્રેણી સામે આવી. આ બે અંતિમ બુલિશ બેલ્ટ-હોલ્ડ લાઇન્સે બે સતત પિયર્સિંગ પેટર્ન બનાવ્યા. ઑગસ્ટની શરૂઆતમાં લો થી શરૂ થયેલ રેલી આખરે 9 ઑગસ્ટના શૂટિંગ સ્ટાર ઉપર પૂર્ણ થઈ.

અપસાઇડ ગેપ ટુ ક્રોઝ (અપસાઇડ - ગેપ બે કાગડા)

ચિત્ર 6.23 : અપસાઇડ - ગેપ ટુ ક્રોઝ (ઉપલા ગેપના બે કાગડા)

અપસાઇડ ગેપ ટુ ક્રોઝને ચિત્ર 6.23માં દર્શાવવામાં આવ્યું છે. આ એક દુર્લભ પેટર્ન છે. અપસાઇડ ગેપનો અર્થ છે, નાના કાળા શરીર અને તેના પહેલાના શરીર વચ્ચે ગેપ હોવો જોઈએ. (કાળી કેંડલ-1ની પાછલી કેંડલનું શરીર સામાન્ય રીતે લાંબું અને સફેદ હોય છે) બે કાળી કેંડલ પેટર્નમાં

© CQG Inc. Used by permission.

ચિત્ર 6.24 : ડ્યૂશ માર્ક - ડેઇલી (અપસાઇડ ગેપ ટુ ક્રોઝ)

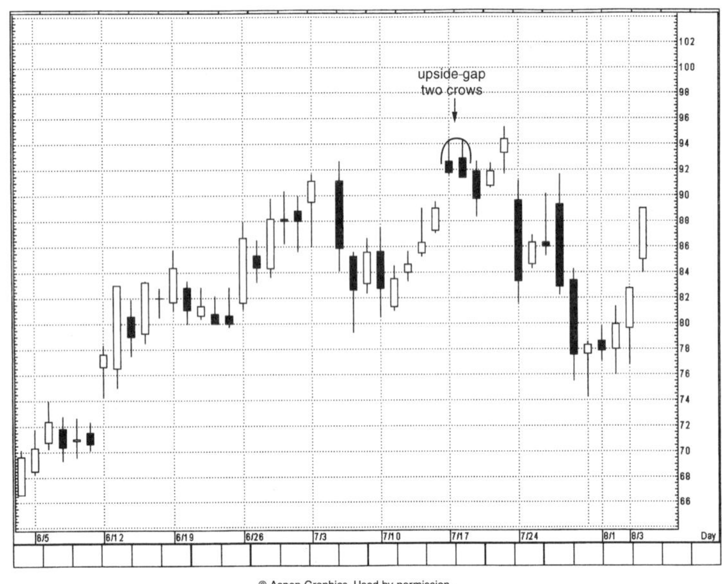

ચિત્ર 6.25 : કોર્નિંગ - ડેઇલી (અપસાઇડ ગેપ ટુ ક્રોઝ)

કાગડા છે. તે કાળા કાગડા જેવી દેખાય છે, જે ઝાડની ડાળી ઉપર બેસીને ભયાનક રીતે ઘૂરતા રહે છે. આ અશુભ લક્ષણના આધારે આ પેટર્ન સ્પષ્ટ રીતે બેરીશ છે. આદર્શ અપસાઇડ ગેપ ટુ ક્રોઝમાં બીજું કાળું શરીર પહેલા કાળા શરીરના ઓપનની ઉપર ખૂલે છે અને પછી તે પહેલી કાળી કેંડલના ક્લોઝ કરતાં નીચો ક્લોઝ આપે છે.

આ પેટર્નના બેરીશ પાસા માટેનો તર્ક એ છે કે : બજાર અપટ્રેન્ડમાં છે અને ગેપ અપ ઓપનિંગ આપે છે. નવો હાઈ જળવાઈ શકતો નથી, માટે કાળી કેંડલ બને છે, પરંતુ બુલ્સ તો પણ એ સંતોષ માની શકે છે કે આ કાળી કેંડલનો ક્લોઝ પાછલા દિવસના ક્લોઝ કરતાં ઉપરના સ્તરે થયો છે. ત્રીજો દિવસ વધુ એક બેરીશ ચિત્ર દર્શાવે છે, કારણ કે તેમાં એક વધુ નવો હાઈ બને છે, પરંતુ આ હાઈ પણ ક્લોઝ સુધી જળવાઈ રહેતો નથી. આના કરતાં પણ નકારાત્મક બાબત એ છે કે આ કેંડલ પાછલા દિવસના ક્લોઝ કરતાં પણ નીચેના સ્તરે ક્લોઝ થાય છે. જો બજાર એટલું શક્તિશાળી હોય, તો પછી નવો હાઈ કેમ જળવાઈ શક્યો નહીં અને બજાર આટલું નીચું કેમ બંધ થયું? આ સવાલ બુલ્સ કદાચ ગભરાઈને પોતાને જ પૂછી રહ્યા હશે. જવાબ એ હોઈ શકે છે કે બજાર હવે એટલું શક્તિશાળી નથી રહ્યું, જેટલું તેમને લાગતું હતું. જો ભાવ આગલા દિવસે (એટલે કે ચોથા સત્રમાં) ફરી ઊંચા ન આવી શકે તો ભાવો ઘટવાની આશા રાખી શકાય.

ચિત્ર 6.24માં અપસાઇડ ગેપ ટુ ક્રોઝનું એક ઉદાહરણ આપવામાં આવ્યું

છે. આ પેટર્ન પછી બહુ નાની ફોલિંગ ગેપ (ડાઉન ગેપ) દેખાય છે, જેણે દર્શાવ્યું કે બેર્સે કમાન સંભાળી લીધી છે. 20 ફેબ્રુઆરીના સપ્તાહમાં રેલી આ ગેપના રેઝિસ્ટન્સ ઉપર અટકી ગઈ.

ચિત્ર 6.25 કોઈ કેંડલ સંરચનાને તેના આસપાસની પરિસ્થિતિના સંદર્ભમાં જોવાનું મહત્ત્વ દર્શાવે છે. આમ તો, જુલાઈના મધ્યમાં અપસાઇડ ગેપ ટુ ક્રોઝ પેટર્ન આવી, પરંતુ આ વેચવાનો સંકેત નથી. આમ એટલા માટે કે, જેમ પ્રકરણ-7માં વિસ્તારપૂર્વક ચર્ચા કરવામાં આવશે, તે મુજબ શેરે 7 જુલાઈના રોજ અપ-ગેપ બનાવ્યો હતો. અપ-ગેપ સામાન્ય રીતે બુલિશ સંકેત માનવામાં આવે છે - કેંડલ ચાર્ટમાં પણ અને બાર ચાર્ટમાં પણ. આમ, જો કે અપસાઇડ ગેપ ટુ ક્રોઝએ ચેતવણીનો સંકેત દર્શાવ્યો, પરંતુ અપગેપ હોવાના કારણે હું તેને ઓછો બેરીશ માનું છું અને ત્યારે આ વધુ બેરીશ હોત, જો કોઈ અપગેપ ન હોત, જેમ ચિત્ર 6.24માં દર્શાવવામાં આવ્યું છે.

થ્રી બ્લેક ક્રોઝ (ત્રણ કાળા કાગડા)

અપસાઇડ ગેપ ટુ ક્રોઝમાં બે કાળી કેંડલ હોય છે. જો સતત ઘટતી જતી ત્રણ કેંડલ હોય, તો એને થ્રી બ્લેક ક્રોઝ પેટર્ન (જુઓ ચિત્ર 6.26) કહેવામાં આવે છે. થ્રી બ્લેક ક્રોઝ ભાવ ઘટવાનો સંકેત છે, કારણ કે તે ઓવરબોટ ઝોન અથવા લાંબી રેલી પછી દેખાય છે. થ્રી ક્રોઝને ક્યારેક થ્રી વિંગ્ડ ક્રોઝ (ત્રણ પાંખોવાળા કાગડા) પણ કહેવામાં આવે છે. જાપાનીઓમાં એક કહેવત છે, "ખરાબ સમાચારોને ત્રણ પાંખો હોય છે." આ કહેવત થ્રી વિંગ્ડ ક્રોઝ પેટર્ન બાબતે યોગ્ય છે. જેમ નામ ઉપરથી જ ખબર પડી જાય છે તેમ થ્રી બ્લેક ક્રોઝમાં ત્રણ કાળી કેંડલ હોય છે. કોઈ ઊંચા ઝાડ ઉપર ખતરનાક રીતે બેઠેલા કાગડાના સમૂહ જેવા દેખાવાના કારણે થ્રી બ્લેક ક્રોઝ બેરીશ પ્રભાવ દર્શાવે છે. ત્રણે કેંડલ તેમના લો ઉપર અથવા લો ની નજીક ક્લોઝ થવા જોઈએ. આદર્શ દૃષ્ટિએ દરેક ઓપન પાછલા સેશનના શરીરની અંદરના ભાગે હોવો જોઈએ.

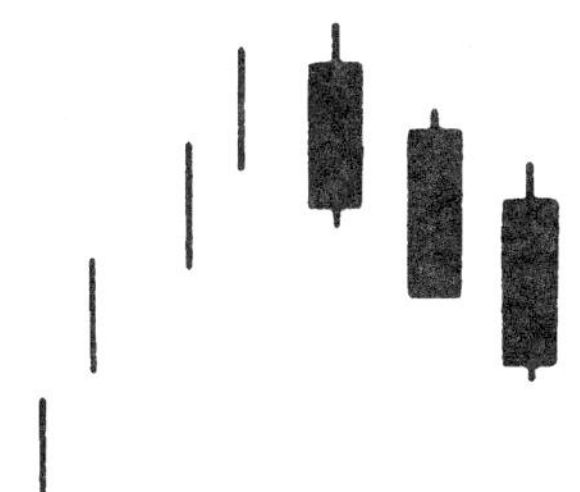

ચિત્ર 6.26 : થ્રી બ્લેક ક્રોઝ (ત્રણ કાળા કાગડા)

ચિત્ર 6.27માં 15 એપ્રિલથી શરૂ થયેલા થ્રી બ્લેક ક્રોઝ દર્શાવવામાં આવ્યા છે. આ ત્રણ કાળા કાગડાથી જે ઘટાડો શરૂ થયો, તે P બિંદુના પિયર્સિંગ પેટર્ન સુધી લગભગ સતત ચાલતો રહ્યો. 16 અને 17 એપ્રિલવાળા બીજા અને ત્રીજા કાગડા પાછલા શરીરની નીચે ખૂલ્યા, આમ તો સામાન્ય થ્રી બ્લેક ક્રોઝનું ઓપન પાછલા શરીરની અંદર થાય છે અને આ કેંડલ્સનું ઓપન કાળા શરીરમાં નહીં, પરંતુ તેની નીચે થયું હતું અને તેમને વધુ બેરીશ માની શકાય છે. આમ એટલા માટે કે, બીજી અને ત્રીજી કાળી કેંડલ પાછલા દિવસના ક્લોઝ કરતાં નીચી ખૂલી અને સમગ્ર સત્ર દરમિયાન મહત્ત્વપૂર્ણ વધારો મેળવવામાં નિષ્ફળ રહી.

થ્રી બ્લેક ક્રોઝ ખરેખર તો લોંગ ટર્મ ટ્રેડર્સ માટે વધુ ઉપયોગી બની રહે છે, કારણ કે આ પેટર્ન ત્રીજી બ્લેક કેંડલ ઉપર પૂર્ણ થાય છે. દેખીતું છે કે આ પૂર્ણ થતાં પહેલા જ બજાર ઘણું નીચું આવી ગયું હોય છે. ઉદાહરણ તરીકે, આ થ્રી બ્લેક ક્રોઝ 70.75 ડૉલર ઉપર શરૂ થયા હતા.

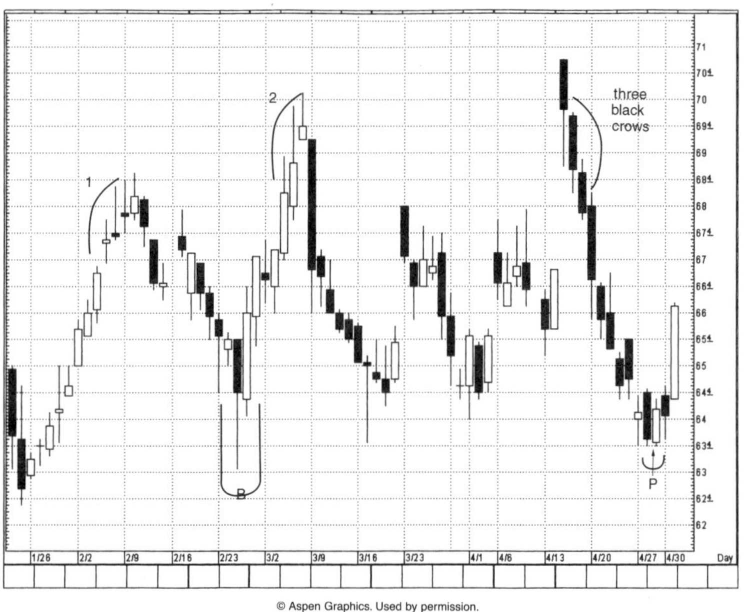

ચિત્ર 6.27 : પેનઝોઇલ - ડેઇલી (થ્રી બ્લેક ક્રોઝ)

પરંતુ, આ પ્રકરણમાં આપણને થ્રી બ્લેક ક્રોઝના પહેલા જ દિવસની બ્લેક કેંડલ ઉપરથી જ ભવિષ્યની મુશ્કેલીનો અંદાજ આવી જવો જોઈએ. કારણ કે આ શેર પાછલા માર્ચના 70 ડૉલરના હાઈની ઉપર ખૂલે છે, પરંતુ સત્રના ક્લોઝ સુધી બુલ્સ આ હાઈને જાળવી રાખી શકતા નથી અને આખરે આ શેર 70 ડૉલરની નીચે ક્લોઝ થાય છે. જેમ તમે આ પુસ્તકનાં ભાગ-2માં જોશો તેમ, જો બજાર નવો હાઈ બનાવે અને તેને જાળવી રાખી ન શકે તો, તેના પરિણામો બેરીશ હોઈ શકે છે. અહીં આમ જ થયું હતું.

ચાલો, આપણે એરિયા 1 અને 2માં પાછલા હાઈને જોઈએ. ટાઇમફ્રેમ 1માં ફેબ્રુઆરીની શરૂઆતમાં પેનઝોઇલ નવો હાઈ બનાવતો જઈ રહ્યો હતો, પરંતુ કેંડલ્સે આપણને ગંભીર ચેતવણી આપી કે બધું બરાબર નથી. ખાસ કરીને 2 ફેબ્રુઆરીવાળા સપ્તાહ પછીના ભાગમાં જો કે શેર હાયર હાઈ, હાયર લો અને હાયર ક્લોઝ બનાવી રહ્યો હતો, પરંતુ શરીર નાનું હતું અને ઉપલી છાયા લાંબી હતી. આના કારણે સ્પષ્ટ થયું કે બુલ્સનું નિયંત્રણ ઓછું થઈ રહ્યું છે. આ પછી ભાવ ઘટવા માંડ્યા અને આ ઘટાડો પોઇન્ટ

B ઉપર બુલિશ એનગલ્ફિંગ પેટર્ન સાથે પૂર્ણ થયો. ત્યાંથી રેલી શરૂ થઈ અને 2 માર્ચના સપ્તાહ સુધી ભાવો વધતા રહ્યા, જે આ ચાર્ટના એરિયા 2માં દર્શાવવામાં આવ્યું છે. એરિયા 2ની રેલી પણ એરિયા 1ની રેલી જેવી જ હતી, કારણ કે એરિયા 2માં પણ હાયર હાઈ, હાયર લો અને હાયર ક્લોઝ હતા અને જો આ બાર ચાર્ટ હોત તો, બજારનું વાતાવરણ સ્વસ્થ દેખાત, પરંતુ કેંડલસ્ટિકના દૃષ્ટિકોણથી 4, 5 અને 6 માર્ચની ઉપલી છાયા બહુ લાંબી હતી અને દર્શાવતી હતી કે રેલીની શક્તિ ઓછી થઈ રહી છે. 6 માર્ચની કેંડલ શૂટિંગ સ્ટાર હતી.

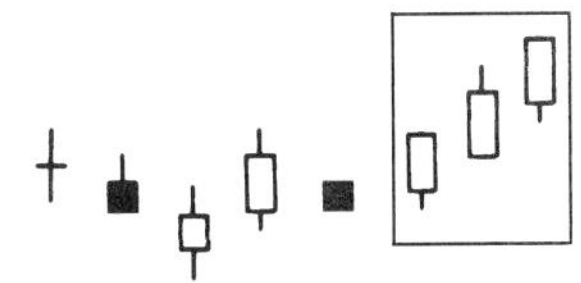

ચિત્ર 6.28 : થ્રી વ્હાઇટ સોલ્જર્સ (ત્રણ ગોરા સૈનિકો)

થ્રી એડ્વાન્સિંગ વ્હાઇટ સોલ્જર્સ (ત્રણ આગળ વધતા ગોરા સૈનિકો)

થ્રી બ્લેક ક્રોઝનું વિરુદ્ધ છે, થ્રી એડ્વાન્સિંગ વ્હાઇટ સોલ્જર્સ અથવા થ્રી વ્હાઇટ સોલ્જર્સ, જેમનો સામાન્ય રીતે આ મુજબ ઉલ્લેખ કરવામાં આવે છે (ચિત્ર 6.28). મોટાભાગની કેંડલ શબ્દાવલીની જેમ જ આ પેટર્ન પણ સૈન્ય સાથે સબંધિત છે. આ ત્રણ લાંબી સફેદ કેંડલનો સમૂહ છે, જે સતત ઊંચા સ્તરે ક્લોઝ આપે છે. જો આ પેટર્ન ઓવરસોલ્ડ ઝોનમાં અથવા કોન્સોલિડેશન પછી આવે, તો તે આગળ આવનારી ઊર્જાનો સંકેત હોય છે.

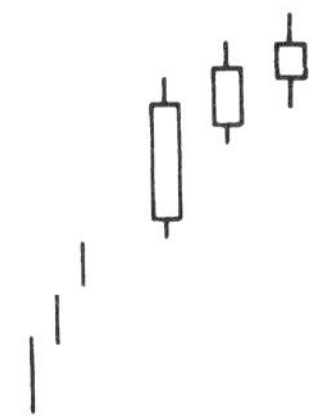

6.29 : એડ્વાન્સ બ્લોક (આગળ અવરોધ)

થ્રી વ્હાઇટ સોલ્જર્સ (ત્રણ ગોરા સૈનિકો) એક ક્રમિક અને સ્થિર ઉછાળો દર્શાવે છે, જેમાં દરેક વ્હાઇટ કેંડલ પાછલા સત્રના સફેદ શરીરની અંદર અથવા તેની નજીક ઓપન થાય છે. દરેક વ્હાઇટ કેંડલે તેના હાઈ ઉપર અથવા તેની નજીક ક્લોઝ થવી જોઈએ. ભાવ વધવાની આ પદ્ધતિ બજાર માટે ખૂબ સ્વસ્થ હોય છે (પરંતુ, જો વ્હાઇટ કેંડલ્સ ખૂબ લાંબી હોય, તો ઓવરબોટ બજાર બાબતે સાવધ થઈ જવું જોઈએ).

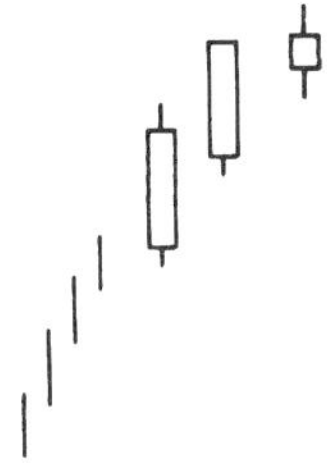

6.30 : સ્ટાલ્ડ પેટર્ન (અવરુદ્ધ પેટર્ન)

જો બીજી અને ત્રીજી કેંડલ અથવા તો ફક્ત ત્રીજી કેંડલ નબળી હોવાનો સંકેત દર્શાવે, તો આ એડ્વાન્સ બ્લોક પેટર્ન (આગળ અવરોધની પેટર્ન) બની રહે છે (જુઓ ચિત્ર 6.29). આનો અર્થ છે કે રેલીને આગળ વધવામાં મુશ્કેલી પડી રહી છે અને ખરીદદારોએ સાવધ રહેવું જોઈએ. ખાસ કરીને પારંપરિક અપટ્રેન્ડ દરમિયાન આ પેટર્ન બાબતે સાવધ રહેવું જરૂરી છે. નબળા પડવાનો સંકેત ક્રમશઃ નાના થતાં જતાં સફેદ શરીર અથવા તુલનાત્મક રીતે લાંબી છાયા હોઈ શકે છે.

જો પાછલી બે સફેદ કેંડલ લાંબી હોય, જે નવો હાઈ બનાવે છે અને તેના પછી એક નાની સફેદ કેંડલ આવે છે, તો આને સ્ટાલ્ડ પેટર્ન (અવરુદ્ધ પેટર્ન) કહેવામાં આવે છે (ચિત્ર 6.30). આને ઘણીવાર ડેલિબરેશન પેટર્ન (ચિંતન-મનન પેટર્ન) પણ કહેવામા આવે છે. આ પેટર્નનો અર્થ છે કે બુલ્સ થાકી રહ્યા છે, થોડા સમય માટે તો ખરા જ. આ છેલ્લી નાની

સફેદ કેંડલ અથવા તો લાંબા સફેદ શરીરથી ગેપઅવે હોઈ શકે છે (જે કેસમાં આ સ્ટાર બની જાય છે) અથવા તો જેમ જાપાનીઓ કહે છે તેમ, 'લાંબા સફેદ શરીરના ખભા ઉપર સવાર' થઈ જાય છે (એટલે કે તે પાછલા લાંબા સફેદ શરીરના ઉપલા છેડા ઉપર હોઈ શકે છે). નાનું શરીર બુલ્સના શરીરની નબળાઈ દર્શાવે છે.

આમ તો, એડ્વાન્સ બ્લોક અને સ્ટાલ્ડ પેટર્ન સામાન્ય રીતે ટોપ રિવર્સલ પેટર્ન નથી, પરંતુ તે ઘણીવાર ભાવ ઘટતા પહેલા દેખાય છે, એટલે કે એડ્વાન્સ બ્લોક અને સ્ટાલ્ડ પેટર્ન દેખાયેથી તમે તમારા અગાઉના ખરીદેલા શેર વેચી શકો છો અથવા સ્ટોપ લોસ ઊંચો કરીને તમારી સંપત્તિની રક્ષા કરી શકો છો, પરંતુ સામાન્ય રીતે આ પેટર્ન જોઈને શોર્ટ સેલ કરવું યોગ્ય નથી અને આ સામાન્ય રીતે ઉચ્ચ મૂલ્ય સ્તરો ઉપર વધુ મહત્ત્વપૂર્ણ બની રહે છે.

જેમ ચિત્ર 6.28થી 6.30 સુધીમાં દર્શાવવામાં આવ્યું છે, આ પેટર્ન ઓછા ભાવોના ક્ષેત્રમાં અથવા રેલીમાં આવી શકે છે.

એડ્વાન્સ બ્લોક અને સ્ટાલ્ડ પેટર્નમાં ખાસ ફેર નથી. થ્રી વ્હાઇટ સોલ્જર્સ બાબતે મુખ્ય બાબત એ છે કે ત્રણે કેંડલ્સ પૈકીની દરેકે પોતાના હાઈ ઉપર અથવા તેની નજીક ક્લોઝ થવું જોઈએ. જો પછીની બે કેંડલ ખચકાતી હોય તેમ લાગે તો, એટલે કે નાનું શરીર હોય કે ઉપલી છાયા લાંબી હોય તો, તે એ વાતનો સંકેત છે કે રેલીની શક્તિ ઓછી થઈ રહી છે.

ચિત્ર 6.31 લગભગ આદર્શ થ્રી વ્હાઇટ સોલ્જર્સ (ત્રણ ગોરા સૈનિકો) દર્શાવે છે, કારણ કે દરેક કેંડલ, ખાસ કરીને છેલ્લી બે, વધુ શક્તિશાળી છે કારણ કે તે તેમના લો ની નજીક ખૂલે છે અને તેમના હાઈ ઉપર અથવા તેની નજીક બંધ થાય છે. 23 એપ્રિલે ડોજી સાથે ખચકાટનો સંકેત આવ્યો, કારણ કે હરામી ક્રૉસ પણ સર્જાયો.

ચિત્ર 6.32 થ્રી વ્હાઇટ સોલ્જર્સ (ત્રણ ગોરા સૈનિકો)નું એક સારું ઉદાહરણ છે. ત્રણે કેંડલ સત્રના હાઈની બહુ નજીકમાં બંધ થયા અને દરેક સફેદ કેંડલ પાછલી સફેદ કેંડલની અંદર અથવા તેની ઉપર ઓપન થઈ. વિચાર કરવા જેવી બાબત એ છે કે જ્યાં સુધી થ્રી વ્હાઇટ સોલ્જર્સ પેટર્ન પૂર્ણ થાય છે, ત્યાં સુધી બજાર પોતાના લો કરતાં ઘણે ઉપર સુધી પહોંચી શકે છે. આ કેસમાં માઇક્રોસોફ્ટ પોતાના લો થી લગભગ 4 ડૉલર જેટલો ઉપર હતો, જે એક સારી મૂવ છે. આના પરિણામે, જ્યાં સુધી કોઈ ટ્રેડર લાંબા સમય માટે બુલિશ ન હોય ત્યાં સુધી થ્રી વ્હાઇટ સોલ્જર્સના આધારે ખરીદી કરવામાં જોખમ/વળતરનો રેશિયો ખાસ આકર્ષક બની રહેતો નથી.

6.31 : ઇન્ટેલ-ડેઇલી (થ્રી વ્હાઇટ સોલ્જર્સ)

6.32 : માઇક્રોસોફ્ટ-ડેઇલી (થ્રી વ્હાઇટ સોલ્જર્સ)

6.33 : પ્રેક્સેયર - ડેઇલી (થ્રી વ્હાઇટ સોલ્જર્સ)

6.34 : યુનાઇટેડ હેલ્થ - ડેઇલી (એડ્વાન્સ બ્લોક)

મેં જોયું છે કે થ્રી વ્હાઇટ સોલ્જર્સ પેટર્ન શરૂ કરનાર પહેલી અથવા બીજી સફેદ કેંડલ કરેક્શન દરમિયાન મોટાભાગે સપોર્ટનું કામ કરે છે. આ ઉદાહરણમાં થ્રી વ્હાઇટ સોલ્જર્સ પેટર્ન બનાવ્યા બાદ શેર કોન્સોલિડેશનમાં જતો રહ્યો અને પછી ધીમે ધીમે નીચે આવવા માંડ્યો અને તે પણ ત્યાં સુધી, જ્યાં સુધી હેમર ન આવ્યો. આનાથી થ્રી વ્હાઇટ સોલ્જર્સના બીજી વ્હાઇટ કેંડલની અંદર સપોર્ટની પુષ્ટિ થઈ.

ચિત્ર 6.33માં જૂનના મધ્યથી જુલાઈની શરૂઆત સુધી 36.50 ડૉલરની નજીક બેઝ બની રહ્યો હતો. પછી થ્રી વ્હાઇટ સોલ્જર્સ આવ્યા (જો કે તેમની ઉપલી છાયા ખૂબ નાની હતી). ત્રીજા વ્હાઇટ સોલ્જર પછી શેર અટક્યો અને 11 જુલાઈ પહેલાં વ્હાઇટ સોલ્જર સુધી કરેક્શન થયું. આ ચાર્ટ ફરી એકવાર દર્શાવે છે કે થ્રી વ્હાઇટ સોલ્જર્સ પેટર્ન પછી બજાર ઘણીવાર કરેક્શનમાં જઈ શકે છે. આવા કરેક્શન દરમિયાન આપણે સપોર્ટની આશા ત્યારે જ રાખી શકીએ, જ્યારે શેર ઘટીને બીજા અને ખાસ કરીને પહેલા વ્હાઇટ સોલ્જર સુધી નીચે આવી જાય.

ચિત્ર 6.34માં એડ્વાન્સ બ્લોક પેટર્ન દર્શાવવામાં આવ્યો છે, જો કે આમ તો, ત્રણ તુલનાત્મક રૂપે ઊંચી સફેદ કેંડલ્સ છે, પરંતુ છેલ્લી બે કેંડલ્સમાં ઉપલી છાયાઓ બેરીશ છે. આ રેલી અટકી જવાનો સંકેત આપે છે. લેબલ 1 અને 2વાળી ઉપલી છાયાઓની શ્રેણીએ 51 ડૉલરના આ રેઝિસ્ટન્સને રેખાંકિત કર્યો. લેબલ 2ની લાંબી છાયાવાળી કેંડલ શૂટિંગ સ્ટાર હતી અને આગલા જ દિવસે બેરીશ એનગલ્ફિંગ પેટર્ન બની ગઈ.

થ્રી માઉન્ટેન્સ અને થ્રી રિવર્સ (ત્રણ પર્વત અને ત્રણ નદીઓ)

વધુ લાંબા સમયગાળાના ટોપ અને બૉટમ પેટર્ન્સનો એક સમૂહ છે, જેમાં થ્રી માઉન્ટેન્સ, થ્રી રિવર્સ, થ્રી બુદ્ધા ટોપ્સ, ઇનવર્ટેડ થ્રી બુદ્ધા, ડમ્પલિંગ ટોપ, ફ્રાયપેન બૉટમ અને ટાવર ટોપ અને ટાવર બૉટમ સામેલ છે.

પશ્ચિમના ટ્રિપલ ટોપની જેમ જ જાપાનીઓ પાસે થ્રી માઉન્ટેન ટોપ (ત્રણ પર્વતના શિખરો) પેટર્ન છે (જુઓ ચિત્ર 6.35). એમ માનવામાં આવે છે કે આ મોટા ટોપને દર્શાવે છે. જો બજાર પોતાના હાઈથી ત્રણવાર પાછળ ધકેલાય અથવા હાઈ સુધી પહોંચવાની ત્રણ કોશિશ કરે, ત્યારે આને થ્રી માઉન્ટેન્સ ટોપ કહેવામાં આવે છે. આદર્શ સ્થિતિમાં કોઈ બેરીશ કેંડલ સંકેત (જેમ કે ડોજી અથવા ક્લાઉડ કવર)થી અંતિમ પર્વતના ઉચ્ચ બિંદુની પુષ્ટિ થવી જોઈએ. જો કોઈ થ્રી માઉન્ટેન ટોપનો વચ્ચેવાળો પર્વત સૌથી ઊંચો હોય તો, આ ખાસ પ્રકારના થ્રી માઉન્ટેન્સને થ્રી બુદ્ધ ટોપ (ત્રણ બુદ્ધ શિખર) કહેવામાં આવે છે (જુઓ ચિત્ર 6.36). આવા નામ પાછળનું કારણ એ છે કે બૌદ્ધ મંદિરોના કેન્દ્રમાં મોટા બુદ્ધ હોય છે, જેની

બંને તરફ નાના બુદ્ધ (એટલે કે સંત) હોય છે. આ પેટર્ન પશ્ચિમના હેડ ઍન્ડ શોલ્ડર પેટર્ન જેવી જ છે.

ચિત્ર 6.35 : થ્રી માઉન્ટેન ટોપ (ત્રણ પર્વત શિખર)

ચિત્ર 6.36 : થ્રી બુદ્ધા ટોપ (ત્રણ બુદ્ધ શિખર)

ચિત્ર 6.37 : થ્રી રિવર બોટમ (ત્રણ નદી તળ)

ચિત્ર 6.38 : ઇનવર્ટેડ થ્રી બુદ્ધા (ઊંધા ત્રણ બુદ્ધા)

આમ તો, થ્રી બુદ્ધા ટોપ પશ્ચિમના હેડ ઍન્ડ શોલ્ડર પેટર્ન જેવી જ છે, પરંતુ જાપાનમાં થ્રી બુદ્ધા પેટર્નનો ઉપયોગ અમેરિકા કરતાં 100 વર્ષ પહેલાંથી કરવામાં આવી રહ્યો છે, કારણ કે તે સમયે અમેરિકામાં હેડ ઍન્ડ શોલ્ડર વિશે કોઈ જાણતું પણ ન હતું. (મારી જાણકારી મુજબ અમેરિકામાં હેડ ઍન્ડ શોલ્ડર પેટર્નનું સૌપ્રથમ વર્ણન 1930ના દશકમાં રિચર્ડ સ્કેબેકરે કર્યું હતું. જે લોકો એડ્વર્ડ્સ અને મેગીનું પ્રખ્યાત પુસ્તક 'ટેક્નિકલ એનાલિસિસ ઑફ સ્ટોક ટ્રેન્ડસ' વિશે જાણે છે, તેમને હું જણાવવા માગું છું કે આ પુસ્તકની મોટાભાગની સામગ્રી સ્કેબેકરના કામ ઉપરથી લેવામાં આવી છે અને સ્કેબેકર એડવર્ડ્સના સસરા હતા.)

રોચક તથ્ય એ છે કે પશ્ચિમ અને જાપાન બંનેના બજારના નિરીક્ષકોના મનમાં એક જ પ્રકારની પેટર્ન આવી. બજારની માનસિકતા સમગ્ર દુનિયામાં એકસમાન જ હોય છે અથવા જેમ જાપાની અવતરણ કહે છે તેમ, "કોઈ પક્ષીના ગીતનો સૂર સમગ્ર દુનિયામાં સરખો જ હોય છે." થ્રી રિવર બૉટમ (ત્રણ નદીના તળિયા) પેટર્ન (જુઓ ચિત્ર 6.37) થ્રી માઉન્ટેન ટોપથી વિરુદ્ધની છે. આ ત્યારે સર્જાય છે, જ્યારે બજાર કોઈ નીચલા સ્તરની ત્રણ વખત તપાસ કરે છે. બૉટમની પુષ્ટિ ત્યારે જ થાય છે, જ્યારે શેરનો ભાવ પહેલી અને બીજી ખાઈ પછી આવનાર ટોપને પાર જતો રહે છે. પશ્ચિમી ઇનવર્ટેડ હેડ ઍન્ડ શોલ્ડર બૉટમના સમાનને ઇનવર્ટેડ થ્રી બુદ્ધા (ઊંધા ત્રણ બુદ્ધા) કહેવામાં આવે છે (જુઓ ચિત્ર 6.38).

કેંડલસ્ટિક વિશ્લેષણમાં ત્રણની સંખ્યાનું મહત્ત્વ

ઘણી જાપાની તકનીકો ત્રણની સંખ્યા ઉપર આધારિત છે. આનાથી ખ્યાલ આવે છે કે જાપાની સંસ્કૃતિમાં ત્રણની સંખ્યાનું કેટલું મહત્ત્વ છે. પૂર્વ-આધુનિક જાપાનમાં ત્રણની સંખ્યાને રહસ્યમય માનવામાં આવે છે. થ્રી ટાઇમ્સ લકી એટલે કે 'ત્રણવાર નસીબદાર' જેવી કહેવત આ વિશ્વાસ દર્શાવે છે. કેંડલ ચાર્ટમાં ત્રણના અન્ય પણ ઘણાં ઉદાહરણો છે, જેમ કે થ્રી વ્હાઇટ સોલ્જર્સ, થ્રી બ્લેક ક્રોઝ, થ્રી માઉન્ટેન ટોપ અને થ્રી માઉન્ટેન બૉટમ, થ્રી બુદ્ધ પેટર્ન્સ, રાઇઝિંગ ઍન્ડ ફોલિંગ થ્રી મેથડ્સ અને મૉર્નિંગ અને ઈવનિંગ સ્ટારની ત્રણ કેંડલની પેટર્ન. (આમાંની કેટલીક પેટર્ન્સ ઉપર આગળ વધુ ચર્ચા કરવામાં આવશે.)

ત્રણની સંખ્યાને નસીબવંતી માનવામાં આવે છે અને ચારની સંખ્યાને અશુભ માનવામાં આવે છે. આની પાછળના કારણ સમજવા પણ સાવ સરળ છે - ચાર માટે જાપાની શબ્દ છે - 'શી' અને તેનો સૂર મૃત્યુ શબ્દને સમાન છે. જાપાનીઝ ઍરલાઇન્સના વિમાનોમાં 4 નંબરની સીટ અથવા હોટેલમાં 304 નંબરની રૂમ તમને ભાગ્યે જ જોવા મળશે (હૉસ્પિટલમાં તો સાવ જ નહીંવત્). 4ના અંકને અશુભ માનવામાં આવતો હોવાથી જ જાપાનમાં 'રેનોલ્ટ 4' ખરાબ રીતે નિષ્ફળ ગઈ.

ચિત્ર 6.39 : યેન/ડૉલર - વીક્લી (થ્રી માઉન્ટેન ટોપ)

ચિત્ર 6.39માં ભાવ એરિયા Aમાં 124 ડૉલરની નજીક આવીને અટકે છે, ખાસ કરીને બેરીશ એનગલ્ફિંગ પેટર્ન દરમિયાન જે નવેમ્બરના છેલ્લા બે સપ્તાહ દરમિયાન દેખાયું. આ બેરીશ એનગલ્ફિંગ પેટર્નથી જે ઘટાડો શરૂ થયો તે બુલિશ એનગલ્ફિંગ પેટર્ન આવ્યા પછી જ અટકી. આ બુલિશ એનગલ્ફિંગ પેટર્નથી જે રેલી શરૂ થઈ તે એરિયા B ઉપર 124 ડૉલર પાસે પહેલા જણાવેલા બેરીશ એનગલ્ફિંગ પેટર્નના રેઝિસ્ટન્સ ઉપર થોભી, જેમાં કોઈ આશ્ચર્ય ન હતું. મે ના મધ્યમાં આગલી રેલી અને તે પછી C ઉપર આવનારા બેરીશ એનગલ્ફિંગ પેટર્ને થ્રી માઉન્ટેન ટોપ બનાવ્યું.

ચિત્ર 6.39માં દરેક પર્વતનું શિખર લગભગ એક સમાન છે. જો કે આ જરૂરી નથી. જો ત્રણ પ્રાઇસ પીકની ઊંચાઈ એકસમાન ન હોય તો પણ તેને થ્રી માઉન્ટેન ટોપ માની શકાય છે. ચિત્ર 6.40માં શેર ભાવે A, B અને C ઉપર શિખર બનાવ્યું, જો કે તેમાં B અને Cના શિખર થોડા વધુ ઊંચા હતા. તો પણ આને થ્રી માઉન્ટેન ટોપ માનવામાં આવશે. C ઉપર ઇન્ટેલ પાછલાં બે સપ્તાહથી બહુ નાના બે શરીરો સાથે ઉપર આવી રહ્યો હતો. આ બેચેનીનું લક્ષણ છે. ભાવનું ટોપ 76 ડૉલર ઉપર શૂટિંગ સ્ટાર સાથે આવ્યું. અસલી ટર્નિંગ સિગ્નલ અને થ્રી બુદ્ધા ટોપની પુષ્ટિ ઑગસ્ટના અંતે આવેલા શૂટિંગ સ્ટાર પછી ડાઉનગેપ સાથે આવી.

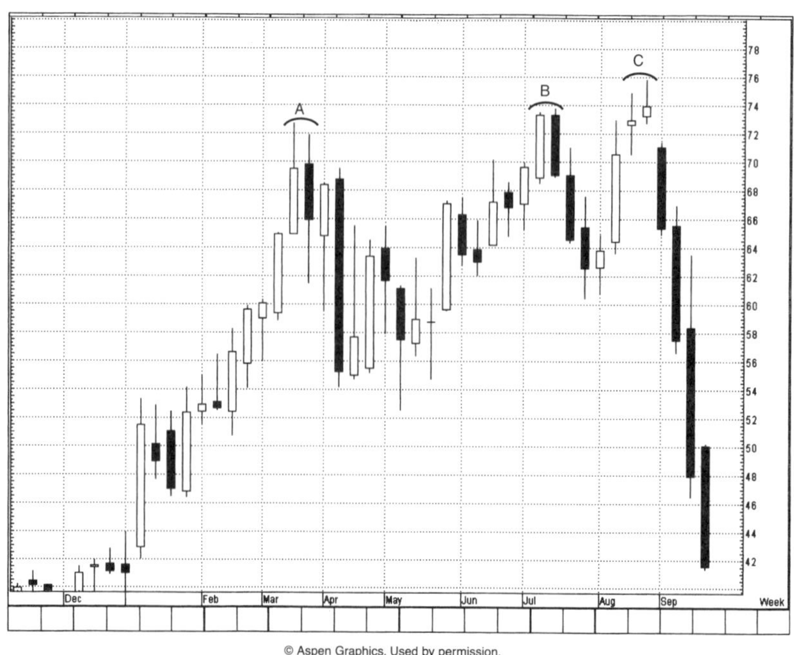

ચિત્ર 6.40 : ઇન્ટેલ - વીકલી (થ્રી માઉન્ટેન ટોપ)

થ્રી માઉન્ટેન ટોપની ઊંચાઈ લગભગ એકસમાન હોય છે, પરંતુ થ્રી બુદ્ધા ટોપનું મધ્યનું શિખર સૌથી ઊંચું હોય છે. ફરી એકવાર આપણે થ્રી બુદ્ધા ટોપની તુલના હેડ ઍન્ડ શોલ્ડર ટોપ સાથે કરી શકીએ છીએ. ચિત્ર 6.41માં આપણે થ્રી બુદ્ધા ટોપ એટલે કે હેડ ઍન્ડ શોલ્ડર ટોપ જોઈ શકીએ છીએ, જેમાં ભાવ ના 1, 2 અને 3 ઉપરના શિખર આ પેટર્ન નક્કી કરે છે. આ ચાર્ટ ઉપર દર્શાવવામાં આવેલ રાઇઝિંગ લાઇનને પશ્ચિમી શબ્દાવલીમાં હેડ ઍન્ડ શોલ્ડર ટોપની નેક લાઇન કહેવામાં આવે છે. આદર્શ સ્થિતમાં જ્યારે હેડ ઍન્ડ શોલ્ડર ટોપની નેક લાઇન તૂટી જાય, ત્યારે તે રેઝિસ્ટન્સ બની રહે છે. આ જ 19 ઑગસ્ટે નેકલાઇન તૂટ્યા પછી બન્યું, કારણ કે 21 ઑગસ્ટથી ચાર દિવસ સુધી ચાલનારું આ રીબાઉન્ડ નેકલાઇનના નવા રેઝિસ્ટન્સ ઉપર આવીને થોભી ગયું, જેની પુષ્ટિ બેરીશ ઉપલી છાયાઓએ કરી.

ચિત્ર 6.42 થ્રી બુદ્ધા ટોપનું એક વધુ ઉદાહરણ છે. આ પેટર્ન હેડ ઍન્ડ શોલ્ડર જેવું હોવાના કારણે, આપણે આ બાબતે પાછલા ચિત્રમાં જણાવેલ હેડ ઍન્ડ શોલ્ડર નેકલાઇનના સિદ્ધાંત ઉપર આધારિત પશ્ચિમી ટેક્નિકલ્સને લાગુ કરી શકીએ છીએ.

ચિત્ર 6.41 : યેન/ડૉલર - ડેઇલી (થ્રી બુદ્ધા ટોપ)

ખાસ તો એ છે કે નેકલાઇન તૂટ્યા પછી રેઝિસ્ટન્સ બની ગઈ. બજારે 13.00 વાગ્યાની આસપાસ એક નાના બુલિશ એનગલ્ફિંગ પેટર્ન સાથે સ્થિર

થવાની કોશિશ કરી, પરંતુ બુલ્સ ઇન્ડેક્સને નેકલાઈનના રેઝિસ્ટન્સની ઉપર ન લઈ જઈ શક્યા અને બજારનું નિયંત્રણ બેર્સના હાથમાં જ રહ્યું. માટે, તે બાબતે વિચાર કરવો અગત્યનો છે કે કેંડલ પેટર્ન ક્યાં બની છે. આ કેસમાં બુલિશ એનગલ્ફિંગ પેટર્ન સંભવિત બૉટમ આઉટ સંકેત છે, પરંતુ શું આપણે ખરીદતા પહેલાં નેક લાઇનને રેઝિસ્ટન્સ ઉપર ક્લોઝ થવાની રાહ ન જોવી જોઈએ - ભલે ને બુલિશ એનગલ્ફિંગ પેટર્ન હોય? રાહ જોવાથી ફાયદો થાય છે, કારણ કે નેકલાઇનની ઉપર ક્લોઝ થવાથી એ વાતની પુષ્ટિ થાય છે કે હવે બજારનું નિયંત્રણ બુલ્સના હાથમાં આવી ગયું છે.

પશ્ચિમી ઇનવર્ટેડ હેડ એન્ડ શોલ્ડર જાપાની ઇનવર્ટેડ થ્રી બુદ્ધા જેવું છે. એટલે કે ત્રણ લો બને છે, જે પૈકી વચ્ચેનો લો છેક નીચે સુધી આવે છે. ચિત્ર 6.43માં A, B અને C ને લો તરીકે દર્શાવવામાં આવ્યા છે. B વાળો લો A અને C ના લો કરતાં વધુ નીચો હોવાથી, અહીં ઇનવર્ટેડ થ્રી બુદ્ધા સર્જાયો છે. ધ્યાન આપો કે એકવાર જ્યારે બુલ્સે જાન્યુઆરીની શરૂઆતમાં ઊંચી સફેદ કેંડલ દ્વારા પાઉન્ડને 163થી ઉપર લઈ ગયા, ત્યારે 163નો જૂનો રેઝિસ્ટન્સ સપોર્ટ બની ગયો. જૂના રેઝિસ્ટન્સના સપોર્ટ બનવાનો આ સિદ્ધાંત એક શક્તિશાળી ટ્રેડિંગ ટેક્નિક છે, જે બાબતે પ્રકરણ 11માં વધુ ચર્ચા કરવામાં આવી છે.

ચિત્ર 6.42 : નેસ્ડેક - 100 ટ્રસ્ટ - 15 મિનિટ (થ્રી બુદ્ધા ટોપ)

ચિત્ર 6.43 : બ્રિટિશ પાઉન્ડ/ડૉલર - ડેઇલી (ઇનવર્ટેડ થ્રી બુદ્ધા)

ચિત્ર 6.44 : સીલ્ડ એર - ડેઇલી (ઇનવર્ટેડ થ્રી બુદ્ધા)

ચિત્ર 6.44માં ઇનવર્ટેડ થ્રી બુદ્ધા દર્શાવવામાં આવ્યા છે. ફરી એકવાર ધ્યાન આપો કે માર્ચનો જૂનો રેઝિસ્ટન્સ 52થી 52.50 ડૉલરની નજીક છે, પરંતુ જ્યારે બજારે આને તોડી નાખ્યો, ત્યારે એપ્રિલમાં ઘણા સમય સુધી આ સપોર્ટ બની રહ્યો.

કાઉન્ટરએટેક લાઇન્સ (જવાબી હુમલાની સેના)

કાઉન્ટરએટેક લાઇન્સ ત્યારે બને છે, જ્યારે વિરુદ્ધ રંગની બે કેંડલ્સના ક્લોઝ એકસમાન હોય છે. આ પેટર્નના વર્ણન માટેની શ્રેષ્ઠ પદ્ધતિ ચિત્ર 6.45 અને ચિત્ર 6.46ની સંરચના બાબતે વાત કરવાની છે.

ચિત્ર 6.45 : બુલિશ કાઉન્ટરએટેક લાઇન (બુલિશ જવાબી હુમલાની સેના)

ચિત્ર 6.45માં બુલિશ કાઉન્ટરએટેક લાઇન (બુલિશ જવાબી હુમલા માટેની સેના)નું ઉદાહરણ દર્શાવવામાં આવ્યું છે. આ પેટર્ન ઘટાડા પછી ડાઉનટ્રેન્ડમાં દેખાય છે. આ પેટર્નની પહેલી કેંડલ સામાન્ય રીતે લાંબી અને કાળી હોય છે. આગલા દિવસનો ઓપન ઘણો નીચો હોય છે. આ બિંદુ ઉપર બેર્સ આત્મવિશ્વાસપૂર્ણ હોય છે. પછી બુલ્સ જવાબી હુમલો કરી, ભાવને ઉપરની તરફ લઈ જાય છે અને પાછલા ક્લોઝને સમાન લઈ આવે છે. આ રીતે હજી સુધી ચાલી રહેલ ડાઉનટ્રેન્ડ અવરોધાય છે.

બુલિશ કાઉન્ટરએટેક (બુલિશ જવાબી હુમલો)ની તુલના બુલિશ પિયર્સિંગ લાઇન (બુલિશ ચીરો દર્શાવતી પેટર્ન) સાથે કરી શકાય છે. જો તમને યાદ હોય તો, પિયર્સિંગ લાઇનમાં પણ બે કેંડલની આવી જ સંરચના હોય છે, જે બુલિશ કાઉન્ટરએટેક પેટર્નમાં હોય છે. મુખ્ય અંતર એ છે કે બુલિશ કાઉન્ટરએટેક લાઇન પાછલા દિવસના સફેદ શરીરમાં પ્રવેશ કરતી નથી. તે ફક્ત પાછલા દિવસના ક્લોઝ સુધી જ જાય છે. પિયર્સિંગ પેટર્નની બીજી કેંડલ કાળા શરીરની અંદર સુધી જાય છે. પરિણામે આપણે પિયર્સિંગ પેટર્નને બુલિશ કાઉન્ટરએટેક લાઇન કરતાં પણ વધુ મહત્ત્વપૂર્ણ બૉટમ રિવર્સલ સંકેત માનવો જોઈએ.

ચિત્ર 6.46 : બેરીશ કાઉન્ટરએટેક લાઇન (બેરીશ જવાબી હુમલાની સેના)

તો પણ, જેમ નીચેના ઉદાહરણોમાં દર્શાવવામાં આવ્યું છે તેમ, આપણે બુલિશ કાઉન્ટરએટેક લાઇન ઉપર ધ્યાન આપવું જોઈએ, કારણ કે તે એ વાતનો પુરાવો આપે છે કે બજારની દિશામાં પરિવર્તન આવી રહ્યું છે.

ચિત્ર 6.46 બેરીશ કાઉન્ટરએટેક લાઇન દર્શાવે છે. પહેલી કેંડલ લાંબી અને સફેદ હોય છે, જે બુલિશ મોમેન્ટમને જાળવી રાખે છે. આગલા દિવસે ગેપ-ઓપન થાય છે. બુલ્સ ખુશ છે - પછી બેર્સ ઝઝૂમે છે અને ભાવને ખેંચીને પાછલા દિવસના ક્લોઝ સુધી લઈ આવે છે. બીજા દિવસના ઓપન ઉપર બુલ્સમાં જે આશા દેખાઈ રહી હતી, તે ક્લોઝના સમય સુધી આશંકામાં બદલાઈ જાય છે.

જે રીતે બુલિશ કાઉન્ટરએટેક લાઇન ઘણી રીતે પિયર્સિંગ લાઇન સમાન હોય છે, તે જ રીતે બેરીશ કાઉન્ટરએટેક લાઇન પણ ઘણી રીતે ડાર્ક ક્લાઉડ

કવર (કાળાં વાદળ છવાઈ જવાં) સમાન છે. આદર્શ દૃષ્ટિએ ડાર્ક ક્લાઉડ કવરની જેમ જ બેરીશ કાઉન્ટરએટેક પણ પાછલા દિવસના હાઈની ઉપર ખૂલવો જોઈએ, પરંતુ બંનેમાં અંતર એ છે કે ડાર્ક ક્લાઉડ કવરની બીજી કેંડલનો ક્લોઝ પાછલા દિવસની સફેદ કેંડલમાં ઊંડે સુધી નીચે જાય છે, જ્યારે બેરીશ કાઉન્ટરએટેકમાં બીજી કેંડલનો ક્લોઝ પાછલા દિવસની સફેદ કેંડલના ક્લોઝ સુધી જ આવી શકે છે. માટે, ડાર્ક ક્લાઉડ કવર ખરેખર બેરીશ કાઉન્ટરએટેક લાઇનથી વધુ શક્તિશાળી ટોપ રિવર્સલ સંકેત આપે છે.

કાઉન્ટરએટેક લાઇન બાબતે વિચારવા જેવો પ્રશ્ન એ છે કે શું બીજા સત્રનું ઓપન બહુ ઊંચું હોવું જોઈએ (બેરીશ કાઉન્ટરએટેકના કેસમાં) અથવા તો બહુ નીચું હોવું જોઈએ (બુલિશ કાઉન્ટરએટેકના કેસમાં). આમાં ખાસ બાબત એ છે કે આ પેટર્નના બીજા દિવસના ઓપન ઉપર બજાર મૂળ ટ્રેન્ડની દિશામાં આગળ વધ્યું છે, પરંતુ તે પછી જ ચમત્કાર થાય છે! ક્લોઝ સુધીમાં તે ફરી પાછું પાછલા સત્રના ક્લોઝ સુધી આવે છે. આમ, તે એક જ દિવસમાં બજારનો નકશો બદલી નાખે છે.

ચિત્ર 6.47માં 10 માર્ચના રોજ બૅન્ક વનનો શેર પાછલા દિવસના ક્લોઝ કરતાં 1 ડૉલર ઉપર ખૂલ્યો. સત્રના અંત સુધી શેરનો સંપૂર્ણ બુલિશ ટ્રેન્ડ બદલાઈ ગયો, કારણ કે બેર્સ ભાવને પાછલા દિવસના ક્લોઝ સુધી નીચે ખેંચી લાવ્યા. 10 માર્ચની આ બેરીશ કાઉન્ટરએટેક લાઇન એ ત્રણ કાળી કેંડલમાંની પહેલી હતી, જેણે થ્રી બ્લેક ક્રોઝ પેટર્ન બનાવી.

ચિત્ર 6.47 : બેન્ક વન - ડેઇલી (બેરીશ કાઉન્ટરએટેક લાઇન્સ)

જેમ થ્રી બ્લેક ક્રોઝ પેટર્નના ભાગમાં આપણે જોયું છે તેમ, આપણે આ પેટર્ન પૂર્ણ થવા માટે ત્રણ કાળી કેંડલની રાહ જોવી પડે છે, માટે જ્યાં સુધી થ્રી બ્લેક ક્રોઝની ત્રીજી કેંડલ ક્લોઝ આપે છે, ત્યાં સુધીમાં બજાર પોતાના હાઈ અથવા લો ની ખૂબ દૂર જઈ ચૂક્યું હોય છે, પરંતુ આ કેસમાં પહેલી કાળી કેંડલ કાઉન્ટરએટેક લાઇન હતી, માટે તેણે આપણને પહેલા જ દિશા-પરિવર્તનનો સંકેત આપી દીધો, જેની પુષ્ટિ પછીથી થ્રી બ્લેક ક્રોઝ પેટર્ન દ્વારા થઈ.

ચિત્ર 6.48 - 15 ઑક્ટોબરે બનેલી બેરીશ કાઉન્ટરએટેક લાઇન દર્શાવે છે. આપણે જોઈ શકીએ છીએ કે કાઉન્ટરએટેક લાઇન ચોક્કસપણે પાછલી સફેદ કેંડલના ક્લોઝ ઉપર બંધ થઈ નહીં, બલ્કે પાછલા ક્લોઝ કરતાં થોડી નીચે બંધ થઈ. ધ્યાન રાખો કે મોટાભાગના કેંડલસ્ટિક સિગ્નલ્સની જેમ જ કાઉન્ટરએટેક લાઇન્સ બાબતે પણ પેટર્નની પરિભાષા બાબતે આપણે થોડા લચીલા રહેવું જોઈએ. ઉદાહરણ તરીકે, 6 ડિસેમ્બરે બુલિશ કાઉન્ટરએટેક લાઇન દેખાઈ. તે સત્રમાં શેર ગેપડાઉન થઈને ખૂબ નીચો ખૂલ્યો, પરંતુ સત્રના અંતે તે ઉપર વધીને લગભગ પાછલા દિવસના ક્લોઝ ઉપર બંધ થયો. જો કે આને ચોક્કસ તો નહીં, પરંતુ હું આંશિક બુલિશ કાઉન્ટરએટેક લાઇન માનું છું, કારણ કે શેર ભલે બરાબર પાછલા ક્લોઝના ભાવ ઉપર બંધ ન થયો હોય, પરંતુ તેની ખૂબ નજીક હતો. આ બુલિશ કાઉન્ટરએટેકમાં મુખ્ય પરિમાણ નબળા ઓપનિંગ છતાં પણ સફેદ કેંડલનું પ્રભાવશાળી રીબાઉન્ડ છે.

ચિત્ર 6.48 : જિલેટ-ડેઇલી (બેરીશ અને બુલિશ કાઉન્ટરએટેક લાઇન્સ)

ચિત્ર 6.49માં બેરીશ કાઉન્ટરએટેક (બેરીશ જવાબી હુમલો) પેટર્ને 138-139 ડૉલરની પાસે જુલાઈની મહત્ત્વપૂર્ણ પુષ્ટિમાં મદદ કરી. ફરી એકવાર, બંને ક્લોઝ એક સમાન તો નથી પરંતુ એકબીજાની ઘણા નજીક છે અને તેથી આ પેટર્ન પાછળનો સિદ્ધાંત સાબિત થઈ શકે છે. આ ચાર્ટ દર્શાવે છે કે કેંડલ્સનો ઉપયોગ કેટલી સરળતાથી રેઝિસ્ટન્સની વધારાની પુષ્ટિ મેળવવા માટે કરી શકાય છે. આમ તો, 138-139 નો આ રેઝિસ્ટન્સ બાર ચાર્ટ ઉપર પણ દેખાઈ શકત, પરંતુ બાર ચાર્ટમાં 'કાઉન્ટરએટેક' (જવાબી હુમલો) જેવો કોઈ સિદ્ધાંત હોતો નથી. માટે, બાર ચાર્ટના બદલે કેંડલ ચાર્ટનો ઉપયોગ કરવામાં વધુ સમજદારી છે, કારણ કે કેંડલ ચાર્ટમાં ટ્રેડરને બાર ચાર્ટના તમામ સંકેતો મળી જાય છે (જેમ કે સપોર્ટ/રેઝિસ્ટન્સ એરિયા), તે સાથે જ તેને અનોખી કેંડલનું બોનસ પણ મળી શકે છે.

ચિત્ર 6.49 : આઇબીએમ-ડેઇલી (બેરીશ કાઉન્ટરએટેક લાઇન્સ)

ચિત્ર 6.50માં 12 જાન્યુઆરીના લો ઉપર એક બુલિશ કાઉન્ટરએટેક લાઇન દર્શાવવામાં આવી છે. તેણે ડિસેમ્બરના મધ્યથી 25.50 ડૉલર અને 27 ડૉલર વચ્ચે સપોર્ટ એરિયાની પુષ્ટિ કરી.

આ ચાર્ટ એ પણ દર્શાવે છે જેને હું 'કેંડલ્સનો સમૂહ' કહું છું. આનો અર્થ છે કેંડલનો સંગમ, જે કોઈ ખાસ રેઝિસ્ટન્સ અથવા સપોર્ટ એરિયાને મજબૂત બનાવે છે. આને ધ્યાને રાખીને આપણે જોઈએ કે ચાર કેંડલ સંકેતના સમૂહે કઈ રીતે રેઝિસ્ટન્સને મજબૂત બનાવ્યો.

1. શૂટિંગ સ્ટાર. આગલા દિવસે બેરીશ એનગલ્ફિંગ પેટર્ન બની.

2. કાળુ શરીર, જે પાછલા સફેદ શરીરમાં ઘણે નીચે સુધી ગયું, જેનાથી ડાર્ક ક્લાઉડ કવર બન્યું.
3. બીજું ડાર્ક ક્લાઉડ કવર (કાળા વાદળ છવાઈ જવા).
4. બેરીશ એનગલ્ફિંગ પેટર્ન.

ચિત્ર 6.50 : એપ્લાઈડ મટીરિયલ - ડેઇલી (બુલિશ કાઉન્ટરએટેક લાઇન)

આ 1થી 4 સંકેતો જોયા પછી શું કોઈ વિચાર કરી શકે કે 38 ડૉલર અને 39.50 ડૉલર વચ્ચે રેઝિસ્ટન્સ છે? જેમ મારો 11 વર્ષનો દીકરો કહેશે, "હા!" કેંડલોના આ સંગમની આ ટેક્નિક સંકેતોના સંગમનું મહત્ત્વ દર્શાવે છે, તે પછી ભલે કેંડલ સંકેત હોય કે પશ્ચિમી સંકેત હોય, જે કોઈ એક ક્ષેત્ર ઉપર એકત્રિત થઈને તે ક્ષેત્રનું મહત્ત્વ વધારી દે છે. આ પુસ્તકના ભાગ 2માં કોન્વર્જન્સ એટલે કે સંગમ ઉપર ધ્યાન કેન્દ્રિત કર્યું છે.

ડમ્પલિંગ ટોપ્સ અને ફ્રાયપેન બૉટમ્સ :

ડમ્પલિંગ ટોપ્સ (કચોરીનો ઉપલો ભાગ) અને ફ્રાયપેન બૉટમ્સ (કડાઈનું તળિયું), આ નામ રાખનારો ચોક્કસ જ તે સમયે ખૂબ ભૂખ્યો હશે.

ડમ્પલિંગ ટોપ (ચિત્ર 6.51) ટોપ રિવર્સલ છે, જેમાં જ્યારે બજાર કોન્વેક્સ પેટર્ન બનાવે છે (ઉપસેલો ભાગ, જે કચોરીના ઉપરના ભાગ જેવો દેખાય છે) ત્યારે સામાન્ય રીતે નાના શરીર હોય છે. ડમ્પલિંગ ટોપની પુષ્ટિ ત્યારે થાય છે, જ્યારે બજાર ગેપ ડાઉન કરે છે. આ પેટર્ન પશ્ચિમના રાઉન્ડેડ

ટોપ જેવી જ છે. એકમાત્ર અંતર એ છે કે ડમ્પલિંગ ટોપમાં ગેપ ડાઉનનો વધારાનો સંકેત પણ સામેલ હોય છે. (ગેપ ડાઉનને કેંડલસ્ટિક શબ્દાવલીમાં 'નીચેની બારી' કહેવામાં આવે છે. (જુઓ પ્રકરણ-7.)

ફ્રાયપેન બૉટમ (ચિત્ર 6.52) એવું બજાર દર્શાવે છે, જેમાં ડાઉનટ્રેન્ડ અથવા તો ઘટાડો સમાપ્ત થવા ઉપર છે. આની ભાવની મૂવમેન્ટ એક કોનકેવ એટલે કે વચ્ચે ખાડાવાળી ડિઝાઇન બનાવે છે, જે કડાઈના તળિયા જેવી દેખાય છે અને પછી અપગેપ (એટલે કે ઉપરની બારી) સાથે ખૂલે છે. આ પશ્ચિમના રાઉન્ડેડ બૉટમ જેવું દેખાય છે, પરંતુ જાપાની ફ્રાયપેન બૉટમ પેટર્નની પુષ્ટિ માટે અપગેપને અનિવાર્ય માનવામાં આવે છે.

મને આ પેટર્ન્સ પાછળના સિદ્ધાંતો ખાસ ગમે છે. ફ્રાયપેન બૉટમના કેસમાં બજાર પહેલા તો લોઅર લો બનાવવાનું છોડીને સમાન લો બનાવવા લાગે છે અને પછી હાયર લો બનાવવા લાગે છે. આનાથી ચિત્રાત્મક રૂપે એ સાબિત થાય છે કે બેર્સની પકડ નબળી થઈ રહી છે અને પછી જ્યારે તમે આ પરિસ્થિતિમાં અપગેપને સામેલ કરો છો, ત્યારે તમને વધુ પુરાવા મળે છે કે બેર્સે બજાર ઉપરનું નિયંત્રણ ગુમાવી દીધું છે.

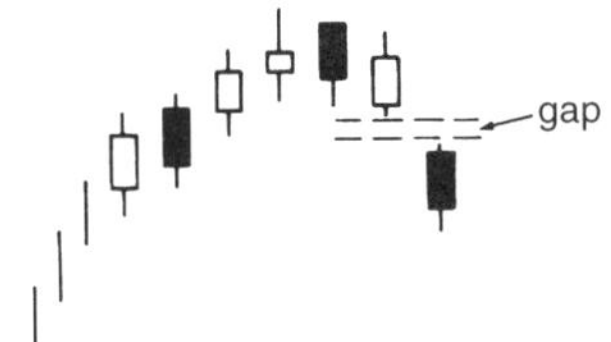

ચિત્ર 6.51 : ડમ્પલિંગ ટોપ
(કચોરીનો ઉપલો ભાગ)

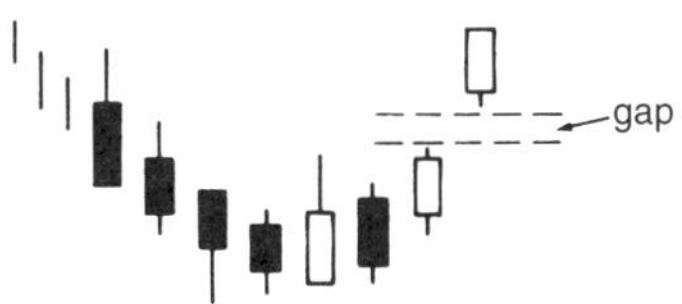

ચિત્ર 6.52 : ફ્રાયપેન બૉટમ
(કડાઈનું તળિયું)

જાપાનીઓ કહે છે કે, ફ્રાયપેન બૉટમ બનવાથી બજાર "ખરાબ સમાચારથી સુરક્ષિત" થઈ જાય છે. માટે, જો બજાર ફ્રાયપેન બૉટમ બનાવે - ખાસ કરીને બેરીશ સમાચારો છતાં, તો તે બહુ અસરકારક બની રહેશે. જેમ બર્નાર્ડ બરુચે કહ્યું હતું, "ઘટનાઓ પોતે મહત્ત્વપૂર્ણ નથી હોતી; મહત્ત્વપૂર્ણ તો તે ઘટના ઉપર માનવો દ્વારા આપવામાં આવતી પ્રતિક્રિયાઓ છે."

આ જ ડમ્પલિંગ ટોપ માટે પણ સાચું છે, પરંતુ તેનાથી વિરુદ્ધ રીતે. એટલે કે બજાર હાયર હાઈ બનાવતું ઉપર જઈ રહ્યું હોય અને પછી અચાનક સમાન હાઈ બનાવવા લાગે અને તે પછી લોઅર હાઈની સ્થિતિમાં પહોંચી જાય છે. આ દર્શાવે છે કે રેલીની ગતિ નબળી પડી રહી છે. પછી જ્યારે ડમ્પલિંગ ટોપને પૂર્ણ કરતું ડાઉનગેપ આવે છે ત્યારે, તે બુલ્સનો ખાતમો બોલાવી દે છે.

ચિત્ર 6.53માં ડમ્પલિંગ ટોપ દર્શાવવામાં આવ્યું છે, જ્યાં શેર 24 ઑગસ્ટની શરૂઆતમાં હાયર હાઈની શ્રેણી બનાવી રહ્યું છે. તે દિવસે

બપોરે 60 મિનિટના કેટલાક સત્રોમાં લાંબી ઉપલી છાયાઓ દેખાઈ અને ડાર્ક ક્લાઉડ કવરે 93.50 ડૉલરની આસપાસ અટકવાનો હળવો સંકેત આપ્યો. અંતિમ પુષ્ટિ ડાર્ક ક્લાઉડ કવર પછીના બે સત્રોમાં બનેલા લોઅર હાઈથી મળી અને પછી ડાઉનગેપએ આવીને ડમ્પલિંગ ટોપને પૂર્ણ કર્યું.

ચિત્ર 6.53 : માઇક્રોન - 60 મિનિટ (ડમ્પલિંગ ટોપ)

ચિત્ર 6.54 : આઇબીએમ ડેઇલી (ડમ્પલિંગ ટોપ)

ચિત્ર 6.54 દર્શાવે છે કે આઇબીએમ 12 જુલાઈના સપ્તાહમાં, જ્યારે પાછલા સપ્તાહના મોટાભાગના સફેદ શરીરના બદલે કાળા શરીર બનવાના શરૂ થયા, જે મોટેભાગે લોઅર હાઈ બનાવી રહ્યા હતા, ત્યારે તે અટકવાનો શરૂ થયો. પછી ડાઉનગેપએ ડમ્પલિંગ ટોપને પૂર્ણ કર્યું.

ચિત્ર 6.55માં જુલાઈના મધ્યમાં શેર 55 ડૉલરના પોતાના હાઈને જાળવી રહ્યો હતો, પરંતુ એ જુઓ કે આ હાઈ કઈ રીતે બની રહ્યા હતા - નાના શરીરો અને લાંબી છાયાઓ દ્વારા અને 16 જુલાઈએ તો એક લોંગ લેગ્ડ ડોજીએ પણ હાઈ બનાવ્યો હતો. આ સ્પીનિંગ ટોપ અને ડોજીએ દર્શાવ્યું કે શેર ખૂબ અનિશ્ચિતતાથી ઘેરાયેલો હતો. 20 તારીખનાં સપ્તાહમાં ડાઉનગેપથી આદર્શ ડમ્પલિંગ ટોપ બની રહ્યું. જેમ આગળ પ્રકરણ-7માં જણાવવામાં આવશે તેમ, ડાઉન-ગેપ આવ્યા પછી ગેપ મોટેભાગે રેઝિસ્ટન્સનું કામ કરે છે. નોંધ કરો કે, આ ડમ્પલિંગ ટોપનો ગેપ (24 જુલાઈએ) કઈ રીતે ઉપર તરફ જવામાં અવરોધ બની રહ્યો.

ચિત્ર 6.55 : કેટેલિના માર્કેટિંગ - ડેઇલી (ડમ્પલિંગ ટોપ)

ચિત્ર 6.56માં 7 જુલાઈની કાળી કેંડલે દર્શાવ્યું કે આ શેરને કેટલો જોરદાર ઝાટકો લાગ્યો હતો. જો કે સંતોષકારક વાત એ હતી કે તે સત્રની નીચલી છાયા ખૂબ લાંબી હતી, પરંતુ એક સત્રની નીચલી લાંબી છાયાથી ટ્રેન્ડ બુલિશ બની જતો નથી. આગલા કેટલાક દિવસો સુધી લાંબી નીચલી છાયા 13.5 ડૉલરના સપોર્ટની આસપાસ ફરતી રહી. 10 જુલાઈએ એક સફેદ કેંડલે આ નીચલી છાયાઓના સપોર્ટ એરિયાને જાળવી રાખ્યો અને

બુલિશ પિયર્સિંગ પેટર્ન પણ બનાવી. આગલા સત્રના હાયર લો અને 13 જુલાઈના અપગેપ સાથે ફ્રાયપેન બૉટમ પૂર્ણ થયું.

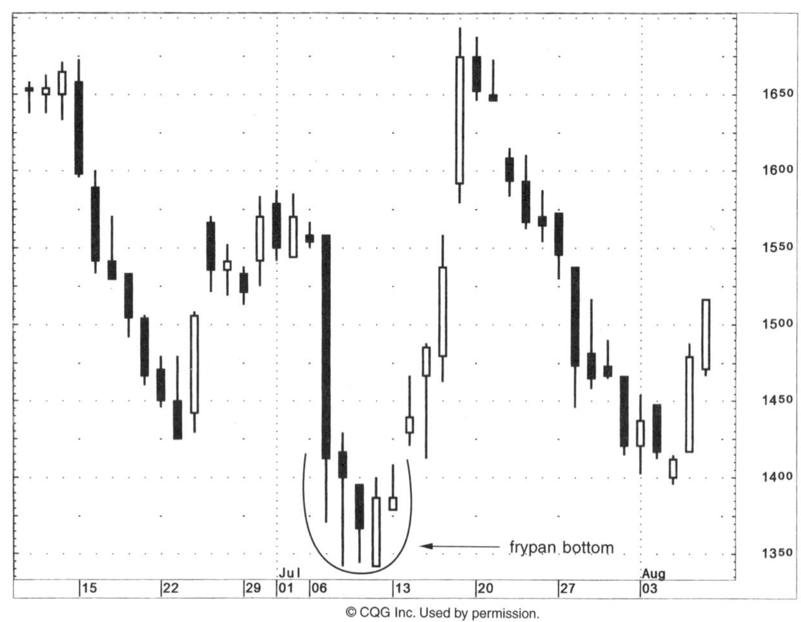

ચિત્ર 6.56 : જનરલ મોટર્સ - ડેઇલી (ફ્રાયપેન બૉટમ)

ચિત્ર 6.57માં 19 જુલાઈવાળા સપ્તાહમાં કાળી કેંડલ્સની શૃંખલાએ શેરને સતત દબાણમાં રાખ્યો. આગલા બે સપ્તાહોમાં કેટલાંક નાનાં શરીરો અને ડોજીએ સંકેત આપ્યો કે શેર સ્થિર થઈ રહ્યો છે. આ બેઝથી બ્રેકઆઉટનું અંતિમ બુલિશ પ્રમાણ 5-6 ઑગસ્ટની વચ્ચે એક ખૂબ નાના ગેપ (તીરથી દર્શાવવામાં આવેલ છે) સાથે આવ્યું. જેમ આ ચાર્ટ દર્શાવે છે તેમ, ભલે ગેપ ખૂબ નાનો હોય (એટલે કે ખૂબ ઓછા સેન્ટનો હોય), પરંતુ આખરે તે ગેપ જ છે અને માટે તે ફ્રાયપેન બૉટમની પુષ્ટિ કરે છે. આ ડમ્પલિંગ ટોપ વિશે પણ સાચું જ છે, એટલે કે ડાઉનગેપ ભલે ગમે તેટલો નાનો હોય, તે ડમ્પલિંગ ટોપની પુષ્ટિ કરે છે.

ચિત્ર 6.58 પશ્ચિમી રાઉંડિંગ બૉટમ અને જાપાની ફ્રાયપેન બૉટમ વચ્ચેના અંતરને સારી રીતે દર્શાવે છે. 1 સપ્ટેમ્બરથી 14 સપ્ટેમ્બરના સપ્તાહ સુધી શેર રાઉંડિંગ બૉટમ બનાવી રહ્યો હતો (કારણ કે તે લોઅર લો થી સમાન લો અને પછી હાયર લો સુધી ગયો), પરંતુ આ રાઉંડિંગ બૉટમમાં ગેપ ન હોવાથી તેને ફ્રાયપેન બૉટમ ન કહી શકાય. યાદ રાખો, ફ્રાયપેન બૉટમ પશ્ચિમના રાઉંડિંગ બૉટમ જેવું જ છે, બસ તેમાં અપગેપની શરત પણ સામેલ હોય છે. પહેલા જણાવવામાં આવેલ સપ્ટેમ્બરના રાઉંડિંગ

બૉટમમાં આપણને બિંદુ 1 અને બિંદુ 2 ઉપર લાંબી ઉપલી છાયાઓ સાથે ચેતવણીના સંકેત મળે છે (બિંદુ 2 ઉપર શૂટિંગ સ્ટાર હતો).

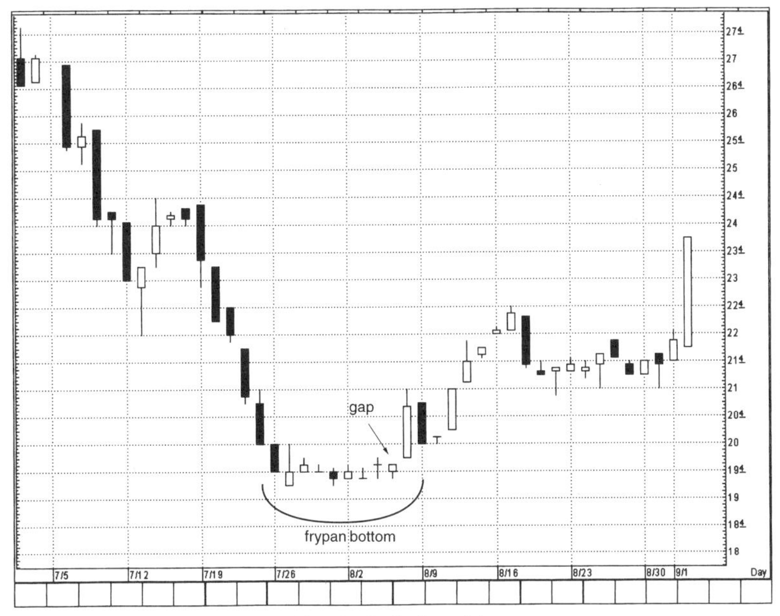

ચિત્ર 6.57 : ટેલી નોર્ટ - ડેઇલી (ફ્રાયપેન બૉટમ)

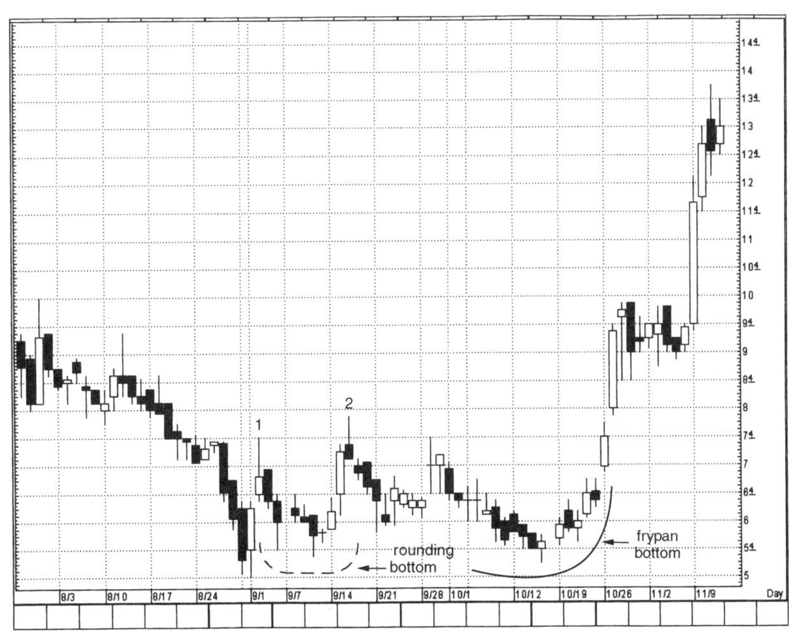

ચિત્ર 6.58 : અર્થશેલ - ડેઇલી (ફ્રાયપેન બૉટમ)

હવે આપણે આપણું ધ્યાન ઑક્ટોબરના શરૂઆતના પછીના ભાગના ભાવો ઉપર કેન્દ્રિત કરીએ. તે સમયે શેર રાઉંડિંગ બૉટમ બનાવી રહ્યો હતો (એટલે કે લોઅર લો થી હાયર લો તરફ જઈ રહ્યો હતો). 26 સપ્ટેમ્બરની નાની અપગેપ સાથે એક ફ્રાયપેન બૉટમ બની ગયું, જે બુલિશ સંભાવનાઓ દર્શાવી રહ્યું હતું. અપગેપના કારણે હું જાપાની ફ્રાયપેન બૉટમને પશ્ચિમી રાઉંડિંગ બૉટમ કરતાં વધુ મહત્ત્વપૂર્ણ માનું છું.

ટાવર ટૉપ્સ અને ટાવર બૉટમ્સ

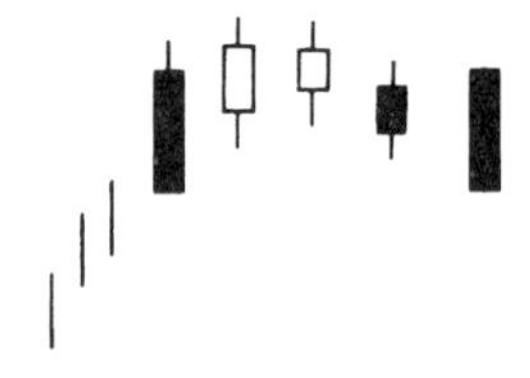

ચિત્ર 6.59 : ટાવર ટોપ (મિનાર શિખર)

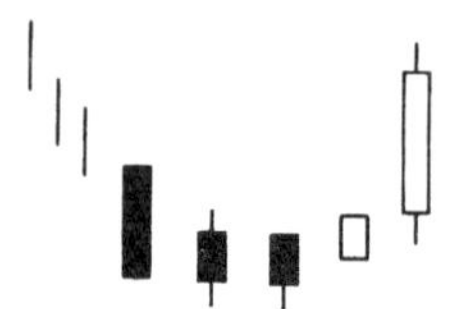

ચિત્ર 6.60 (ટાવર બૉટમ (મિનાર તળિયું)

ટાવર ટોપ (મિનાર શિખર) ઓવરબોટ ઝોનમાં દેખાય છે. રેલી દરમિયાન એક અથવા વધુ સફેદ કેંડલ્સ પછી ટૂંક સમય માટે શાંતિ છવાઈ રહે છે અને પછી એક અથવા વધુ કાળી કેંડલ્સ દેખાય છે. આનાથી એક ટોપ બને છે, જેમાં નાના શરીરની બંને બાજુ સફેદ/કાળા ટાવર બની જાય છે (જુઓ ચિત્ર 6.59) એટલે કે લાંબી કેંડલ્સ ઉપરની તરફ જાય છે અને પછી લાંબી કેંડલ્સ નીચેની તરફ આવે છે.

ટાવર બૉટમ (જુઓ ચિત્ર 6.60) ડાઉનટ્રેન્ડમાં દેખાય છે, જેમાં એક અથવા વધુ લાંબી કાળી કેંડલ્સ બેરીશ મૂવમેન્ટને જાળવી રાખે છે, પછી કેટલાક નાના શરીરો બેરીશ વાતાવરણને ઘટાડે છે અને આખરે એક ઊંચી સફેદ કેંડલ ટાવર કેંડલને આખરી સ્વરૂપ આપે છે.

ટાવર ટોપ અથવા બૉટમનો સૌથી નજીકનો પશ્ચિમી તુલનાત્મક સંકેત સ્પાઇક અથવા વી રિવર્સલ છે. સ્પાઇક રિવર્સલમાં બજાર એક મજબૂત ટ્રેન્ડમાં હોય છે, પરંતુ ફેરવાઈને અચાનક એક નવો જ ટ્રેન્ડ શરૂ કરી દે છે.

થ્રી બ્લેક ક્રોઝ જેવા અન્ય કેંડલસ્ટિક સંકેતની જેમ જ ટાવર ટોપ અને બૉટમ પણ લોંગ ટર્મ ટ્રેડર્સ માટે જ વધુ ઉપયોગી હોય છે, કારણ કે ટાવર મોટેભાગે મૂવના અંતે જ બને છે.

ટાવર બૉટમ ફ્રાયપેન બૉટમ જેવો હોય છે, જ્યારે ટાવર ટોપ ડમ્પલિંગ ટોપ જેવો હોય છે. આ બંને પેટર્ન્સ વચ્ચે મુખ્ય અંતર એ છે કે ટાવર્સ માટે લાંબી કાળી/સફેદ કેંડલ્સની જરૂર રહે છે અને કોઈ ગેપની જરૂર હોતી નથી. ડમ્પલિંગ ટોપ અને ફ્રાયપેન બૉટમના કેસમાં ગેપની જરૂર રહે છે.

ચિત્ર 6.61 ટાવર ટોપ અને ડમ્પલિંગ ટોપ વચ્ચેના અંતરને દર્શાવે છે. ઑક્ટોબરના પહેલા સપ્તાહમાં શેર સફેદ શરીરોની શ્રેણી સાથે ઉપર વધ્યો, પરંતુ નાના શરીરોએ સ્થિરતા આપી. 15 ઑક્ટોબરના ડાઉન-ગેપથી ડમ્પલિંગ ટોપ બની ગયો. ડિસેમ્બરના અંત તરફ જોઈએ તો, આપણને લાંબી સફેદ કેંડલ્સની શૃંખલા દેખાય છે. કેંડલ લાઇન 1 તો યોગ્ય હતી, પરંતુ તે પછીનાં નાનાં શરીરોએ દર્શાવ્યું કે આ શેરની વધવાની સંભાવનાઓ બહુ ઓછી છે. બિંદુ 2 ઉપરની કાળી કેંડલ બીજો ટાવર હતો, જેણે ટાવર ટોપને પૂર્ણ કર્યું.

ચિત્ર 6.61 સીએનવી બૅન્ક શેર્સ-ડેઇલી (ટાવર ટોપ અને ડમ્પલિંગ ટોપ)

ચિત્ર 6.62 : ડ્યૂકોમન - ડેઇલી (ટાવર ટોપ)

ચિત્ર 6.62માં ડિસેમ્બરના અંતમાં એક હેમરે બજાર સ્થિર હોવાનો સંકેત આપ્યો. હેમરથી શરૂ થયેલી રેલી 29 ડિસેમ્બરે એક લાંબી સફેદ કેંડલ સાથે ચાલુ રહી, પરંતુ શેર જ્યારે ડિસેમ્બરવાળા 35.75 ડૉલરના રેઝિસ્ટન્સ પાસે પહોંચ્યો, ત્યારે નાના શરીરોનો સમૂહ દેખાયો. 30 ડિસેમ્બરની કેંડલે હરામી પેટર્ન બનાવી. હરામી પેટર્ન અને સ્પીનિંગ ટોપે ચેતવણીના સંકેત દર્શાવ્યા. 5 જાન્યુઆરીએ લાંબું કાળું શરીર દેખાવાથી ટ્રેન્ડ વધુ ખરાબ થયો અને આના કારણે ટાવર ટોપ પણ પૂર્ણ થયો.

જેમ અગાઉ જણાવવામાં આવ્યું છે તેમ, ટાવર ટોપના સંકેતો ઘણીવાર મોડેથી મળે છે, કારણ કે આપણે એક લાંબી કાળી કેંડલની રાહ જોવી પડે છે, પરંતુ આ કેસમાં હરામી દ્વારા આપણને રિવર્સલ સંકેત જલદી મળી ગયો. 30 ડિસેમ્બરની કેંડલ એટલી નાની હતી કે તેને હરામી ક્રૉસ પણ માની શકાય તેમ હતું.

ચિત્ર 6.63માં આદર્શ ટાવર બૉટમ દર્શાવવામાં આવ્યું છે. પહેલા ટાવરમાં 28 જુલાઈએ એક લાંબું કાળું શરીર દેખાયું છે. આગલા દિવસની ડોજી હરામી ક્રૉસ બનાવે છે. (24-25 જુલાઈએ બિંદુ H ઉપર વધુ એક હરામી ક્રોસ જુઓ. જ્યારે ઇન્ડેક્સ આ પેટર્ન તોડીને નીચે આવી ગયો, ત્યારે હરામી ક્રૉસની તમામ બુલિશ સંભાવનાઓ ખતમ થઈ ગઈ.) જુલાઈના અંતમાં હરામી ક્રૉસથી ઉછાળો શરૂ થયો, બે નાના શરીરો દેખાયા અને પછી લાંબાગાળાના પરિવર્તનનો સંકેત 3 ઑગસ્ટની ઊંચી સફેદ કેંડલ સાથે આવ્યો, કારણ કે તેણે ટાવર બૉટમ પૂર્ણ કર્યો. આ ટાવર બૉટમથી શરૂ થયેલી રેલી ઑગસ્ટના અંત સુધી ચાલુ રહી, જ્યારે એસઍન્ડપી 17 જુલાઈના શૂટિંગ સ્ટારવાળા રેઝિસ્ટન્સ એરિયા ઉપર અટકી ગયો.

ચિત્ર 6.64માં 1 એપ્રિલવાળી હેમરે સંકેત આપ્યો કે બજાર તળેટી એટલે કે બૉટમ તરફ જવાની કોશિશ કરી રહ્યું છે. આગલા દિવસે લાંબી કાળી કેંડલ આવી, જેણે હેમરના સપોર્ટ એરિયાની થોડી નીચે ક્લોઝ આપ્યો (હેમરની નીચલી છાયાની નીચે), જેના કારણે ટ્રેન્ડ ફરી બેરીશ થઈ ગઈ. આ કાળી કેંડલ પછી તરત જ નાના શરીરોની શૃંખલા દેખાઈ. આનાથી એ કાળી કેંડલ દ્વારા બજાર બેરીશ થવાની સંભાવનાઓ ઘણી ઓછી થઈ ગઈ. શેરની હાલત 12 એપ્રિલની લાંબી સફેદ કેંડલ સાથે વધુ સુધરતી ગઈ. આ ટાવર બૉટમનો બીજો ટાવર હતો (જ્યારે કે 2 એપ્રિલની પહેલી કાળી કેંડલ પહેલો ટાવર હતો).

આમ તો, ટાવર બૉટમ પછી શેરના ભાવમાં ખૂબ ઉછાળો આવ્યો, પરંતુ અહીં યાદ રાખો કે, ટાવર બૉટમને ઉછાળાની રેન્જ સાથે કોઈ સબંધ નથી. જેમ અગાઉ જણાવવામાં આવ્યું છે અને હું ફરી ભાર દઈને કહું છું, કેંડલ્સ દિશા-પરિવર્તનના સંકેત તો આપે છે, પરંતુ તે પ્રાઇસ ટાર્ગેટ આપી શકતી નથી.

ચિત્ર 6.63 : એસએન્ડપી - ડેઇલી (ટાવર બૉટમ)

ચિત્ર 6.64 : ઇલિનોય ટૂલ વર્ક્સ - ડેઇલી (ટાવર બૉટમ)

ચિત્ર 6.65માં તીર એક લાંબા કાળા શરીરને દર્શાવે છે, જેણે બજારને તે મૂવના લો સુધી નીચે ખેંચ્યું. આ બેરીશ કેંડલ પછી એક નાનું શરીર આવ્યું, જેનાથી હરામી પેટર્ન બની ગઈ. છ સપ્તાહના કોન્સોલિડેશન પછી એક લાંબી સફેદ શક્તિશાળી કેંડલ દેખાઈ, જેણે ટાવર બૉટમને પૂર્ણ કર્યું.

ચિત્ર 6.65 : યેન/ડૉલર - વીકલી (ટાવર બૉટમ)

નોંધ:

1. ઇફ્રા, જોર્જેસ. ધ યૂનિવર્સલ હિસ્ટ્રી ઑફ નમ્બર્સ (ન્યૂયૉર્ક : જૉન વાઈલી એન્ડ સન્સ, 2000, પાનઃ 276).

પ્રકરણ 7

નિરંતરતા પેટર્ન

運は勇者を助く

ભાગ્ય સાહસી વ્યક્તિને સહાય કરે છે.

હજી સુધી આપણે જે કેંડલ સિગ્નલ જોયાં છે, તે તમામ રિવર્સલ પેટર્ન હતા, જે બજારનો ટ્રેન્ડ અથવા તેની દિશા બદલાવાનો સંકેત આપતા હતા. ખરેખર તો મોટાભાગના કેંડલ સંકેત ટ્રેન્ડ રિવર્સલ સંકેત જ હોય છે, પરંતુ કેંડલ પેટર્ન્સનો એક સમૂહ એવો પણ છે જે નિરંતરતાનો સંકેત આપે છે. નિરંતરતા પેટર્નનો અર્થ છે કે બજાર તે જ ટ્રેન્ડ ચાલુ રાખશે, જે પહેલાથી ચાલ્યો આવે છે. ઉદાહરણ તરીકે, જો રેલી પછી નિરંતરતા પેટર્ન દેખાય, તો તેનો અર્થ છે કે અપટ્રેન્ડ ચાલુ છે અને તે સંભવતઃ હજી પણ ચાલુ રહેશે. (જો કે તેનો અર્થ એમ પણ નથી કે નિરંતરતા પેટર્ન પછી રેલીના ઉછાળા પહેલા કરેક્શન નહીં આવે.)

જેમ જાપાનીઓ કહે છે તેમ, "કેટલોક સમય ખરીદી કરવાનો હોય છે, કેટલોક સમય વેચવા માટેનો હોય છે અને કેટલોક આરામ કરવા માટેનો." આમાંના ઘણા નિરંતરતા પેટર્ન આરામ કરવા માટેના, થોભી જવા માટેના અને શાંતિથી શ્વાસ લેવા માટેની પેટર્ન હોય છે, જે પછી બજાર પોતાના જૂના ટ્રેન્ડને ફરી ચાલુ કરે છે. આ પ્રકરણમાં સામેલ નિરંતરતા પેટર્નમાં વિન્ડો (અને વિન્ડોવાળા પેટર્ન્સ), રાઇઝિંગ ઍન્ડ ફોલિંગ થ્રી મેથડ્સ, સેપરેટિંગ લાઇન્સ અને થ્રી વ્હાઇટ સોલ્જર્સ સામેલ છે.

વિન્ડો (બારી)

જેને આપણે પશ્ચિમમાં ગેપ કહીએ છીએ, તેને જાપાનીઓ વિન્ડો કહે છે. જો પશ્ચિમમાં એમ સમજવામાં આવે કે 'ગેપ ફિલ થઈ રહ્યો છે', તો

જાપાનીઓ કહે છે કે, “બારી બંધ થઈ રહી છે.” આ ભાગમાં હું બારીની મૂળભૂત ધારણાઓ જણાવીશ અને પછી કેટલાક વિન્ડો પેટર્ન વિશે જોઈશું. મેં મારા તમામ સેમિનારોમાં અને આ પુસ્તકમાં પણ મેં ઘણીવાર ‘વિન્ડો’ અને ‘ગેપ’ ને પર્યાયવાચી શબ્દો તરીકે ઉપયોગમાં લીધા છે.

વિન્ડો (બારી) બે પ્રકારની હોય છે, એક બુલિશ અને બીજી બેરીશ. રાઇઝિંગ વિન્ડો એટલે કે ઉપરની બારી (જુઓ ચિત્ર 7.1) બુલિશ સંકેત છે. પાછલા સત્રનો હાઈ (એટલે કે ઉપલી છાયાનું ટોપ) અને વર્તમાન સત્રનું લો (એટલે કે નીચલી છાયાનું બૉટમ) ની વચ્ચે પ્રાઇસ વેક્યૂમ હોય છે, એટલે કે ગેપના કારણે ત્યાં કોઈ ભાવ નથી હોતો.

ચિત્ર 7.2 ફૉલિંગ વિન્ડો એટલે કે નીચે તરફની બારી દર્શાવે છે. નીચે તરફની બારી એક બેરીશ સંકેત છે, જેમાં પાછલા સત્રનો લો અને વર્તમાન સત્રના હાઈ વચ્ચે ગેપ એટલે કે થોડું અંતર રહે છે.

જાપાની ટેક્નિશિયન કહે છે, “બારીની દિશામાં જાઓ.” આમ એટલા માટે છે કે, બારી અથવા ગેપ નિરંતરતાનો સંકેત છે. પરિણામે, ઉપરવાળી બારી (અપગેપ) દેખાયેથી કરેક્શન ઉપર આપણે ખરીદવા બાબતે વિચારવું જોઈએ અને નીચે તરફની બારી દેખાયેથી (ડાઉન ગેપ) રિબાઉંડ ઉપર આપણે વેચવા બાબતે વિચાર કરવો જોઈએ.

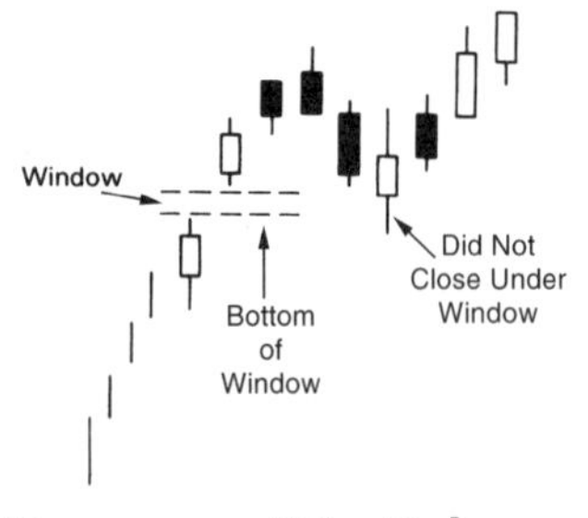

ચિત્ર 7.1 : રાઇઝિંગ વિન્ડો (ઉપરની બારી)

જાપાનીઓ એમ પણ કહે છે કે, “કરેક્શન બારી ઉપર આવીને સમાપ્ત થઈ જાય છે.” આનો અર્થ છે કે બારી સપોર્ટ અથવા રેઝિસ્ટન્સ બની શકે છે, એટલે કે ઉપરની બારી અથવા અપગેપ (જેમ આપણે આગળ જોઈશું તેમ આનો અર્થ છે સંપૂર્ણ ગેપ) કરેક્શનમાં સપોર્ટ ઝોનનું પણ કામ કરે છે. જો કરેક્શન આ ઉપરની બારીના લો ની નીચે ક્લોઝ થાય, તો પાછલો અપટ્રેન્ડ પૂર્ણ થઈ જાય છે અને તેને ટ્રેન્ડ બદલાવાનો સંકેત માની શકાય છે. ધ્યાન આપો કે, ચિત્ર 7.1માં બજાર ઉપરની બારીની નીચે સુધી આવી ગયું હતું, પરંતુ તેની નીચે ક્લોઝ ન થવાના કારણે ઉપરની બારી અથવા અપગેપનો સપોર્ટ જળવાઈ રહ્યો.

આ જ રીતે ફૉલિંગ વિન્ડો એટલે કે નીચે તરફની બારીનો અર્થ છે કે ભાવો હજી ઘટશે. જો આ પછી ભાવ ઉપરની તરફ વધવા માંડે, તો આ ફૉલિંગ વિન્ડો (સંપૂર્ણ વિન્ડો) રેઝિસ્ટન્સનું કામ કરે છે. જો બુલ્સ બજારને આ નીચે તરફની બારીના ટોપની ઉપર ક્લોઝ કરાવવા માટે સક્ષમ બની રહે તો, ડાઉનટ્રેન્ડ સમાપ્ત થવાનું માની શકાય.

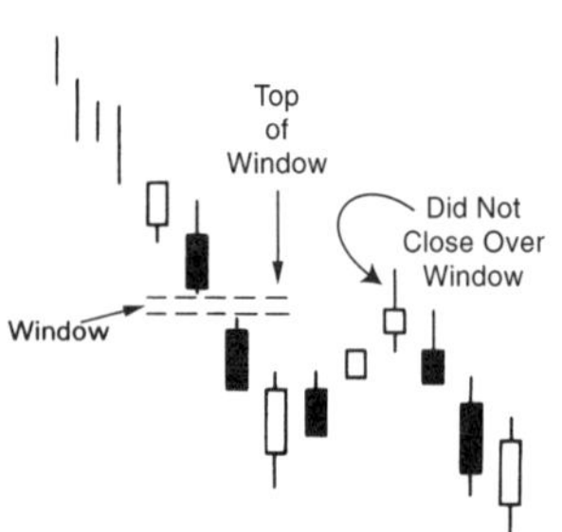

ચિત્ર 7.2 : ફૉલિંગ વિન્ડો (નીચે તરફની બારી)

પશ્ચિમમાં એવી માન્યતા છે કે ગેપ હંમેશાં ભરાઈ જાય છે. મને નથી ખબર આ સાચું છે કે નહીં, પરંતુ હું એટલું જરૂર માનું છું કે કરેક્શન બારી ઉપર આવીને અટકી જાય છે, માટે ભાવ જ્યારે કોઈ ગેપને ભરવાની કોશિશ કરે, ત્યારે આપણે ખરીદવાનો (ઉપરવાળી બારી વખતે) અથવા વેચવાનો (નીચે તરફની બારી વખતે) વિચાર કરી શકીએ છે.

મારા જાહેર અને સંસ્થાકીય સેમિનારોના આધારે હું કહી શકું છું કે બારીઓ અથવા ગેપ્સ બાબતે સૌથી મોટી ગેરસમજ એ છે કે કેટલાક લોકો શરીરને સ્પર્શ ન થવા ઉપર જ કોઈ પણ પેટર્નને બારી અથવા ગેપ માની લે છે. ઉદાહરણ તરીકે, ચિત્ર 7.3માં A અને B કેંડલલાઇન્સના શરીર વચ્ચે ઘણી જગ્યા છે, પરંતુ A અને B ની છાયાઓ એકબીજાને સ્પર્શતી હોવાના કારણે તેને બારી ન કહી શકાય. જેમ ચિત્ર 7.1 અને 7.2માં દર્શાવવામાં આવ્યું છે તેમ, બારી અથવા ગેપની છાયાઓ ક્યાંય એકબીજાને સ્પર્શવી ન જોઈએ. શરીરો વચ્ચેનો 'ગેપ' ભલે ગમે તેટલો મોટો કેમ ન હોય, તેને બારી ત્યાં સુધી ન માની શકાય, જ્યાં સુધી તેમની છાયાઓ વચ્ચે પણ ગેપ ન હોય.

ચિત્ર 7.3માં આપણે 22 જુલાઈના હાઈ અને આગલા દિવસના લો વચ્ચે ફક્ત 4 સેન્ટની ઉપરની બારી જોઈએ છીએ. બારી ભલે ગમે તેટલી નાની કેમ ન હોય, તે સંભવિત સપોર્ટ તરીકે કાર્ય કરી શકે છે. આ જ નીચે તરફની બારીના રેઝિસ્ટન્સ બનવા બાબતે પણ સાચું છે.

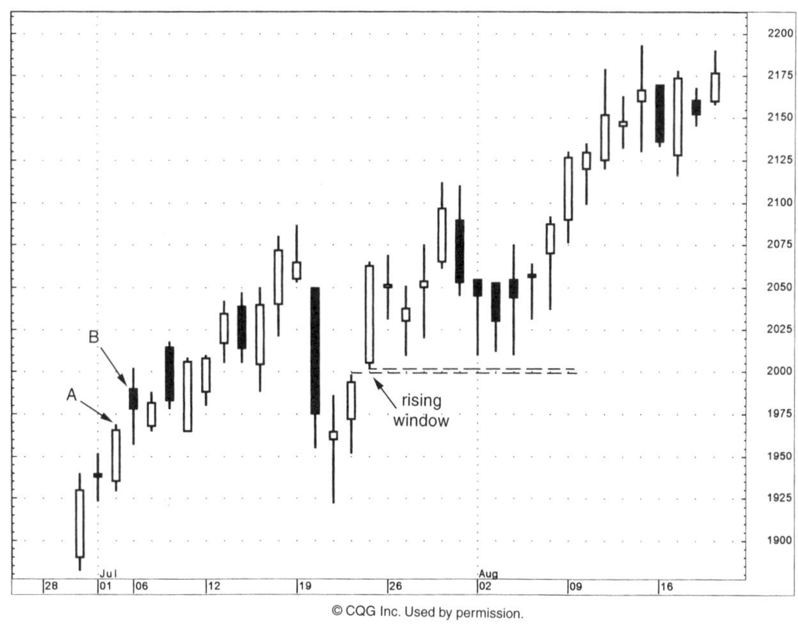

ચિત્ર 7.3 : ક્રૂડ લાઇટ - ડેઇલી (રાઇઝિંગ વિન્ડો)

બારીઓ અથવા ગેપ્સમાં આકાર અગત્યનો નથી. ચિત્ર 7.3માં લાંબી નીચલી છાયા ઉપરની બારીના સપોર્ટ તરફ આવી અને તેણે દર્શાવ્યું કે તે બારી પાસે ખરીદી થઈ રહી છે, જેમ આ ચાર્ટ દર્શાવે છે તેમ ઉપરની બારી તો સંભવિત સપોર્ટ ઝોન છે. પરંતુ બની શકે કે બજાર બારીના

સપોર્ટ ઝોનને સ્પર્શ કરતા (અથવા તેની નજીક જતાં) પહેલા જ પલટાઈ જાય. માટે, જો તમે આક્રમક રીતે બુલિશ હોવ, તો બજારના કરેક્શનને ઉપરની બારીની નજીક પહોંચ્યેથી ખરીદવા માટે વિચારી શકો છો, ભલે તે બારી ટોપની નજીક પહોંચે પણ તેની અંદર ન જાય. આપણે બારીનો ઉપયોગ કઈ રીતે કરીએ છીએ, તે આપણી ટ્રેડિંગ શૈલી અને આક્રમકતા ઉપર આધાર રાખે છે. જો બજાર ઉપરની બારીના તળિયાની નીચે બંધ થાય, તો આપણી પાસે એક સ્ટોપ (માનસિક કે લેખિત હોવું) જોઈએ.

ચિત્ર 7.3માં આપણે જોયું કે એક ઉપરની બારી કઈ રીતે સપોર્ટ બની ગઈ. ચિત્ર 7.4માં 20.50 ડૉલર અને 22.50 ડૉલરની વચ્ચે એક બહુ મોટી ઉપરની બારી દેખાય છે. આ 2 ડૉલરનો સપોર્ટ ઝોન પૂરો પાડે છે (એટલે કે બારીનું ટોપ 22.50 ડૉલરથી બારીનું તળિયું 20.50 ડૉલર સુધીનું).

જેમ અગાઉ ચર્ચા કરવામાં આવી છે તેમ, ઉપરની બારી સંપૂર્ણ રીતે સપોર્ટ ઝોન બની જાય છે. મોટી બારીનું નુકસાન એ છે કે સંપૂર્ણ ક્ષેત્ર જ સપોર્ટ ઝોન બની જાય છે. પરિણામે આપણી પાસે એક ચોક્કસ સપોર્ટ હોતો નથી (ઉપરની બારીના કેસમાં) અથવા એટલો ચોક્કસ રેઝિસ્ટન્સ નથી હોતો (નીચે તરફની બારીના કેસમાં), જેટલો નાની બારી દ્વારા આપણને મળી શકે છે.

ચિત્ર 7.4 : નૉવેલ-ડેઇલી (રાઇઝિંગ વિન્ડો)

જે ઉદાહરણોમાં મોટી બારીઓ હોય છે, ત્યાં એ ખાસ યાદ રાખવા જેવું છે કે ઉપરની બારીનું મુખ્ય સમર્થન ક્ષેત્ર તેના તળિયામાં હોય છે (નીચે તરફની બારીના કેસમાં સૌથી મહત્ત્વપૂર્ણ રેઝિસ્ટન્સ તે બારીનું શિખર હોય છે). પરિણામે, ઉપરની બારીના કેસમાં સપોર્ટનો 'અંતિમ તબક્કો' તેના તળિયામાં હોય છે, જે ડેશ લાઇન દ્વારા દર્શાવવામાં આવ્યું છે. આ ચાર્ટમાં બજાર 20.50 ડૉલરની નજીક બારીના લો સુધી ગયું અને પછી 20 એપ્રિલના રોજ હેમર દ્વારા રિબાઉંડ કર્યું.

આપણે બીજી બે ઉપરની બારી જોઈએ, જેની ઉપર 1 અને 2 લેબલ લગાવવામાં આવેલા છે. બારી 1 આગલા ત્રણ સપ્તાહ સુધી સારો સપોર્ટ બની રહી, જ્યાં સુધી 6 એપ્રિલની કેંડલે આ સપોર્ટને તોડી નાખ્યો નહીં. બારી 2 નો સપોર્ટ તો આ બારી બનવાના આગલા દિવસે જ તૂટી ગયો હતો. જ્યારે બારી 2 નો સપોર્ટ તૂટી ગયો, ત્યારે બારી 1 સપોર્ટ બની ગઈ. હું ઘણીવાર બારીઓનો ઉપયોગ આ રીતે જ કરું છું. ઉદાહરણ તરીકે, જો એક બારીનો સપોર્ટ તૂટી જાય તો, હું મારા આગલા સપોર્ટ એરિયા માટે એ તૂટેલી બારીની નીચે બીજી બારીની શોધ કરું છું. આ કેસમાં જ્યારે બારી 2 તૂટી ગઈ, ત્યારે મારો આગલો સપોર્ટ બારી 1 ઉપર હતો.

ચિત્ર 7.5 એકમાત્ર કેંડલ દ્વારા મળતા સંકેત ઉપર પ્રતિક્રિયા આપતા પહેલા સંપૂર્ણ ટેક્નિકલ પાસા ઉપર વિચાર કરવાના મહત્ત્વને દર્શાવે છે. માર્ચમાં પહેલી કેંડલ બુલિશ હેમર હતી, પરંતુ વધુ અગત્યની વાત એ છે કે જુઓ કે હેમર કઈ રીતે બની છે - નીચે તરફની બારી સાથે. જો કે આ હેમર તરત જ સપોર્ટ લેવલ બની ગઈ, પરંતુ આપણે યાદ રાખવું જોઈએ કે નીચે તરફની બારીના કારણે હવે તે સંપૂર્ણ બારીમાં રેઝિસ્ટન્સ છે. હેમર દ્વારા જે રિબાઉંડ થયું, તે નીચે તરફની બારીના શિખર ઉપર સમાપ્ત થઈ ગયું.

ધ્યાન આપો કે, ચિત્ર 7.5માં 28 ફેબ્રુઆરીની છેલ્લી કેંડલ અને આગલા દિવસ (1 માર્ચ)ની પહેલી કેંડલ વચ્ચે બારી કઈ રીતે બની. આ ઇન્ટ્રાડે ચાર્ટ્સ ઉપર બારીઓની ધારણાને દર્શાવે છે; બારી મોટેભાગે પાછલા દિવસની આખરી કેંડલ અને વર્તમાન દિવસની પહેલી કેંડલ વચ્ચે બને છે. આમાં કોઈ આશ્ચર્ય નથી, કારણ કે જો 5 મિનિટના ઇન્ટ્રાડે ચાર્ટમાં બે કેંડલ વચ્ચે ગેપ આવી જાય તો તે અસાધારણ બની રહે છે.

જેમ ચિત્ર 7.6માં દર્શાવવામાં આવ્યું છે તેમ, જૂનના અંતમાં બે દિવસની સારી રેલી આવી. હરામી ક્રૉસે આપણને ચેતવણી આપી કે શેર તેના પાછલા અપટ્રેન્ડથી દૂર થઈ રહ્યો છે. (1 જુલાઈની બીજી સફેદ કેંડલ તેના પાછલા ઊંચા સફેદ શરીરની અંદર એટલી નાની બની કે તેને હરામી ક્રૉસ માની શકાય તેમ હતું.) આગલા દિવસે 2 જુલાઈએ આદર્શ ડોજીએ એ જ સંકેત ફરી આપ્યો, જે આ પહેલાની કેંડલ દ્વારા આપવામાં આવ્યો હતો કે બજાર 98 ડૉલરની આસપાસ તેનો ટ્રેન્ડ (અપટ્રેન્ડ)થી દૂર જઈ

રહ્યું છે. જુલાઈના મધ્યમાં એક બેરીશ એનગલ્ફિંગ પેટર્ન આવી, જેણે પુષ્ટિ કરી કે આગળ વધુ મુશ્કેલી આવવાની છે.

ચિત્ર 7.5 : એમેઝોન - 5 મિનિટ (ફોલિંગ વિન્ડો)

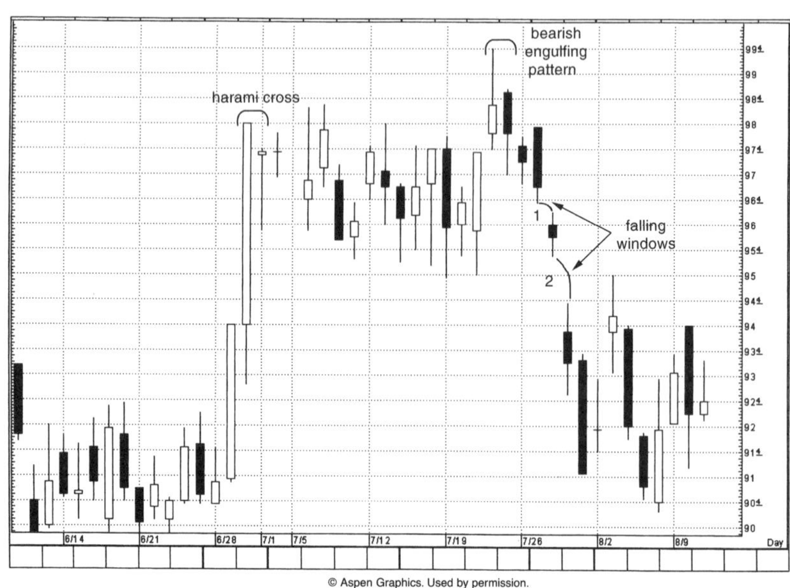

ચિત્ર 7.6 : જોન્સન એન્ડ જોન્સન - ડેઇલી (ફોલિંગ વિન્ડો)

27 અને 28 જુલાઈની વચ્ચે (જેને 1 ઉપર દર્શાવવામાં આવી છે) એક નાની નીચે તરફની બારી ખૂલી અને પછી 29મી એ (2 ઉપર) એક બીજી નીચે તરફની બારી દેખાઈ. આ બીજી બારીએ વધુ નુકસાન કર્યું, કારણ કે તેણે 95 ડૉલરના સપોર્ટ એરિયાની નીચે ગેપડાઉન કર્યું, જે જુલાઈના પહેલા પખવાડિયામાં જળવાઈ રહ્યું હતું (પશ્ચિમી શબ્દાવલીમાં આને 'બ્રેકઅવે ગેપ' કહેવામા આવે છે). એમાં કોઈ આશ્ચર્ય નથી કે 95 ડૉલર પાસેની આ બારી મહત્ત્વપૂર્ણ રેઝિસ્ટન્સ બની રહી.

કેંડલસ્ટિક ચાર્ટના આકર્ષણ પાછળનું નોંધપાત્ર પાસુ એ છે કે, તે લગભગ એવા સંકેત આપી દે છે, જે મોટાભાગે બાર ચાર્ટ દ્વારા મળી શકતા નથી. ચિત્ર 7.7 દર્શાવે છે કે આપણે બારીઓનો ઉપયોગ રેઝિસ્ટન્સ એરિયા જાણવા માટે કરી શકીએ છીએ, જે બાર ચાર્ટમાં મળતો નથી. 8 ઑક્ટોબરે એક હેમર દેખાઈ. આ સંભવતઃ બુલિશ સંકેત હતો, પરંતુ હેમરના દિવસે જ નીચે તરફની બારી પણ ખૂલી ગઈ. માટે, આપણે હેમરના સંભવિત સકારાત્મક સંકેતોની પુષ્ટિ માટે એ નીચે તરફની બારીના શિખર ઉપર બજાર ક્લોઝ થાય ત્યાં સુધી રાહ જોવી જોઈએ.

ચિત્ર 7.7 : ઓઇલ સર્વિસ ઇન્ડેક્સ (ડેઇલી વિન્ડો)

હેમરના બે દિવસ બાદ બુલ્સે નીચે તરફની બારીના ટોપ ઉપર ક્લોઝ આપીને પોતાની ક્ષમતાનો પુરાવો આપ્યો અને તેવું જ એક ઉપરની બુલિશ બારી માટે પણ કર્યું. આ રીતે, ઓઇલ સર્વિસ ઇન્ડેક્સે તે બનાવ્યું જેને પશ્ચિમમાં આઇલૅન્ડ બૉટમ કહેવામાં આવે છે. (આ ત્યારે બને છે, જ્યારે

બજાર ગેપડાઉન થાય છે અને પછી એક અથવા વધુ સત્રોમાં ગેપ-અપ કરે છે.) ‘આઇલૅન્ડ બૉટમ’ નામ એટલા માટે આપવામાં આવ્યું છે કે એક અથવા કેટલાક સત્રો એ ટાપુ જેવા હોય છે, જે ચારે બાજુ પાણીથી (ગેપ્સ) ઘેરાયેલા હોય છે, જો કે આઇલૅન્ડ બૉટમનો લો સ્વભાવિક સપોર્ટ એરિયા છે (આ ચાર્ટમાં તે 45.50 ડૉલરની નજીક છે), પરંતુ આપણે બારીઓની કેંડલ ચાર્ટિંગ ટેક્નિકનો ઉપયોગ કરીને ઝડપથી સપોર્ટ એરિયા મેળવી શકીએ છીએ.

ઉપરવાળી બારી સપોર્ટ એરિયા બની રહેવી જોઈએ, આ ધારણાનો ઉપયોગ કરીને જ્યારે 12 ઑક્ટોબરે આઇલૅન્ડ બૉટમ બન્યું (ઉપરની બારી દ્વારા), ત્યારે આપણો પહેલો સપોર્ટ 45.50 ડૉલર નહીં (આઇલૅન્ડ બૉટમનો લો), પરંતુ ઉપરની બારીના કારણે 49 ડૉલરની આસપાસ હોવો જોઈએ. બારીનો સપોર્ટ એ છે, જ્યાં ઇન્ડેક્સ એક લાંબી સફેદ કેંડલ સાથે વિસ્ફોટ કરતાં પહેલા કેટલાક દિવસો સુધી સ્થિર રહી હોય. આ એક વધુ ઉદાહરણ છે કે કેંડલ ચાર્ટના ઉપયોગથી તમે એ લોકો કરતાં કઈ રીતે આગળ નીકળી શકો છો, જે ફક્ત બાર ચાર્ટ ટેક્નિક્સનો ઉપયોગ કરતા હોય છે. બાર ચાર્ટનો ઉપયોગ કરતા લોકો કેંડલની ઉપરની બારી (49 ડૉલર)ના બદલે આઇલૅન્ડ બૉટમ (45.50 ડૉલર)નો ઉપયોગ પહેલા સપોર્ટરૂપે કરશે. દેખીતું છે કે, બજાર બારીના આ સપોર્ટ એરિયાને તોડી નાખે તો આપણે 45.50 ડૉલર પાસે આગલા સપોર્ટની રાહ જોત (આઇલૅન્ડ બૉટમ અને હેમરનો લો).

પારંપરિક જાપાની તકનીકી વિશ્લેષણમાં માન્યતા છે કે ઉપરની ત્રણ બારીઓ પછી બજાર એટલું બધુ ઓવરબોટ હોવાની સંભાવનાઓ રહે છે કે તે આગળ વધવાનું જાળવી રાખી શકતું નથી. તે જ રીતે નીચે તરફની ત્રણ બારીઓ પછી બજાર એટલું બધુ ઓવરસોલ્ડ હોવાની સંભાવનાઓ રહે છે કે ડાઉનટ્રેન્ડ જળવાઈ શકતો નથી. કદાચ એટલા માટે પણ હોઈ શકે કે ત્રણનો આંક જાપાનીઓ માટે મહત્ત્વપૂર્ણ છે, પરંતુ મેં આ પુસ્તકની પહેલી આવૃત્તિ પછી આ ધારણાઓ બાંધી છે.

બારીઓ એટલી તો શક્તિશાળી હોય છે કે મેં જોયું છે કે ભલે ને ગમે તેટલી બારીઓ કેમ ન આવે, ટ્રેન્ડ ત્યાં સુધી જળવાયેલો રહે છે, જ્યાં સુધી છેલ્લી બારી બંધ ન થઈ જાય. આ રીતે ઉપરની બારીઓ ગમે તેટલી સંખ્યામાં હોઈ શકે છે. પરંતુ, ટ્રેન્ડ ત્યાં સુધી અપટ્રેન્ડ જ રહેશે, જ્યાં સુધી બજાર સૌથી ઉપરની બારીની નીચે ક્લોઝ આપીને તેને સમાપ્ત ન કરી દે. આનું એક ઉદાહરણ ચિત્ર 7.8માં દર્શાવવામાં આવ્યું છે. અહીં આપણે એક રેલી જોઈ શકીએ છીએ, જે ઑગસ્ટના મધ્યમાં એરિયા B ઉપર બુલિશ એનગલ્ફિંગ પેટર્ન સાથે શરૂ થઈ. આખરે આ રેલીએ ઉપરની છ બારીઓ ખોલી નાખી. 5-6 ઑક્ટોબરના હરામી પેટર્ન સાથે આપણને એ સંકેત મળ્યો કે બોન્ડ્સના શ્વાસ હવે રોકાઈ રહ્યા છે, પરંતુ

રેલી સમાપ્ત થવાની પુષ્ટિ ઉપરની છ બારીઓની નીચે ક્લોઝ થયેથી જ થઈ. આ રિવર્સલ બોન્ડ ફ્યુચર્સ માટે એક મહત્ત્વપૂર્ણ હાઈ સાબિત થયો, કારણ કે આ પછી બજાર ઘણાં વર્ષો સુધી નીચું જતું ગયું.

ચિત્ર 7.8 : બોન્ડ ફ્યુચર્સ-ડેઇલી (રાઇઝિંગ વિન્ડો)

ચિત્ર 7.9 એ બાબતનું એક વધુ ઉદાહરણ છે કે રેલી ઉપરની ત્રણ બારી હોવા છતાં ચાલુ રહી શકે છે. ઉપરની ચાર બારીને 1, 2, 3 અને 4 ઉપર દર્શાવવામાં આવી છે. આમાંની દરેકે સપોર્ટ તરીકે કાર્ય કર્યું. જ્યારે નીચે તરફની બારીએ 46 ડૉલર ઉપર રેઝિસ્ટન્સ તરીકે કાર્ય કર્યું, ત્યારે એરિયા A ઉપર નીચે તરફની બારીએ કેટલાક મુશ્કેલીના સંકેતો આપ્યા. તે નીચે તરફની બારીથી શરૂ થયેલ ઘટાડો મે ના પહેલા સપ્તાહ સુધી ચાલુ રહ્યો.

4થી મે એ એક કાળા શરીરે 42.50 ડૉલર ઉપર બારી 4 ના સપોર્ટના બૉટમને તોડી નાખ્યું. બારી 4 ના સપોર્ટ બૉટમ તૂટવું તે માઇક્રોસોફ્ટ માટે ખૂબ બેરીશ બની રહ્યું, પરંતુ આગલા દિવસે 5મી મે એ એક શક્તિશાળી સફેદ કેંડલ (એક બુલિશ બેલ્ટ-હોલ્ડ લાઇન, જે તેના લો ઉપર ખૂલી અને તેના હાઈની નજીક બંધ થઈ) એ એક આદર્શ પિયર્સિંગ પેટર્ન બનાવ્યું. તેણે પાછલા દિવસના બેરીશ પ્રભાવને ખાસો ઘટાડી દીધો.

આ ચાર્ટ બજાર કઈ રીતે બદલાતી પરિસ્થિતિઓ સાથે બદલાતું જાય છે તેનું એક મહત્ત્વનું ઉદાહરણ છે, જ્યાં આપણે 4 મે ના સપોર્ટ તૂટવાથી ઉત્પન્ન થયેલ બેરીશ દૃષ્ટિકોણથી આગલા દિવસના પિયર્સિંગ પેટર્નના કારણે ઓછા બેરીશ દૃષ્ટિકોણ સુધી પહોંચી શક્યા.

ચિત્ર 7.9 : માઇક્રોસોફ્ટ - ડેઇલી (રાઇઝિંગ વિન્ડો)

આગલા બે ટ્રેડિંગ સત્રો એટલે કે 11 અને 12 મે એ આ જ રીતની પરિસ્થિતી સામે આવી, જ્યારે એક કાળા શરીર પછી એક સફેદ શરીર આવ્યું. જો 41 ડૉલર નજીકના મહત્ત્વપૂર્ણ સપોર્ટનો વધુ એક પુરાવો જોઈતો હોય, તો 26-27 મે ના બુલિશ એનગલ્ફિંગ પેટર્ન તરીકે સામે આવ્યો. જો કોઈ 29 મે થી 2 જૂન સુધીની ત્રણ કેંડલને જુએ, તો તે તેને મૉર્નિંગ સ્ટાર પેટર્ન પણ કહી શકે (જો કે આદર્શ દૃષ્ટિએ આપણે એમ માનીએ છીએ કે મૉર્નિંગ સ્ટાર ડાઉનટ્રેન્ડ પછી આવે અને ટ્રેડિંગ રેન્જનો ભાગ ન હોય, જેમ તે અહીં હતો). તો પણ આ પેટર્ને 41 ડૉલરની નજીક સપોર્ટની મજબૂતીની પુષ્ટિ કરી.

તાસુકી

(તાસુકીનો અર્થ જાપાનીઝ ભાષામાં તેમના પહેરવેશ કિમોનોની લાંબી બાંયને સરખી રાખવા માટેનું એક બેલ્ટ જેવુ સાધન છે.) (આ મેં ઇન્ટરનેટ ઉપરથી વાંચીને ઉમેર્યું છે. મૂળ પુસ્તકમાં આ નથી.)

જેમ ચિત્ર 7.10 અને 7.11માં દર્શાવવામાં આવ્યું છે તેમ, તાસુકી અપગેપ અથવા ડાઉનગેપ બનાવતી બે કેંડલનું વિશિષ્ટ સંયોજન છે. ચિત્ર 7.10માં અપગેપિંગ તાસુકી એક સફેદ કેંડલ દ્વારા બનેલી ઉપરની બારી અને પછી એક કાળી કેંડલથી બને છે. કાળી કેંડલ સફેદ કેંડલના શરીરની અંદર ખૂલે છે અને સફેદ કેંડલના શરીરની નીચે બંધ થાય છે. કાળી કેંડલવાળા

દિવસનો ક્લોઝ યુદ્ધબિંદુ છે. જો બજાર બારીની લો ની નીચે બંધ થાય તો અપવર્ડ ગેપ તાસુકીનો બુલિશ દૃષ્ટિકોણ સમાપ્ત થઈ જાય છે. આ જ સિદ્ધાંત ડાઉનવર્ડ ગેપિંગ તાસુકી (જુઓ ચિત્ર 7.11) માટે પણ સાચો છે, પરંતુ વિરુદ્ધ રીતે. બજાર નીચે તરફની બારી સાથે ખૂલે છે, જેમાં કાળી કેંડલ પછી એક સફેદ કેંડલ આવે છે. તાસુકીની બંને કેંડલનો આકાર લગભગ એકસમાન હોવો જોઈએ. બંને પ્રકારના તાસુકી દુર્લભ હોય છે.

આ પુસ્તકની પહેલી આવૃત્તિ પછી મને બાર વર્ષનો વધારાનો અનુભવ મળ્યો છે અને તેના આધારે મેં મારા સેમિનારોમાં ભલામણ કરી છે કે તાસુકીને યાદ રાખવા માટે મગજને તકલીફ આપવાની જરૂર નથી. બારીઓ એટલી મહત્ત્વપૂર્ણ હોય છે કે મારા મત મુજબ ઉપરની બારી પછી કેંડલ લાઇન્સના રંગ અથવા સંયોજનનું કોઈ મહત્ત્વ હોતું નથી. બારી પોતે જ મહત્ત્વપૂર્ણ હોય છે. તમારે બસ એટલું યાદ રાખવું જરૂરી છે કે જો આ ઉપરની બારી હોય તો (જેમ કે અપવર્ડ તાસુકી), તો તે એક બુલિશ સંકેત છે અને બારી સપોર્ટનું કાર્ય કરશે. આ સપોર્ટની નીચે ક્લોઝ થવાથી ટ્રેન્ડ ડાઉન થઈ જશે. આ જ બાબત ડાઉનવર્ડ તાસુકી માટે પણ સાચી છે, પરંતુ વિરુદ્ધ રીતે એટલે કે ડાઉનવર્ડ ગેપિંગ તાસુકીમાં એક નીચે તરફની બારી હોવાથી આગળ જઈને રેઝિસ્ટન્સનું કાર્ય કરશે. જ્યારે નીચે તરફની બારીના ટોપ ઉપર ક્લોઝ થશે, તો ડાઉનવર્ડ ગેપિંગ તાસુકીના બેરીશ પ્રભાવ સમાપ્ત થઈ જશે.

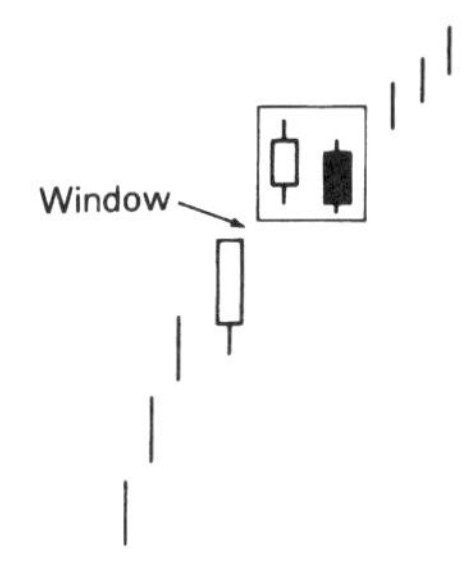

ચિત્ર 7.10 : અપવર્ડ ગેપિંગ તાસુકી

ચિત્ર 7.11 : ડાઉનવર્ડ ગેપિંગ તાસુકી

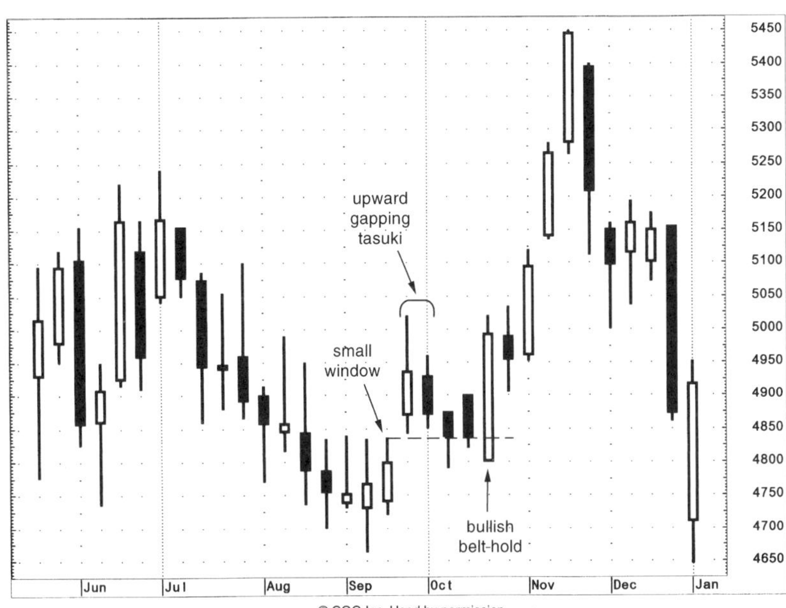

ચિત્ર 7.12 : પ્લેટીનમ - વીકલી (અપવર્ડ ગેપિંગ તાસુકી)

ચિત્ર 7.12માં સપ્ટેમ્બરના અંતમાં એક નાની ઉપરની બારી દેખાઈ. આ ઉપરની બારી પછી બે કેંડલ્સે અપવર્ડ ગેપિંગ તાસુકી બનાવી. આ તાસુકી એટલા માટે બની કે ઉપરની બારી પછી એક સફેદ કેંડલ છે અને તે પછી એક કાળી કેંડલ છે, પરંતુ જેમ ઉપર જણાવવામાં આવ્યું છે, તેમ મારા મતે ઉપરની બારી પછીની કેંડલ કેવી દેખાય છે તેનું કોઈ મહત્ત્વ હોતું નથી. મારી મુખ્ય ચિંતા એ જોવાની છે કે ક્લોઝના આધારે ઉપરની બારીનો સપોર્ટ તૂટ્યો તો નથી. જેમ ડેશ લાઇન દ્વારા દર્શાવવામાં આવ્યું છે તેમ, આ સપોર્ટ ક્લોઝ સુધી જળવાઈ રહ્યો. પછી ઑક્ટોબરના અંતે મહત્ત્વપૂર્ણ રીતે એક બુલિશ બેલ્ટ-હોલ્ડ લાઇન, જે ત્રણ કાળા શરીરની ચારેબાજુ વીંટળાયેલી હતી, તેણે તે બારીના સપોર્ટની અંતિમ પુષ્ટિ કરી.

હાઈ અને લો પ્રાઇસ ગેપિંગ પ્લે :

એ બાબત તો સામાન્ય છે કે બજાર મોટા ઉછાળા બાદ કોન્સોલિડેશનમાં જાય છે અથવા સાઇડવેઝ જાય છે. કોન્સોલિડેશન નાના શરીરોની શૃંખલા દ્વારા થાય છે. એક મોટી સફેદ કેંડલ પછી ઘણા નાના શરીરો આપણને દર્શાવે છે કે બજાર અનિશ્ચિત અથવા તો કંઈક મૂંઝવણમાં છે. આ નાના શરીરો આમ તો અપટ્રેન્ડને ન્યૂટ્રલ ટ્રેન્ડમાં બદલે છે, પરંતુ તે એક રીતે સારા છે, કારણ કે સાઇડવેઝ રહેવાના કારણે બજારની ઓવરબોટ સ્થિતિ સમાપ્ત થઈ જાય છે. જો આ નાના શરીરો પછી ઉપરની બારી ખૂલે તો, આ એક બુલિશ સંકેત છે. આને હાઈ-પ્રાઇસ ગેપિંગ પ્લે (જુઓ ચિત્ર 7.13) કહેવામાં આવે છે. આને આમ એટલા માટે કહેવામાં આવે છે કે ભાવ તેના નવા હાઈની આસપાસ રહે છે અને પછી ઉપરની તરફ ગેપ બનાવે છે.

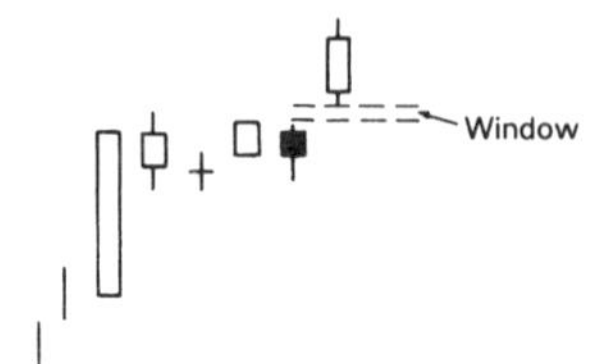

ચિત્ર 7.13 : હાઈ-પ્રાઇસ ગેપિંગ પ્લે

લો-પ્રાઇસ ગેપિંગ પ્લે ચોક્કસ જ હાઈ-પ્રાઇસ ગેપિંગ પ્લેના બેરીશની વિરુદ્ધનું છે, જેમાં આશ્ચર્યની કોઈ વાત નથી. લો-પ્રાઇસ ગેપિંગ પ્લે (જુઓ ચિત્ર 7.14) ઓછા ભાવવાળા કંજેશન બેન્ડથી નીચેની તરફ ખૂલતી બારી અથવા વિન્ડો છે. આ કંજેશન બેન્ડ (નાના શરીરોની શૃંખલા)એ મોટા ઘટાડા પછી શરૂઆતમાં સ્થિરતા આપી. પહેલા તો આ નાની કેંડલ્સે એવો આભાસ કરાવ્યો કે બજાર ઉપર ચડવા માટે બેઝ બનાવી રહ્યું છે. પરંતુ, નીચે તરફની બારી દ્વારા ભાવ ઘટવાથી બુલિશ સંભાવનાઓ સમાપ્ત થઈ ગઈ.

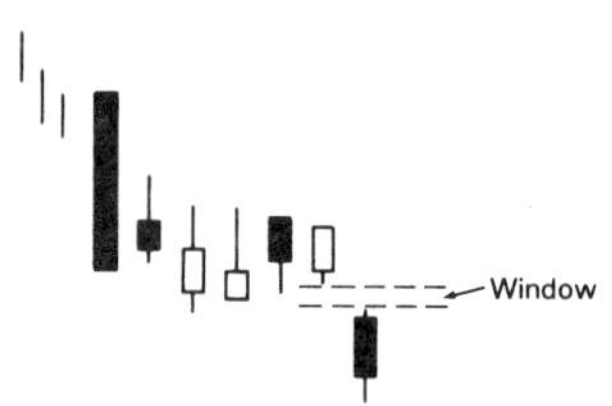

ચિત્ર 7.14 : લો-પ્રાઇસ ગેપિંગ પ્લે

ચિત્ર 7.15માં 31 જુલાઈની હેમર તે દિવસનો લો સાબિત થયો, જ્યારે ઑગસ્ટની શરૂઆતમાં બજાર ઉપરની બારી સાથે ઉપર ગયું. 7 ઑગસ્ટવાળા સપ્તાહ દરમિયાન એક લાંબા કાળા શરીરે ડાર્ક ક્લાઉડ કવર બનાવ્યું, જેના કારણે રેલી થોડા સમય માટે થંભી ગઈ.

21 ઑગસ્ટવાળા સપ્તાહમાં એક લાંબી સફેદ કેંડલ પછી નાના શરીરોની શૃંખલાએ આપણને દર્શાવ્યું કે શેર શાંતિપૂર્ણ સ્થિતિમાં પહોંચી ગયો છે.

28 ઑગસ્ટની નાની ઉપરની બારીએ સાબિત કર્યું કે બુલ્સે સંપૂર્ણ નિયંત્રણ મેળવી લીધું હતું, જ્યારે બજારે હાઈ-પ્રાઇસ ગેપિંગ પ્લે પૂર્ણ કર્યો.

કોઈ પણ હાઈ-પ્રાઇસ ગેપિંગ પ્લેના બુલિશ સંકેતો ત્યારે સમાપ્ત થઈ જાય છે, જ્યારે બજાર તે ઉપરની બારીની નીચે ક્લોઝ થાય, જે ગેપિંગ પ્લે પૂર્ણ કરે છે. લો-પ્રાઇસ ગેપિંગ પ્લેના કેસમાં પણ આ સાચું જ છે, પરંતુ વિરુદ્ધ રીતે.

ચિત્ર 7.15 : કોર્નિંગ - ડેઇલી (હાઈ-પ્રાઇસ ગેપિંગ પ્લે)

ચિત્ર 7.16માં આપણે 29 જૂને એક ઊંચી સફેદ કેંડલ જોઈ શકીએ છીએ. તે પછી 30 જૂને બનેલી ડોજીએ દર્શાવ્યું કે શેર અપટ્રેન્ડમાંથી ન્યૂટ્રલ થઈ ગયો છે, કારણ કે આ બે કેંડલ્સએ એક હરામી ક્રૉસ બનાવ્યો હતો. આ ડોજી પછી આવેલા નાના શરીરોએ આની પુષ્ટિ કરી. ધ્યાન આપો કે કઈ રીતે ચાર્ટના તળિયે આવેલા ચાર નાના શરીરોથી બનેલી ટાઇટ ટ્રેડિંગ રેન્જના પરિણામે ઓસિલેટર એરિયા 1 ઉપર ઓવરબોટ સ્થિતિમાંથી બજાર એરિયા 2 ની તટસ્થ સ્થિતિમાં પહોંચી ગયું. આ એક એવું પાસુ છે, જેની ઉપર ગેપિંગ પ્લેવાળા આ ભાગના પરિચયમાં વિચાર કરવામાં આવ્યો છે, એટલે કે ગેપિંગ પ્લેના નાના શરીરોએ ઓવરબોટ સ્થિતિમાં રાહત પૂરી પાડી. એરિયા 2 ઉપર ઓવરબોટ સ્થિતિ ન હોવાના કારણે બજાર માટે રેલી કરવી સરળ બની રહ્યું. જ્યારે શેરે 7 જુલાઈના રોજની એક નાની બારી ખોલી તો તેણે એક હાઈ-પ્રાઇસ ગેપિંગ પ્લે બનાવ્યો. જુલાઈના મધ્યમાં એક ડમ્પલિંગ ટોપ બન્યું.

ચિત્ર 7.16 : 99 સેન્ટ્સ ઓન્લી સ્ટોર્સ - ડેઇલી (હાઈ-પ્રાઇસ ગેપિંગ પ્લે)

ચિત્ર 7.17 : સુગર - ડેઇલી (લો-પ્રાઇસ ગેપિંગ પ્લે)

ચિત્ર 7.17માં એપ્રિલની શરૂઆતમાં એક હરામી પેટર્ને રેલીને સમાપ્ત કરવામાં મદદ કરી. આ પેટર્ન દ્વારા આવેલા ઘટાડે ઝડપ પકડી, ખાસ કરીને 15 એપ્રિલના લાંબા કાળા શરીર સાથે. આગલા બે સત્રોના સ્પીનિંગ ટોપ્સએ એ સંકેત આપ્યો કે શેર સ્થિર થવાની કોશિશ કરી રહ્યો છે, પરંતુ 17 એપ્રિલના નવા લો ક્લોઝ અને પછી આગલા સત્રમાં લો-પ્રાઇસ ગેપિંગ પ્લેએ દેખાડી દીધું કે બેર્સે ફરી એકવાર સંપૂર્ણ નિયંત્રણ મેળવી લીધું છે.

એ જુઓ કે મે ની શરૂઆતમાં એક નાની નીચે તરફની બારી રેઝિસ્ટન્સ બની ગઈ. આ રેઝિસ્ટન્સ એરિયાને ધ્યાનમાં રાખવો અગત્યનો છે, કારણ કે એરિયા 1 ઉપર હેમર અને એરિયા 2 ઉપર બુલિશ એનગલ્ફિંગ પેટર્ન બૉટમનો સંકેત આપી રહ્યા હતા. આમાંના કોઈ પણ બુલિશ સંકેત ઉપર ખરીદી કરવામાં સાવધ રહેવું જોઈએ, કારણ કે ઉપર જે બારીનો રેઝિસ્ટન્સ છે, તે વળતરની સંભાવનાઓને મર્યાદિત કરી રહ્યો છે.

ગેપિંગ સાઇડ-બાય-સાઇડ વ્હાઇટ લાઇન્સ :

રેલીમાં અપ-ગેપની સફેદ કેંડલની પછી તરત જ જો એટલી જ મોટી સફેદ કેંડલ આવે, જેનું ઓપન લગભગ સમાન હોય તો આ બુલિશ નિરંતરતા પેટર્ન હોય છે. આ બે કેંડલના પેટર્નને અપગેપ સાઇડ-બાય-સાઇડ વ્હાઇટ લાઇન્સ કહેવામાં આવે છે (જુઓ ચિત્ર 7.18).

લોઅર ગેપવાળી સાઇડ-બાય-સાઇડ વ્હાઇટ લાઇન્સ વધુ દુર્લભ હોય છે. તેને ડાઉનગેપ સાઇડ-બાય-સાઇડ વ્હાઇટ લાઇન્સ કહેવામાં આવે છે (જુઓ ચિત્ર 7.19). બે સફેદ કેંડલ હોવા છતાં આ નીચે તરફની બારી અથવા ડાઉન-ગેપના કારણે તેને બેરીશ સંકેત માનવામાં આવે છે. આ સફેદ કેંડલ્સને શોર્ટ કવરિંગ તરીકે જોવામાં આવે છે. એકવાર જ્યારે શોર્ટ કવરિંગ સમાપ્ત થઈ જાય છે, તો ભાવ મોટાભાગે ઘટવા માંડે છે. ડાઉનગેપ સાઇડ-બાય-સાઇડ વ્હાઇટ લાઇન્સ પેટર્ન ખાસ કરીને એટલા માટે દુર્લભ હોય છે, કારણ કે ઘટતા ભાવ દરમિયાન સફેદ કેંડલને બદલે કાળી કેંડલ વધુ સામાન્ય હોય છે.

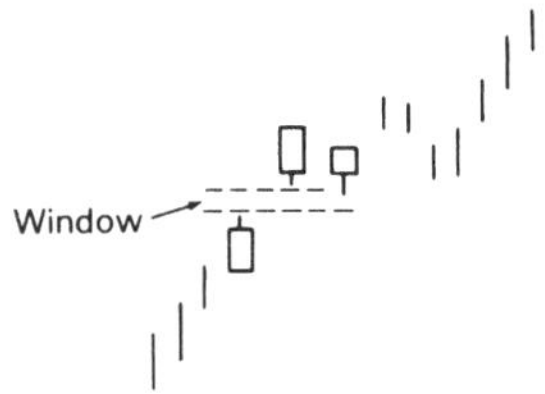

ચિત્ર 7.18 : અપટ્રેન્ડમાં અપગેપ સાઇડ-બાય-સાઇડ વ્હાઇટ લાઇન્સ

આમ તો, મારી પાસે નીચે આપેલા ચિત્રોમાં આ પેટર્નના ઉદાહરણો છે, પરંતુ જે કેંડલ્સ ગેપિંગ સાઇડ-બાય-સાઇડ વ્હાઇટ લાઇન્સ બનાવે છે, તેને યાદ રાખવું મહત્ત્વપૂર્ણ નથી. મહત્ત્વપૂર્ણ તો ઉપરની અને નીચે તરફની બારીઓ છે, જે આ જ પેટર્નનો એક ભાગ છે. જેમ મેં આ પ્રકરણમાં પહેલા તાસુકી પેટર્ન બાબતે વાત કરી હતી, હું એ બાબતને ગૌણ માનું છું કે શું બારી પછી બે સફેદ કેંડલ્સ છે (જેમ સાઇડ-બાય-સાઇડ પેટર્નમાં હોય છે) અથવા એક કાળી અને એક સફેદ કેંડલ છે (જેમ તાસુકીમાં હોય છે). બારી પોતે જ આપણને ટ્રેન્ડ અને સપોર્ટ અથવા રેઝિસ્ટન્સ એરિયા બતાવી દે છે.

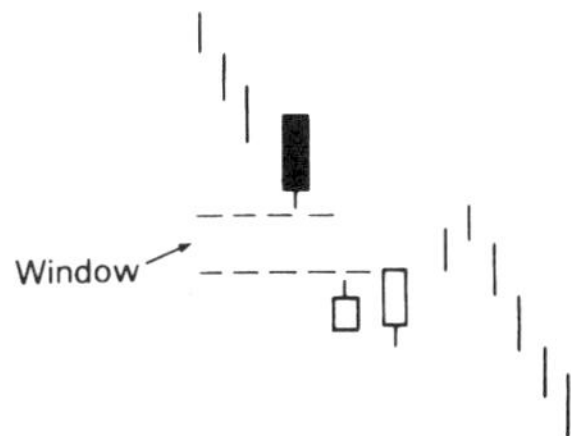

ચિત્ર 7.19 : ડાઉનટ્રેન્ડમાં ડાઉનગેપ સાઇડ-બાય-સાઇડ વ્હાઇટ લાઇન્સ

ઉદાહરણ તરીકે, ડાઉનગેપ સાઇડ-બાય-સાઇડ વ્હાઇટ કેંડલ્સમાં એ આશ્ચર્યજનક નથી કે બે સફેદ કેંડલ હોવા છતાં આ એક બેરીશ સંકેત છે. આમ એટલા માટે છે કે, તે પેટર્નની નીચે તરફની બારી ટ્રેન્ડ નક્કી કરે છે (આ કેસમાં, ડાઉનટ્રેન્ડ). ડાઉનગેપ સાઇડ-બાય-સાઇડ વ્હાઇટ લાઇન્સના આ બેરીશ સંકેતને નકારવા માટે નીચે તરફની બારીના ટોપ ઉપર ક્લોઝ આવવાની જરૂરિયાત રહે છે.

આ કેસનો બોધપાઠ : તાસુકી અને ગેપિંગ સાઇડ-બાય-સાઇડ વ્હાઇટ લાઇન્સ જેવા મુશ્કેલ પેટર્નને યાદ રાખવાની જહેમત ઉઠાવશો નહીં. આ તો બારી છે, જે સૌથી મહત્ત્વપૂર્ણ છે. ઉપરની અથવા નીચે તરફની બારી પછી આવનારી કેંડલ લાઇન્સનું સંયોજન કે રંગ વધુ અગત્યના હોતા નથી. નીચે તરફની બારી ટ્રેન્ડને નીચેની તરફ કરી દે છે અને ઉપરની બારી ટ્રેન્ડને ઉપરની તરફનો કરી દે છે. તે સાથે જ, બારી પોતે જ સપોર્ટ અથવા રેઝિસ્ટન્સ બની જાય છે.

ચિત્ર 7.20 મે ના પહેલા બે દિવસોમાં અપ-ગેપ સાઇડ-બાય-સાઇડ વ્હાઇટ લાઇન્સ દર્શાવે છે. જેમ અગાઉ ચર્ચા કરવામાં આવી છે તેમ, આ અપ-ગેપ સાઇડ-બાય-સાઇડ વ્હાઇટ લાઇન્સમાં આ સફેદ કેંડલ્સનો રંગ તેને એટલી સકારાત્મક નથી બનાવતો, જેટલો 1 મે ના રોજ ખૂલેલી ઉપરની બારી બનાવે છે.

ચિત્ર 7.20 : પ્લેટીનમ ડેઇલી - (અપ-ગેપ સાઇડ-બાય-સાઇડ વ્હાઇટ લાઇન્સ)

આ ચાર્ટમાં બારીઓનાં ઘણાં ઉદાહરણો હોવાના કારણે હું એક પછી એક તે બાબતે વાત કરીશ.

1. નીચે તરફની બારી 1 ટ્રેન્ડને નીચેની તરફ રાખે છે. અને તે પણ એ હકીકત છતાં કે 26 માર્ચના રોજ એક હેમર બની હતી. સામાન્ય રીતે, જો મારે બારી અથવા અન્ય કોઈ પેટર્ન વચ્ચે પસંદગી કરવાની હોય તો, હું બારીને વધુ મહત્ત્વ આપું છું. આ કેસમાં આ બુલિશ હેમર અને બેરીશ નીચે તરફની બારી વચ્ચેની પસંદગી હતી. નીચે તરફની બારી દ્વારા ઉત્પન્ન થયેલ બેરીશ સંભાવનાઓ હેમરની બુલિશ સંભાવનાઓ કરતાં વધુ શક્તિશાળી હતી. જ્યારે આ બારીની ઉપર ક્લોઝ થશે, ત્યારે જ હેમરની બુલિશ સંભાવનાઓના સંકેતની પુષ્ટિ થઈ શકે.
2. નાની ઉપરની બારી 2 એ 4-5 એપ્રિલના ડાર્ક ક્લાઉડ કવરથી શરૂ થયેલ છૂટાછવાયા રીટ્રેસમેન્ટ ઉપર સપોર્ટનું કાર્ય કર્યું. 10 એપ્રિલની ડોજી (બારીના સપોર્ટ ઉપર)એ બે બાબતો દર્શાવી. પહેલી એ કે બારી 2 એ સપોર્ટ જાળવી રાખ્યો. બીજી એ કે શેર તેના અગાઉના ડાઉનટ્રેન્ડથી દૂર થઈ રહ્યો હતો, જેમ ડોજીના પહેલા ત્રણ સતત કાળા શરીર દ્વારા સાબિત થયું હતું.
3. જે રેલી 10 એપ્રિલની બારી 2ની સફળ જાળવણી દ્વારા શરૂ થઈ, તે 23 એપ્રિલે થંભી ગઈ, કારણ કે પ્લેટીનમ 495 ડૉલરના રેઝિસ્ટન્સ એરિયા ઉપર પહોંચી ગયો, જે નીચે તરફની બારી 1ના હાઈએ બનાવ્યો હતો. આ રેઝિસ્ટન્સ દ્વારા શરૂ થયેલ ઘટાડાએ નીચે તરફની બારી 3 ખોલી. 25 એપ્રિલે લાંબું કાળું શરીર દેખાયું. જે પછી અંદર એક નાનું શરીર આવ્યું અને આ રીતે હરામી પેટર્ન બન્યું. આનાથી સ્પષ્ટ જણાતું હતું કે બેર્સનું મોમેન્ટમ ઓછું થઈ રહ્યું હતું.
4. 1 મે ના રોજ ઉપરની બારી પછી નાના સફેદ શરીરો દેખાયા. (આણે અપવર્ડ ગેપિંગ સાઇડ-બાય-સાઇડ વ્હાઇટ કેંડલ લાઇન પેટર્ન બનાવ્યું).

અપ-ગેપ સાઇડ-બાય-સાઇડ વ્હાઇટ કેંડલ લાઇન્સ પછી આ એક બારીઓ વચ્ચેનું યુદ્ધ બની રહ્યું, જેમાં નીચે તરફની બારી 3 રેઝિસ્ટન્સનું કાર્ય કરવા લાગી (488 ડૉલર નજીક) અને ઉપરની બારી 4,475 ડૉલરની નજીક સપોર્ટનું કાર્ય કરવા લાગી. આપણે જોઈ શકીએ છીએ કે ઉપર જણાવેલા સપોર્ટ અને રેઝિસ્ટન્સ ઝોન એક સપ્તાહ કરતાં પણ વધુ સમય સુધી જળવાયેલા રહ્યા. ત્યાં સુધી કે જ્યાં સુધી 17 એપ્રિલે માગ એટલી શક્તિશાળી ન બની ગઈ કે તેણે બજારને ક્લોઝ ઉપર નીચે તરફની બારી 3ના રેઝિસ્ટન્સની ઉપર ધકેલી દીધું. (14 એપ્રિલે બજાર ઇન્ટ્રાડેમાં

બારીની ઉપર ગયું હતું, પરંતુ તેની ઉપર ક્લોઝ ન થયું હતું - આમ, બારીનો રેઝિસ્ટન્સ જળવાયેલો રહ્યો હતો.) આ રેઝિસ્ટન્સના બ્રેકઆઉટ પછી બજાર ઝડપથી ઉપર વધ્યું, જ્યારે 18 અને 21 મે ના હરામી પેટર્ને તે રેલીના અંતના સંકેત આપ્યા.

રાઇઝિંગ ઍન્ડ ફૉલિંગ થ્રી મેથડ્સ

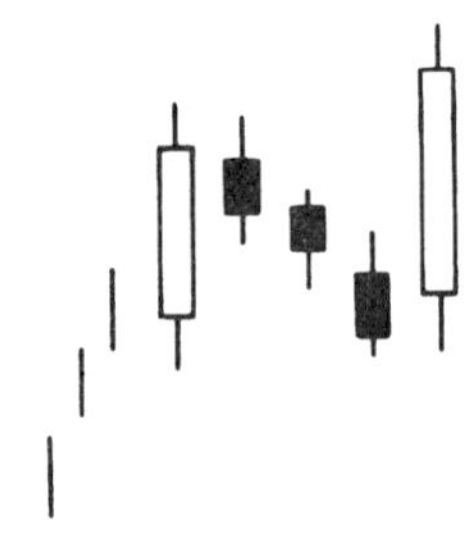

ચિત્ર 7.21 : રાઇઝિંગ થ્રી મેથડ્સ

થ્રી મેથડ્સમાં બુલિશ રાઇઝિંગ થ્રી મેથડ્સ અને બેરીશ ફૉલિંગ થ્રી મેથડ્સ સામેલ છે. (જુઓ, કે ત્રણની સંખ્યા ફરી એકવાર દેખાઈ રહી છે.) આ બંને નિરંતરતા પેટર્ન છે, એટલે કે બુલિશ થ્રી મેથડ્સ પૂર્ણ થયા બાદ તે પહેલાંનો અપટ્રેન્ડ વધુ ઉપર જશે. તે જ રીતે બેરીશ ફૉલિંગ થ્રી મેથડ્સ પૂર્ણ થયા બાદ ડાઉનટ્રેન્ડ જળવાઈ રહેશે.

રાઇઝિંગ થ્રી મેથડ્સ (જુઓ ચિત્ર 7.21)ની સંરચના આ મુજબ છે :

1. સફેદ લાંબી કેંડલ
2. સફેદ કેંડલ પછી ઘટતી અથવા સાઇડવેઝ નાના શરીર ધરાવતી કેંડલનો સમૂહ આવે છે. નાના કેંડલની આદર્શ સંખ્યા ત્રણ છે, પરંતુ બે અથવા ત્રણથી વધુનો પણ સ્વીકાર કરવામાં આવે છે, જો તે લાંબી સફેદ કેંડલની હાઈ-લો રેન્જની અંદર આવે. એમ માની શકાય કે નાની કેંડલ્સ ત્રણ દિવસના હરામી પેટર્ન સાથે મળતી આવતી પેટર્ન બનાવી રહ્યા છે, કારણ કે તે પહેલાં સત્રની રેન્જની અંદર છે. (આ પેટર્નના કેસમાં તે છાયાઓની અંદર પણ હોઈ શકે છે, જો કે અસલી હરામી પેટર્નમાં તે શરીરની અંદર હોય છે.) નાની કેંડલ કોઈ પણ રંગની હોઈ શકે છે, પરંતુ કાળો રંગ આ પેટર્ન માટે સૌથી આદર્શ રંગ હોય છે.
3. અંતિમ દિવસે સફેદ શરીરવાળી એક લાંબી કેંડલ હોવી જોઈએ, જેનો ક્લોઝ પહેલાં દિવસના ક્લોઝની ઉપર હોય. અંતિમ કેંડલ આદર્શ દૃષ્ટિએ પાછલા સત્રના ક્લોઝની ઉપર ખૂલવી જોઈએ.

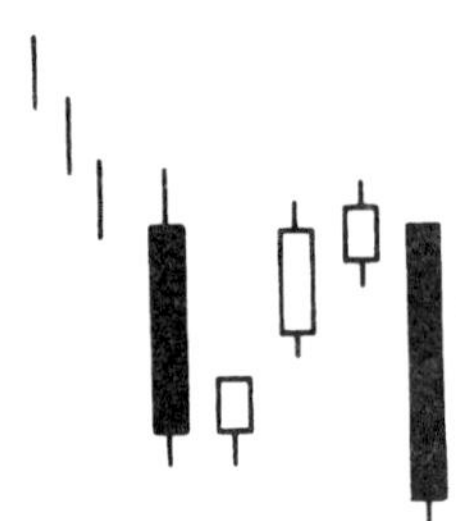

ચિત્ર 7.22 : ફૉલિંગ થ્રી મેથડ્સ

આ પેટર્ન પશ્ચિમની બુલ ફ્લેગ અથવા પેનેંટ સંરચના સાથે મળતી આવે છે, પરંતુ આ રાઇઝિંગ થ્રી મેથડ્સ પાછળનો સિદ્ધાંત 18મી શતાબ્દી સુધી જાય છે. થ્રી મેથડ પેટર્નને ટ્રેડિંગ અને યુદ્ધ દરમિયાન વિરામ માનવામાં આવે છે. આધુનિક શબ્દાવલીમાં બજાર નાની કેંડલ્સનો સમૂહ બનાવીને શ્વાસ લઈ રહ્યું છે.

ફૉલિંગ થ્રી મેથડ્સ પેટર્ન (જુઓ ચિત્ર 7.22) રાઇઝિંગ થ્રી મેથડ્સ પેટર્નની બેરીશ વિરોધી છે. આ પેટર્ન માટે બજાર ડાઉનટ્રેન્ડમાં હોવું જોઈએ. એક લાંબી કાળી કેંડલ આવે છે, જે પછી ત્રણ નાની બુલિશ કેંડલ આવે છે, જેમના શરીર પહેલી કેંડલની રેન્જ (છાયાઓ સહિત)ની અંદર હોય છે. અંતિમ સત્ર પાછલા ક્લોઝની ઉપર ખૂલવું જોઈએ અને પહેલી કાળી

કેંડલના ક્લોઝની નીચે ક્લોઝ થવું જોઈએ. આ પેટર્ન બેર ફ્લેગ અથવા બેર પેનેંટ સંરચના સમાન હોય છે.

આ પેટર્નના આદર્શ સ્વરૂપમાં નાના શરીર પહેલાના લાંબા શરીરની વિરુદ્ધના રંગના હોય છે. એટલે કે બુલિશ રાઇઝિંગ થ્રી મેથડ્સના કેસમાં ત્રણ નાનાં શરીર કાળાં હોવાં જોઈએ, જ્યારે બેરીશ ફોલિંગ થ્રી મેથડ્સના કેસમાં ત્રણ નાનાં શરીર સફેદ હોવાં જોઈએ. તો પણ મારા અનુભવ મુજબ બે અને પાંચ સુધીના નાના શરીર સારી રીતે કામ કરે છે. તે સિવાય, નાના શરીર કોઈ પણ રંગના હોઈ શકે છે.

આદર્શ રાઇઝિંગ થ્રી મેથડ્સમાં સફેદ શરીરની સંપૂર્ણ ટ્રેડિંગ રેન્જમાં ત્રણ નાનાં કાળાં શરીર હોય છે. ચિત્ર 7.23માં આપણે 13 ઑગસ્ટના રોજ એક બુલિશ બેલ્ટ-હોલ્ડ જોઈ શકીએ છીએ. તે પછી ચાર નાના કાળા શરીર અને ડોજી 13 ઑગસ્ટની હાઈ-લો રેન્જની અંદર આવે છે. 21 ઑગસ્ટનો ક્લોઝ રાઇઝિંગ થ્રી મેથડ્સ પેટર્નને પૂર્ણ કરે છે.

ચિત્ર 7.23 : ઇન્ટેલ - ડેઇલી (રાઇઝિંગ થ્રી મેથડ્સ)

રાઇઝિંગ થ્રી મેથડ્સના કેસમાં જોખમ/વળતર રેશિયો આપણે માટે પડકારજનક હોય છે. જ્યાં સુધી રાઇઝિંગ થ્રી મેથડ્સ પૂર્ણ થાય છે, સંભવતઃ શેર તેના લો ની ખૂબ ઉપર પહોંચી ગયો હોય છે. આ પરિસ્થિતીમાં થ્રી મેથડ્સ પૂર્ણ થયેથી ખરીદી કરવી તે એક આદર્શ વિકલ્પ નથી રહેતો. આ સંજોગોમાં ટ્રેડરે રાઇઝિંગ થ્રી મેથડ્સ પૂર્ણ થયેથી સંભવિત વળતર

અને જોખમ રેશિયો બાબતે વિચાર કરવો જોઈએ. (જોખમ સફેદ કેંડલનો લો છે, જેણે રાઇઝિંગ થ્રી મેથડ્સને શરૂ કરી હતી.)

જેમ ચિત્ર 7.24માં દર્શાવવામાં આવ્યું છે, તેમ એક લાંબી કાળી કેંડલે ઓરેંજ જ્યૂસને ઑક્ટોબરના પહેલાં સપ્તાહમાં નવા લો સુધી નીચે લાવી દીધો. આગલા સત્રમાં જ્યારે ઓરેંજ જ્યૂસ ફરી 69 સેન્ટ ઉપર આવ્યો ત્યારે તેણે દર્શાવ્યું કે પાછલા સપ્તાહે બનેલો નવો લો કાયમ રહી શક્યો નહીં. જેમ આપણે પ્રકરણ 11માં જોઈશું તેમ, જ્યારે બજાર કોઈ મહત્ત્વપૂર્ણ સપોર્ટ એરિયા તોડે છે (જેમ આ બજારે કર્યું, જ્યારે તેણે ઑગસ્ટ-સપ્ટેમ્બરના લો ને તોડ્યો), પરંતુ પછી જો બજાર સપોર્ટ એરિયાની નીચે રહેવામાં નિષ્ફળ જાય તો મોટેભાગે તેના બુલિશ પરિણામો જોવા મળે છે.

ચિત્ર 7.24 : ઓરેંજ જ્યૂસ - વીકલી (રાઇઝિંગ થ્રી મેથડ્સ)

નવેમ્બરના બીજા સપ્તાહમાં એક ઊંચી સફેદ કેંડલ અને ત્રીજા સપ્તાહના નાના શરીર 85-87 સેન્ટવાળા મે ના રેઝિસ્ટન્સ એરિયામાં અચકાતાં દેખાય છે. નવેમ્બરમાં બીજી ઊંચી સફેદ કેંડલ દ્વારા બનાવવામાં આવેલ રેન્જની અંદર નાના શરીરનો સમૂહ છે. ડિસેમ્બરવાળી ઊંચી સફેદ કેંડલ પછી આપણી પાસે રાઇઝિંગ થ્રી મેથડ્સ હતી. (યાદ રાખો, એ સ્વીકાર્ય છે કે છાયાઓ સફેદ કેંડલ્સની ટ્રેડિંગ રેન્જની બહાર પહોંચી જાય, જ્યાં સુધી નાના શરીર સફેદ કેંડલની ટ્રેડિંગ રેન્જની અંદર રહે.)

આ રાઇઝિંગ થ્રી મેથડ્સ પછી બજાર બાકીના ડિસેમ્બર માસ દરમિયાન

સાઇડવેઝ ચાલતું રહ્યું, જ્યાં સુધી ડોજી પછી લાંબી સફેદ કેંડલ (4 ઉપર દર્શાવવામાં આવેલ છે) બુલ્સને ફરી પાછી નિયંત્રણમાં ન લઈ આવી. તમારામાંથી કેટલાકે કદાચ ધ્યાન આપ્યું હશે કે ચાર્ટનો એરિયા A રાઇઝિંગ થ્રી મેથડ્સ જેવો જ દેખાય છે, કારણ કે 1થી 4 સુધીના શરીર સફેદ કેંડલની અંદર છે. રાઇઝિંગ થ્રી મેથડ્સમાં શરીર નાના હોવા જોઈએ, માટે 3 નંબરવાળા લાંબા શરીરના કારણે તેને રાઇઝિંગ થ્રી મેથડ્સ પેટર્ન ન માની શકાય.

ચિત્ર 7.25માં 30 અને 31 મે ના રોજ શેર ઘટી રહ્યો હતો, પરંતુ આ બહુ નાનાં, લગભગ ડોજી આકારના શરીરોની શૃંખલા બનાવી રહ્યો હતો. આનાથી ટ્રેન્ડ ઓછો નકારાત્મક બને છે. 1 એપ્રિલના બુલિશ એનગલ્ફિંગ પેટર્ને દર્શાવ્યું કે, બુલ્સે હવે નિયંત્રણ મેળવી લીધું છે. આગલા કેટલાક કલાકોમાં સમાનાંતર કાળા અને સફેદ શરીરોમાં થોડું કોન્સોલિડેશન આવ્યું અને 10 એપ્રિલની કેંડલે રાઇઝિંગ થ્રી મેથડ્સ પેટર્નને અંતિમ સ્વરૂપ આપ્યું.

ચિત્ર 7.25 : અસિસ્ટ ટેક - ડેઇલી (રાઇઝિંગ થ્રી મેથડ્સ)

હવે આપણે રાઇઝિંગ થ્રી મેથડ્સ પેટર્નમાં વૉલ્યૂમનું ઉદાહરણ જોઈએ. આદર્શ દૃષ્ટિએ રાઇઝિંગ થ્રી મેથડ્સમાં પહેલી અને છેલ્લી કેંડલ, એટલે કે લાંબી સફેદ કેંડલમાં રાઇઝિંગ થ્રી મેથડ્સ બનાવતા તમામ સત્રોમાં સૌથી વધુ વૉલ્યૂમ હોય છે. આનાથી એ વાતની પુષ્ટિ થાય છે કે દરેક સફેદ કેંડલવાળા દિવસે બુલ્સ બજારનું નિયંત્રણ ધરાવતા હતા. ચિત્ર 7.26માં

17 જૂનની સફેદ કેંડલમાં તુલનાત્મક રીતે વધુ વૉલ્યૂમ હતું. તે સિવાય, આ કેંડલે પાછલા બે દિવસોની કેંડલ્સ સાથે મળીને એક મૉર્નિંગ ડોજી સ્ટાર બનાવ્યો.

નાના શરીરોની શૃંખલા જે 17 જૂન પછી નીચેની તરફ આવી, તેમાં વૉલ્યૂમ ઓછું થઈ રહ્યું હતું. 24 જૂને જે ઊંચી સફેદ કેંડલે રાઇઝિંગ થ્રી મેથડ્સને પૂર્ણ કર્યું, તેમાં વધુ વૉલ્યૂમ હતું. આ ચાર્ટને કોઈ કેંડલસ્ટિક ઇન્ડિકેટર સાથે વૉલ્યૂમ જોડીને જોવાનું એક આદર્શ ઉદાહરણ છે, જે તે કેંડલસ્ટિક ઇન્ડિકેટરની સફળતાની સંભાવનાઓને મજબૂત કરી શકે.

24 જૂનની સફેદ કેંડલ પછી એક કાળા શરીરે એક નાનું ડાર્ક ક્લાઉડ કવર બનાવ્યું અને થોડો હંગામી અચકાટ ઊભો કર્યો, જે પછી રેલી ફરી એકવાર શરૂ થઈ. 8 જુલાઈએ ખુલેલી વધુ વૉલ્યૂમ ધરાવતી બારી ઉપર પણ ધ્યાન આપો. આ ઊંચા વૉલ્યૂમએ એ સંભાવનાને મજબૂત કરી કે બારી, ખાસ કરીને બારીનું તળિયું, સપોર્ટ એરિયા બની જશે. (પ્રકરણ-15માં વૉલ્યૂમ બાબતે વધુ ચર્ચા કરવામાં આવી છે.)

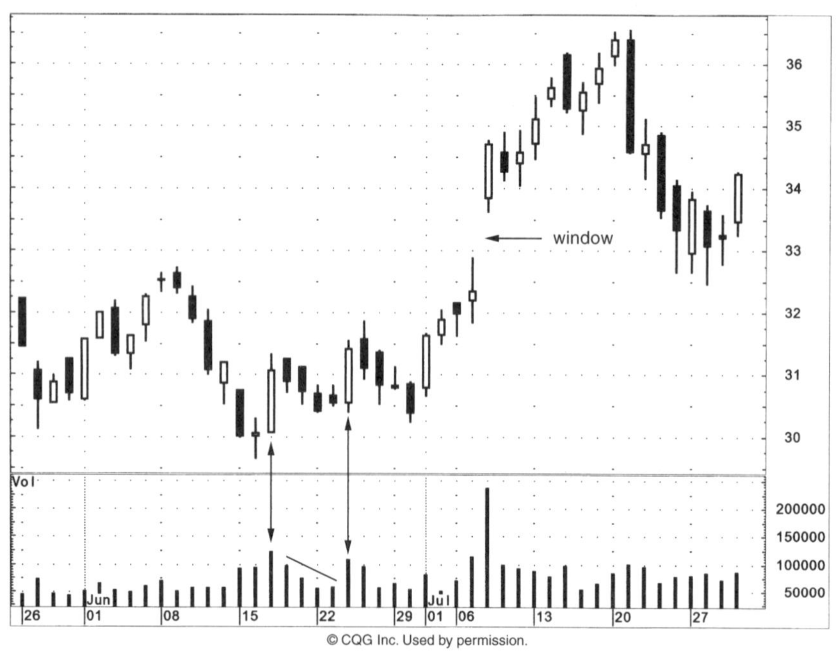

ચિત્ર 7.26 : સિટીગ્રુપ - ડેઇલી (રાઇઝિંગ થ્રી મેથડ્સ અને વૉલ્યૂમ)

મોટાભાગના કેસમાં રાઇઝિંગ થ્રી મેથડ્સ કોઈ અપટ્રેન્ડ અથવા સાઇડવેઝ ટ્રેન્ડ દરમિયાન દેખાય છે, પરંતુ ઘણીવાર આ પેટર્ન ભારે વેચવાલી પછી ટર્નિંગ પોઇન્ટને દર્શાવવામાં પણ મદદ કરે છે. આ પેટર્નનું એક વધુ ઉદાહરણ ચિત્ર 7.27માં દર્શાવવામાં આવ્યું છે. સપ્ટેમ્બરની શરૂઆતમાં

રાઇઝિંગ થ્રી મેથડ્સએ 7500 ની પાસે સપોર્ટની દ્રઢતા દર્શાવવામાં મદદ કરી. આ રાઇઝિંગ થ્રી મેથડ્સ પછી તરત જ બજારમાં રેલી ન આવી, આમ તો કેંડલ સંકેત બજારના દિશા પરિવર્તનોને પહેલેથી જ દર્શાવી દે છે, પરંતુ આનો અર્થ એમ નથી કે બજાર એ સંકેત મળ્યા પછી તરત જ ઉપર તરફ આગળ વધવા માંડશે (રાઇઝિંગ થ્રી મેથડ્સના કેસમાં). આના બદલે, આ પ્રકારની ઘણી કેંડલ પેટર્ન કોઈ સપોર્ટ એરિયાને દ્રઢ બનાવી શકે છે. આ જ બાબત 7500 નજીકના સપોર્ટના કેસમાં ડાઉ સાથે જોવા મળ્યું. તે સપોર્ટની વધારાની પુષ્ટિ સપ્ટેમ્બરના મધ્ય અને ઑક્ટોબરની શરૂઆતમાં પિયર્સિંગ પેટર્ન સ્વરૂપે થઈ અને 4 ઑક્ટોબરે હેમર સ્વરૂપે.

કોઈ કેંડલ પેટર્ન અથવા કેંડલ બજારના ચિત્રમાં ક્યાં આવે છે, તે વ્યક્તિગત કેંડલ પેટર્ન કરતાં વધુ મહત્ત્વપૂર્ણ હોય છે. ઉદાહરણ તરીકે, જો કોઈ બુલિશ એનગલ્ફિંગ પેટર્ન કોઈ રેઝિસ્ટન્સ એરિયાની નજીક બને, તો જોખમ/વળતર રેશિયોની દૃષ્ટિએ તે પેટર્નના આધારે ખરીદી કરવી આકર્ષક ન બની રહેશે, કારણ કે કોઈ પણ વ્યક્તિ રેઝિસ્ટન્સ ઉપર શું કામ ખરીદી કરે?

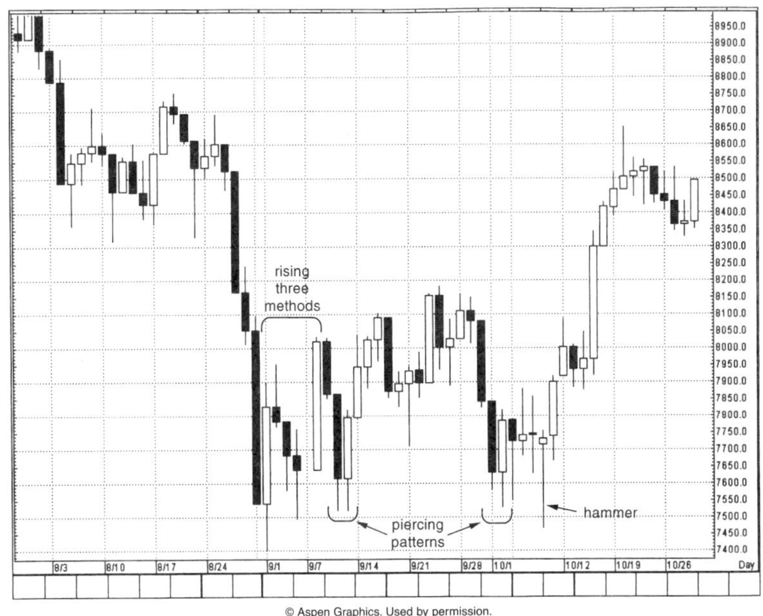

ચિત્ર 7.27 : ડાઉ જોન્સ ઇન્ડસ્ટ્રિયલ્સ - ડેઇલી (રાઇઝિંગ થ્રી મેથડ્સ)

સંપૂર્ણ તકનીકી તસવીર અને રાઇઝિંગ થ્રી મેથડ્સનું એક ઉદાહરણ ચિત્ર 7.28માં દર્શાવવામાં આવ્યું છે. 14 અને 15 ડિસેમ્બર વચ્ચે એક નાની બારી તે સપ્તાહ પછીના ભાગમાં સપોર્ટ હતી. 20 ડિસેમ્બરે એક રેલી શરૂ થઈ અને 60 ડૉલરની નજીક જઈને મુશ્કેલીમાં ફસાઈ ગઈ,

જ્યારે 23 ડિસેમ્બર અને 27 ડિસેમ્બરે હરામી પેટર્ન બન્યું. 29 ડિસેમ્બરે ક્લોઝ ઉપર શેરે રાઇઝિંગ થ્રી મેથડ્સ પેટર્ન બનાવી (આમાં આદર્શ ત્રણ નાના શરીરના બદલે બે જ નાના શરીર હતા), પરંતુ એ જુઓ કે આ પેટર્ન ક્યાં પૂર્ણ થઈ હતી, 60 ડૉલરના વિસ્તારમાં - જે 7 ડિસેમ્બરથી જ રેઝિસ્ટન્સ હતો. પરિણામે, આમ તો રાઇઝિંગ થ્રી મેથડ્સને બુલિશ સંકેત માનવામાં આવે છે, પરંતુ આપણે એ ધ્યાન રાખવું જોઈએ કે આ રેઝિસ્ટન્સવાળા વિસ્તારમાં આવ્યો હોવાથી, આ ખરીદી કરવાની કોઈ સારી તક નથી. 11 જાન્યુઆરીએ જ્યારે બજારે 60 ડૉલરના આ રેઝિસ્ટન્સવાળા ક્ષેત્ર ઉપર ક્લોઝ આપ્યું, ત્યારે જ બજાર ખરેખર ઉપર તરફ આગળ વધી શક્યું.

ચિત્ર 7.28 : સ્કલમબર્ગર - ડેઇલી (રાઇઝિંગ થ્રી મેથડ્સ અને રેઝિસ્ટન્સ)

ચિત્ર 7.29 ફોલિંગ થ્રી મેથડ્સ દર્શાવે છે. ધ્યાન આપો કે, 18 મે એ આ પેટર્નનું નાનું શરીર પાછલા લાંબા કાળા શરીરની બહાર હતું. આનાથી ફોલિંગ થ્રી મેથડ્સ પેટર્ન રદ નથી થતી, કારણ કે શરત એ છે કે નાનું શરીર લાંબી કાળી કેંડલની સંપૂર્ણ ટ્રેડિંગ રેન્જની અંદર હોવું જોઈએ, જેમાં છાયાઓનો પણ સમાવેશ થાય છે.

ચિત્ર 7.29 : યૂનિબૅન્કો યૂનિયાઓ બૅન્કોઝ બ્રાઝિલેરોઝ - ડેઇલી (ફોલિંગ થ્રી મેથડ્સ)

ચિત્ર 7.30 : વર્લ્ડકોમ - વીકલી (ફોલિંગ થ્રી મેથડ્સ)

કાળું શરીર 21 મે એ આવ્યું, જે 17 મે ના કાળા શરીરના ક્લોઝની નીચે ક્લોઝ થયું અને તેણે ફોલિંગ થ્રી મેથડ્સની શરતોને પૂર્ણ કરી. 25 મે એ એક ખૂબ પ્રભાવશાળી બાઉન્સ થયો, જેમાં શેર ઝડપથી નીચે ખૂલ્યો અને પછી પાછલા સત્રથી અપરિવર્તિત ક્લોઝ થયો, જે લગભગ કાઉન્ટરએટેક પેટર્ન હતી. જો કે સફેદ કેંડલનો ક્લોઝ ચોક્કસ રીતે 24 મે ના ક્લોઝ સુધી ન પહોંચી શક્યો, પરંતુ 25 તારીખે ઓપનિંગથી ક્લોઝ સુધીના જબરદસ્ત ઉછાળાની અસર એવી જ હતી જેવી આદર્શ કાઉન્ટરએટેકની હોય છે.

ચિત્ર 7.30માં વર્લ્ડકોમએ ઑગસ્ટના પહેલા સપ્તાહમાં 38 ડૉલરવાળા પાછલા ઘણા મહિનાઓને સપોર્ટ એરિયાને તોડી નાખ્યો. ઑગસ્ટની શરૂઆતમાં એક હલકી રેલીએ શેરને 38 ડૉલરના પાછલા સપોર્ટ એરિયા સુધી પહોંચાડી દીધો, જ્યાંથી તે શેર ફરી પાછો ઘટવાનો શરૂ થયો. (પ્રકરણ 11માં હું જૂના સપોર્ટના નવા રેઝિસ્ટન્સ બનવાની આ ટેક્નિક બાબતે તપાસ કરું છું.) સપ્ટેમ્બરમાં પ્રાઇસ એક્ટિવિટીએ ફોલિંગ થ્રી મેથડ્સ પેટર્ન બનાવી.

સેપરેટિંગ લાઇન્સ :

આપણે પ્રકરણ 6માં કાઉન્ટરએટેક લાઇન ઉપર વાત કરી હતી. આ એક કાળી/સફેદ અથવા સફેદ/કાળી કેંડલ્સનું સંયોજન છે, જેનો ક્લોઝ પાછલા ક્લોઝને સમાન હોય. આમ તો, કાઉન્ટરએટેક લાઇનનો ક્લોઝ એક સમાન હોય છે, પરંતુ ચિત્ર 7.31માં સેપરેટિંગ લાઇન્સનો ઓપન તે જ હોય છે, જે પાછલી વિરુદ્ધ રંગની કેંડલનો હોય છે.

સેપરેટિંગ લાઇન નિરંતરતા પેટર્ન છે. આમ કેમ છે, તે સમજવું સરળ છે. બજાર વધતાં સમયે એક કાળુ શરીર (ખાસ કરીને તુલનાત્મક રીતે લાંબું) બુલ્સ માટે એક ચિંતા સમાન બની જાય છે કે કદાચ બેર્સ નિયંત્રણ મેળવી રહ્યા છે, પરંતુ જો આગલા સત્રનો ઓપનિંગ ગેપ એટલો મોટો હોય કે પાછલા કાળા સત્રની ઓપનિંગ પ્રાઇસ ઉપર ખૂલે, તો તે એ વાતનો મજબૂત પુરાવો છે કે બેર્સે બજારનું નિયંત્રણ ગુમાવી દીધું છે - તેમાં પણ જો તે સત્ર સફેદ કેંડલ સ્વરૂપે બંધ થાય. આ એ પરિસ્થિતી છે જે ચિત્ર 7.30માં દર્શાવવામાં આવેલ બુલિશ સેપરેટિંગ લાઇન સાથે બને છે. સફેદ લાઇન આદર્શરૂપે બુલિશ બેલ્ટ-હોલ્ડ લાઇન પણ હોવી જોઈએ (એટલે કે સત્રના લો ઉપર ખૂલે અને સત્રના હાઈ ઉપર અથવા તેની નજીક બંધ થાય). આનાથી વિરુદ્ધ બેરીશ સેપરેટિંગ લાઇન બાબતે સાચું છે, જેને ચિત્ર 7.31માં દર્શાવવામાં આવ્યું છે. આને બેરીશ કંટીન્યુએશન સિગ્નલ તરીકે જોવામાં આવે છે. સેપરેટિંગ લાઇન્સ દુર્લભ હોય છે.

ચિત્ર 7.31 : બુલિશ અને બેરીશ સેપરેટિંગ લાઇન્સ

આપણામાંના મોટાભાગના લોકો કોઈ વિશેષ કેંડલસ્ટિક પેટર્નનું આદર્શ સ્વરૂપ જોવા માગતા હોય છે, પરંતુ આ પેટર્નના વેરીએશન અથવા ઓછા

આદર્શ સ્વરૂપ પણ ઉપયોગી બની શકે છે. ચિત્ર 7.32 આ જ બાબતનું ઉદાહરણ છે. જુલાઈના મધ્યમાં (એરિયા B ઉપર) એક બેરીશ એનગલ્ફિંગ પેટર્ને ઘટાડાની ભવિષ્યવાણી કરી, જે ઑગસ્ટ 3ના રોજ બનેલ બુલિશ એનગલ્ફિંગ પેટર્ન સુધી ચાલતી રહી. 3 ઑગસ્ટના સફેદ કેંડલની પછીની બે કેંડલ લગભગ બુલિશ સેપરેટિંગ લાઇન્સ હતી. આમ એટલા માટે કે, 7 ઑગસ્ટનો ઓપન લગભગ તે જ હતો, જે પાછલા દિવસનો ઓપન હતો. જો કે તે થોડો દૂર હતો, પરંતુ તેમ છતાં એ જોતાં કે શેર 4 ઑગસ્ટે 46.25 ડૉલર ઉપર બંધ થયો હતો. અને આ પછી તે ગેપઅપ કરીને ઘણો ઉપર લગભગ 4 ઑગસ્ટના ઓપન ઉપર ખૂલ્યો, તે એક ખૂબ પ્રભાવશાળી બાબત હતી. બજારમાં માગ પૂર્તિ કરતાં વધારે હતી અને જો વધુ કોઈ બુલિશ સંકેત મેળવવાનો બાકી હોય તો તે 9 ઑગસ્ટની ઉપરની બારી તરીકે સામે આવ્યું.

ચિત્ર 7.33માં ઑગસ્ટના બીજા સપ્તાહમાં બેરીશ સેપરેટિંગ લાઇન્સ દેખાઈ. આ બેરીશ સેપરેટિંગ લાઇન્સ બાદ શેર ઑગસ્ટની શરૂઆતના 29 ડૉલરના સપોર્ટ એરિયાની નજીક સ્થિર થયો. બેરીશ ડાઉનટ્રેન્ડની પુષ્ટિ 15 ઑગસ્ટે થઈ, જ્યારે નીચે તરફની બારી ખૂલી.

13 અને 14 સપ્ટેમ્બરે બુલિશ સેપરેટિંગ લાઇન્સ હતી. આ રેલીનો સાચો સંકેત આપવામાં નિષ્ફળ રહી, પરંતુ આમાં આશ્ચર્યની કોઈ વાત નથી, કારણ કે બુલિશ સેપરેટિંગ લાઇન્સની સફેદ કેંડલ 28 ડૉલરના રેઝિસ્ટન્સ એરિયા ઉપર આવી હતી. આ 21 ઑગસ્ટના સપ્તાહમાં બનેલો રેઝિસ્ટન્સ એરિયા હતો, જેને ડેશ લાઇન દ્વારા દર્શાવવામાં આવ્યો છે. આનાથી ફરી એકવાર એ બાબત ચોક્કસ થાય છે કે કેંડલ સિગ્નલ ક્યાં આવે છે તેના દ્વારા જ નક્કી થાય છે કે ટ્રેડરે તે સિગ્નલ ઉપર ખરીદી કરવી જોઈએ કે વેચવું જોઈએ. આ ઉદાહરણમાં, જો કોઈ ટ્રેડર બુલિશ સેપરેટિંગ લાઇન દેખાયેથી ખરીદે તો, તે શેરને રેઝિસ્ટન્સ ઉપર ખરીદે છે. આ પરિસ્થિતિમાં આગામી બુલિશ પુષ્ટિ માટે શેર 28 ડૉલરની ઉપર બંધ થાય ત્યાં સુધી રાહ જોવી સમજદારી બની રહે છે.

આમ તો, બુલિશ સેપરેટિંગ લાઇન દુર્લભ છે, પરંતુ તે સામાન્ય રીતે રેલી દરમિયાન દેખાય છે. જો કે કેટલાક કિસ્સાઓમાં બુલિશ સેપરેટિંગ લાઇન બૉટમનો સંકેત પણ આપે છે. ચિત્ર 7.34માં 24 અને 25 માર્ચે બુલિશ સેપરેટિંગ લાઇન દેખાઈ. આ પેટર્ન પછી શેર 43.50 ડૉલરની નજીક અટક્યો. બજારનો આ અચકાટ 5 એપ્રિલે સમાપ્ત થયો, જ્યારે શેરે 43.50 ડૉલરના આ રેઝિસ્ટન્સ ઉપર એક નાની ઉપરની બારી ખોલી નાખી.

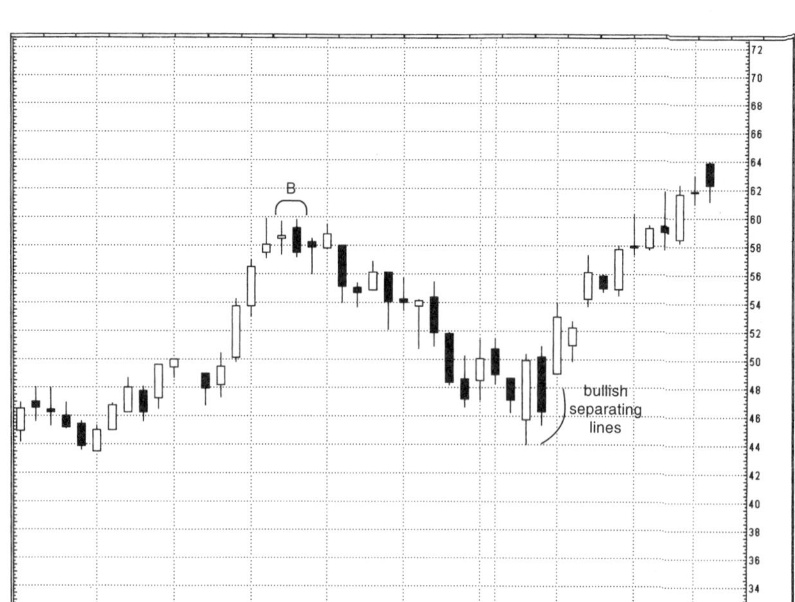

© Aspen Graphics. Used by permission.

ચિત્ર 7.32 : જાબિલ સર્કિટ - ડેઇલી (બુલિશ એનગલ્ફિંગ લાઇન્સ)

© CQG Inc. Used by permission.

ચિત્ર 7.33 : ટાર્ગેટ - ડેઇલી (બેરીશ અને બુલિશ સેપરેટિંગ લાઇન્સ)

ચિત્ર 7.34 : સિટીકોર્પ - ડેઇલી (બુલિશ સેપરેટિંગ લાઇન્સ)

અહીં ખાસ એ છે કે 25 માર્ચથી 5 એપ્રિલ સુધી ઉપરોક્ત બારી સુધીની કેંડલ્સે હાઈ પ્રાઇસ ગેપિંગ પ્લે બનાવ્યો. એપ્રિલની આ રેલી 14-15 એપ્રિલના બેરીશ એનગલ્ફિંગ પેટર્ન (આલિંગન) સુધી ચાલતી રહી.

પ્રકરણ 8

જાદુઈ ડોજી

窓から槍

સાવધાન, જોખમ!

જેમ પ્રકરણ-3માં જણાવવામાં આવ્યું છે તેમ, ડોજી એ કેંડલ છે, જેના ઓપન અને ક્લોઝ ભાવ એકસમાન હોય છે. ડોજીના ઉદાહરણ ચિત્ર 8.1થી 8.6માં દર્શાવવામાં આવ્યા છે. ડોજી એટલો મહત્ત્વપૂર્ણ રિવર્સલ ઇન્ડિકેટર (દિશા પરિવર્તન સૂચક) છે કે આ પ્રકરણ ખાસ તેના માટે જ લખવામાં આવ્યું છે. પાછલાં પ્રકરણોમાં આપણે કેટલાક પેટર્ન્સના ઘટક તરીકે ડોજીની શક્તિ જોઈ ચૂક્યા છીએ. આમાં ડોજી સ્ટાર (જુઓ પ્રકરણ-5) અને હરામી ક્રૉસ (જુઓ પ્રકરણ-6) સામેલ છે.

ડોજી ટ્રેન્ડ પરિવર્તનનો સ્પષ્ટ સંકેત છે, ખાસ કરીને રેલી દરમિયાન. ડોજીના આવ્યા પછી દિશા-પરિવર્તનની સંભાવનાઓ વધી જાય છે, જો :

1. પછીની કેંડલ્સ ડોજીની દિશા પરિવર્તનની પુષ્ટિ કરે.
2. બજાર ઓવરબોટ અથવા ઓવરસોલ્ડ હોય.
3. બજારમાં પહેલાં ઘણા ડોજી ન હોય. કોઈ ખાસ ચાર્ટમાં જો ઘણી ડોજી દેખાતી હોય તો, આપણે એક નવી ડોજી દેખાવાને ખાસ મહત્ત્વપૂર્ણ ન માનવું જોઈએ.

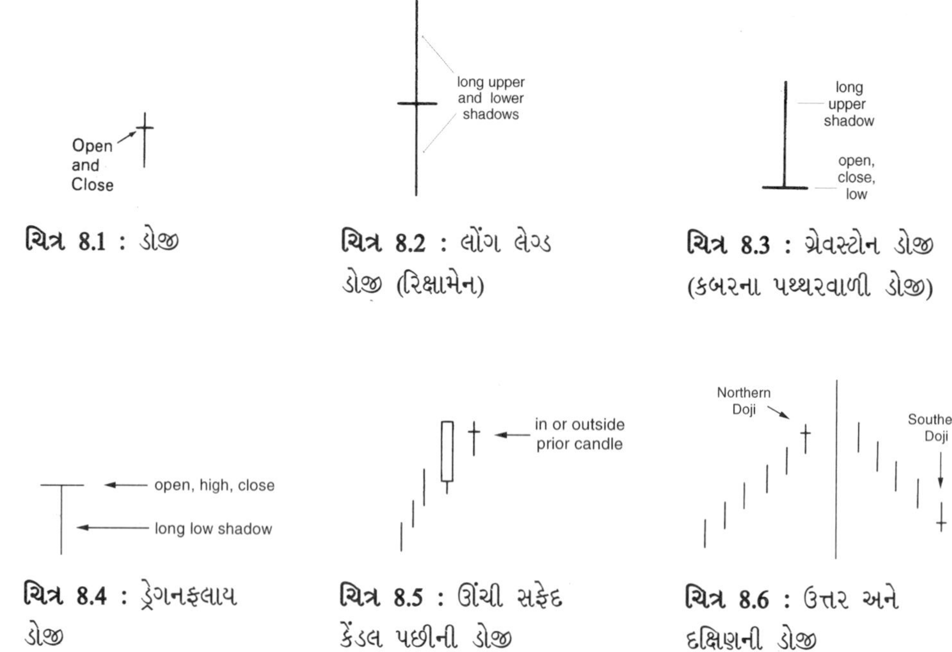

ચિત્ર 8.1 : ડોજી

ચિત્ર 8.2 : લોંગ લેગ્ડ ડોજી (રિક્ષામેન)

ચિત્ર 8.3 : ગ્રેવસ્ટોન ડોજી (કબરના પથ્થરવાળી ડોજી)

ચિત્ર 8.4 : ડ્રેગનફ્લાય ડોજી

ચિત્ર 8.5 : ઊંચી સફેદ કેંડલ પછીની ડોજી

ચિત્ર 8.6 : ઉત્તર અને દક્ષિણની ડોજી

આદર્શ ડોજી કેંડલનો ઓપનિંગ અને ક્લોઝિંગ ભાવ એક સમાન રહે છે, પરંતુ આમાં પણ થોડા અપવાદોની સંભાવનાઓ છે. જો ઓપનિંગ અને ક્લોઝિંગ ભાવમાં ફક્ત થોડીક ટીક્સનું અંતર હોય (ઉદાહરણ તરીકે, શેરમાં થોડા સેન્ટનું અથવા બોન્ડ્સમાં 30 સેકન્ડનું), તો તે કેંડલને ડોજી માની શકાય છે. તમે કઈ રીતે નિર્ણય લઈ શકો કે શું લગભગ ડોજી કેંડલને (જેમાં ઓપન અને ક્લોઝના ભાવ નજીક હોય, પરંતુ એક સમાન ન હોય) ડોજી માની શકાય? આ વિવેકબુદ્ધિ દ્વારા લેવા જોગ નિર્ણય છે અને આ બાબતે કોઈ ચુસ્ત નિયમો નથી. અહીં કેટલીક તકનીકો જણાવું છું, જે મારા મતે ઉપયોગી થઈ શકે છે કે ક્યારે લગભગ ડોજીને આદર્શ ડોજી માનવી જોઈએ :

1. લગભગ ડોજીની તુલના હાલની પ્રાઇસ એક્ટિવિટીના સંદર્ભમાં કરો. જો બહુ નાના શરીરોની શૃંખલા દેખાતી હોય તો લગભગ ડોજીવાળા દિવસને મહત્ત્વપૂર્ણ માની ન શકાય, કારણ કે હાલમાં જ ઘણા નાના શરીરો આવી ચૂક્યા છે. પરંતુ જો લગભગ ડોજી કેંડલ ઊંચી કેંડલ વચ્ચે દેખાય, તો આપણે કહી શકીએ કે આવા સત્રના પરિણામો તેવા જ હોઈ શકે, જેવા ડોજીના હોય છે. કારણ કે આ કેંડલ દર્શાવે છે કે આ સત્રમાં કોઈ વસ્તુ છે, જે પાછલી પ્રાઇસ એક્ટિવિટીથી ખૂબ અલગ છે.
2. જો બજાર કોઈ મહત્ત્વપૂર્ણ પડાવ ઉપર હોય તો.

3. જો બજાર ખૂબ ઓવરસોલ્ડ અથવા ઓવરબોટ હોય તો.
4. જો બીજા ટેક્નિકલ સંકેતો ચેતવણી આપી રહ્યા હોય તો.

ડોજી એક મહત્ત્વપૂર્ણ ચેતવણી હોઈ શકે છે, માટે અસલી ડોજીને અવગણવાના બદલે ખોટી ચેતવણી ઉપર ધ્યાન આપવું વધુ સારું છે.

આ પ્રકરણમાં ટોપ ઉપર ડોજી, રેઝિસ્ટન્સ ઉપર ડોજી, ડોજીના કેટલાક પ્રકારો, ડોજી અને ટ્રેન્ડ તથા ટ્રાઈ-સ્ટાર પેટર્ન વિશે જણાવવામાં આવ્યું છે.

ડોજીને મહત્ત્વપૂર્ણ એટલા માટે માનવામાં આવે છે કે આમાં બજારનું ટોપ દર્શાવવાની એક ખાસ ક્ષમતા હોય છે. આ અપટ્રેન્ડમાં કોઈ લાંબી સફેદ કેંડલ પછી ખાસ રીતે સાચું છે (જુઓ ચિત્ર 8.5). અપટ્રેન્ડમાં ડોજીના સંભવિત નકારાત્મક પરિણામો એટલા માટે હોય છે કે ડોજી અનિર્ણાયકતાનું પ્રતિક છે. જો ખરીદદારોમાં કોઈ અનિર્ણાયકતા, અનિશ્ચિતતા અથવા કોઈ ખચકાટ હોય, તો રેલી કાયમ રહી શકતી નથી. કોઈ પણ રેલીને જાળવી રાખવા માટે ખરીદદારોમાં વિશ્વાસ હોવો જોઈએ. જો બજારમાં લાંબી રેલી થઈ ચૂકી હોય અને/અથવા બજાર ઓવરબોટ હોય, ત્યારે ડોજી દેખાય છે (વાંચો 'અનિર્ણય'), તો તેનો અર્થ એમ થઈ શકે કે ખરીદદારોનું સમર્થન હવે તૂટવામાં છે.

મારા અનુભવ મુજબ આનું એક ખંડન આ છે : ડોજી અપટ્રેન્ડમાં ટોપનો સંકેત તો બરાબર દર્શાવે છે, પરંતુ ડાઉનટ્રેન્ડમાં બૉટમ અથવા દિશા પરિવર્તનનો સંકેત ઘણીવાર યોગ્ય રીતે દર્શાવતી નથી. આનું કારણ એ હોઈ શકે કે ડોજી ખરીદદારો અને વેચવાવાળાની શક્તિઓનું પરસ્પર સંતુલન દર્શાવે છે. જ્યારે બજારમાં ખરીદદારોનું વધુ દબાણ ન હોય, તો બજાર જાતે જ નીચું આવી શકે છે. જેમ શેરબજારમાં કહેવત છે તેમ, 'બજાર પોતાના વજનના કારણે તૂટી શકે છે.' આ એ વિચારને સમાન છે કે વધુ વૉલ્યૂમની પુષ્ટિની જરૂરિયાત અપસાઇડ બ્રેકઆઉટમાં વધુ હોય છે, ડાઉનસાઇડ બ્રેકડાઉનમાં ઓછી હોય છે.

એટલે કે રેલીમાં ડોજી બજાર થાકી ગયું હોવાના સંકેત દર્શાવી શકે છે, પરંતુ ઘટતા બજારમાં ડોજી આવવા છતાં ઘટાડો ચાલુ રહી શકે છે. આ કારણે ડોજીને ટોપ ઉપર દિશા પરિવર્તનનો સંકેત માનવામાં ઓછી પુષ્ટિની જરૂર હોય છે, જ્યારે બૉટમ ઉપર દિશા પરિવર્તનનો સંકેત માનવા પહેલાં વધુ પુષ્ટિની જરૂર રહે છે. ઉદાહરણ માટે, સપોર્ટની પુષ્ટિ ઉપર ધ્યાન આપવું જોઈએ, ભલે ડાઉનટ્રેન્ડમાં આવે.

રેલી અને ઘટાડા દરમિયાન આવતી ડોજીને અલગ કરવા માટે હું રેલીવાળી ડોજીને ઉત્તરની ડોજી અને ઘટાડા દરમિયાન આવતી ડોજીને દક્ષિણની ડોજી કહું છું (જુઓ ચિત્ર 8.6). આ ભાગ ઉત્તરની ડોજી ઉપર કેન્દ્રિત કરવામાં આવેલ છે. દક્ષિણની ડોજી બાબતે આ પ્રકરણ પછી ચર્ચા કરીશું.

એ ધ્યાન રાખો કે બૉટમનો સંકેત આપવામાં ડોજી એટલી અસરકારક

નથી હોતી, જેટલી તે ટોપનો સંકેત આપવામાં હોય છે, જો કે આ મારો અનુભવ છે. જાપાનમાં કહેવત છે કે, "બજાર કોઈ માણસના ચહેરા જેવું હોય છે, ક્યારેય બે ચહેરાઓ સમાન હોતા નથી." માટે એમ પણ બની શકે કે તમારા દેશના બજારમાં ડોજી બૉટમ સંકેત આપવામાં વધુ અસરકારક સાબિત થઈ શકે. આ સામાન્ય રીતે કેંડલ ચાર્ટ્સ વિશે એક મહત્ત્વપૂર્ણ બાબત દર્શાવે છે. તમારા બજારમાં તમામ કેંડલ લાઇન્સ અસરકારક હોઈ શકે છે અથવા ફક્ત થોડી જ કેંડલ લાઇન્સ અસરકારક હોઈ શકે. કયું અસરકારક રીતે કામ કરે છે અને કયું નહીં તે ફક્ત અનુભવે જ ખ્યાલ આવી શકે છે.

ઉત્તરની ડોજી (રેલી દરમિયાનની ડોજી)

જાપાનીઓ કહે છે કે જ્યારે ડોજી સફેદ ઊંચી કેંડલ પછી આવે છે અથવા ઓવરબોટ બજારમાં આવે છે, તો તેનો અર્થ છે કે બજાર થાકી ગયું છે. આ ડોજીને જોવાનો એક યોગ્ય દષ્ટિકોણ છે. કદાચ ડોજીના આવ્યા પછી તરત જ ભાવ ન ઘટે અને કદાચ સાઇડવેઝ પણ થઈ જાય. ડોજી તો આપણને ફક્ત એ દર્શાવે છે કે બજાર અનિર્ણયની સ્થિતિમાં છે અને આ એક દિશા પરિવર્તનનો સંકેત હોઈ શકે છે.

એક વ્યક્તિએ મારા ઓન-સાઇટ સંસ્થાગત સેમિનારમાં ભાગ લીધો હતો. તેણે મને એક પત્રમાં લખ્યું હતું, "તમે સાચું કહ્યું હતું કે અલ્પજ્ઞાન ખતરનાક હોય છે. અમે બધા જ બૂમો પાડતા દોડીએ છીએ, 'ડોજી, ડોજી, ડોજી'!" આ કોમેન્ટ બરાબર જ છે, કારણ કે ડોજીને પકડવી સરળ હોય છે. ટ્રેડર્સ ડોજી જોઈને એટલા રોમાંચિત થઈ ઊઠે છે કે તેઓ આને એક સિગ્નલ માનીને બજારમાં કૂદી પડે છે. પરંતુ ડોજીને તે જેટલી મહત્ત્વપૂર્ણ છે તેના કરતાં વધુ મહત્ત્વ ન આપો. ડોજીનો અર્થ છે, ટ્રેન્ડ બદલાઈ શકે છે.

ઉદાહરણ તરીકે, મારી સલાહકાર તરીકેની સેવાઓમાં હું શોર્ટ ટર્મ ટ્રેન્ડ બાબતે માહિતી આપું છું. જ્યારે કોઈ ડોજી દેખાય છે, ત્યારે હું બજારના શોર્ટ ટર્મ ટ્રેન્ડને અપથી ડાઉન કરતો નથી, પરંતુ અપથી અપ/ન્યૂટ્રલ કરી લઉં છું. જો આ ડોજી કોઈ અન્ય તકનીકી સંકેતની પણ પુષ્ટિ કરતી હોય તો, હું તે ટ્રેન્ડને અપથી ન્યૂટ્રલ અથવા ન્યૂટ્રલ/ડાઉન કરી દઉં છું. (એક તકનીકી સંકેત બીજાની પુષ્ટિ કરે છે, આ વિચાર ભાગ-2નું મુખ્ય કેન્દ્ર છે.) એ તો ભાગ્યે જ બની શકે કે હું ફક્ત ડોજી જોઈને જ શોર્ટ ટર્મ ટ્રેન્ડને અપથી ડાઉન કરી દઉં.

ચિત્ર 8.7માં એરિયા A અને B ઉપર સ્પીનિંગ ટોપ એ વાતનો સંકેત આપી રહ્યા હતા કે આ કેંડલની પહેલાના ટ્રેન્ડ થંભી રહ્યા હતા, આમ તો આવા નાના શરીરો ખરીદદારો અને વેચવાવાળાઓની પરસ્પર ખેંચતાણ દર્શાવે છે, પરંતુ ડોજીવાળા દિવસે બુલ્સ અને બેર્સ સંપૂર્ણ સંતુલનમાં હોય છે.

એરિયા Bથી ઉપર વધતાં સમયે લાંબા સફેદ શરીરોની શૃંખલાએ શક્તિશાળી બજારનો સંકેત આપ્યો, પછી એક ડોજીએ આવીને બતાવ્યું કે બજાર પોતાના ટ્રેન્ડથી દૂર જઈ રહ્યું છે. ડોજી સંકેત આપે છે કે તે દિવસે કંઈક અલગ બન્યું છે (જેમાં ઓપન અને ક્લોઝ સમાન છે), કારણ કે પાછલી સફેદ કેંડલમાં ક્લોઝ ઓપનથી ખૂબ ઉપર થયું હતું.

આ ઉદાહરણમાં, ડોજી પછી ઇન્ડેક્સ અપટ્રેન્ડથી સાઇડવેઝ થયો અને તે પછી નીચે આવ્યો, ડોજી દેખાવાનો અર્થ દર વખતે એમ નથી હોતો કે હવે બજાર નીચે આવશે, પરંતુ તો પણ ખાસ કરીને ઓવરબોટ બજારમાં ડોજી દેખાયેથી સાવધ થવું યોગ્ય છે. આ ડોજી જોયા બાદ તમે આ કરી શકો છો : પોતાનું થોડું હોલ્ડિંગ વેચી દેવું, કેટલાક કોલ્સ વેચી દેવા અથવા સ્ટોપને ઉપરની તરફ લઈ જવો.

ચિત્ર 8.8માં બેરીશ એનગલ્ફિંગ પેટર્ન (એરિયા B ઉપર)થી લપસ્યો. કેટલાક સત્રો પછી એક લાંબી સફેદ કેંડલે દર્શાવ્યું કે બુલ્સે નિયંત્રણ લઈ લીધું છે, કારણ કે તે કેંડલ બેરીશ એનગલ્ફિંગ પેટર્નના 58.50 ડૉલરના રેઝિસ્ટન્સની ઉપર ક્લોઝ થઈ હતી, પરંતુ આગલા સત્રની ડોજીએ સંપૂર્ણ દૃશ્ય બદલી નાખ્યું. બજારનું વાતાવરણ બુલ્સના નિયંત્રણમાં હોય તેમ લાગતું ન હતું. ડોજીના કારણે એમ દેખાતું હતું કે જાણે માગ અને પૂર્તિ બંનેની શક્તિઓ સંતુલનમાં હતી.

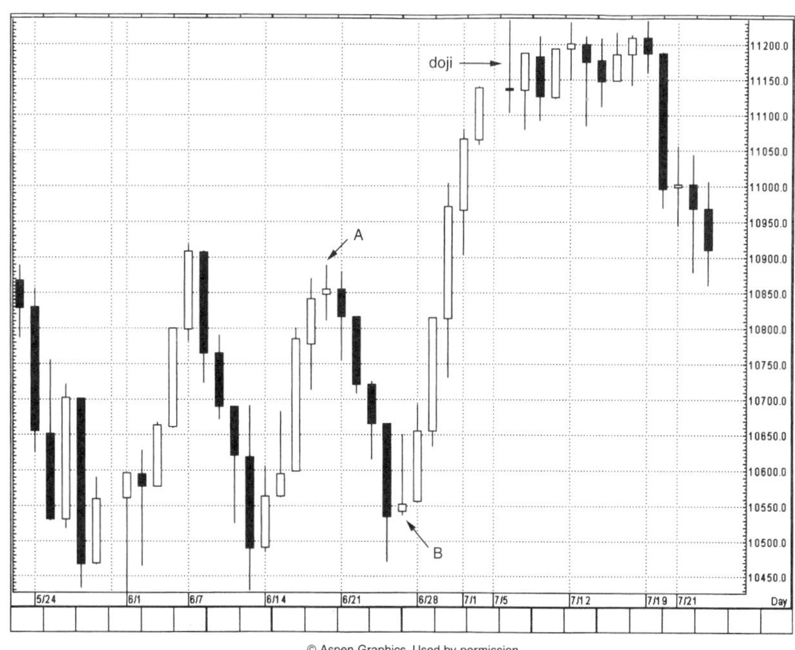

ચિત્ર 8.7 : ડાઉ જોન્સ ઇન્ડસ્ટ્રીયલ્સ - ડેઇલી (ઊંચી સફેદ કેંડલ પછીની ડોજી)

ચિત્ર 8.8 : માઇક્રોસોફ્ટ - 3 મિનિટ (ઊંચી સફેદ કેંડલ પછીની ડોજી)

એ જુઓ કે 58.62 ડૉલરની નજીક ડોજી આવ્યા પછી શેર કેટલાક સત્રો સુધી થંભી ગયો. આને હું એક ઉપયોગી ટેક્નિક માનું છું, જેનો ઉપયોગ હું મોટેભાગે ઊંચી સફેદ કેંડલ પછી આવતી ડોજી માટે કરું છું. હું ખાસ કરીને ડોજી અને ઊંચી સફેદ કેંડલના સર્વોત્તમ હાઈને ધ્યાને લઉં છું (એટલે કે સર્વોચ્ચ ઉપલી છાયા). આ સ્તર, ક્લોઝના આધારે રેઝિસ્ટન્સ હોવો જોઈએ. આ ઉદાહરણમાં, ડોજી કેંડલ અને લાંબી સફેદ કેંડલ બંનેનો હાઈ 58.62 ડૉલર હતો. આમ, આ આપણો રેઝિસ્ટન્સ એરિયા બની જાય છે.

ચિત્ર 8.9માં 1થી લઈને 6 દિવસ સુધી હાયર હાઈ, હાયર લો અને હાયર ક્લોઝ હતા. સાતમા દિવસે કેંડલ 1 પછી પહેલો લોઅર હાઈ, લોઅર ક્લોઝ અને લોઅર હતો. સામાન્ય રીતે આ ખાસ મહત્ત્વપૂર્ણ બની રહેતો નથી, પરંતુ કેંડલ 7 એક ડોજી હોવાના કારણે તેનું મહત્ત્વ વધી જાય છે. ઘણીવાર નાના સંકેતો ભેગા થઈને બજારના મહત્ત્વપૂર્ણ પડાવ બાબતના સંકેતો આપી શકે છે. જાપાની કહેવત છે, "વિશાળ સાગરમાં પણ પાણી તો ટીપે ટીપે જ આવે છે." આવું જ બજારમાં પણ બને છે, જ્યાં નાના નાના વધુ મહત્ત્વ ન ધરાવતા સંકેતો પણ બીજી ટેક્નિક સાથે ભેગા થઈને વધુ મહત્ત્વપૂર્ણ બની શકે છે.

ચિત્ર 8.9 : ઇન્ટેલ - ડેઇલી (ઊંચી સફેદ કેંડલ પછીની ડોજી)

ડોજી દેખાયા પછી ચાર્ટ ઉપર ડેશ લાઇન આપણો રેઝિસ્ટન્સ એરિયા છે. જેમ ચિત્ર 8.8માં દર્શાવવામાં આવ્યું છે તેમ, જો કોઈ ઊંચી સફેદ કેંડલ પછી ડોજી આવે, તો આપણે તે બે લાઇન્સના સર્વોચ્ચ હાઈને ધ્યાને લઈએ છીએ અને તેને ક્લોઝના આધારે રેઝિસ્ટન્સ માની લઈએ છીએ. આ ચાર્ટમાં સફેદ કેંડલ લાઇનનો હાઈ ડોજીના હાઈ કરતાં વધુ ઊંચો હોવાના કારણે તે આપણો મુખ્ય રેઝિસ્ટન્સ એરિયા બની જાય છે (જેમ ડેશ લાઇન દ્વારા દર્શાવવામાં આવ્યું છે). ડોજીના દેખાવાથી એમ લાગતું હતું કે જાણે ઇન્ટેલ ‘થાકી’ ગયો છે. જો ઇન્ટેલ તે રેઝિસ્ટન્સ લાઇનની ઉપર બંધ થાત, તો આપણે એમ કહેત કે બજાર હવે ફ્રેશ થઈ ચૂક્યું છે અને તો તે એક બુલિશ બ્રેકઆઉટ હોત.

લોંગ લેગ્ડ ડોજી (રિક્ષામૅન), ગ્રેવસ્ટોન ડોજી અને ડ્રેગનફ્લાય ડોજી :

જેમ ચિત્ર 8.2થી 8.4માં દર્શાવવામાં આવ્યું છે, કેટલાક ડોજીના નિકનેમ એ વાત ઉપર આધાર રાખે છે કે ઓપન/ક્લોઝ (ડોજીનો આડો ઘટક) તે સત્રના લો ઉપર છે કે હાઈ ઉપર કે પછી ડોજી ઉપર બહુ લાંબી ઉપલી અને નીચલી છાયાઓ છે.

લાંબી ઉપલી અને નીચલી છાયાઓ અને નાની શરીરવાળી કેંડલલાઇનને હાઈ વેવ કેંડલ કહેવામાં આવે છે. જો આવી કેંડલમાં નાના શરીરને બદલે

ડોજી હોય તો તેને લૉંગ લેગ્ડ ડોજી (લાંબા પગવાળી ડોજી) કહેવામાં આવે છે (જુઓ ચિત્ર 8.2). આને રિક્ષામૅન પણ કહેવામાં આવે છે.

લૉંગ લેગ્ડ ડોજીનો ડોજીવાળો ભાગ દર્શાવે છે કે બજાર સંક્રમણ બિંદુ ઉપર છે. લાંબી ઉપલી છાયા દર્શાવે છે કે તે દિવસે બજારમાં રેલી આવી હતી, પરંતુ દિવસના અંતે તે હાઈ કરતાં નીચો આવી ગયો હતો. લાંબી નીચલી છાયા સ્પષ્ટરૂપે દર્શાવે છે કે બજાર તે દિવસે નીચું આવ્યું હતું, પરંતુ દિવસના અંત સુધીમાં એટલે કે ક્લોઝ સુધીમાં તેણે ઘટાડાને કવર કરી લીધો છે. બીજા શબ્દોમાં બજાર વધે છે, ઘટે છે, વધે છે વગેરે, એટલે કે બજાર વિમાસણમાં છે. આ લાંબી છાયાઓ એ સંકેત આપે છે કે, જેમ જાપાનીઓ કહે છે તેમ, “બજારે પોતાની દિશા બાબતે ભાન ગુમાવી દીધું છે.” આમ, લૉંગ લેગ્ડ ડોજી એ સંકેત આપે છે કે બજાર તેના ટ્રેન્ડથી દૂર થઈ રહ્યું છે.

ગ્રેવસ્ટોન ડોજી (જુઓ ચિત્ર 8.3) એક વધુ ખાસ ડોજી છે. આ ત્યારે બને છે જ્યારે ઓપન, લો અને ક્લોઝ દિવસના લો ઉપર હોય છે. આ ડોજી કેંડલ એ વાતનું ઉદાહરણ છે કે કેંડલ્સ ચિત્રો દ્વારા કેટલી જાણકારી આપી શકે છે. ભલે તમે ગ્રેવસ્ટોન ડોજી બાબતે વધુ કંઈ વાંચ્યું ન હોય, પરંતુ તેને જોતાંની સાથે જ તમે શું સમજી શકો છો : આ બેરીશ સંકેત છે કે બુલિશ? જવાબ બેરીશ જ છે. આની લાંબી ઉપલી છાયા અને સત્રના લો ઉપરના ક્લોઝ દ્વારા આપણે સ્પષ્ટ રીતે જોઈ શકીએ છીએ કે દિવસના કોઈ સમયે આ શેરમાં રેલી આવી હતી પરંતુ દિવસના અંત સુધીમાં બેર્સ તેને ખેંચીને નીચે, તેના લો સુધી લઈ આવ્યા હતા. આને ચરમ શૂટિંગ સ્ટાર કહી શકાય છે. શૂટિંગ સ્ટારમાં લાંબી ઉપલી છાયા અને નાનું શરીર હોય છે. જો શૂટિંગ સ્ટારનું શરીર ડોજી બની જાય, તો ગ્રેવસ્ટોન ડોજી બની જાય છે.

ગ્રેવસ્ટોન ડોજી ટોપના સંકેત આપવા માટે ખાસ ગણાય છે. ગ્રેવસ્ટોન ડોજીનો આકાર તેના નામને યોગ્ય સાબિત કરે છે. જેમ અગાઉ જણાવવામાં આવ્યું છે તેમ, ઘણી જાપાની શબ્દાવલી સૈન્ય ઉપમાઓ ઉપર આધારિત છે. જાપાની કેંડલસ્ટિક સાહિત્યમાં કહેવામાં આવે છે કે, ગ્રેવસ્ટોન ડોજી બુલ્સની એ કબરોના પથ્થરો દર્શાવે છે, જે પોતાના વિસ્તારની રક્ષા કરતા શહિદ થઈ ગયા હોય.

ડ્રેગનફ્લાય ડોજી ખરેખર ગ્રેવસ્ટોન ડોજીની બુલિશ સાથી છે. ડ્રેગનફ્લાય ડોજી સત્રના હાઈ ઉપર ઓપન/ક્લોઝ થાય છે. આનો અર્થ છે કે બજાર તે દિવસે ખૂબ નીચું ગયું હતું, પરંતુ પછીથી તેણે નુકસાન સફળતાપૂર્વક ભરપાઈ કર્યું અને અંતે પોતાના હાઈની ખૂબ નજીક બંધ થયો. આ હેમર જેવી હોય છે, પરંતુ હેમરનું શરીર નાનું હોય છે, જ્યારે ડ્રેગનફ્લાય ડોજીમાં કોઈ શરીર હોતું નથી, કારણ કે આ ડોજી છે.

ચિત્ર 8.10માં 23 ઑક્ટોબરે લાંબા પગવાળી ડોજી દેખાઈ. ડોજી અને તેની પાછલી સફેદ કેંડલ વચ્ચેના સર્વોચ્ચ હાઈના ઉપયોગ કરીને, આપણે તરત જ રેઝિસ્ટન્સ કાઢી શકીએ છીએ, જે 88 ડૉલરની નજીક આવે છે. ઇન્ડેક્સ આ લાંબા પગવાળી ડોજી પછી નીચો આવ્યો, ત્યાં સુધી, જ્યાં સુધી ત્રણ દિવસ પછી હેમર ન આવી. નવેમ્બરની શરૂઆતમાં બજાર વધી રહ્યું હતું, પરંતુ લાંબા પગવાળી બે ડોજી આવી, જેણે બુલ્સના ઇરાદાઓ ઉપર પાણી ફેરવી દીધું. મુશ્કેલીનો આગામી સંકેત 6-7 નવેમ્બરના બેરીશ એનગલ્ફિંગ (આલિંગન) પેટર્ન સાથે દેખાયો. ધ્યાન આપો કે ઑક્ટોબરના શરૂઆતના ભાગમાં શેર ઘટતા જતાં બજારમાં પણ ઘટી રહ્યા હતા. જેમ અગાઉ જણાવવામાં આવ્યું છે તેમ, મારા અનુભવ પ્રમાણે ડોજી બૉટમ રિવર્સલના બદલે ટોપ રિવર્સલ વધુ સારી રીતે દર્શાવી શકે છે.

ચિત્ર 8.10 : નેસ્ડેક-100 ટ્રસ્ટ-ડેઇલી (લોંગ લેગ્ડ ડોજી/લાંબા પગવાળી ડોજી)

ચિત્ર 8.11માં ગ્રેવસ્ટોન ડોજીનું એક ઉદાહરણ દર્શાવવામાં આવ્યું છે. ડોજીનો હાઈ પાછલા સત્ર જેવો જ હોવાથી આ ટ્વિઝર્સ ટોપ પણ છે. આમ તો ગ્રેવસ્ટોન શબ્દ ભયાનક લાગે છે, પરંતુ એમ ન સમજી બેસશો કે આના કારણે ખૂબ ઘટાડો આવશે. ગ્રેવસ્ટોન ડોજીની ઉપલી છાયા લાંબી હોય છે અને તે સત્રના લો ઉપર ક્લોઝ થાય છે અને આ પરિવર્તનની સંભાવનાઓને વધારી દે છે. પરંતુ, આ એવી કોઈ ભવિષ્યવાણી નથી કરતી કે બજાર કેટલું ઘટશે. કેંડલસ્ટિક સંકેત દિશા પરિવર્તનને પહેલેથી

જ ઓળખી લેવામાં બેજોડ છે, પરંતુ તે કોઈ ચોક્કસ ટાર્ગેટ બાબતે ભવિષ્યવાણી કરી શકતા નથી. કેંડલ્સ જેટલી માહિતી આપી શકે છે, તેનાથી વધારે માહિતી આપવા બાબતે તેમને સક્ષમ સમજવી ન જોઈએ. જાપાની કહેવત છે, "માછલી પકડવા માટે ઝાડ ઉપર ચઢશો નહીં."

© Aspen Graphics. Used by permission.

ચિત્ર 8.11 : ઈંકટોમી - 15 મિનિટ (ગ્રેવસ્ટોન ડોજી)

આમ તો ડોજી જોતાંની સાથે જ સાવધ થઈ જવું જોઈએ, પરંતુ ગ્રેવસ્ટોન ડોજી જોતાંની સાથે જ હું બેરીશ થઈ જતો નથી. શા માટે? ધ્યાન આપો કે એ ડોજીનો ક્લોઝ 22 માર્ચના અંતના રેઝિસ્ટન્સ એરિયા ઉપર 224 ડૉલરની નજીક હતો. આનો અર્થ હતો કે ડાઉનટ્રેન્ડ લાવવા માટે ગ્રેવસ્ટોન ડોજી પછી એક વધુ સત્ર નીચે ક્લોઝ થવાની જરૂર હતી. તે સત્રે 224 ડૉલરની નીચે ક્લોઝ આપ્યું અને ડોજી માટે એક સંકેતની પુષ્ટિ કરી કે નવો હાઈ જળવાઈ રહે તેમ નથી.

ચિત્ર 8.12માં એપ્રિલના મધ્યમાં કેટલીક લાંબા પગવાળી ડોજીએ સંકેત આપ્યો કે પાછલો ડાઉન ટ્રેન્ડ 6.75 ડૉલરની નજીક તેનું મોમેન્ટમ ગુમાવી રહ્યો હતો. મે ની શરૂઆતમાં રેલીએ ઉપલી બારી ખોલી નાખી, પરંતુ 9 મે ની ઉપલી બારીમાં એક મુશ્કેલી હતી : આ એક લાંબા પગવાળી ડોજી હતી. આમ, આ એ વાતનો સંકેત હતી કે બજાર ઉપર બુલ્સનું નિયંત્રણ ન હતું. બારીનો સપોર્ટ આ લાંબા પગવાળી ડોજીના આગલા દિવસે જ તૂટી ગયો હતો. આના કારણે નવા ઘટાડાની સંભાવનાઓની પુષ્ટિ થઈ. જ્યારે

શેર એપ્રિલના મધ્યથી 23 મે સુધી અગાઉ જણાવવામાં આવેલ 6.75 ડૉલરના સપોર્ટ એરિયાની નજીક પહોંચ્યો, ત્યારે તેણે હેમર બનાવીને તેની રક્ષા કરી. આ હેમરથી શરૂ થયેલ રેલીએ 1 અને 2 ઉપર બે બારીઓ ખોલી. શેર એરિયા B ઉપર બનેલ બેરીશ એનગલ્ફિંગ (આલિંગન) પેટર્નથી ઘટવા માંડ્યો. આ બેરીશ એનગલ્ફિંગ પેટર્નથી થયેલ ઘટાડા બાદ 8.75થી લઈને 8.25 ડૉલર સુધી સ્થિરતા મળી, જ્યાં ડ્રેગનફ્લાય ડોજીની શૃંખલા આવી. ત્રીજા ડ્રેગનફ્લાયનો ઓપન-ક્લોઝ તેના હાઈ ઉપર નહીં, પરંતુ તેની નજીક હોવાના કારણે હું તેને ડ્રેગન ફ્લાયના એક વેરીએશન તરીકે જ જોઉં છું. આ ડ્રેગનફ્લાય ડોજીએ 1 અને 2 બારીઓ ઉપર સપોર્ટની પુષ્ટિ કરી. સપોર્ટની અંતિમ પુષ્ટિ 28 જૂનની હેમર દ્વારા થઈ.

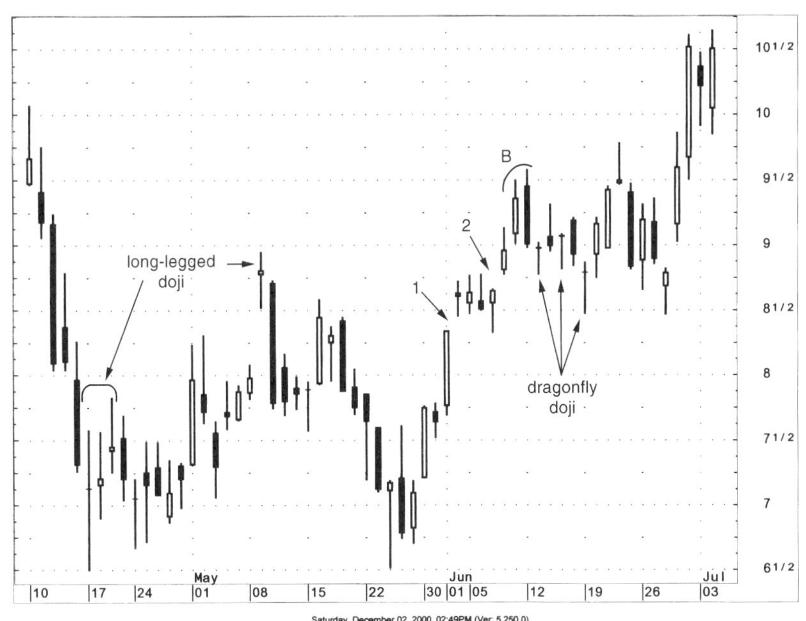

ચિત્ર 8.12 : 3કૉમ-ડેઇલી (ડ્રેગનફ્લાય ડોજી)

ડોજી (અને અન્ય તમામ કેંડલસ્ટિક સંકેતો)ની સામાન્ય ધારણા એ છે કે આપણે સંકેતની પહેલા થતી પ્રાઇસ એક્ટિવિટી જોવી જોઈએ. ઉદાહરણ તરીકે, કોઈ રેલીમાં ડોજી રિવર્સલની આશંકા દર્શાવે છે, પરંતુ એ ધ્યાનમાં રાખવું જોઈએ કે રિવર્સલ પહેલાં કોઈ રેલી આવવી જોઈએ. આનો અર્થ છે કે જો ડોજી પહેલાં શેર ટ્રેડિંગ રેન્જમાં ચાલી રહ્યો હોય અથવા સાઇડવેઝ મૂવમેન્ટ હોય તો, ડોજીની ભવિષ્યવાણીનો કોઈ અર્થ રહેતો નથી, કારણ કે ત્યાં રિવર્સ કરવા માટે કોઈ ટ્રેન્ડ જ નથી. જાપાનીઓ આવા બજારને યોગ્ય રીતે જ 'બૉક્સ' કહે છે, જે એક રેન્જની અંદર જ ઉપર નીચે થઈ રહ્યો હોય.

+

ચિત્ર 8.13 : બૉક્સ રેન્જમાં ડોજી

ચિત્ર 8.13માં ડોજી નાના પાયે એ જ દર્શાવી રહી છે, જે ટ્રેડિંગ રેન્જ પરિસ્થિતી મોટા પાયે દર્શાવી રહી છે : બજાર અનિર્ણયની પરિસ્થિતિમાં છે. રિવર્સલ માટે કોઈ ટ્રેન્ડ ન હોવાના કારણે ચિત્ર 8.13માં ડોજી કોઈ પણ પ્રકારની કોઈ ભવિષ્યવાણી કરતી નથી. આ તો ફક્ત ટ્રેન્ડરહિત પરિસ્થિતિની પુષ્ટિ કરી રહી છે. આનો અપવાદ ત્યારે સર્જાય છે જ્યારે ડોજી કોઈ ટ્રેડિંગ રેન્જના ટોપ અથવા બૉટમ ઉપર આવે. ત્યારે આ રેઝિસ્ટન્સ અથવા સપોર્ટની પુષ્ટિ કરનારો એક ઉપયોગી સંકેત બની શકે છે.

ચિત્ર 8.14માં આપણે પાછળ ટ્રેન્ડના સંદર્ભમાં ત્રણ ડોજી જોઈએ છે. ડોજી 1 બૉક્સ રેન્જની વચ્ચે છે. પરિણામે આ ડોજી દ્વારા ભવિષ્યવાણી જેવો કોઈ સંકેત મળતો નથી, કારણ કે રિવર્સલ માટે કોઈ ટ્રેન્ડ છે જ નહીં. આ જ બાબત બિંદુ 2 ઉપરની ડ્રેગનફ્લાય ડોજી બાબતે પણ સાચી છે. બિંદુ 3 ઉપર આવનારી ડોજી સાવ અલગ છે અને તેનું કારણ એ જગ્યા છે, જ્યાં તે દેખાય છે. આ ડોજી રેલી પછી આવે છે, જેણે શેરને ઓવરબોટ સ્થિતિમાં લાવી દીધો છે. આ રીતે તેના રિવર્સલ (દિશા પરિવર્તન) પરિણામો હોય છે. ડોજી 3 પછી આવનારી 2 ડોજી એ જ દર્શાવે છે, જે 3વાળી ડોજીએ આપણને પહેલેથી જ દર્શાવી દીધું છે કે શેરની બુલિશ શક્તિ સમાપ્ત થઈ રહી છે. ટૂંકમાં : ડોજીના પહેલાનો ટ્રેન્ડ સૌથી મહત્ત્વપૂર્ણ બની રહે છે.

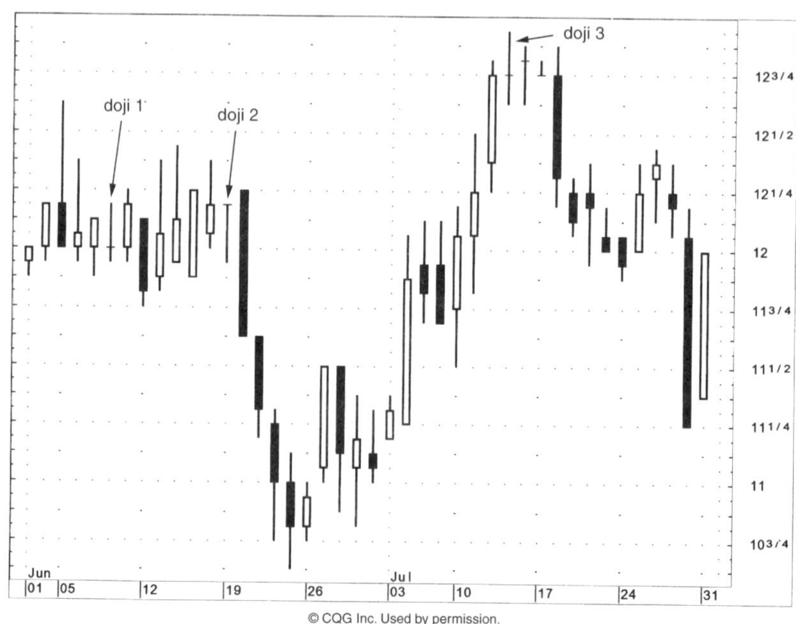

ચિત્ર 8.14 : લોંગવ્યૂ ફાઈબર - ડેઇલી (ડોજી બૉક્સમાં)

ચિત્ર 8.15 એ બિંદુ દર્શાવે છે, જે બાબતે હું આ પ્રકરણમાં અગાઉ ઇશારો કરી ચૂક્યો છું : ઘટાડા દરમિયાન ડોજી (જેને હું દક્ષિણ તરફની ડોજી કહું છું), મોટેભાગે બૉટમ ટર્નિંગ સિગ્નલ તરીકે સારું કામ કરતી નથી. આ ચાર્ટમાં Aથી F સુધીની ડોજી અથવા ડોજી જેવી કેંડલ્સ બજારમાં ઘટાડા દરમિયાન દેખાઈ શકે, પરંતુ દક્ષિણ તરફની ડોજીએ કોઈ રિવર્સલનો સંકેત આપ્યો નથી.

ચિત્ર 8.15 : ઓવેન્સ ઇલિનોય - ડેઇલી
(દક્ષિણ તરફની અને ઉત્તર તરફની ડોજી)

પરિવર્તનનો પહેલો સંકેત ત્યારે દેખાયો, જ્યારે 3 માર્ચની ઊંચી સફેદ કેંડલે F ઉપર પાછલી બે ડોજી કેંડલ્સને લપેટી લીધી. આનાથી બુલિશ એનગલ્ફિંગ પેટર્ન બની, જે સપોર્ટ બની રહ્યો. (ટાઈમફ્રેમ C ઉપર પણ એક નાની બુલિશ એનગલ્ફિંગ પેટર્ન હતી, પરંતુ જ્યારે કાળી કેંડલ તે પેટર્નના લો ની નીચે બંધ થઈ, ત્યારે બૉટમની આશાઓ સમાપ્ત થઈ ગઈ.) બિંદુ F ઉપર બુલિશ એનગલ્ફિંગ પેટર્નથી શરૂ થયેલી રેલી હવે થંભી રહી હતી, તેનો સંકેત બિંદુ 1 ઉપર ડોજી જેવી કેંડલ સાથે દેખાયો.

ચિત્ર 8.16માં મેં ડોજીની એક શૃંખલા એ દર્શાવવા માટે બતાવી છે કે બજાર કઈ રીતે અલગ અલગ પરિસ્થિતિમાં ડોજીના મહત્ત્વને બદલી નાખે છે. ચાલો, દરેકને આપણે એક એક કરીને જોઈએ :

- ડોજી 1 : જાપાનીઓ ડોજી 1ના પહેલાની પ્રાઇસ એક્ટિવિટીનું વર્ણન કદાચ આમ કરશે - 'રિક્ટર સ્કેલ ઉપર 8 મેગ્નિટ્યૂડનો ભૂકંપ'. બે શક્તિશાળી કાળા શરીર પછી તેટલી જ લાંબી સફેદ કેંડલ આવી, જેણે કાળી કેંડલના ઘટાડાની ભરપાઈ કરી. ડોજી 1એ દર્શાવ્યું કે શેર તેના ટ્રેન્ડથી દૂર જઈ રહ્યો છે (આ કેસમાં ટ્રેન્ડ બે લાંબી સફેદ કેંડલ્સના કારણે અપટ્રેન્ડમાં હતો). જેમ ડોજી અને ઊંચી સફેદ કેંડલના કેસમાં થાય છે, તેમ આપણે આ બે સત્રોના સર્વોચ્ચ હાઈનો ઉપયોગ રેઝિસ્ટન્સ તરીકે કરીએ છે (આ ઉદાહરણમાં સફેદ કેંડલનો હાઈ 3745 ઉપર છે). આ રેઝિસ્ટન્સ આગલા સત્રમાં પણ જળવાઈ રહ્યો.

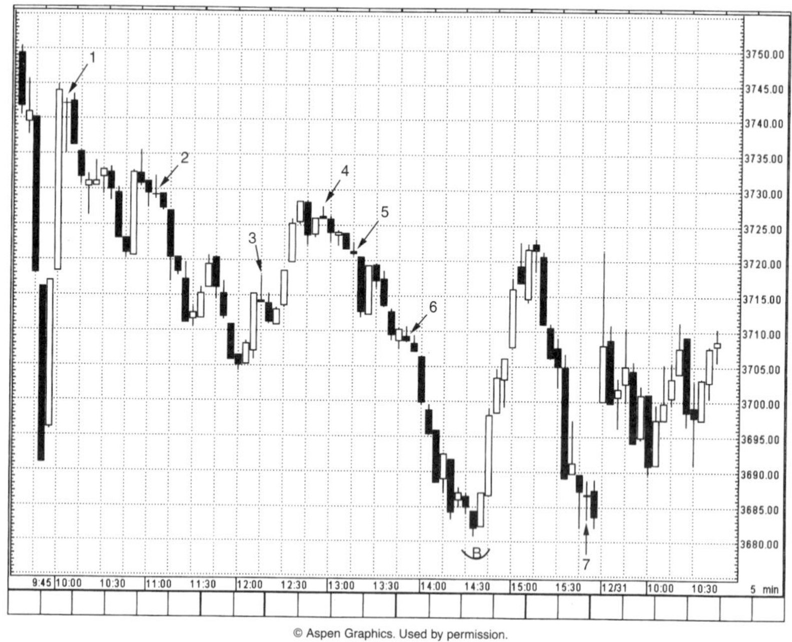

ચિત્ર 8.16 : નેસ્ડેક કંપોઝીટ - 5 મિનિટ (ડોજી)

- ડોજી 2 : આ ડોજી શોર્ટ ટર્મ ઘટાડા પછી આવી. (ભલે ડોજીના બે સત્ર પહેલા એક સફેદ લાંબી કેંડલ દેખાઈ છે, પરંતુ હું પાછલા ટ્રેન્ડને ડાઉનટ્રેન્ડ જ માનું છું.) આ ડોજી ડાઉનટ્રેન્ડમાં આવી હોવાના કારણે દિશા પરિવર્તનના સંકેત તરીકે આની ઉપર વધુ ધ્યાન આપવાની જરૂર નથી.
- ડોજી 3 : આ ડોજી એક ઊંચી સફેદ કેંડલ પછી આવી. માટે તે સંકેત દર્શાવે છે કે જે રેલી 3705થી શરૂ થઈ હતી, કદાચ તેની ગતિ ધીમી પડી રહી છે. પરંતુ શું ડોજી દેખાવાના સમયે આ શેર ઓવરબોટ છે? મારા મત મુજબ નહીં (આની તુલના ડોજી 1 સાથે

કરો, જે ખૂબ શક્તિશાળી રેલી પછી આવી). પરિણામે, આ ડોજી એટલી મહત્ત્વપૂર્ણ નહીં બની રહે, જેટલી તે ઓવરબોટ બજારમાં બની રહે છે. જ્યારે બજાર ડોજીની ઉપર ક્લોઝ થયું, ત્યારે તેણે આના સંભવિત પરિણામોને નકારી દીધા.

- ડોજી 4 : ડોજી 4 કોન્સોલિડેશન રેન્જમાં બની હતી. દિશા પરિવર્તન માટે પાછલો કોઈ ટ્રેન્ડ ન હોવાના કારણે (ડોજી બૉક્સ રેન્જમાં હતી), ટર્નિંગ સિગ્નલ તરીકે આનું ખાસ મહત્ત્વ રહેતું નથી. આ ડોજીનું એક ઉપયોગી પાસુ એ છે કે તેણે તે રેઝિસ્ટન્સ ક્ષેત્રની પુષ્ટિ કરી, જેણે કેટલાક સત્રો પહેલાં બેરીશ એનગલ્ફિંગ પેટર્ને બનાવી હતી.
- ડોજી 5 : દક્ષિણ તરફની ડોજી : આના દ્વારા કોઈ અન્ય બૉટમ સિગ્નલની પુષ્ટિ ન થઈ હોવાના કારણે તે મહત્ત્વપૂર્ણ રહેતી નથી.
- ડોજી 6 : ડોજી 5ની જેમ જ.
- ડોજી 7 : આ ડોજી આપણને શીખવાડે છે કે કેંડલ્સ અને પેટર્ન્સને તેમના પહેલાની પ્રાઇસ એક્ટિવિટીના સંદર્ભમાં જોવી જોઈએ. આ ડોજી ડાઉનટ્રેન્ડ પછી આવી હતી. જેમ ડોજી 2, 5 અને 6માં વિગતવાર જણાવવામાં આવ્યું છે તેમ, હું દક્ષિણ તરફની ડોજીને બૉટમની ચેતવણીનો સંકેત માનતો નથી, પરંતુ સંપૂર્ણ બજારના સંદર્ભમાં આ ડોજી મહત્ત્વપૂર્ણ બની રહે છે, કારણ કે તે સપોર્ટની પુષ્ટિ કરી રહી છે. 3680 ઉપર એરિયા B ઉપર બુલિશ એનગલ્ફિંગ પેટર્ન હતી અને ડોજી 7ની પહેલાના સત્રમાં હેમર હતી, જેણે આપણને દર્શાવ્યું કે બજાર 3680-3682ની નજીક બેઝ બનાવી રહ્યું હતું. માટે બિંદુ 7ની આ દક્ષિણ તરફની ડોજી વધુ મહત્ત્વપૂર્ણ બની રહે છે, જો કે તે ઘટાડા પછી આવે છે. આ બુલિશ એનગલ્ફિંગ પેટર્ન અને હેમરના બેવડા સપોર્ટ એરિયાની પુષ્ટિ કરી રહી હતી.

ચિત્ર 8.17 : એટીએન્ડટી - ડેઇલી (નવા હાઈ ક્લોઝ ઉપર ડોજી)

ડોજીનું વિશ્લેષણ ફક્ત તેને જ જોઈને કેમ ન કરવું જોઈએ તે સમજવા માટે ચિત્ર 8.17 જોઈએ. ઊંચી સફેદ કેંડલ પછી, આ ડોજી તે મૂવના નવા હાઈ ક્લોઝ ઉપર હતી. ભલે ડોજી હોય કે ન હોય, નવા હાઈ ઉપર ક્લોઝ થવું એક સારી વાત છે. ઘણા ટ્રેડર્સ 'લાઇન ચાર્ટ્સ'નો ઉપયોગ કરે છે, જે ફક્ત ક્લોઝ ઉપર જ આધારિત હોય છે. મીડિયા કહેશે કે આ શેર નવા હાઈ ઉપર બંધ થયો. ઘણા પશ્ચિમી ઇંડિકેટર્સ (મુવિંગ એવરેજ, ઓસીલેટર્સ વગેરે) પણ ક્લોઝ ઉપર કેન્દ્રિત હોય છે. માટે, નવા હાઈ ક્લોઝનો અર્થ છે કે અપટ્રેન્ડ હજી જળવાયેલો છે. આને ધ્યાને રાખીને હું સામાન્ય સૂચન કરું છું કે આ ડોજી જો ખરેખર મૂવનો નવો હાઈ ક્લોઝ પણ હોય, તો પણ ડોજીની બેરીશ પુષ્ટિની રાહ જુઓ. આ પુષ્ટિ ત્યારે થઈ, જ્યારે આગલા સત્રનો ક્લોઝ ડોજીના ક્લોઝની નીચે થયો. કાળી કેંડલવાળો આ દિવસ આપણાં રેઝિસ્ટન્સ એરિયાને તોડવામાં પણ સફળ રહ્યો નહી, જેને 45.50 ડૉલરની નજીક ડોજીના રેઝિસ્ટન્સ એરિયાએ બનાવ્યો હતો.

ટ્રાઈ-સ્ટાર (ત્રણ તારા) :

ટ્રાઈ-સ્ટાર ખૂબ જ દુર્લભ રિવર્સલ પેટર્ન છે. જેમ ચિત્ર 8.18માં દર્શાવવામાં આવેલ છે તેમ, ટ્રાઈ-સ્ટાર ત્રણ ડોજી લાઇન્સથી બને છે, જે મૂવનો નવો હાઈ બનાવે છે. મારા કેંડલ ચાર્ટિંગમાં કોઈ પેટર્ન અથવા કોઈ સિગ્નલને દર્શાવતા પહેલાં મેં એક નિયમનું ધ્યાન રાખ્યું છે : તેની ઓછામાં ઓછા

બે સ્વતંત્ર સ્રોતો દ્વારા પુષ્ટિ થવી જોઈએ. આનાથી ઉપયોગમાં લેવામાં આવેલ ટેક્નિકની પુષ્ટિ કરવામાં મદદ મળી અને સેંકડો સંભવિત પેટર્ન્સથી બચવામાં પણ મદદ મળી. (માટે, હું ટ્રેડર્સને ચેતવણી આપું છું કે તેઓ કેંડલ-ચાર્ટિંગ જાણકારીના અન્ય સ્રોતો બાબતે સાવધાન રહે.)

ટ્રાઈ-સ્ટાર (ત્રણ તારા) મારા પુષ્ટિના નિયમોનો અપવાદ છે. આ મને માત્ર એક સ્રોત દ્વારા જ મળ્યું. આ એક જાપાની ટ્રેડર દ્વારા જણાવવામાં આવ્યું હતું, જેણે પોતાની સંપૂર્ણ વ્યાવસાયિક કારકિર્દી દરમિયાન કેંડલ ચાર્ટ્સનો ઉપયોગ કર્યો હતો. તેનાથી પણ મહત્ત્વપૂર્ણ, તેણે મને જણાવ્યું કે આ ખાસ પેટર્ન તેના પિતાને દશકાઓ પહેલાં મળી હતી અને તેમણે સફળતાપૂર્વક આનો ઉપયોગ કર્યો હતો. મને એમ લાગ્યું કે આટલો લાંબો ઇતિહાસ ધરાવતી આ પેટર્નને આ પુસ્તકમાં સામેલ કરવી યોગ્ય છે.

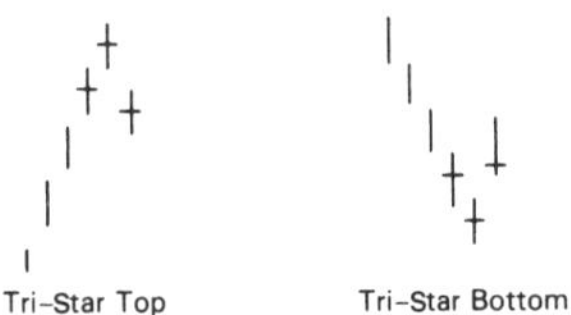

ચિત્ર 8.18 : ટ્રાઈ-સ્ટાર ટોપ અને બૉટમ

ચિત્ર 8.19 : હનીવેલ - ડેઇલી (ટ્રાઈ-સ્ટાર ટોપ)

આદર્શ ટ્રાઈ-સ્ટાર ટોપમાં ત્રણ ડોજી હોય છે, જેમાં વચ્ચેવાળી ડોજી બાકી બે કરતાં લાંબી હોય છે. (આ પેટર્ન પશ્ચિમની હેડ એન્ડ શોલ્ડર્સ ટોપની યાદ અપાવે છે, જેમાં હેડ ડાબા અને જમણા ખભા કરતાં ઊંચું હોય છે.) ચિત્ર 8.19માં 3 જાન્યુઆરીવાળા સપ્તાહ દરમિયાન બે હેમર છે. તેમણે એક રેલીનો બેઝ બનાવ્યો, જેમાં 10 જાન્યુઆરીની ડોજી દ્વારા એ સંકેત આપ્યો કે રેલી હવે ધીમી પડી રહી છે. આ ડોજી પછી હનીવેલ વધુ પડતો સાઇડવેઝ રેન્જમાં જતો રહ્યો, પરંતુ આમ કરવામાં તેણે ટ્રાઈ-સ્ટાર ટોપ બનાવ્યું. જો કે આ શેર ટ્રાઈ-સ્ટાર ટોપ પછી ઝડપથી નીચે આવ્યો,

પરંતુ યાદ રાખો, કેંડલ ચાર્ટ એ ભવિષ્યવાણી નથી કરતો કે શેર કેટલો નીચો જશે. માટે, આ પેટર્ને ટોપ રિવર્સલની સંભાવનાઓને ઘણી વધારી દીધી, પરંતુ તેણે એ ભવિષ્યવાણી ન કરી કે તે કેટલો નીચો જઈ શકે છે. ચિત્ર 8.14માં પણ જુલાઈના મધ્યમાં ટ્રાઈ-સ્ટાર દેખાય છે.

નોંધ :

1. મારા પુસ્તક 'બિયોન્ડ કેંડલસ્ટિક્સ'માં આને વિગતવાર સમજાવવામાં આવ્યું છે (ન્યૂયૉર્ક : જૉન વાઈલી).

પ્રકરણ 9

બધું જ સમેટતી વખતે

ちりも積もれば山となる

વિશાળ સાગરનું પાણી પણ ટીપે ટીપે જ આવે છે.

આ પુસ્તકનાં ભાગ-1માં મેં ઘણી કેંડલ લાઇન્સ અને અન્ય સંરચનાઓ વિશે વાત કરી છે. આ પ્રકરણ સમગ્ર ભાગનો સારાંશ છે. આગળના ચાર્ટમાં કેંડલ અને પેટર્નને સંખ્યાત્મક બનાવવામાં આવ્યા છે. આ બધા એ કેંડલ ઇંડિકેટર્સ છે, જે બાબતે આપણે વાત કરી છે. તમે તેની વ્યાખ્યા કઈ રીતે કરી શકો? જો જરૂરી જણાય તો વ્યાખ્યામાં મદદ મેળવવા માટે આ પુસ્તકની પાછળ આપવામાં આવેલ ચિત્રાત્મક જાપાની કેંડલ શબ્દકોશનો ઉપયોગ કરો.

અત્રે એ ખાસ યાદ રાખો કે નીચે આપવામાં આવેલ વ્યાખ્યાઓ વ્યક્તિગત વિવેકબુદ્ધિ ઉપર આધારિત છે. તમે મારાથી અલગ ઇંડિકેટર્સ જોઈ શકો છો અથવા એવા પણ કેટલાક જોઈ શકો છો, જે હું નથી જોઈ શક્યો. કોઈ પણ ચાર્ટિંગ ટેક્નિકની જેમ જ અનુભવો અલગ હોવાના કારણે દૃષ્ટિકોણ પણ અલગ હશે. કોઈ ચુસ્ત નિયમ નથી; બસ સામાન્ય નિર્દેશન છે. ઉદાહરણ તરીકે, તો શું જો હેમરની નીચલી છાયાની લંબાઈ શરીરની ઊંચાઈ કરતાં દોઢ ગણી જ ઊંચી હોય, જ્યારે આદર્શ સ્થિતિ મુજબ નીચલી છાયાની લંબાઈ શરીરની ઊંચાઈ કરતાં બે-ત્રણ ગણી વધારે હોવી જોઈએ? ઘણા વિદ્વાનો એમ કહી શકે છે કે આ હેમર નથી અને આને અવગણી શકાય છે. બીજા લોકો આ કેંડલ જોઈને શોર્ટ કવર કરી શકે છે. બાકીના લોકો પુષ્ટિ માટે આગલા સત્રની રાહ જોઈ શકે છે કે આગળ શું થાય છે.

જાપાની કહેવત છે, “કોઈ બાબત સાંભળવી તે અનુભવ મેળવવા સમાન ન હોઈ શકે.” હું મૂળભૂત કેંડલ ચાર્ટિંગ ટેક્નિક બતાવી શકું છું,

પરંતુ બજારમાં આ જ્ઞાનના સાધન અને તમારા અનુભવ દ્વારા જ તમે કેંડલ્સની સંપૂર્ણ સંભાવનાઓની ગાંઠ ઉકેલી શકો છો.

ચિત્ર 9.1 નીચે આપવામાં આવેલ પેટર્ન અને લાઇનને દર્શાવે છે :

1. લાંબી ઉપલી છાયા ધરાવતી કેંડલ. આ બુલ્સના ખચકાટનો બહુ નાનો સંકેત છે, કારણ કે એક સત્રની લાંબી ઉપલી છાયા બજારના દિશાત્મક અભિગમ અથવા ટ્રેન્ડને બદલી શકે નહીં. એટલો ઇતિહાસ પણ ઉપલબ્ધ હોતો નથી કે આપણે જાણી શકીએ કે બજાર ઓવરબોટ છે કે કેમ.
2. શૂટિંગ સ્ટાર હવે બિંદુ 1 વાળી લાંબી ઉપલી છાયા ઉપર સંભવિત રેઝિસ્ટન્સની પુષ્ટિ કરી રહ્યો છે.
3. લાંબી ઉપલી છાયા ધરાવતી એક બીજી કેંડલ. સમાન હાઈથી ત્રણ દિવસની બેરીશ ઉપલી છાયાઓ તેની ઉપર ધ્યાન આપવા માટેનું એક ચોક્કસ કારણ છે. કેંડલનો આકાર શૂટિંગ સ્ટાર જેવો છે (એટલે કે લાંબી ઉપલી છાયા અને ટ્રેડિંગ રેન્જના નીચેના છેડા ઉપર નાનું શરીર); પરંતુ શૂટિંગ સ્ટાર તો વધતાં બજાર પછી આવે છે, જ્યારે અહીં તો બજાર સાઇડવેઝ ટ્રેડિંગ કરી રહ્યું હતું. માટે જ, આમ તો હું આને શૂટિંગ સ્ટાર માનતો નથી, પરંતુ કેંડલની લાંબી ઉપલી છાયા ચિંતાનો વિષય છે, કારણ કે આ બિંદુ 2વાળા શૂટિંગ સ્ટાર ઉપર મુશ્કેલી હોવાની પુષ્ટિ કરી રહી છે.

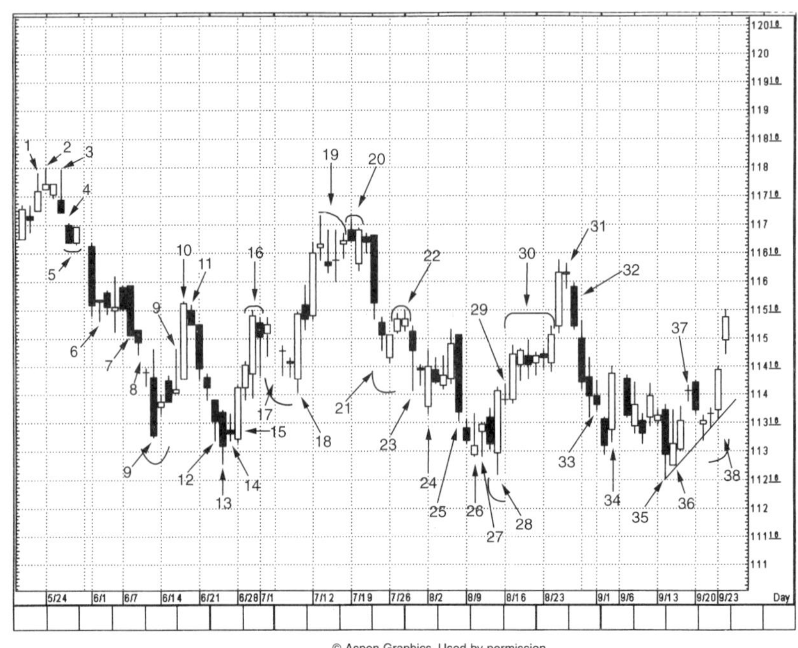

ચિત્ર 9.1 : બોન્ડ ફ્યુચર્સ - ડેઇલી (સમેકિત)

4. નીચે તરફની બારી એ બેરીશ વલણને દઢ કરે છે, જેનો સંકેત બિંદુ 1, 2 અને 3 ઉપર લાંબી ઉપલી છાયાઓએ આપ્યો છે.
5. એક નાની પિયર્સિંગ પેટર્ન થોડી આશાઓ ઊભી કરે છે. પરંતુ સંપૂર્ણ ટેક્નિકના પરિદશ્યમાં જોઈએ તો પિયર્સિંગ પેટર્ન એક રેઝિસ્ટન્સ એરિયા ઉપર પૂર્ણ થાય છે, જેને બિંદુ 4માં નીચે તરફની બારીએ બનાવ્યો હતો. માટે, જો કોઈ ટ્રેડર આ પિયર્સિંગ પેટર્નના કારણે ખરીદી કરે, તો તે રેઝિસ્ટન્સ ઉપર ખરીદી કરી રહ્યો છે. આ પિયર્સિંગ પેટર્ન પછી એક લાંબું કાળું શરીર બેર્સના વર્ચસ્વને દર્શાવે છે.
6. બિંદુ 6 ઉપર હેમર સંકેત આપે છે કે બેર્સનું મોમેન્ટમ કદાચ ધીમું પડી રહ્યું છે. જ્યારે હેમરના લો એ સપોર્ટનું કામ કર્યું, ત્યારે આગલા કેટલાક દિવસો સુધી બજાર સ્થિર થઈ રહ્યું હતું, જ્યાં સુધી :
7. એ લાંબુ કાળુ શરીર ન આવ્યું જેણે હેમરના લો ની નીચે ક્લોઝ બનાવ્યું. આનાથી ટ્રેન્ડ ફરી એકવાર નીચે તરફનો થઈ ગયો. આનાથી બેરીશ ફોલિંગ થ્રી મેથડ્સ પેટર્ન પણ પૂર્ણ થઈ.
8. એક નીચે તરફની બારીએ બેરીશ મોમેન્ટમને ગતિ પૂરી પાડી. 10 જૂનની ડોજી, જેણે આ બારી ખોલી હતી, તેણે હળવો સંકેત આપ્યો કે બેર્સ મોમેન્ટમ ગુમાવી રહ્યા છે. પરંતુ ડોજી સામાન્ય રીતે ડાઉનટ્રેન્ડસમાં એટલી સારી રીતે કામ કરતી નથી, જેટલી તે રેલી દરમિયાન કરે છે. તે સિવાય, હવે બજાર સામે એક નવી મુશ્કેલી પણ છે કે નીચે તરફની બારી રેઝિસ્ટન્સ બની ગઈ છે.
9. એક બીજું કાળુ લાંબુ શરીર, જેની ઉપલી છાયા પાછલા દિવસની નીચે તરફની બારીના રેઝિસ્ટન્સને પ્રમાણિત કરે છે. 14 જૂને બજારે ખૂબ સારું ગેપ ઓપનિંગ આપ્યું (પાછલા સત્રના ક્લોઝની તુલનાએ) અને તેણે સત્રના અંત સુધી આ ઉચ્ચ સ્તર જાળવી રાખ્યું. 11 જૂન અને 14 જૂનના બંને સત્રો હરામી પેટર્ન હતા. આનાથી 11 જૂનવાળી કેંડલની બેરીશ શક્તિ થોડી ઓછી થઈ ગઈ, પરંતુ બિંદુ 8 ની નીચે તરફની બારીનો રેઝિસ્ટન્સ હજી પણ કાયમ છે. જેમ 16 જૂને એક લાંબી ઉપલી છાયાવાળા સત્રએ દર્શાવ્યું, જેનો હાઈ 114.75 ઉપર બારીના રેઝિસ્ટન્સની અંદર હતો.
10. 17 જૂનની ઊંચી સફેદ કેંડલે આખરે આ બજારને બારીના રેઝિસ્ટન્સની ઉપર પહોંચાડી દીધો, ટ્રેન્ડ વધુ સકારાત્મક થયો. એ વાત ઉપર પણ ધ્યાન આપો કે 11 જૂન પછીના દરેક સત્રની લાંબી કાળી કેંડલમાં હાયર હાઈ અને હાયર લો હતા.

11. એક નાના કાળા શરીરે મે ના સત્રોમાં પહેલો લોઅર હાઈ આપ્યો. તે સિવાય, નાના કાળા શરીરે પાછલી લાંબી સફેદ કેંડલની અંદર હરામી પેટર્નને પણ પૂર્ણ કર્યું. આનાથી સંકેત મળ્યો કે બુલ્સ હવે હાંફી રહ્યા છે. ત્યાંથી બજાર સ્થિરતાપૂર્વક ઘટતું ગયું.
12. આ કેંડલની નીચેની છાયાએ 11 જૂનના 113.25 ડૉલરના લો ની નજીક સપોર્ટને જાળવી રાખ્યો હતો અને આમ થોડી આશા જાગી કે બજાર સ્થિર થવાની કોશિશ કરી રહ્યું છે.
13. દુર્ભાગ્યવશ (અથવા તો સૌભાગ્યવશ, તમે બુલ છો કે બેર તેની ઉપર આધાર રાખે છે), આ કેંડલે ઇન્ટ્રાડે અને ક્લોઝિંગ બંને સ્તરોએ મૂવનો નવો લો બનાવ્યો. એમ લાગતું હતું કે નિયંત્રણ બેર્સના હાથમાં છે, જ્યાં સુધી :
14. એક ડોજી ન આવી જે બંને પ્રકારે સકારાત્મક હતી. પહેલાં પાછલા કાળા શરીરની અંદર આવેલ આ ડોજીએ હરામી ક્રૉસ બનાવ્યો. વધુ મહત્ત્વપૂર્ણ એ હતું કે 113.25 ડૉલરની ઉપર ક્લોઝે દર્શાવ્યું કે પાછલા દિવસે બનેલા લો ને જાળવી શકાય તેમ નથી. આનાથી શોર્ટ કરવાવાળા શંકા કરશે અને ખરીદવાની રાહ જોઈ રહેલા લોકોને પ્રોત્સાહન મળશે.
15. આ સફેદ કેંડલે બજારને વધુ બુલિશ બનાવ્યું, કારણ કે તેણે પાછલા નાના શરીરોને લપેટી લીધા અને આમ બુલિશ એનગલ્ફિંગ પેટર્ન બનાવી.
16. બિંદુ 15 ઉપરથી શરૂ થયેલી રેલી સતત ચાલતી રહી, જ્યાં સુધી 1 જુલાઈએ નાના શરીરે હરામી પેટર્ન ન બનાવી. અહીં જોવા જેવી વાત એ છે કે આ હરામી પેટર્ન જેની સફેદ કેંડલ લાંબી હતી અને કાળું શરીર નાનું હતું, તે જ ક્ષેત્ર ઉપર આવ્યું અને તે જ હરામી પેટર્ન જેવું દેખાતું હતું, જે થોડા સપ્તાહો પહેલાં કેંડલ લાઇન 10-11 ઉપર આવ્યું હતું.
17. બિંદુ 16 વાળા હરામી દ્વારા થયેલ ઘટાડાએ ચિત્રાત્મક રીતે દર્શાવ્યું કે બેર્સ સંપૂર્ણ નિયંત્રણ ધરાવતા નથી, કારણ કે બુલિશ લાંબી નીચલી છાયાવાળી કેંડલ્સમાં પણ થોડો ઘણો ઘટાડો થયો. આ કેંડલ્સના શરીરો પણ નાના જ હતા.
18. જ્યાં 30 જૂને લાંબી સફેદ કેંડલ આવી હતી, તે જ ક્ષેત્રમાં એક વધુ લાંબી સફેદ કેંડલે (બુલિશ બેલ્ટ-હોલ્ડ લાઇન) રેલી શરૂ કરી. આ લાંબી સફેદ કેંડલ પછીના સત્રમાં એક બીજું કાળુ શરીર હતું. ઊંચા સફેદ શરીર પછી આવેલા આ નાના કાળા શરીરે એ વાતની યાદ અપાવી, જે કેંડલ લાઇન્સ 10-11માં અને 16 ઉપર હરામી સાથે થયું હતું. ફેર એટલો જ હતો કે આ નાનું

કાળું શરીર (19 જુલાઈનું) પાછલા ઊંચા સફેદ શરીરની અંદર ન હતું. માટે આણે હરામી ન બનાવ્યો, જેમ કેંડલ લાઇન્સ 10-11 અને 16માં થયું હતું. તે સિવાય, 9 જુલાઈનું નાનું કાળું શરીર પાછલા સફેદ શરીરમાં ઊંડે સુધી ન ગયું હતું, માટે આ ડાર્ક ક્લાઉડ કવર પણ ન હતું.

19. આ ટાઇમ ફ્રેમમાં બજાર મૂવના હાઈની આસપાસ ફરતું હતું. પરંતુ આ નાના શરીરો અને બેરીશ લાંબી ઉપલી છાયાઓએ એ દર્શાવ્યું કે બજાર તેના પૂર્વ અપટ્રેન્ડથી અલગ થઈ રહ્યું હતું. આ આશ્ચર્યજનક નથી, કારણ કે 117 ઉપર રેઝિસ્ટન્સ હતો, જેને મે ના અંતમાં નીચે તરફની બારીએ બનાવ્યો હતો અને જે બાબતે આપણે બિંદુ 4માં વાત કરી ચૂક્યા છીએ.
20. કાળા શરીરની ચારે તરફ વીંટળાયેલ સફેદ કેંડલમાં કેંડલ લાઇન્સનું બુલિશ એનગલ્ફિંગ પેટર્ન બનાવવા યોગ્ય તમામ ઘટકો હતા. પરંતુ આ બુલિશ એનગલ્ફિંગ પેટર્ન એટલા માટે ન હતું કે આ પેટર્ન બૉટમ ટર્નિંગ સિગ્નલ તરીકે ડાઉનટ્રેન્ડ પછી આવવું જોઈએ.
21. 26 જુલાઈની સફેદ કેંડલ નીચે ખૂલી અને પાછલા ક્લોઝ ઉપર બંધ થઈ, જે બુલિશ કાઉન્ટરએટેક લાઇન હતી. આણે ટ્રેન્ડને ઓછો બેરીશ બનાવ્યો.
22. બે નાના સફેદ શરીર 26 જુલાઈવાળી કેંડલના થોડા ઉપર અપગેપ થયા. તેમણે અપગેપ સાઇડ-બાય-સાઇડ વ્હાઇટ કેંડલ લાઇન્સ બનાવી. આ એક સકારાત્મક સંકેત હતો.
23. 2 ઑગસ્ટની કેંડલે 26 અને 27 જુલાઈ વચ્ચેની નાની ઉપરની બારીના સપોર્ટને તોડી નાખ્યો. સપોર્ટ તૂટવા છતાં આ 2 ઑગસ્ટની કેંડલે હેમર બનાવી. તેણે 114ની આસપાસ (જે હેમરનો લો હતો) સંભવિત સપોર્ટ પૂરો પાડ્યો, જેની પુષ્ટિ આગલા દિવસે ડ્રેગનફ્લાય ડોજી દ્વારા થઈ.
24. આમ તો, આગલી કેંડલે ઇન્ટ્રાડેમાં 2 ઑગસ્ટના હેમરના સપોર્ટને તોડી નાખ્યો, પરંતુ દિવસના અંત સુધીમાં તે સપોર્ટ એરિયાની ઉપર બંધ થવામાં સફળ રહી અને તેણે બુલિશ એનગલ્ફિંગ પેટર્ન પણ બનાવી.
25. એક લાંબા કાળા શરીરે બજારની દિશા બદલી નાખી, પરંતુ તેણે 24 ઉપર બુલિશ એનગલ્ફિંગ પેટર્નના લો ના સપોર્ટને જાળવી રાખ્યો. આગલા દિવસે 19 ઑગસ્ટે આ સપોર્ટ તૂટી ગયો. પરંતુ બજાર 113-112.75ના ક્ષેત્રમાં જૂન પછીના ભાગમાં બનાવવામાં આવેલ મુખ્ય સપોર્ટની નજીક આવી રહ્યું હતું, માટે, ટ્રેન્ડ ડાઉન

છે. બજાર સપોર્ટની નજીક છે, પરંતુ હજી દિશા પરિવર્તનના કોઈ સંકેત નથી.

26. ઇનવર્ટેડ હેમર બહુ આછો સંકેત આપે છે કે 113ની નજીકવાળો સપોર્ટ જળવાઈ શકે છે. તો પણ ઇનવર્ટેડ હેમરના બેરીશ આકારના કારણે આપણે આગલા દિવસે બુલિશ પુષ્ટિની રાહ જોવાની જરૂર છે, જેથી તે ઇનવર્ટેડ હેમરના શરીરની ઉપરનો ક્લોઝ આપી શકે અને થોડો સકારાત્મક બની શકે. આ પુષ્ટિ આવી :

27. હેમર સાથે.

28. ઑગસ્ટના સફેદ શરીરે બુલિશ એનગલ્ફિંગ પેટર્નને પૂર્ણ કર્યું. આના પરિણામે 26 ઉપર ઇનવર્ટેડ હેમર, 27 ઉપર હેમર અને આ બુલિશ એનગલ્ફિંગ પેટર્ન સાથે આપણને શક્તિશાળી દશ્યાત્મક દઢતા મળી કે 113ની નજીકનો જૂનનો સપોર્ટ ખૂબ મજબૂત છે.

29. ઊંચી સફેદ કેંડલ પછી ડોજીનું આવવું થોડી સાવધતાનું કારણ છે. પરંતુ જેમ આપણે પ્રકરણ 8માં જોયું છે તેમ, એક ઊંચી સફેદ કેંડલ (અથવા અન્ય કોઈ પણ કેંડલ) પછી ડોજી આવે ત્યારે મુખ્ય વિચાર એ કરવાનો રહે છે કે બજાર ઓવરબોટ છે કે ઓવરસોલ્ડ છે. અહીં દેખીતી રીતે જ આ ડોજી હાલના લો થી થોડી દૂર છે, માટે હું બજારને ઓવરબોટ માનતો નથી. અને માટે જ, દિશા પરિવર્તન બાબતે આ ડોજીનું ખાસ મહત્ત્વ રહેતું નથી.

30. 16 ઑગસ્ટવાળા સપ્તાહ પછીના સંપૂર્ણ હિસ્સામાં સ્પીનિંગ ટોપ્સના સમૂહે ટ્રેન્ડને અપથી ન્યૂટ્રલ બનાવી દીધો. 24 ઑગસ્ટે સફેદ કેંડલના ક્લોઝે રાઇઝિંગ થ્રી મેથડ્સ પેટર્ન પૂર્ણ કર્યું. આ પેટર્ન 17 ઑગસ્ટથી 24 ઑગસ્ટ સુધીના કેંડલથી બની હતી.

31. આ ડોજી (શરીર એટલું નાનું છે કે મારે માટે આ એક આદર્શ ડોજી જેવું જ છે) સંપૂર્ણ ટેક્નિકનું દશ્ય જોવાનું મહત્ત્વ દર્શાવે છે. આ ડોજી 29વાળી ડોજીની તુલનાએ વધુ ઓવરબોટ વાતાવરણમાં દેખાય છે. પરિણામે, 31વાળી ડોજીને 29વાળી ડોજી કરતાં વધુ મહત્ત્વપૂર્ણ માનવી જોઈએ.

32. 31વાળી ડોજી હજી પણ તેના હાઈની આસપાસ હોવાથી હું આ ડોજીના સંભવિત ટર્નિંગ સિગ્નલની વધુ બેરીશ પુષ્ટિ પસંદ કરું છું. આ પુષ્ટિ આ કાળા શરીર સાથે આવી, જે ડોજીના ક્લોઝની નીચે બંધ થયું. આ કાળા શરીરે એક ઈવનિંગ સ્ટાર પેટર્ન પણ બનાવી.

33. આ નાની નીચે તરફની બારીએ બેરીશ મોમેન્ટમ જાળવી રાખ્યું. પરંતુ તેનું એક થોડું સારું પાસુ પણ હતું. 2 સપ્ટેમ્બરની આ કેંડલે 112.75-113ની નજીકના મહત્ત્વપૂર્ણ સપોર્ટને હજી પણ જાળવી રાખ્યો, જે જૂન પછીના ભાગથી જળવાયેલો રહ્યો હતો.

34. એક ઊંચી સફેદ કેંડલ, જે પાછલી કેંડલની લગભગ સમાન ઉપર ખૂલી. આમ, આને સેપરેટિંગ લાઇન તરીકે પણ જોઈ શકાય છે. આણે આશાનું એક કારણ પણ દર્શાવ્યું કે 113ની નજીકનો સપોર્ટ હજી પણ મજબૂત બની રહેલો છે, પરંતુ આગલા દિવસની કાળી કેંડલ અને શરીરે એવા કોઈ પણ આશાવાદને સમાપ્ત કરી દીધો.

35. તુલનાત્મક રીતે લાંબું કાળું શરીર ટ્રેન્ડને નીચેની તરફ રાખે છે, પરંતુ બુલ્સના મનમાં હજી પણ આશા છે, કારણ કે 112.75-113નો સપોર્ટ એરિયા હજી પણ જળવાયેલો છે.

36. એક નાનું સફેદ શરીર જે પાછલા કાળા શરીરના ક્લોઝની ઉપર જાય છે, તે 113ની નજીકના સપોર્ટને મજબૂત બનાવે છે. આ પિયર્સિંગ પેટર્ન નથી કારણ કે એ પેટર્ન માટે એ જરૂરી છે કે સફેદ શરીરનો ક્લોઝ પાછલા કાળા શરીરના અડધાથી વધુ ઉપર હોય.

37. 16 સપ્ટેમ્બરની ડોજીએ એક બહુ ઉપરની બારી ખોલી નાખી. બજાર ખાસ ઉપર ન હોવાથી આપણે આ ડોજીને ચેતવણીનો સંકેત માનીશું નહીં, ખાસ કરીને એટલા માટે કે ડોજીવાળા દિવસે ઉપરની બારી ઉપર સપોર્ટ છે, પરંતુ આગલા દિવસે ઉપરની બારીનો આ સપોર્ટ તૂટી ગયો.

38. 14 સપ્ટેમ્બરથી 23 સપ્ટેમ્બર સુધી કેટલીક કેંડલ્સના લો નો ઉપયોગ કરીને આપણે હવે એક રાઇઝિંગ સપોર્ટ લાઇન બનાવી શકીએ છીએ. કેંડલ ચાર્ટ્સ ઉપર ટ્રેન્ડલાઇન્સની શક્તિને બીજી અન્ય પશ્ચિમી ટેક્નિકલ સિગ્નલ્સ સાથે એકીકૃત કરવા બાબતે આપણે ભાગ 2માં વધુ ધ્યાન આપીશું.

ભાગ - 2

સંગમ

千里の道も一歩から

આ એ જ છે, જેની તરફ બધી જ આંખો જુએ છે અને જેની તરફ બધી જ આંગળીઓ ઇશારાઓ કરે છે.

કેંડલ પ્રક્રિયા બહુ અગત્યનાં ટ્રેડિંગ સાધનો છે અને જ્યારે કેંડલસ્ટિક ટેક્નિક્સ એક અથવા તેથી વધુ પશ્ચિમી ટેક્નિકલ સિગ્નલની પુષ્ટિ કરે છે, ત્યારે તે વધુ મહત્ત્વપૂર્ણ બની રહે છે. એટલે કે, 'સંગમ' એક જ ટેક્નિકની તુલનામાં વધુ મૂલ્યવાન અને મહત્ત્વપૂર્ણ બની રહે છે.

મારા મતે 'સંગમ'નો અર્થ છે, "એક સમાન અથવા નજીકના ભાવ ઉપર ટેક્નિકલ સંકેતોના સમૂહનું એકત્ર થવું." સંગમ એક મહત્ત્વપૂર્ણ સિદ્ધાંત છે. આમ એટલા માટે છે કે, કોઈ એક સપોર્ટ અથવા રેઝિસ્ટન્સ એરિયા ઉપર જેટલા વધુ સંકેત એકસાથે એકત્રિત થાય, રિવર્સલની સંભાવનાઓ તેટલી જ વધુ રહે છે. સંગમ ક્ષેત્રની પુષ્ટિ કેંડલ પેટર્ન્સ અથવા પશ્ચિમી સંકેતોની શૃંખલા અથવા બંનેના સંગમ દ્વારા થઈ શકે છે.

યાદ છે, જ્યારે તમારા બાળપણમાં તમને કેટલા રંગબેરંગી ક્રેયોન્સ મળી ગયા હતા અને તમે કલર બુકમાં રંગ ભરતા ભરતા પાગલ થઈ ગયા હતા? દરેક પાન ઉપર કોઈ સમુદ્રકિનારો અથવા આકાશનો બ્લેક ઍન્ડ વ્હાઇટ સ્કેચ હતો. તમે પોતે જે રંગો પસંદ કર્યા હતા, તેના દ્વારા તમે તમારી પોતાની છાપ દર્શાવી હતી. તે જ રીતે તમારી ટ્રેડિંગ શૈલી અને તમારા વ્યક્તિત્વના આધારે તમારા કેટલાક પ્રિય સાધનો અને ટેક્નિક હોઈ શકે છે. પરંતુ, તમે જે કોઈ પશ્ચિમી ટેક્નિકનો ઉપયોગ કરતાં હોવ, કેંડલસ્ટિક ચાર્ટ તમારા ટ્રેડિંગ માટેનાં સાધનોનો ભાગ હોવો જોઈએ.

આમ તો, હું માનું છું કે કેંડલસ્ટિક ચાર્ટ્સ થોડા જ સમયમાં બાર ચાર્ટનું સ્થાન લઈ લેશે. પરંતુ, તેનો અર્થ એ નથી કે હું તમને બાર ચાર્ટ ઉપર ઉપયોગમાં લેવામાં આવતા સાધનો જેમ કે ટ્રેન્ડ લાઇન, મૂવિંગ એવરેજ, ઓસિલેટર, વગેરેને અવગણવાનું કહું છું. ખરેખર તો હું આ કેંડલ ચાર્ટ ઉપર પણ પારંપરિક પશ્ચિમી ટેક્નિકનો ઉપયોગ કરવાની ભારપૂર્વક ભલામણ કરું છું. તેનાં કારણો આ મુજબ છે :

1. કેંડલ ચાર્ટિંગ ટેક્નિક્સ કોઈ સિસ્ટમ કે શ્રેણી નથી, પરંતુ સાધન છે. માટે જ તેનો ઉપયોગ હંમેશા અન્ય ટેક્નિકલ ઇંડિકેટર્સ સાથે કરવો જોઈએ. આ કેંડલસ્ટિક ચાર્ટનો મુખ્ય ફાયદો છે : કેંડલ ચાર્ટ પણ બાર ચાર્ટ જેટલા જ ડેટા જેમ કે, ઓપન, હાઈ, લો અને ક્લોઝનો ઉપયોગ કરતાં હોવાથી તમે કેંડલ ચાર્ટ ઉપર પણ તમારા પ્રિય તમામ પશ્ચિમી ટૂલ્સનો ઉપયોગ કરી શકો છો. આમાં ટ્રેન્ડ લાઇન અને મૂવિંગ એવરેજ જેવી મૂળભૂત બાબતોથી લઈને ગૂઢ ઇલિયટ વેવ જેવી દરેક બાબત સામેલ છે. જો કોઈ કેંડલ સંકેત જેમ કે હેમર, કોઈ પશ્ચિમી સંકેત ધારો કે ટ્રેન્ડ લાઇનની પુષ્ટિ કરે, તો ઇંડિકેટર્સનો આ સંગમ રિવર્સલની સંભાવનાને વધારી દે છે. આમ, જ્યારે કેંડલ સંકેત કોઈ પશ્ચિમી ટેક્નિકના સંકેતની

પુષ્ટિ કરે છે, ત્યારે તે વધુ મહત્ત્વપૂર્ણ અને શક્તિશાળી બની રહે છે.

2. પ્રાઇસ ટાર્ગેટ : કેંડલ ચાર્ટ ઘણા ઉપયોગી ટ્રેડિંગ સંકેત પ્રદાન કરી શકે છે, ખાસ કરીને રિવર્સલ અથવા તો દિશા-પરિવર્તનના શરૂઆતી સંકેત. પરંતુ, તે પ્રાઇસ ટાર્ગેટ દર્શાવી શકતા નથી. આવી પરિસ્થિતિમાં, માપ-તોલની ટેક્નિક, પાછલા સપોર્ટ અને રેઝિસ્ટન્સ એરિયા, રીટ્રેસમેન્ટ, ટ્રેન્ડ લાઇન અને અન્ય પશ્ચિમી સંકેત જેવાં સાધનો કામમાં આવે છે.

3. પ્રતિસ્પર્ધીઓનાં 'હથિયારો' બાબતે જાગૃત થવું : ઘણા ટ્રેડર્સ અને વિશ્લેષક તકનીકી વિશ્લેષણનો ઉપયોગ કરતા હોય છે, અને બજાર ઉપર તેની ખૂબ અસર થાય છે. માટે એ ટેક્નિકલ સંકેતો બાબતે જાગૃત થવું અગત્યનું છે, જેનો ઉપયોગ અન્ય લોકો કરી રહ્યા છે, જેમાં પશ્ચિમી ટેક્નિક્સ પણ સામેલ છે.

પ્રકરણ-10 દર્શાવે છે કે, 'કેંડલનો સમૂહ' કઈ રીતે કોઈ સપોર્ટ અથવા રેઝિસ્ટન્સના ક્ષેત્રમાં મહત્ત્વને બહુ વધારી શકે છે. ભાગ-2નાં બાકી પ્રકરણોમાં ફોકસ પશ્ચિમી ટૂલ્સ ઉપર હશે. ખાસ કરીને કેંડલ ચાર્ટિંગ સિગ્નલ્સ સાથે સંયોજિત કરવા ઉપર. પ્રકરણ 11માં ઘણી તકનીકો બતાવવામાં આવી છે, જેનો ઉપયોગ ટ્રેન્ડ લાઇન સાથે કરવામાં આવે છે. ઉદાહરણ તરીકે, કોઈ રેઝિસ્ટન્સ લાઇનની ઉપર અથવા તૂટેલી સપોર્ટ લાઇનની નીચે રોકાવાની અસફળતા બજાર બાબતે મહત્ત્વપૂર્ણ સંકેત પ્રદાન કરી શકે છે. પ્રકરણ-12 રીટ્રેસમેન્ટ ઉપર ધ્યાન આપે છે અને કેંડલસ્ટિક સિગ્નલ સાથે રીટ્રેસમેન્ટ લેવલની પુષ્ટિની રાહ જોવાનું મહત્ત્વ દર્શાવે છે. પછી પ્રકરણ 13માં આપણે મુવિંગ એવરેજનું મહત્ત્વ જોઈશું, ખાસ કરીને જ્યારે તેને કેંડલસ્ટિક સંકેતો સાથે સંયોજિત કરવામાં આવે છે. પ્રકરણ-14 ઓસિલેટર બાબતે વાત કરે છે, જેમાં સ્ટોકેસ્ટિક્સ, રિલેટિવ સ્ટ્રેન્થ ઇન્ડેક્સ (આરએસઆઇ) અને અન્ય સામેલ છે; આમાં તેમને કેંડલસ્ટિક ચાર્ટ સંકેતો સાથે એકીકૃત કરવાનું મહત્ત્વ દર્શાવવામાં આવ્યું છે. પ્રકરણ-15 તેની ઉપર કેન્દ્રિત કરવામાં આવ્યું છે, જેને હું કોઈ પણ ટ્રેડર માટે સૌથી મહત્ત્વપૂર્ણ સાધન (કેંડલ્સ સિવાય) તરીકે માનું છું - વૉલ્યૂમ. પ્રકરણ-16માં ફોકસ પ્રાઇસ ટાર્ગેટ અને માપતોલની ટેક્નિક બાબતે છે. આ ખાસ મહત્ત્વપૂર્ણ છે, કારણ કે કેંડલ ચાર્ટ રિવર્સલ એટલે કે દિશા પરિવર્તનના સંકેત આપે છે પરંતુ, પ્રાઇસ ટાર્ગેટ આપી શકતા નથી. અંતે, પ્રકરણ તમામ બાબતોને સંમેલિત કરીને સારાંશ દર્શાવે છે કે કઈ રીતે ઘણા જાપાની અને પશ્ચિમી તકનીકી ટૂલ્સના સંયોજને નેસ્ડેકમાં રિવર્સલની ચેતવણી માટેના ઘણા સંકેતો આપ્યા.

આ પુસ્તકનું ફોકસ પશ્ચિમી ટેક્નિકલ્સ ઉપર નહીં, પરંતુ કેંડલ ચાર્ટ્સ

અને પારંપરિક પશ્ચિમી ટેક્નિકના પૂરક તરીકે કેંડલ્સના ઉપયોગ બાબતે છે, માટે મેં અહીં પશ્ચિમી ટેક્નિકલ ટૂલ્સની મૂળભૂત બાબતોને ટૂંકમાં દર્શાવી છે. ઘણાં બીજાં સારાં પુસ્તકો આ પશ્ચિમી ટેક્નિક્સ બાબતે વધુ વિસ્તૃત માહિતી પ્રદાન કરે છે. સામગ્રી મેળવવા માટેનો શ્રેષ્ઠ સ્રોત www.TradersLibrary.com છે.

પશ્ચિમી ટેક્નિક્સ સાથેનો મારો 25 વર્ષનો અનુભવ મુખ્યત્વે પારંપરિક પશ્ચિમી ઇંડિકેટર્સ સાથેનો રહ્યો છે. મેં અહીં એડવાન્સ/ડીકલાઇન લાઇન્સ, આર્મ્સ/ટ્રિન ઇન્ડેક્સ, સ્પેશિયાલિસ્ટ શોર્ટ સેલ્સ જેવા સેન્ટિમેન્ટ ઇંડિકેટર્સને સામેલ કર્યા નથી. તેનું કારણ એ છે કે આ બાબતે મારું જ્ઞાન ખૂબ સીમિત છે; આમ, આ ટૂલ્સની મર્યાદાઓના કારણે કરવામાં આવ્યું નથી. ઉદાહરણ તરીકે, એમ તો હું પોઇન્ટ ઍન્ડ ફિગર ચાર્ટ્સ વિશે નથી જણાવતો, પરંતુ આ ચાર્ટિંગ પ્રક્રિયાના નિષ્ણાતોએ મને જણાવ્યું કે, તેઓ રિવર્સલ સિગ્નલ મેળવવા માટે કેંડલ ચાર્ટનો ઉપયોગ કરે છે અને પછી પ્રાઇસ ટાર્ગેટ મેળવવા માટે પોઇન્ટ ઍન્ડ ફિગર ચાર્ટનો ઉપયોગ કરે છે. આ કેંડલ્સના ટૂલ્સ અને ટેક્નિકનો પૂરક સાધન તરીકે ઉપયોગ કરવા બાબતનું ઉદાહરણ છે. પશ્ચિમી ટેક્નિક જ્યારે કેંડલ્સ સાથે જોડાય છે, ત્યારે તે એક શક્તિશાળી સફળ સંગમ બનાવી શકે છે.

શેરબજાર ક્યારેય ખોટું હોતું નથી

મારા પશ્ચિમી ટેક્નિકલ સેમિનારોમાં હું ટ્રેડિંગ બાબતે અનુશાસિત નીતિનું મહત્ત્વ દર્શાવવા માટે 'અનુશાસન' એટલે કે ડિસિપ્લિનનો ઉપયોગ એનાગ્રામ તરીકે કરું છું. આનો દરેક અક્ષર એક ટ્રેડિંગ રૂલ દર્શાવે છે. 'એન' બાબતે મારો નિયમ છે કે "ક્યારેય એ વિશ્વાસ ઉપર ટ્રેડિંગ કરશો નહીં કે બજાર ખોટું છે."[1]

"બજાર ક્યારેય ખોટું નથી હોતું" કહેવાનો મારો અર્થ શું છે? આનો અર્થ છે કે બજાર ઉપર તમારી માન્યતા કે વિશ્વાસ લાદવાનો પ્રયાસ ક્યારેય કરશો નહીં. ઉદાહરણ તરીકે, જો તમને દૃઢ વિશ્વાસ હોય કે નેસ્ડેકમાં રેલી આવનાર છે, તો ખરીદતા પહેલા ત્યાં સુધી રાહ જુઓ, જ્યાં સુધી ટ્રેન્ડ બુલિશ ન થઈ જાય. જો તમે એવી આશા સાથે ખરીદી કરી રહ્યા હોવ કે બુલ માર્કેટ શરૂ થઈ જશે, તો તમે તમારી આશાઓ અને માન્યતાઓ બજાર ઉપર લાદવાની કોશિશ કરી રહ્યા છો. તમે ટ્રેન્ડ સામે લડી રહ્યા છો. આ વિનાશકારી બની શકે છે. એમ પણ બની શકે કે તમે તમારા બુલિશ દૃષ્ટિકોણ બાબતે આખરે સાચા સાબિત થાઓ, પરંતુ ત્યાં સુધીમાં ખૂબ મોડું થઈ ગયું

હોય છે. તમે કલ્પના કરો કે તમે વન-વે સ્ટ્રીટમાં કાર ચલાવી રહ્યા છો. તમારા ધ્યાને આવે છે કે આ વન-વે સ્ટ્રીટમાં એક સ્ટીમરોલર ખોટી રીતે સામેથી આવી રહ્યું છે. તમે તમારી કાર રોકી દો છો અને એક સાઇનબોર્ડ બહાર કાઢો છો (જે તમે હંમેશાં તમારી સાથે રાખો છો), જેની ઉપર લખ્યું હોય છે, "થોભો! તમે ખોટી દિશામાં જઈ રહ્યા છો!" અને તે તમે સ્ટીમરોલરને દેખાડો છો. તમે જાણો છો કે સ્ટીમરોલર ખોટી દિશામાં જઈ રહ્યું છે, પરંતુ એમ બની શકે કે ડ્રાઇવર તમને જોઈ ન શકે. જ્યાં સુધી સ્ટીમરોલર પાછું ફરે ત્યાં સુધીમાં ઘણું મોડુ થયેલું હોઈ શકે છે. ત્યાં સુધીમાં તો તમે કચડાઈ ગયા હોઈ શકો છો.

આવું જ બજાર સાથે પણ થાય છે. જો તમે ટ્રેન્ડની વિરુદ્ધ જઈ રહ્યા હોવ, તો બની શકે કે તમારો દૃષ્ટિકોણ આખરે સાચો સાબિત થાય, પરંતુ ત્યાં સુધીમાં ઘણું મોડુ થઈ ગયેલું હોઈ શકે છે. બજારના તમારી અપેક્ષિત દિશામાં જતાં પહેલા, બની શકે કે ફ્યુચર્સના માર્જિન કોલ્સ તમને તમારી પોઝિશનમાંથી બહાર નીકળવા માટે વિવશ કરી શકે છે. અથવા તેનાથી પણ ખરાબ, બની શકે કે તમે આખરે સાચા સાબિત થાવ, પરંતુ ત્યાં સુધીમાં તમે દેવાળિયા થઈ ચૂક્યા હોવ.

તમારી ઇચ્છાઓને બજાર ઉપર લાદવાની કોશિશ ન કરો. ટ્રેન્ડને અનુસરતાં શીખો; ટ્રેન્ડના ભવિષ્યવક્તા ન બનો. જો તમે બુલિશ હોવ, તો અપટ્રેન્ડ દેખાયેથી જ બજારમાં ઝંપલાવો, જો તમે બેરીશ હોવ તો ડાઉનટ્રેન્ડ દેખાયેથી જ બજારમાં ઝંપલાવો.

મેં એક જાપાની પુસ્તકનો અનુવાદ કરાવ્યો છે, જે આ વિચારને કાવ્યાત્મક રીતે વ્યક્ત કરે છે : "બજારના ચારિત્ર્યને જાણ્યા સિવાય આડેધડ ખરીદવું કે વેચવું એટલું જ મૂર્ખતાપૂર્ણ છે, જેટલું કોઈ સાહિત્યના માણસ દ્વારા હથિયારો વિશે જ્ઞાન આપવું. જ્યારે સામે કોઈ મોટું બુલ કે બેરીશ માર્કેટ હશે, ત્યારે નક્કી તેને પોતાનું મકાન વેચવાનો વારો આવી શકે. જે સુરક્ષિત દેખાય છે, તે ખૂબ જોખમી હોઈ શકે છે... બસ, સાચા સમયની રાહ જોવી અનિવાર્ય અને તમારા માટે ફાયદાકારક પણ છે."[2]

નોંધ :

1. અનુશાસન નિયમ છે.

   જૂના સપોર્ટ અને રેઝિસ્ટન્સના સ્તરને ભૂલશો નહીં. (જૂનો સપોર્ટ નવો રેઝિસ્ટન્સ બની જાય છે અને જૂનો રેઝિસ્ટન્સ નવો સપોર્ટ બની જાય છે.)

   જો... તો સિસ્ટમ. (જો બજાર અપેક્ષા મુજબ વ્યવહાર કરે તો બજારમાં રહો અન્યથા બહાર નીકળી જાઓ)

   સ્ટોપ : હંમેશાં સ્ટોપનો ઉપયોગ કરો.

   વિકલ્પો ઉપર વિચાર કરો.

   ઇન્ટ્રાડે ટેક્નિકલ્સ મહત્ત્વના છે, ભલે તમે ઇન્ટ્રાડે અથવા સ્વિંગ ટ્રેડર ન હો.

   બજારની પરિસ્થિતિ અનુસાર ટ્રેડની ગતિ ધીમી કે ઝડપી રાખો. (બજારની સ્થિતિ અનુસાર તમારી ટ્રેડિંગ શૈલી બદલો.)

   સ્થાનિક લોકો - તેમને ક્યારેય ભૂલશો નહીં.

   ઇંડિકેટર્સ જેટલા વધારે હોય તેટલું સારું છે. (સંકેતોનો સંગમ)

   ક્યારેય એ વિશ્વાસના આધારે ટ્રેડ કરશો નહીં કે બજાર ખોટું છે.

   ન્યૂઝ એટલે કે ખબરો ઉપર બજારની પ્રતિક્રિયા જોતા રહો.

2. સકાતા ગોહો વા ફુરિનકાજન. સકાતાઝ ફાઇવ રૂલ્સ આર વિન્ડ, ફોરેસ્ટ, ફાયર ઍન્ડ માઉન્ટેન (ટોક્યો : નિહોન શોકન શિમ્બુશા, 1969 પાન નં. 46). આ ભાગનો અનુવાદ રિચર્ડ સોલબર્ગએ કર્યો હતો.

પ્રકરણ 10

કેંડલ્સનો ગુચ્છો

念には念を入れよ

સાવધાનીમાં પણ સાવધાની રાખો.

આ પ્રકરણ દર્શાવે છે કે કઈ રીતે કોઈ એક જ ભાવની આસપાસ દેખાતો કેંડલ્સનો ગુચ્છો અને/અથવા પેટર્ન સપોર્ટ અથવા રેઝિસ્ટન્સ તરીકે જે તે ક્ષેત્રના મહત્ત્વને વધારી દે છે અને બજારની દિશા-પરિવર્તનની સંભાવનાઓને વધારી દે છે.

ચિત્ર 10.1 દર્શાવે છે કે કઈ રીતે અલગ અલગ કેંડલ સંકેતોનો સમૂહ 75 ડૉલરની આસપાસ એકત્રિત થયો અને આમ તેણે તે ક્ષેત્ર ઉપર સપોર્ટની મજબૂતી દર્શાવી. ચાલો, દરેક સંકેતનો એક પછી એક અભ્યાસ કરીએ.

1. 17 એપ્રિલે એક બહુ લાંબી સફેદ કેંડલે, જેણે પાછલા કાળા શરીરને ઢાંકી દીધું હતું, તેણે બુલિશ એનગલ્ફિંગ પેટર્ન બનાવ્યું. બુલિશ એનગલ્ફિંગ પેટર્નમાં એક કેંડલ ખૂબ લાંબી હોવાથી જ્યાં સુધીમાં એનગલ્ફિંગ (આલિંગન) પેટર્ન પૂર્ણ થયું ત્યાં સુધીમાં શેરનો ભાવ તેના લો થી લગભગ 25 ડૉલર જેટલો ઉપર આવી ગયો. આમ, બુલિશ એનગલ્ફિંગ પેટર્ને આપણને રિવર્સલ સંકેત તો આપ્યો, પરંતુ તે પેટર્નના ક્લોઝે જોખમ/વળતર રેશિયોની દૃષ્ટિએ ખરીદી માટે આકર્ષક ક્ષેત્ર ન બનાવ્યું.
2. બુલિશ એનગલ્ફિંગ પેટર્નનો લો મહત્ત્વપૂર્ણ સપોર્ટ બની શકે છે, તે સિદ્ધાંતને ધ્યાને રાખીને આપણે આ પેટર્નનો લો જોઈએ, જે લગભગ 73 ડૉલરની નજીક છે. આ આપણો સપોર્ટ છે. જે ઘટાડાની શરૂઆત 17 એપ્રિલના સપ્તાહમાં શરૂ થઈ, તે આ લાંબા પગ ધરાવતી ડોજી સાથે આ સપોર્ટ એરિયાની પાસે આવીને થોભી ગઈ.

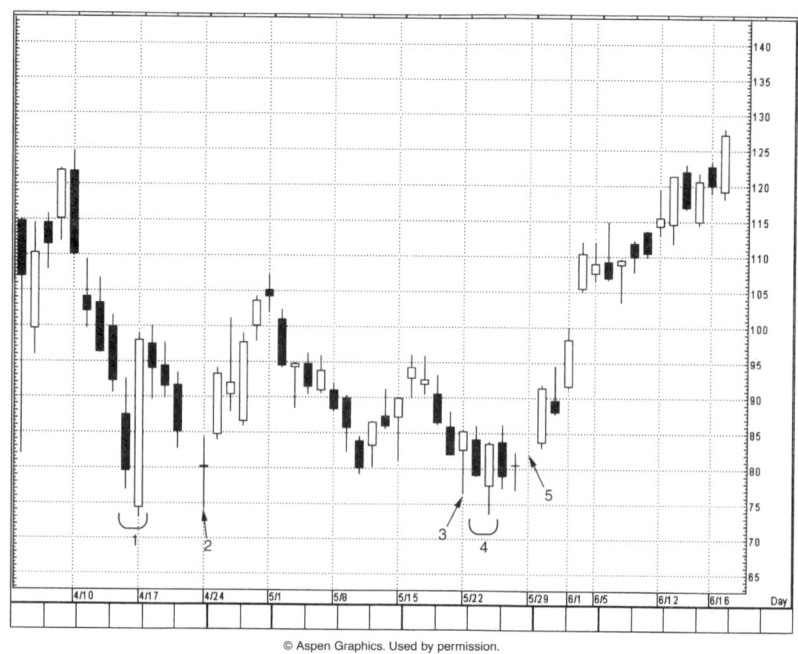

ચિત્ર 10.1 : જેડીએસ યુનિફેઝ - ડેઇલી (કેંડલ્સનો ગુચ્છો)

3. 22 મે ના હેમરે પહેલા દર્શાવેલા સપોર્ટ એરિયાને મજબૂત કર્યો.
4. બિંદુ 3વાળી હેમર પછી બે સત્રોએ એક આદર્શ પિયર્સિંગ પેટર્ન પૂર્ણ કર્યું, જ્યારે કે તે પેટર્નનો લો તે સપોર્ટ એરિયાની ઉપર ઊછળ્યો, જેને બિંદુ 1વાળા બુલિશ એનગલ્ફિંગ પેટર્ને બનાવ્યો હતો.
5. જો બૉટમના કોઈ વધુ પુરાવાની જરૂર હોય તો, તે બિંદુ 5 ઉપર મળ્યો, જ્યાં મે ના અંતે એક નાની ઉપરની બારી દેખાઈ. તે સિવાય, જો આપણે 15 મે ના સપ્તાહથી 29 મે સુધીના સપ્તાહની પ્રાઇસ એક્ટિવિટી જોઈએ તો, આ દરમિયાન શેર રાઉંડિંગ બૉટમ બનાવી રહ્યો હતો. 5વાળી બારીને આ રાઉંડિંગ બૉટમ સાથે જોડવાથી આપણને ફ્રાયપેન બૉટમ મળે છે.

ચિત્ર 10.2 દર્શાવે છે કે કઈ રીતે કેંડલ્સનો સમૂહ સપોર્ટ અથવા રેઝિસ્ટન્સ નક્કી કરવામાં મદદ કરે છે.

- કેંડલ્સનો સમૂહ સપોર્ટ તરીકે: 11 ડિસેમ્બરે એક હેમર આવી. આ હેમરના સંભવિત બુલિશ પ્રભાવ છતાં હેમરવાળા દિવસે જે નીચે તરફની બારી ખૂલી તેણે ટ્રેન્ડને ડાઉનટ્રેન્ડમાં બદલી નાખ્યો. જ્યારે બજાર આ હેમરના કારણે નીચું આવ્યું ત્યારે તેણે ત્રણ લાંબી નીચલી છાયાઓની શ્રેણી સાથે આમ કર્યું. આ ત્રણ લાંબી

નીચલી છાયાઓએ બેરીશનેસને થોડી ઓછી કરી. બિંદુ 1વાળી કેંડલ પણ હેમર છે, પરંતુ ઉપર દર્શાવેલ પહેલી હેમરથી વિરુદ્ધ આગલા બે દિવસ એટલે કે 16 અને 17 ડિસેમ્બરે આ હેમરે સફળતાપૂર્વક સપોર્ટની રક્ષા કરી. બિંદુ 2 ઉપરની 2 કેંડલોએ બુલિશ એનગલ્ફિંગ પેટર્ન બનાવી. ફેબ્રુઆરીની શરૂઆતમાં બિંદુ 3 ઉપર એક બીજી હેમર દેખાઈ. આ બિંદુ 1 અને 2 દ્વારા બનાવવામાં આવેલ સપોર્ટ એરિયા હતો. બિંદુ 4 ઉપર ડ્રેગનફલાય ડોજીએ 42 ડૉલરના સપોર્ટની પુષ્ટિ કરી.

ચિત્ર 10.2 બ્રાઉન ફોરમેન - ડેલી (કેંડલ્સનો ગુચ્છો)

- કેંડલ્સનો સમૂહ રેઝિસ્ટન્સ તરીકે: જ્યારે શેર એરિયા A દરમિયાન ઉપર વધી રહ્યો હતો, ત્યારે તેણે લાંબી છાયાઓની શ્રેણી દ્વારા આમ કર્યું. હાયર હાઈ, હાયર લો અને હાયર ક્લોઝના કારણે શોર્ટટ્રેન્ડ ટર્મ ઉપર તરફનો જળવાઈ રહ્યો. પરંતુ, લાંબી ઉપલી છાયાઓ ચેતવણી આપી રહી હતી કે બુલ્સનું સમગ્ર બજાર ઉપર નિયંત્રણ નથી. 6 જાન્યુઆરીએ આખરી લાંબી ઉપલી છાયા ધરાવતી કેંડલ શૂટિંગ સ્ટાર હતો. થોડા દિવસો પછી, એરિયા B ઉપર શેરે બેરીશ એનગલ્ફિંગ પેટર્ન બનાવ્યું. એરિયા C ઉપર ઊંચા સફેદ શરીર પછી નાના કાળા શરીરે હરામી પેટર્ન બનાવ્યું. આમ, એરિયા Aનો શૂટિંગ સ્ટાર, એરિયા Bનું બેરીશ એનગલ્ફિંગ પેટર્ન અને એરિયા

Cના હરામીએ આપણને કેંડલ્સનો સમૂહ આપ્યો, જેણે 47.50 અને 48 ડૉલરની વચ્ચે રેઝિસ્ટન્સને દર્શાવ્યો.

કેંડલ ચાર્ટ્સ દ્રશયાત્મક વિશ્લેષણનું બહુ અસરકારક સ્વરૂપ છે. આમ એટલા માટે છે કે, તેના દ્વારા આપણને બજારના સ્વાસ્થ્ય અથવા તો તેના અભાવ બાબતે ઝડપથી ચિત્રાત્મક સંકેત મેળવી શકીએ છીએ. ફક્ત વ્યક્તિગત કેંડલ લાઇન્સનો આકાર જોઈને આપણે એક જ દૃષ્ટિએ માગ/પૂર્તિની સ્થિતિને ઝડપથી સમજી શકીએ છીએ. આને ધ્યાને રાખીને આપણે ચિત્ર 10.3 જોઈએ.

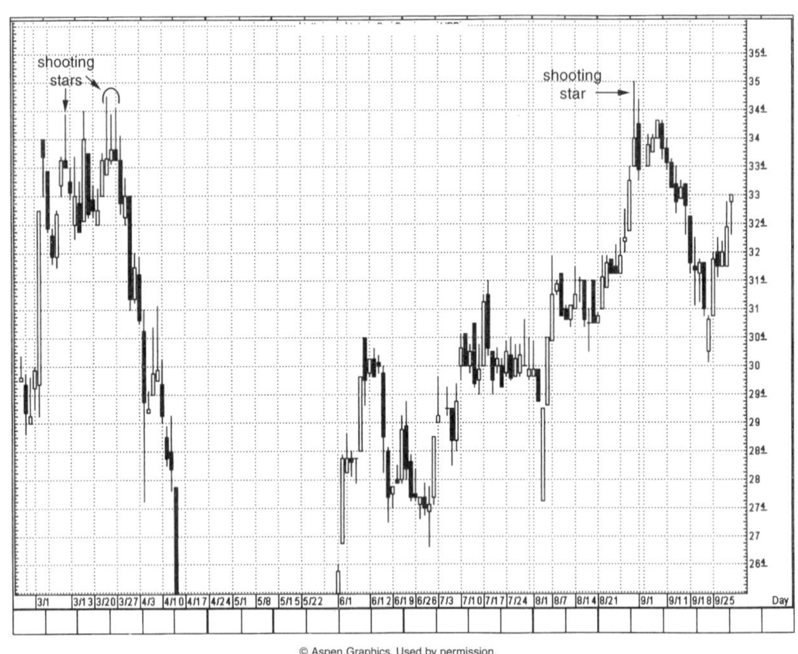

ચિત્ર 10.3 : યૂનિબૅન્કો યૂનિયાઓ ડી બૅન્કોઝ બ્રાઝીલેરોઝ - ડેઇલી (કેંડલ્સનો ગુચ્છો)

માર્ચના મધ્યથી અંત સુધીમાં શૂટિંગ સ્ટાર્સની શૃંખલાએ 34.50 ડૉલર પાસે રેઝિસ્ટન્સને પરિભાષિત કર્યો. શૂટિંગ સ્ટાર્સના આ સમૂહને જોઈને શું શંકા રહે કે આ શેરને 34.50 ડૉલરની આસપાસ મુશ્કેલી પડી હશે? બિલકુલ નહીં. કારણ કે શૂટિંગ સ્ટાર્સ ચિત્ર દ્વારા દર્શાવે છે કે જ્યારે પણ શેર દિવસના હાઈ ઉપર આવે છે, ત્યારે દર વખતે બેર્સ ભાવને ક્લોઝ સમયે દિવસના લો ઉપર અથવા તેની નજીક લાવી દે છે. ઑગસ્ટના અંતે આ શૂટિંગ સ્ટારના રેઝિસ્ટન્સ ઉપર એક વધુ હુમલો થયો. ફરી એકવાર, ઑગસ્ટની આ રેલીના ઉપલા છેડા ઉપર એક શૂટિંગ સ્ટાર દેખાય છે. શૂટિંગ સ્ટારના નકારાત્મક સંકેત સાથે જ આગલા દિવસના કાળા શરીરને પણ સંકેત તરીકે જોડી દો, તો બેરીશ એનગલ્ફિંગ પેટર્ન બનાવે છે.

પ્રકરણ 11

ટ્રેન્ડલાઇન્સ સાથે કેંડલ્સ

備えあれば憂いなし

બુદ્ધિશાળી વ્યક્તિના ધનુષ્યમાં એકથી વધારે પણછ હોય છે.

આ પ્રકરણ ટ્રેન્ડલાઇન્સ, ટ્રેન્ડલાઇન્સથી બ્રેકઆઉટ, ખોટા બ્રેકઆઉટ અને ભેદવામાં આવેલ સપોર્ટ અને રેઝિસ્ટન્સ ક્ષેત્રોના ઉપયોગના સમન્વયમાં કેંડલ ટેક્નિક વિશે જણાવવામાં આવ્યું છે.

ચિત્ર 11.1 એક આદર્શ રાઇઝિંગ સપોર્ટ લાઇન દર્શાવે છે. આ લાઇન બે અથવા આદર્શ સ્થિતિમાં ત્રણ અથવા વધુ લો ને જોડીને બનાવવામાં આવે છે. કેંડલ ચાર્ટ્સ ઉપર રાઇઝિંગ સપોર્ટ લાઇન્સ દોરતા સમયે હું નીચલી છાયાઓના સૌથી નીચેના છેડાઓને જોડું છું. આ ઉપરની તરફ આગળ વધતી રેખા દર્શાવે છે કે ખરીદનારાઓ વેચવાવાળા કરતાં વધુ આક્રમક છે, કારણ કે માગ ખૂબ ઊંચા લો ઉપર આવી રહી છે. કહેવત છે કે શેરબજારમાં વેચવાવાળા કરતાં ખરીદનારાઓ વધુ હોય છે. એક ટ્રેડમાં ખરીદનારાઓ અને વેચવાવાળાઓ બંનેની જરૂરિયાત રહેતી હોવાથી હું એમ નથી માનતો કે ખરીદનારાઓ વેચવાવાળાઓ કરતાં વધુ છે, ઊલટું હું એમ માનું છું કે ખરીદનારાઓ વેચવાવાળાઓ કરતાં વધુ આક્રમક છે.

ચિત્ર 11.1 : રાઇઝિંગ સપોર્ટ લાઇન.

ચિત્ર 11.2માં ફોલિંગ સપોર્ટ લાઇન દર્શાવવામાં આવેલ છે. પારંપરિક સપોર્ટ લાઇન, જેમ ચિત્ર 11.1માં દર્શાવવામાં આવ્યું છે તેમ, ઘણા હાયર લો ને જોડીને બનાવવામાં આવી છે. પડતી સપોર્ટ લાઇનની ઉપયોગિતા સ્પષ્ટ છે, કારણ કે ઘણાં ઉદાહરણોના ભાવ આ પડતી લાઇન સાથે અથડાયા બાદ રિબાઉંડ કરે છે. આ લાઇન આપણને ત્યારે પણ સંભવિત ક્ષેત્ર બતાવે

ચિત્ર 11.2 : ફોલિંગ સપોર્ટ લાઇન

છે, જ્યારે કોઈ અન્ય સપોર્ટ ન હોય. સ્પષ્ટ સપોર્ટ ન હોવાની સ્થિતિ ત્યારે સર્જાય છે, જ્યારે બજાર નવો લો અથવા ઑલ-ટાઇમ લો બનાવે છે.

નિયમિત રાઇઝિંગ સપોર્ટ લાઇન બુલિશ માનવામાં આવે છે, કારણ કે તે ઉપરની તરફ જાય છે. પડતી સપોર્ટ લાઇનને બેરીશ સપોર્ટ લાઇન માની શકાય, કારણ કે બજાર લોઅર લો બનાવી રહ્યું છે. આનો અર્થ છે કે બેરીશ સપોર્ટ લાઇનથી સર્જાતું રિબાઉંડ મોટેભાગે ટૂંક સમય માટેનું અને છૂટુંછવાયું જ હશે. પરંતુ, આ ખરીદનારાઓ માટેનું ક્ષેત્ર પણ હોઈ શકે છે, ખાસ કરીને ત્યારે, જ્યારે તે લાઇન ઉપર ટેક્નિકલ ઇંડિકેટર્સનો સમૂહ હોય.

ચિત્ર 11.3માં પિયર્સિંગ પેટર્ન 22 નવેમ્બરની સવારે ખૂબ વહેલું દેખાય છે. આ પિયર્સિંગ પેટર્નથી એક નાની રેલી પછી બજાર 12.30 થી 1.00 સુધી 62.50 ડૉલર સુધી નીચે આવ્યું. પિયર્સિંગ પેટર્નનો લો 62.50 ડૉલરના લો સાથે જોડાયેથી, થોડા કલાકો પછી આપણને એક રાઇઝિંગ સપોર્ટ લાઇન મળે છે. આ લાઇન 22 નવેમ્બરના સત્રમાં મોડેથી ત્યાં પહોંચી, જ્યાં આપણે પિયર્સિંગ પેટર્નનું એક વેરીએશન જોઈએ છીએ. (આ એક વેરીએશન એટલા માટે છે કે સફેદ કેંડલનો ક્લોઝ પાછલી કાળી કેંડલના અડધાથી ઉપર ન ગયો.) આ એ વાતનું ઉદાહરણ છે કે આદર્શ કરતાં નાની પેટર્ન પણ કઈ રીતે દિશા પરિવર્તનનો સંકેત આપી શકે છે. ખાસ કરીને, આ આદર્શ પિયર્સિંગ પેટર્ન તો ન હતું, પરંતુ આનું મહત્ત્વ એટલા માટે વધી ગયું કે તે રાઇઝિંગ સપોર્ટ લાઇન ઉપર આવ્યું હતું. બુલ્સે આ રાઇઝિંગ સપોર્ટ લાઇનના સફળ પરીક્ષણના તુરંત બાદ નિયંત્રણ સંભાળી લીધું છે. આ વાતની આગલી પુષ્ટિ ઉપરની બારી દ્વારા થઈ, જે 24 નવેમ્બરે જલદી સપોર્ટ બની ગઈ હતી.

ચિત્ર 11.4માં જાન્યુઆરીના સંપૂર્ણ માસ દરમિયાન એમેઝોન ડાઉનટ્રેન્ડમાં હતો, જે લોઅર લો દ્વારા જોઈ શકાય છે. L1 અને L2ના લો ને જોડવાથી પણ એક સપોર્ટ લાઇન મળે છે. આ નીચેની તરફની સપોર્ટ લાઇનના મહત્ત્વને મજબૂત બનાવતી L3 ઉપર તેની સફળતાપૂર્વક રક્ષા થઈ. L4ના લો આ નીચેની તરફની સપોર્ટલાઇનનું સફળ પરીક્ષણ હતા. ત્યાં એક બુલિશ પિયર્સિંગ પેટર્ન પણ દેખાયું. આ પિયર્સિંગ પેટર્ન દ્વારા શરૂ થયેલી રેલીએ 2-3 ફેબ્રુઆરીએ ઉપર તરફની બારી ખોલી. જો કે આ બારીએ બૉટમ સપોર્ટ જાળવી રાખ્યો, પરંતુ રેલી 9 ફેબ્રુઆરીની લાંબી સફેદ કેંડલ પછી આવેલી ડોજીથી શોર્ટ સર્કિટ થઈ ગઈ (જે શૂટિંગ સ્ટાર પણ હતી).

ચિત્ર 11.3 : કોર્નિંગ - 15 મિનિટ (રાઇઝિંગ સપોર્ટ લાઇન)

ચિત્ર 11.4 : એમેઝોન - ડેઇલી (ફોલિંગ સપોર્ટ લાઇન)

ચિત્ર 11.5 : કોટન - વીકલી (ફૉલિંગ સપોર્ટ લાઇન)

ચિત્ર 11.5માં પડતી (ફૉલિંગ) સપોર્ટ લાઇન બિંદુ A અને Bથી શરૂ થાય છે અને પછી બિંદુ C ઉપર બુલિશ એનગલ્ફિંગ પેટર્ન આવ્યું. આ લાઇનનું અંતિમ પરીક્ષણ માર્ચમાં બિંદુ D ઉપર થયું અને તે પછી ઇનવર્ટેડ હેમર દેખાઈ. આ ઇનવર્ટેડ હેમર પછી આગલા જ દિવસે એક કેંડલે બુલિશ એનગલ્ફિંગ પેટર્ન બનાવી. જો આ બુલિશ એનગલ્ફિંગ પેટર્નની સેફદ કેંડલનું ક્લોઝ ઊંચું હોત, તો આ એક મૉર્નિંગ સ્ટાર બની રહેત. જો કે ઇનવર્ટેડ હેમર, બુલિશ એનગલ્ફિંગ પેટર્ન અને પડતી સપોર્ટ લાઇન દર્શાવી રહી હતી કે "તમારા શોર્ટ્સ કવર કરી લો."

ચિત્ર 11.6માં ફૉલિંગ રેઝિસ્ટન્સ લાઇન દર્શાવવામાં આવી છે. આને ઓછામાં ઓછા બે હાઈને જોડીને બનાવવામાં આવે છે; ત્રણ અથવા વધુ હાઈ હોય તો આ લાઇન વધુ શક્તિશાળી બની રહે છે. આ દર્શાવે છે કે વેચવાવાળા ખરીદવાવાળા કરતાં વધુ આક્રમક છે, જે લોઅર હાઈ ઉપર વેચવાવાળાઓની વેચવાની ઇચ્છા દ્વારા પણ જોઈ શકાય છે. આ એક એવા બજારને દર્શાવે છે, જેનો ટ્રેન્ડ નીચે તરફનો છે. કેંડલ ચાર્ટ્સ ઉપર આપણે ઉપલી છાયાઓના ટોપ્સને જોડીને રેઝિસ્ટન્સ લાઇન બનાવીએ છીએ.

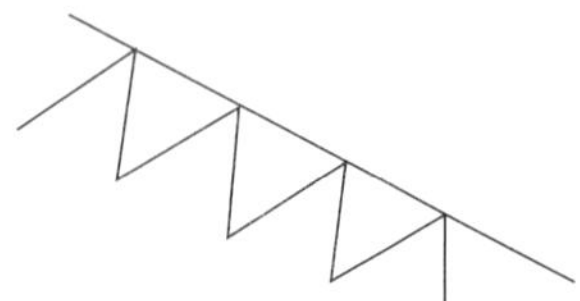

ચિત્ર 11.6 : ફૉલિંગ રેઝિસ્ટન્સ લાઇન

નિયમિત રેઝિસ્ટન્સ લાઇન લોઅર હાઈની શૃંખલાઓને જોડીને બનાવવામાં આવે છે. પરંતુ બજાર ઑલ-ટાઇમ હાઈ ઉપર હોય અને કોઈ પાછલો હાઈ ન હોય, જ્યાં આપણે સંભવિત રેઝિસ્ટન્સ એરિયા બનાવી શકીએ

તો શું? આવા કિસ્સામાં હું હંમેશા રાઇઝિંગ રેઝિસ્ટન્સ લાઇનનો ઉપયોગ કરું છું. જેમ ચિત્ર 11.7માં દર્શાવવામાં આવ્યું છે તેમ, આ હાયર હાઈની શૃંખલાઓને જોડીને બનાવવામાં આવે છે (નહીં કે લોઅર હાઈ જોડીને જેનાથી ફોલિંગ રેઝિસ્ટન્સ લાઇન બને છે).

ચિત્ર 11.7 : રાઇઝિંગ રેઝિસ્ટન્સ લાઇન

ચિત્ર 11.8માં આપણે 1, 2 અને 3 ક્ષેત્રોને જોડીને આદર્શ રેઝિસ્ટન્સ લાઇન મેળવીએ છીએ. એરિયા 2 ઉપર હરામીથી શરૂ થયેલ ઘટાડાના બૉટમ ઉપર સિલ્વરે બે હાઈ-વેવ કેંડલ લાઇન્સ આપી. આ પહેલો સંકેત હતો કે બજારની નીચે જવાની શક્તિ હવે ઓછી થઈ રહી છે. પછી 6-7 માર્ચ દરમિયાન ઉપરની બારી ખૂલી, જેના કારણે ટ્રેન્ડ ઉપર તરફનો થયો. બારી હવે સપોર્ટ બની ગઈ, જે આગલા કેટલાક દિવસોની પ્રાઇસ એક્ટિવિટીથી સાબિત થયું.

હવે જ્યારે કેંડલ ચાર્ટ્સ ઉપર ટર્નિંગ સિગ્નલ આવ્યા, ત્યારે આપણે રેઝિસ્ટન્સ લાઇનના સંદર્ભમાં પ્રાઇસ ટાર્ગેટ મેળવવા માટે પશ્ચિમી ટેક્નિકલ્સ તરફ જઈ શકીએ છીએ. આ એક સંભવિત રેઝિસ્ટન્સ એરિયા બની રહે છે, જે 13 માર્ચવાળા સપ્તાહમાં બજારના અટકવાના કારણે પણ દેખાઈ આવે છે. આ ચાર્ટ દર્શાવે છે કે આપણને પશ્ચિમી ટૂલ્સની જરૂરિયાત કેમ રહે છે, ભલે આપણું ફોકસ કેંડલ ઉપર હોય. કેંડલ્સ દિશા પરિવર્તનના સંકેત સૌપ્રથમ દર્શાવી શકે છે, પરંતુ પશ્ચિમી ટેક્નિક પ્રાઇસ ટાર્ગેટ અને સ્ટોપ-આઉટ એરિયા આપી શકે છે.

ચિત્ર 11.8 : સિલ્વર-ડેઇલી (ફોલિંગ રેઝિસ્ટન્સ લાઇન)

ચિત્ર 11.9 : ક્રિસ-ક્રાફ્ટ - ડેઇલી (રાઇઝિંગ રેઝિસ્ટન્સ લાઇન)

ચિત્ર 11.9માં 12 એપ્રિલે (બિંદુ 2 ઉપર) લાંબી સફેદ કેંડલ આવી, જેણે નવો હાઈ ક્લોઝ આપ્યો. તેણે દર્શાવ્યું કે બુલ ટ્રેન્ડ શક્તિશાળી છે. પરંતુ આગલા દિવસે બજાર પલટાઈ ગયું, જ્યારે એક નાનું કાળું શરીર દેખાયું, જેણે બિંદુ 2 ઉપર હરામી પેટર્ન બનાવ્યું. 1 અને 2ના હાઈને જોડવાથી આપણને એક ઉપર ચડતી રેઝિસ્ટન્સ લાઇન મળે છે, જે મે ના મધ્યમાં 50 ડૉલરની નજીક પહોંચે છે. એક અન્ય હરામી પેટર્ને બિંદુ 3 ઉપર 50 ડૉલરના આ બિંદુ ઉપર રાઇઝિંગ રેઝિસ્ટન્સ લાઇનને ભેદી. (13 મે ના સત્રની ઉપલી છાયા પાછલા દિવસની રેન્જ કરતાં વધુ હોવા છતાં આ હરામી છે, કારણ કે હરામીનો સબંધ ફક્ત શરીર સાથે છે.) આમ, કેંડલ્સે આપણને એક વધુ પુરાવો આપ્યો (બિંદુ 3ના હરામી અને આની બીજી કેંડલની લાંબી ઉપલી છાયા દ્વારા) કે રાઇઝિંગ રેઝિસ્ટન્સ લાઇન ઉપર આપણે રક્ષાત્મક પગલાં લેવાં જોઈએ.

ચિત્ર 11.10માં આપણને રેઝિસ્ટન્સ લાઇન દેખાય છે, જે ઉપરની તરફનો ઢાળ બનાવી રહી છે. મે ના મધ્યથી પ્રાઇસ એક્ટિવિટી એક એવું બજાર દર્શાવે છે, જે હાયર હાઈની શૃંખલા બનાવે છે. પરંતુ, 30 જૂને તકનીકી ઘટકોએ એકત્રિત થઈને ખરીદનારાઓને રક્ષાત્મક પગલાં લેવાનો સંકેત આપ્યો. આ સંકેતોમાં ડોજી જેવી કેંડલ હતી (જેણે હરામી ક્રૉસ પણ બનાવ્યો), જે ઉપર જતી રેઝિસ્ટન્સ લાઇન ઉપર બની હતી.

ચિત્ર 11.10 : ક્રૂડ ઓઇલ - ડેઇલી (રાઇઝિંગ રેઝિસ્ટન્સ લાઇન)

ધ્યાન આપો કે ડોજી જેવી કેંડલ પછી એક મોટી નીચે તરફની બારી દેખાઈ, જે 31 અને 30 ડૉલરની વચ્ચે ખૂલી હતી. બજાર ઘટતું ગયું, જ્યાં સુધી જુલાઈની શરૂઆતમાં સપોર્ટ ન મળ્યો. આ સપોર્ટ એરિયાથી શરૂ થયેલી રેલી પહેલા દર્શાવેલી બારીની ટોચ ઉપર આવીને અટકી ગઈ.

સ્પ્રિંગ્સ અને અપથ્રસ્ટ્સ:

સ્પ્રિંગ્સ અને અપથ્રસ્ટ્સનો સિદ્ધાંત રિચર્ડ વાઇકોફના કામ ઉપર આધારિત છે, જે વીસમી સદીની શરૂઆતમાં એક સફળ ટ્રેડર અને ન્યૂઝ લેટર પબ્લીશર હતા.

ચિત્ર 11.11 દર્શાવે છે કે સ્પ્રિંગ ત્યારે સર્જાય છે, જ્યારે બજાર નીચે જઈને આડા સપોર્ટ એરિયાને તોડીને ફરી તે તૂટેલા સપોર્ટની ઉપર આવી જાય છે. બીજા શબ્દોમાં, નવા લો જળવાઈ શકતા નથી. એકવાર જ્યારે સ્પ્રિંગ બને છે, તો આપણને સ્ટોપ આઉટ એરિયા અને પ્રાઇસ ટાર્ગેટ મળી જાય છે. જેમ ચિત્ર 11.11માં દર્શાવવામાં આવ્યું છે તેમ, બજાર જ્યારે હાલમાં જ તોડેલા સપોર્ટ એરિયાની ઉપર ઊછળીને આવે છે, ત્યારે આપણે ખરીદી કરવા બાબતે વિચારી શકીએ છીએ. જો બજાર મજબૂત હોય, તો તે કદાચ ફરી પલટી મારીને હાલના લો તરફ નહીં આવે. આ આપણું સ્ટોપ લેવલ હશે (આદર્શ દૃષ્ટિએ ક્લોઝના આધારે). સ્પ્રિંગનો ટાર્ગેટ અથવા તો સ્પ્રિંગ બનતા પહેલાં તેનો હાઈ હોઈ શકે અથવા તો

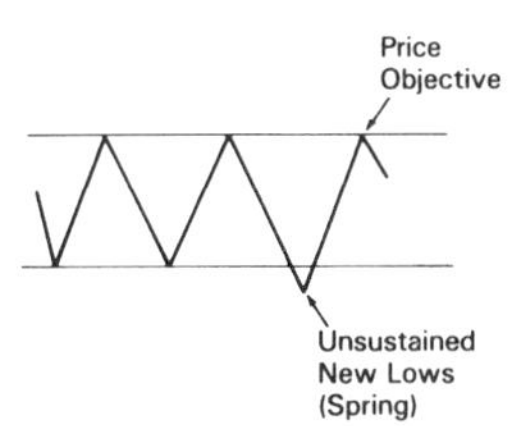

ચિત્ર 11.11 : સ્પ્રિંગ

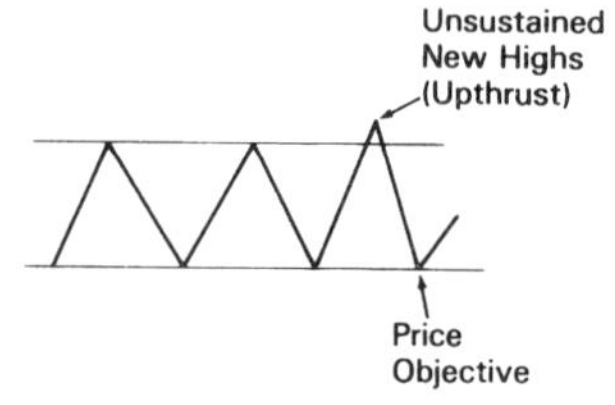

ચિત્ર 11.12 : અપથ્રસ્ટ

તેની ટ્રેડિંગ રેન્જનો ઉપલો છેડો. આ બાબતે આગલા ભાગનાં પ્રકરણોમાં ચર્ચા કરવામાં આવશે.

ચિત્ર 11.12માં એક અપથ્રસ્ટ દર્શાવવામાં આવ્યો છે. આમ ત્યારે બને છે, જ્યારે આડા રેઝિસ્ટન્સ એરિયાને તોડવામાં આવે છે અને પછી બુલ્સ નવા હાઈને જાળવી શકતા નથી. આ ફોલ્સ બ્રેકઆઉટ કહેવાની એક રીત છે. ટ્રેડિંગમાં અપથ્રસ્ટનો ઉપયોગ કરવા માટે, જ્યારે બજાર તેના પૂર્વ રેઝિસ્ટન્સ એરિયાની નીચે ફરી આવે, ત્યારે આપણે વેચવા બાબતે વિચારી શકીએ છીએ. જો બજાર ખરેખર જ નબળું હોય, તો તે તેના હાલના ઊંચા હાઈ સુધી આવશે નહીં. ડાઉનસાઇડ ટાર્ગેટ તેનો નવો લો અથવા હાલની ટ્રેડિંગ રેન્જનું બૉટમ હશે.

જો કે આપણે આ ભાગમાં વૉલ્યૂમ ઉપર ધ્યાન કેન્દ્રિત કરીશું નહીં, પરંતુ સ્પ્રિંગ માટે વધુ બુલિશ એ રહેશે કે સપોર્ટ ઓછા વૉલ્યૂમ ઉપર તૂટે અને તે તૂટેલા સપોર્ટ ઉપર બંધ થનારા રિબાઉંડ ઉપર વધુ વૉલ્યૂમ હોય. આમ, અપથ્રસ્ટની સફળતાપૂર્વક કામ કરવાની સંભાવનાઓ ત્યારે વધી જાય છે, જ્યારે રેઝિસ્ટન્સની ઉપર બ્રેકઆઉટ વૉલ્યૂમ ઓછું હોય અને જૂના રેઝિસ્ટન્સના નીચે આવવાના મૂવ ઉપર વૉલ્યૂમ વધુ હોય.

સ્પ્રિંગ્સ અને અપથ્રસ્ટ્સ આટલી સારી રીતે કેમ કામ કરે છે? આનો જવાબ મેળવવા માટે નેપોલિયનની પ્રતિક્રિયાનો સંદર્ભ જુઓ, જેમાં તેમને પૂછવામાં આવ્યું છે કે તેઓ કયા સૈનિકોને શ્રેષ્ઠ માને છે. તેમનો ટૂંકો જવાબ હતો, “જે વિજયી બને છે.” આપણે બજારને બે દળોના સૈનિકોની રણભૂમિ તરીકે જોઈ શકીએ છીએ - બુલ્સ અને બેર્સ. તેમાંના દરેક જે વિસ્તાર ઉપર પોતાનો દાવો કરે છે, તે ત્યારે સ્પષ્ટ થાય છે, જ્યારે ટ્રેડિંગ રેન્જ સાઇડવેઝ અથવા આડી હોય છે. આડી રેઝિસ્ટન્સ લાઇન બેર્સ માટે રક્ષા કરવા જોગ વિસ્તાર છે. આડી સપોર્ટ લાઇન બુલ્સ માટે રક્ષા કરવા જોગ વિસ્તાર છે. જો બેર્સ સપોર્ટ તોડ્યા પછી નવા લો ને જાળવી શકે નહીં અથવા બુલ્સ રેઝિસ્ટન્સ તોડ્યા પછી નવા હાઈને જાળવી શકે નહીં, તો તેઓ વિજેતા ન કહી શકાય.

ચિત્ર 11.13માં A, B અને C ઉપર રેઝિસ્ટન્સ દર્શાવવામાં આવ્યો છે. Cવાળી ડોજી 1.7100-1.7150ના ક્ષેત્રમાં અચકાટની પુષ્ટિ કરે છે. C ઉપર ડોજી પછીના સત્રમાં માગમાં ઉછાળાએ પાઉન્ડને તેના રેઝિસ્ટન્સની ઉપર ધકેલી દીધો, જ્યારે તે 1.74ની નજીક આવ્યો. પરંતુ બુલ્સની જીત ટૂંક સમય માટેની હતી, કારણ કે બજાર ઝડપથી તેની નીચે આવી ગયું, જે A, B અને Cનો તૂટેલો રેઝિસ્ટન્સ હતો. આ એક અપથ્રસ્ટ હતો. આ રીતે આપણને શરૂઆતના એરિયાવાળું ડાઉનસાઇડ ટાર્ગેટ મળી જાય છે, જ્યાં અપથ્રસ્ટ સુધી લઈ જનારી રેલી શરૂ થઈ હતી. અહીં થોડી વ્યક્તિગત દૃષ્ટિ લાગુ કરવી જરૂરી બને છે, મારા મત મુજબ

રેલી એરિયા 1 ઉપર શરૂ થઈ; બાકી લોકો એરિયા 2વાળા બુલિશ એનગલ્ફિંગ પેટર્નને રેલીનો લો માની શકે છે. આવી પરિસ્થિતિમાં મારું સૂચન છે કે પહેલા રૂઢિવાદી ટાર્ગેટ (1 ઉપર)નો ઉપયોગ કરો અને પછી વધુ ઉદાર ટાર્ગેટ (2 ઉપર)નો ઉપયોગ કરો. રોચક વાત એ છે કે એરિયા 1 ટૂંક સમય માટે સ્થિરતાનું ક્ષેત્ર બની રહ્યું, જે પછી વધુ ઉદાર ટાર્ગેટ મળી શક્યા.

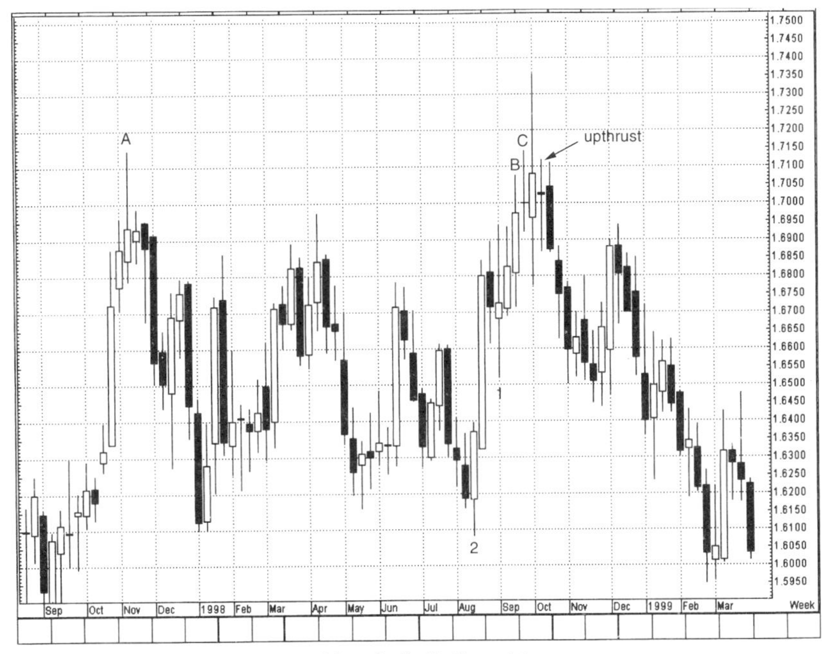

ચિત્ર 11.13 : બ્રિટિશ પાઉન્ડ - વીકલી (અપથ્રસ્ટ)

આ અપથ્રસ્ટ પછી જે ઝડપથી પ્રાઇસ ઘટતી દેખાઈ, તે માટે મને એક જાપાની કહેવત યાદ આવે છે, "બજારને છત ઉપર ચડવા દો અને પછી સીડી હટાવી લો."

ક્યારેક 'સ્કાઉટિંગ પાર્ટીઓ' થશે (આ મારી શબ્દાવલી છે, કેંડલ ચાર્ટની શબ્દાવલી નથી), જેને મોટા ટ્રેડર્સ, ગ્રાહકો અથવા માર્કેટ મેકર્સ અથવા સ્થાનીય લોકો દ્વારા વિરોધી સૈનિકોના સંકલ્પની તપાસ કરવા માટે મોકલવામાં આવે છે. ઉદાહરણ તરીકે, બુલ્સ ભાવને કોઈ રેઝિસ્ટન્સ એરિયાની ઉપર ધકેલવા માટેના પેંતરા કરી શકે છે. આવા યુદ્ધમાં આપણે બુલ્સના સંકલ્પ ઉપર નજર રાખવાની રહે છે. જો આ બુલિશ સ્કાઉટિંગ શત્રુના ક્ષેત્રમાં પડાવ નાખી શકે છે (એટલે કે રેઝિસ્ટન્સની ઉપર ક્લોઝ આપી શકે છે અને નવા હાઈને જાળવી રાખી શકે છે), તો આગલા સૈનિકો માટે તે એક ચોકી બની શકે છે. સ્કાઉટિંગ પાર્ટીને

સાથ આપવા માટે જલદી જ નવા બુલિશ સૈનિકો આવી શકે છે. એટલે કે બજાર હજી ઉપર વધશે. જ્યાં સુધી આ ચોકી રહે છે (એટલે કે બજાર રેઝિસ્ટન્સની ઉપર રહે છે), બજારનું નિયંત્રણ બુલ્સના હાથમાં રહેશે. પરંતુ જ્યારે બજાર એ તૂટેલા રેઝિસ્ટન્સની નીચે આવે છે, ત્યારે બુલ્સ નિયંત્રણ ગુમાવી દે છે.

આપણે ચિત્ર 11.4માં અપથ્રસ્ટના સંદર્ભમાં આ સિદ્ધાંતને જોઈએ. સપ્ટેમ્બરના અંતમાં એક રેઝિસ્ટન્સ ઝોન હતો, જેને બે આડી લાઇનો દ્વારા દર્શાવવામાં આવેલ છે. 16 ઑક્ટોબરની લાંબી સફેદ કેંડલે શેરને તેના રેઝિસ્ટન્સની નજીક ધકેલ્યો. બુલ્સની 'સ્કાઉટિંગ પાર્ટી'એ ત્યાં સુધી એક બઢત મેળવી, જ્યારે જૂનિયરે ક્લોઝ ઉપર એક સ્પષ્ટ રેઝિસ્ટન્સ ક્ષેત્ર ઉપર નવો હાઈ બનાવ્યો. જ્યારે કાળી કેંડલના ક્લોઝે સાબિત કર્યું કે બુલ્સ પાસે નવા હાઈની રક્ષા કરવા માટેની પૂરતી શક્તિ નથી, ત્યારે આગલા દિવસે બજારનું દશ્ય બદલાઈ ગયું. આ રીતે એક અપથ્રસ્ટ બન્યો. આ અપથ્રસ્ટનો હાઈ આગલા સપ્તાહ માટે રેઝિસ્ટન્સ બની ગયો, જે પછી બજાર 23 ઑક્ટોબરના બેરીશ એનગલ્ફિંગ પેટર્ન પછી તૂટી ગયું.

ચિત્ર 11.14 : જૂનિયર નેટવર્ક્સ - ડેઇલી (અપથ્રસ્ટ)

અપથ્રસ્ટનું આપણું આગલું ટાર્ગેટ તે અગાઉનો લો હતો, જ્યાંથી અપથ્રસ્ટ સુધી લઈ જતી રેલી શરૂ થઈ હતી. કેટલાક આને એરિયા

1 તરીકે જોઈ શકે છે, બાકીના આને એરિયા 2 ઉપર જોઈ શકે છે. જેમ બ્રિટિશ પાઉન્ડવાળા ચિત્ર 11.13માં ચર્ચા કરવામાં આવી હતી તેમ, અહીં થોડી વ્યક્તિગત વિચારની જરૂર રહે છે. હું રૂઢિવાદી ટાર્ગેટ 1 ઉપર માનીશ અને ઉદાર ટાર્ગેટ 2 ઉપર. આ અપથ્રસ્ટ એ પણ દર્શાવે છે કે આ ટેક્નિક સફળ થવા માટે ચોક્કસ રેઝિસ્ટન્સ એરિયા હોવાની જરૂર નથી.

અગાઉનાં ચિત્રોમાં બજાર રેઝિસ્ટન્સની ઉપર બંધ થયું હતું અને પછી આગલા સત્રમાં નીચે આવીને હાલમાં જ તોડેલા રેઝિસ્ટન્સની નીચે બંધ થયું. ચિત્ર 11.15 એ સ્થિતિ દર્શાવે છે, જ્યાં અપથ્રસ્ટ એક જ સત્રમાં સામે આવે છે. એપ્રિલની શરૂઆતમાં એરિયા A ઉપર નાનાં શરીરોએ (જેમાં એક શૂટિંગ સ્ટાર પણ સામેલ હતો) 30 ડૉલરની આસપાસ અચકાટ દર્શાવ્યો. એરિયા B ના તે ક્ષેત્ર ઉપર એક વધુ હુમલાએ 23, 26 અને 27 એપ્રિલે એક ઈવનિંગ ડોજી સ્ટાર બનાવી દીધો. 13 મે એ એક શૂટિંગ સ્ટારે શેરને ઇન્ટ્રાડેમાં આ 30 ડૉલરના રેઝિસ્ટન્સની ઉપર ધકેલી દીધો. દિવસના અંત સુધીમાં શેરે દર્શાવ્યું કે તે આ નવા હાઈને જાળવી રાખવામાં અસમર્થ હતો, જ્યારે તે રેઝિસ્ટન્સની નીચે ક્લોઝ થયો. આમ કરતી વખતે તેણે એક અપથ્રસ્ટ બનાવ્યો, જેનું ટાર્ગેટ 26.25 ડૉલરની નજીક હાલનું લો હતું. આ પ્રાઇસ ટાર્ગેટ 24-25 મે સુધીમાં પૂર્ણ થઈ ગયું.

11.15 : સિસ્કો-ડેઇલી (અપથ્રસ્ટ)

ચિત્ર 11.16માં 1, 2 અને 3વાળી કેંડલ 308.50 ડૉલરની નજીક સપોર્ટને જાળવી રહ્યા હતા. માર્ચમાં બેર્સે કબજો જમાવવાની કોશિશ કરી, જ્યારે તેમણે 306 ડૉલરની થોડી નીચે નવો લો બનાવ્યો. જ્યારે ઇન્ડેક્સ 308.50 ડૉલરના પાછલા તૂટેલા સપોર્ટ એરિયા ઉપર બંધ થયો, ત્યારે દિવસના અંત સુધીમાં બેર્સે નિયંત્રણ ગુમાવી દીધું. આમ, બેર્સ ચોકી ન બનાવી શક્યા અને એક સ્પ્રિંગ બની ગયું. સ્પ્રિંગવાળા દિવસે હેમર પણ બની હતી. હવે જ્યારે આપણી પાસે સ્પ્રિંગ છે, ત્યારે આપણી પાસે એક ટાર્ગેટ પણ છે. ચોક્કસ જ તે 326ની નજીકનો હાઈ છે, જે સ્પ્રિંગ પહેલાં બન્યો હતો. અહીં ખાસ ધ્યાન આપો કે A અને B ઉપર ઇન્ડેક્સ કઈ રીતે આ ટાર્ગેટની નજીક આવી ગયો હતો. આ દર્શાવે છે કે ટેક્નિકલ્સ કેટલા વ્યક્તિવાદી હોય છે. જે લોકો ચોક્કસ ટાર્ગેટ ક્ષેત્ર ઉપર વેચવાની રાહ જોઈ રહ્યા હતા, તે લોકો નિરાશ થયા હોત, કારણ કે તે આ ટાર્ગેટની ખૂબ નજીક આવ્યો હતો, પરંતુ ત્યાં સુધી પહોંચી ન શક્યો.

ચિત્ર 11.16 એ એક દિવસવાળો સ્પ્રિંગ દર્શાવ્યો (બજારે એક નવો લો બનાવ્યો અને પછી દિવસના અંત સુધી તૂટેલા સપોર્ટ એરિયાની ઉપર બંધ થયું). ચિત્ર 11.17 ઘણા દિવસે બનતા સ્પ્રિંગનું ઉદાહરણ છે. 1 ફેબ્રુઆરીએ એક નવા ક્લોઝે 20 ડૉલરના સ્પષ્ટ સપોર્ટ લેવલને તોડ્યું. આગલા દિવસે બુલ્સ પરત આવ્યા, જેમ જાપાનીઓ આને કહે છે, “આત્મઘાતી હુમલો કર્યો,” અને શેરને આ તૂટેલા સપોર્ટ એરિયાની ઉપર ધકેલ્યો. આમ કરતી વખતે શેરે એક સ્પ્રિંગ બનાવ્યો. ટાર્ગેટ જાન્યુઆરીના અંતમાં 23.75 ડૉલરની નજીકનો સૌથી તાજો હાઈ છે. જાન્યુઆરીનો આ હાઈ એ ડોજી દ્વારા બન્યો હતો, જે એક ઊંચી સફેદ કેંડલ પછી આવી હતી. રોચક વાત એ છે કે આ શેર ત્યાં 9 અને 10 ફેબ્રુઆરીના રોજ ફરી એકવાર અટક્યો. ફરી એકવાર તે ઊંચા સફેદ શરીર અને ડોજી લાઇનવાળા તે જ તાલમેલ સાથે અટક્યો.

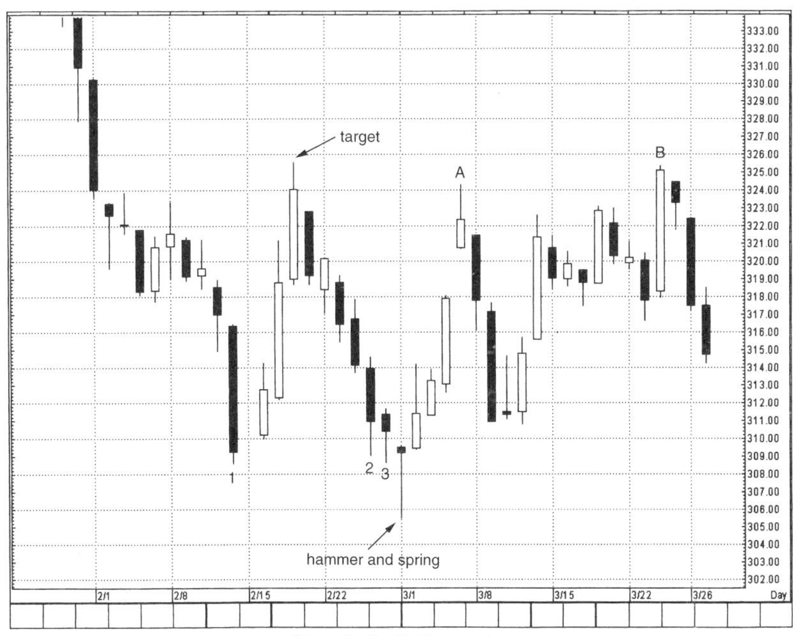

ચિત્ર 11.16 : યૂટિલિટી ઇન્ડેક્સ - ડેઇલી (સ્પ્રિંગ)

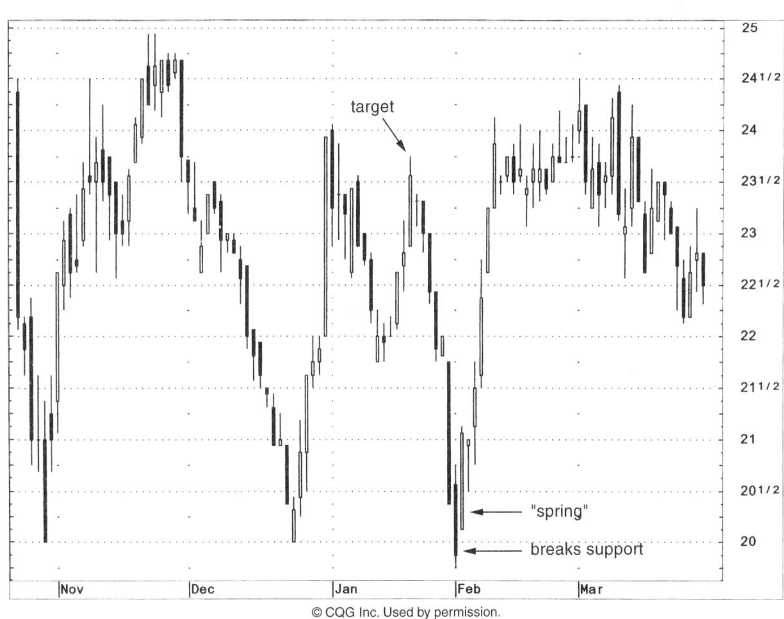

ચિત્ર 11.17 : હોન ઇન્ડસ્ટ્રીઝ - ડેઇલી (સ્પ્રિંગ)

ટેક્નિકલ વિશ્લેષણનું એક શક્તિશાળી પાસુ એ છે કે તે બજાર સબંધિત જોખમ અને ધન પ્રબંધન નીતિને ઉત્સાહિત કરે છે. માટે, હંમેશા એક ચોક્કસ ભાવ હોય છે, જે આપણને દર્શાવે છે કે આપણે આપણી ભવિષ્યવાણી બાબતે ખોટા છીએ. આ ઉદાહરણમાં, જો 2 ફેબ્રુઆરીના સ્પ્રિંગ પછી બજાર 1 ફેબ્રુઆરીના લો ની નીચે આવત, તો આપણે ટાર્ગેટને રદ માની લેત અને તે આ ખરીદેલી પોઝિશન્સ ઉપર પુનઃવિચાર કરવાનો એક સંકેત હોત.

ધ્રુવીયતા (પોલારિટી)ના પરિવર્તનનો સિદ્ધાંત

જાપાનીઓમાં એક કહેવત છે: “રેડ લેકર ડિશને કોઈ સજાવટની જરૂર હોતી નથી.” સરળ સૌંદર્યનો આ સિદ્ધાંત એ ટેક્નિકલ સિદ્ધાંતનો સાર છે, જેનો હું ઉપયોગ કરું છું. આ જેટલો સરળ છે, તેટલો જ શક્તિશાળી પણ છે: જૂનો સપોર્ટ નવો રેઝિસ્ટન્સ બની જાય છે અને જૂનો રેઝિસ્ટન્સ નવો સપોર્ટ બની જાય છે. આને હું “ધ્રુવીયતા એટલે કે પોલારિટીના પરિવર્તન”નો સિદ્ધાંત કહું છું. ચિત્ર 11.18 સપોર્ટને રેઝિસ્ટન્સમાં બદલાતો દર્શાવે છે. ચિત્ર 11.19 જૂના રેઝિસ્ટન્સને નવો સપોર્ટ બનતો દર્શાવે છે.

ધ્રુવીયતાના પરિવર્તનના સિદ્ધાંત પાછળની માન્યતા (જો કે તેને પારંપરિક દૃષ્ટિએ આ નામ ન આપવામાં આવ્યું હોત) એક ઉક્તિ છે, જેની ઉપર ટેક્નિકલ વિશ્લેષણ બાબતનાં ઘણાં પુસ્તકોમાં ચર્ચા કરવામાં આવી છે. પરંતુ આનો ખૂબ ઓછો ઉપયોગ કરવામાં આવ્યો છે. સામાન્ય રીતે આ નિયમ કઈ રીતે કામ કરે છે, તે જોવા માટે અલગ અલગ સમય અને વિવિધ બજારોનાં ઉદાહરણ જોઈએ.

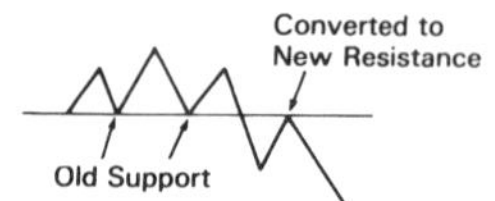

ચિત્ર 11.18 : ધ્રુવીયતા (પોલારિટી)નું પરિવર્તન: જૂનો સપોર્ટ = નવો રેઝિસ્ટન્સ

ચિત્ર 11.20માં ડિસેમ્બરના અંતમાં વેચવાલી 5.35 ડૉલર (A ઉપર)ની નજીક સમાપ્ત થઈ. આ સ્તર ઉપર અથવા તેની નજીક એક વધુ પરીક્ષણ ઉપર, ત્યાં ઓછામાં ઓછા ત્રણ સમૂહો હતા, જે ખરીદવા બાબતે વિચારી શકે.

- સમૂહ 1 : તે લોકો જે વેચવાલી થોભ્યા પછી બજાર સ્થિર થાય તેની રાહ જોઈ રહ્યા છે, જેમની પાસે હવે એક બિંદુ છે, જેની ઉપર બજારે સપોર્ટ મેળવ્યો છે - 5.35 ડૉલર (એરિયા A નો લો). થોડા દિવસો પછી આ સપોર્ટના સફળ પરીક્ષણ (એરિયા B ઉપર) એ કદાચ નવી ખરીદીને પ્રેરિત કરી.
- સમૂહ 2: જે ટ્રેડર્સ પહેલા આની ખરીદી કરી ચૂક્યા હતા, પરંતુ ડિસેમ્બરની ભારે વેચવાલીના કારણે તેમનો સ્ટોપ લોસ ટ્રિગર થઈ ગયો હતો. જાન્યુઆરીના મધ્યમાં એરિયા Bથી 5.60 ડૉલર સુધીની રેલી ઉપર, કેટલાક જૂના બુલ્સ જેમના સ્ટોપલોસ ટ્રિગર

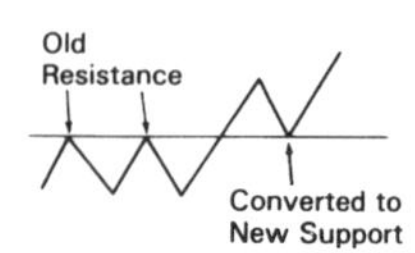

ચિત્ર 11.19 : ધ્રુવીયતા (પોલારિટી)નું પરિવર્તન: જૂનો રેઝિસ્ટન્સ = નવો સપોર્ટ

થઈ ગયા હતા તેઓ હવે પોતાને કહેશે કે તેમણે સાચું વિચાર્યું હતું કે સિલ્વર બુલ બજારમાં છે. તેમણે કદાચ ખોટા સમયે ખરીદી કરી લીધી હતી. ખરીદી માટેનો યોગ્ય સમય તો હવે આવ્યો છે. તેઓ પોતાના મૂળ દષ્ટિકોણને સાચો સાબિત કરવા માગે છે. તેઓ ખરીદવા માટે A અથવા B ઉપર સપોર્ટ માટે પુલબેકની રાહ જોઈ રહ્યા છે. તેઓ C ઉપર ફરી એકવાર ખરીદી કરે છે.

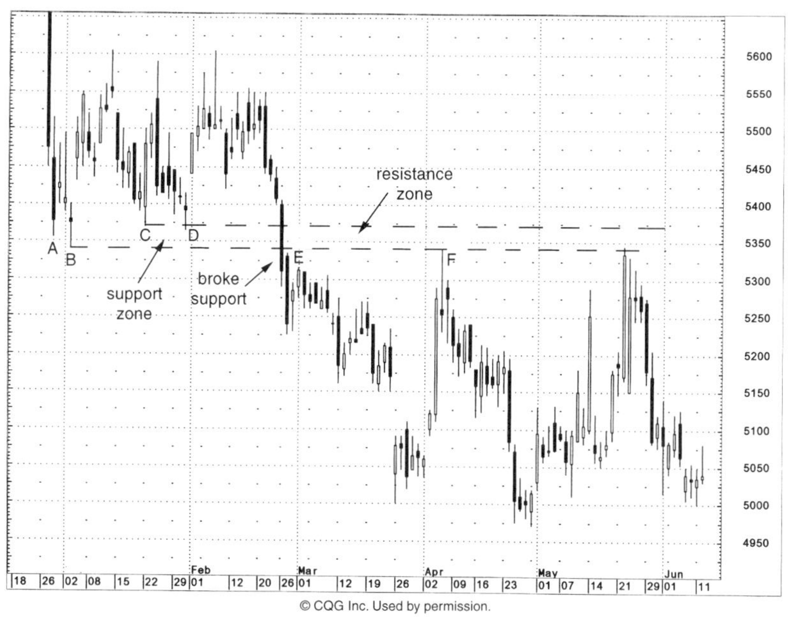

ચિત્ર 11.20 : સિલ્વર - ડેઇલી (ધ્રુવીયતાનું પરિવર્તન)

- સમૂહ 3: જેમણે A અને B બિંદુ ઉપર ખરીદી કરી હતી. તે લોકો પણ Bથી આ રેલી જોઈ રહ્યા છે અને જો સારો ભાવ મળી જાય તો, તેઓ પોતાની પોઝિશન વધારવા માગે છે. એરિયા C ઉપર તેમને આ સારો ભાવ મળી જાય છે, કારણ કે બજાર સપોર્ટ ઉપર છે. આમ, C ઉપર વધુ ખરીદી કરનારાઓ અંદર આવી જાય છે, પછી D સુધી થયેલું એક પુલબેક વધુ ખરીદનારાઓને અંદર લઈ આવે છે.

પછી બુલ્સ માટે મુશ્કેલીઓ શરૂ થાય છે. ફેબ્રુઆરીના અંતમાં પ્રાઇસ એક્ટિવિટી A, B, C અને Dના સપોર્ટ ક્ષેત્રોને સમાપ્ત કરી દે છે. 28 ફેબ્રુઆરીએ હેમરના કારણે થોડી આશા જાગે છે, પરંતુ જેમણે જૂના સપોર્ટ એરિયા ઉપર ખરીદી કરી છે, તેઓ હવે ખોટમાં છે.

કોઈ પણ બજારમાં સૌથી મહત્ત્વપૂર્ણ ભાવ કયો હોય છે? મૂવનો હાઈ? લો? કોઈ પણ ચાર્ટમાં સૌથી મહત્ત્વપૂર્ણ ભાવ એ છે જે લઈને તમે બજારમાં દાખલ થયા હતા. લોકો જે ભાવે ખરીદી કરી હોય કે વેચાણ કર્યું હોય, તે ભાવ સાથે દઢ રીતે, તીક્ષ્ણતાપૂર્વક અને ભાવનાત્મક રીતે બંધાઈ જાય છે. 5.35 ડૉલર ઉપર ખરીદી કરનારા લોકો કદાચ સાત ભાષાઓમાં પ્રાર્થના કરતાં હશે કે બજાર પાછું તેમના ભાવ સુધી આવી જાય.

પરિણામે, આ ખરીદદારોએ જે ભાવે ખરીદી કરી હતી (લગભગ 5.35 ડૉલરની આસપાસ), તેની આસપાસની રેલીમાં તેઓ પોતાના શેર વેચી દેશે. આમ, A, B, C અને Dના મૂળ ખરીદદારો હવે વેચનારા બની શકે છે. આ જ મુખ્ય કારણ છે, જેના કારણે જૂનો સપોર્ટ નવો રેઝિસ્ટન્સ બની જાય છે, જેમ E અને Fના રેઝિસ્ટન્સ દ્વારા દર્શાવવામાં આવ્યું છે.

ચિત્ર 11.21માં ટેક્નિકલ ઘટકોના સમૂહનું એક આદર્શ ઉદાહરણ છે. સપ્ટેમ્બરના મધ્યથી ઑક્ટોબરની શરૂઆત સુધી 1435ની નજીક એક સપોર્ટ એરિયા ઑક્ટોબરની શરૂઆતમાં તૂટ્યો. 12-13 ઑક્ટોબરે એક પિયર્સિંગ પેટર્ને (જેમાં સફેદ કેંડલ એટલી શક્તિશાળી હતી કે તે લગભગ બુલિશ એનગલ્ફિંગ પેટર્ન બની ગયો) રિબાઉંડનો સંકેત આપ્યો. આ પિયર્સિંગ પેટર્નથી શરૂ થયેલી રેલી એસઍન્ડપીને 1425 સુધી લઈ ગઈ, જ્યાં આપણને ટેક્નિકલ સંકેતોના સમૂહની શૃંખલા જોવા મળે છે, જેમાં આ સામેલ છે:

1. 23-24 ઑક્ટોબરનું બેરીશ એનગલ્ફિંગ પેટર્ન
2. સપ્ટેમ્બર અંતના હાઈને જોડવાથી મળતી ફૉલિંગ રેઝિસ્ટન્સ લાઇન.
3. ધ્રુવીયતાના પરિવર્તનથી પરિભાષિત રેઝિસ્ટન્સ એરિયા, જે 1435ના પૂર્વ સપોર્ટ લેવલથી મળે છે.

ચિત્ર 11.21 : એસએન્ડપી - ડેઇલી (ધ્રુવીયતાનું પરિવર્તન)

સમૂહના આ ઉદાહરણમાં આપણી પાસે એક કેંડલ સિગ્નલ હતું (બેરીશ એનગલ્ફિંગ પેટર્ન), જે બે પશ્ચિમી ઇંડિકેટર્સની પુષ્ટિ કરી રહ્યું હતું (રેઝિસ્ટન્સ લાઇન અને ધ્રુવીયતાનું પરિવર્તન).

ધ્રુવીયતાનું પરિવર્તન હંમેશા ચોક્કસ સપોર્ટ લેવલ આપતું નથી; આ એક ઝોન હોઈ શકે છે. ચિત્ર 11.22માં 116 ડૉલરથી 117.50 ડૉલર સુધી એક સપોર્ટ ઝોન દેખાય છે (જે બે આડી લાઇન દ્વારા દર્શાવવામાં આવેલ છે). જ્યારે આ સપોર્ટ ઝોનનો નીચેની છેડો 3 એપ્રિલના અંતે તૂટી ગયો, ત્યારે આપણે ધ્રુવીયતાનું પરિવર્તનના સિદ્ધાંતનો ઉપયોગ કરીએ છીએ. આનાથી આપણો રેઝિસ્ટન્સ પહેલા દર્શાવેલા 116 ડૉલરથી 117.50 ડૉલર સુધીના ક્ષેત્રમાં બની જાય છે, જે જૂનો સપોર્ટ હતો. શેર 3 એપ્રિલના અંત સુધી ઘટતો ગયો, જ્યાં સુધી હેમરની એક જોડીએ સ્થિરતાનો સંકેત ન આપ્યો. આ હેમર્સ દ્વારા જે વધારો શરૂ થયો, તે ત્યારે સમાપ્ત થયો જ્યારે આ એપ્રિલની સવારે ડાર્ક ક્લાઉડ કવર આવ્યું અને ધ્રુવીયતામાં પરિવર્તન થયું.

ચિત્ર 11.22 : ક્યૂલૉજિક - 15 મિનિટ (ધ્રુવીયતાનું પરિવર્તન)

ચિત્ર 11.23 : પ્રોક્ટર ઍન્ડ ગેમ્બલ - 15 મિનિટ (ધ્રુવીયતાનું પરિવર્તન)

આપણે ચિત્ર 11.23માં 111.25 ડૉલરની નજીક રેઝિસ્ટન્સ જોઈએ છીએ. જ્યારે બુલ્સે પ્રોક્ટર ઍન્ડ ગેમ્બલને આ ક્ષેત્રની ઉપર ધકેલી દીધો, ત્યારે આપણે આને સપોર્ટ માની બેસીએ છીએ. 14 ડિસેમ્બરવાળા સત્રમાં બપોરના ક્લોઝ સુધી નાના શરીરોની શૃંખલાએ ટ્રેન્ડને ન્યૂટ્રલ રાખ્યો. 111.25નો સપોર્ટ જળવાઈ રહેલ હોવાથી બજારનું સેન્ટિમેન્ટ બુલિશ રહ્યું. 14 ડિસેમ્બરે અંતિમ બે લાંબી નીચલી છાયા ધરાવતી કેંડલ્સે 111.25ની નજીક સપોર્ટની સ્પષ્ટ પુષ્ટિ કરી.

ચિત્ર 11.24માં એક સ્પષ્ટ રેઝિસ્ટન્સ એરિયાની 17 માર્ચની ડોજી દ્વારા પુષ્ટિ થઈ. એકવાર જ્યારે ઇન્ડેક્સ આ રેઝિસ્ટન્સની ઉપર પહોંચી ગયો ત્યારે આપણે 775ની નજીક ઘણીવાર જોયેલ આ રેઝિસ્ટન્સને સપોર્ટમાં બદલી નાખીએ છીએ. આ ધ્રુવીયતાના પરિવર્તનના સિદ્ધાંત વિશેનું વધુ એક પાસુ દર્શાવે છે: આમાં સામાન્ય રીતે એ જરૂરિયાત રહે છે કે સપોર્ટ અથવા રેઝિસ્ટન્સને ઘણીવાર ચકાસી લેવામાં આવે, તો જ આપણે આ ટેક્નિક લાગુ કરી શકીએ છીએ.

ચિત્ર 11.25માં ફેબ્રુઆરીની શરૂઆતમાં એક રેઝિસ્ટન્સ લાઇન તૂટી. જ્યારે 20 ફેબ્રુઆરીની હેમરે ધ્રુવીયતાના પરિવર્તન ઉપર આધારિત સપોર્ટ સ્તરની પુષ્ટિ કરી, ત્યારે 16 ફેબ્રુઆરીવાળા સપ્તાહમાં ભાવના ઘટાડા ઉપર આપણને ટેક્નિકલ ઇંડિકેટર્સનો સમૂહ દેખાય છે.

ચિત્ર 11.24 : બૅન્ક ઇન્ડેક્સ - ડેઇલી (ધ્રુવીયતાનું પરિવર્તન)

ચિત્ર 11.25 : લી એન્ટરપ્રાઇઝીસ - ડેઇલી (ધ્રુવીયતાનું પરિવર્તન)

પરંતુ હેમર કોઈ પ્રાઇસ ટાર્ગેટ આપી શકતી નથી. અહીં જ પશ્ચિમી ટેક્નિકલ વિશ્લેષણ કામમાં આવે છે. આપણે જોઈ શકીએ છીએ કે એપ્રિલની શરૂઆતથી મધ્ય સુધીના હાઈને જોડવાથી એક રેઝિસ્ટન્સ લાઇન બને છે. જો આપણે હેમર ઉપર 31.50 ડૉલરની નજીક ખરીદી કરીએ, તો આ લાઇનને રેઝિસ્ટન્સ એરિયા માન્યેથી આપણને એક ટાર્ગેટ મળે છે. આ ચાર્ટ કેંડલ્સની સાથે પશ્ચિમી ટેક્નિકના ઉપયોગ કરવાના લાભ અને ઉપયોગિતા દર્શાવે છે. પશ્ચિમી ટેક્નિકલ્સ કોઈ કેંડલ સિગ્નલ્સની પુષ્ટિ કરી શકે છે (જેમ કે હેમરે ધ્રુવીયતાના પરિવર્તનવાળા સપોર્ટની પુષ્ટિ કરી) અને આપણે સંભવિત પ્રાઇસ ટાર્ગેટ મેળવવા માટે પશ્ચિમી ટેક્નિક્સનો ઉપયોગ પણ કરી શકીએ છીએ (ફોલિંગ રેઝિસ્ટન્સ લાઇન).

પ્રકરણ 12

રિટ્રેસમેન્ટ લેવલ્સ સાથે કેંડલ્સ

待てば海路の日和あり

રાહ જોનારાઓને બધું જ મળી રહે છે.

બજાર સામાન્ય રીતે સીધું ઉપર વધતું નથી અને તે સીધું નીચે પણ પડતું નથી. તે પોતાની બઢત અથવા પડતીના થોડા ભાગને હંમેશા રિટ્રેસ અથવા કરેક્ટ કરે છે અને તે પછી પાછલા ટ્રેન્ડને ફરી શરૂ કરે છે. કેટલાક લોકપ્રિય રિટ્રેસમેન્ટ સ્તર છે, 50 ટકા અને ફિબોનાચી ફિગર્સ 38 ટકા અને 62 ટકા (જુઓ, ચિત્ર 12.1 અને 12.2). ફિબોનાચી તેરમી સદીના ગણિતશાસ્ત્રી હતા, જેમણે સંખ્યાઓની એક ખાસ શૃંખલા બનાવી. આ રેશિયોમાં 61.8 ટકા (અથવા 1.618નું ઊલટું) અને 38.2 ટકા (અથવા 2.618નું ઊલટું) મુખ્ય હતા. માટે જ 62 ટકા (61.8 ટકાને પૂર્ણાંક કરવાથી) અને 38 ટકા (38.2 ટકાને પૂર્ણાંક કરવાથી) કરેક્શન્સ આટલા લોકપ્રિય છે. લોકપ્રિય 50 ટકા કરેક્શન્સ પણ ફિબોનાચી રેશિયો છે. 50 ટકા રિટ્રેસમેન્ટ કદાચ એ સ્તર છે, જેની ઉપર સૌથી વધુ નજર રાખવામાં આવે છે. આમ એટલા માટે છે કે 50 ટકા રિટ્રેસમેન્ટનો ઉપયોગ ગેન, ઇલિયટ વેવ અને ડાઉ થિયરી દ્વારા પણ કરવામાં આવે છે.

આપણે કેટલાંક ઉદાહરણો જોઈએ, જ્યાં રિટ્રેસમેન્ટ કેંડલ ટેક્નિક સાથે મળીને મહત્ત્વપૂર્ણ ટર્નિંગ સિગ્નલ્સ આપે છે.

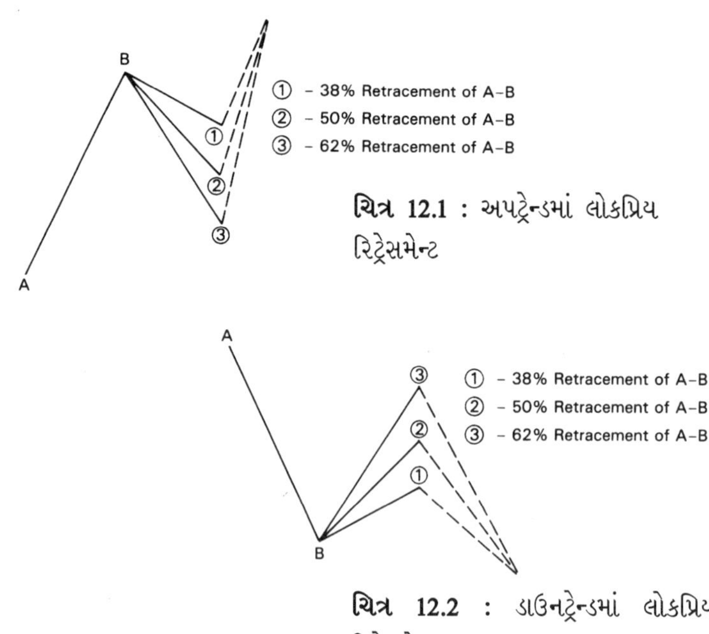

ચિત્ર 12.1 : અપટ્રેન્ડમાં લોકપ્રિય રિટ્રેસમેન્ટ

ચિત્ર 12.2 : ડાઉનટ્રેન્ડમાં લોકપ્રિય રિટ્રેસમેન્ટ

જ્યારે 21 નવેમ્બરે બુલિશ નીચલી છાયા આવી, ત્યારે એરિયા B વાળો બુલિશ એનગલ્ફિંગ પેટર્ન સપોર્ટ જળવાઈ રહ્યો. 1થી 2 સુધીની રેલીએ શેરનો ભાવ 8 ડૉલરની ઉપર ધકેલ્યો. આમ, આ રેલીનું 50% કરેક્શન હાઈથી 4 ડૉલર નીચે હશે. આનો અર્થ છે કે અપેક્ષિત સપોર્ટ 62.50 ડૉલરની નજીક હોવો જોઈએ (8 ડૉલરની રેલીના 50% એટલે કે 4 ડૉલર, જેને 58.50 ડૉલરમાં ઉમેરતાં 62.50 ડૉલર થાય છે). 22 નવેમ્બરે આ સ્તરની નજીક આવ્યેથી શેરે એક પિયર્સિંગ પેટર્ન બનાવ્યું. આમ, 50% રિટ્રેસમેન્ટ સ્તર ઉપર કેંડલ પેટર્ન દ્વારા આપણને સંકેતોનો એક સમૂહ મળ્યો. આમ તો, રિટ્રેસમેન્ટ લેવલ્સ પણ સપોર્ટ કે રેઝિસ્ટન્સ બની શકે છે, પરંતુ જ્યાં સુધી કોઈ કેંડલ પેટર્ન દ્વારા તેની પુષ્ટિ ન થાય ત્યાં સુધી હું રિટ્રેસમેન્ટ ઉપર ખરીદવાની કે વેચવાની સલાહ આપતો નથી અને અહી એમ થયું હતું.

ચિત્ર 12.4 બિંદુ 1થી 2 સુધી રેલી દર્શાવે છે, જે શેરને 25 ડૉલરથી 33.50 ડૉલર સુધી લઈ ગઈ. આ રેલીનું 50% કરેક્શન આપણને 29 ડૉલરની આસપાસ સંભવિત સપોર્ટનું ટાર્ગેટ આપે છે. જ્યારે શેર બિંદુ 2થી તેના સંભવિત સપોર્ટ એરિયા તરફ આવી રહ્યો હતો ત્યારે તેણે એક લાંબી નીચલી છાયાઓ સાથે આમ કર્યું. આનાથી સંકેત મળ્યો કે બેર્સ નિયંત્રણ ગુમાવી રહ્યા છે. 29 ડૉલરનું સ્તર એક અન્ય કારણસર પણ સંભવિત સપોર્ટ હતું. ખાસ કરીને, જો આપણે A, B અને C ઉપર પાછલા

ચિત્ર 12.3 : કોર્નિંગ - 15 મિનિટ (રિટ્રેસમેન્ટ)

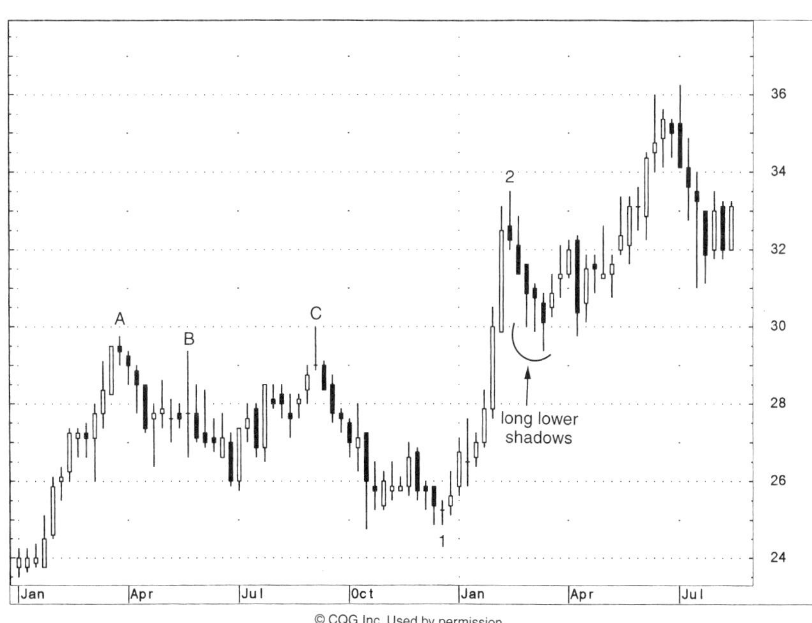

ચિત્ર 12.4 : બેમિસ ઇંક - વીકલી (રિટ્રેસમેન્ટ)

પ્રાઇસ પિક્સ જોઈએ તો આપણે ધ્રુવીયતાના પરિવર્તનના સિદ્ધાંતનો ઉપયોગ કરી શકીએ છે. કારણ કે 29થી 30 ડૉલરનો આ તૂટેલો રેઝિસ્ટન્સ ઝોન હવે સપોર્ટ હોવો જોઈએ. માટે, આ પરિસ્થિતિમાં 50% રિટ્રેસમેન્ટ હતું, ધ્રુવીયતાનું પરિવર્તન હતું અને લાંબી નીચલી છાયાઓનો સમૂહ હતો અને જ્યારે શેર 29 ડૉલરની નજીક આવ્યો, ત્યારે જે એકબીજાનું સમર્થન કરી રહ્યા હતા.

આપણે ચિત્ર 12.5માં જાન્યુઆરીમાં બિંદુ 1 ઉપર પ્રાઇસ પીક જોઈએ છીએ અને પછી બિંદુ 2 ઉપર માર્ચના મધ્યમાં બુલિશ એનગલ્ફિંગ પેટર્ન સુધી ઘટાડો દેખાયો. બુલિશ એનગલ્ફિંગ પેટર્નના આ લો એ ફેબ્રુઆરીના અંતની હેમરની પુષ્ટિ કરી. બુલિશ એનગલ્ફિંગ પેટર્નથી રેલી એક હાઈ વેવ કેંડલ ઉપર અટકી ગઈ, જે 1 (22.65 ડૉલર)થી 2 (22.57 ડૉલર) સુધીના ઘટાડાનું લગભગ ચોક્કસ 38.2% ફિબોનાચી રિટ્રેસમેન્ટ હતું. આ ક્ષેત્રમાં રેઝિસ્ટન્સનું એક વધુ કારણ એ હતું કે તે નવેમ્બર-ડિસેમ્બરનો જૂનો સપોર્ટ એરિયા હતો. સપોર્ટ એરિયા તૂટી ગયો હોવાના કારણે ધ્રુવીયતાના પરિવર્તનના સિદ્ધાંતના આધારે આ એક નવો રેઝિસ્ટન્સ બની ગયો છે.

ચિત્ર 12.5 : ક્રૂડ ઓઇલ - ડેઇલી (રિટ્રેસમેન્ટ)

પ્રકરણ 13

મૂવિંગ એવરેજ સાથે કેંડલ્સ

十人十色

દસ લોકો, દસ સ્વાદ.

મૂવિંગ એવરેજ એ ટેક્નિશિયનો દ્વારા ઉપયોગમાં લેવાતું સૌથી જૂનું અને સૌથી લોકપ્રિય સાધન છે. આની શક્તિ ટ્રેન્ડ-અનુસરણ પ્રક્રિયા તરીકે છે, જે ટ્રેડરને મહત્ત્વપૂર્ણ મૂવ પકડવામાં સક્ષમ બનાવે છે. આમ, આનો સૌથી અસરકારક ઉપયોગ ટ્રેડિંગ બજારોમાં થાય છે.

સિમ્પલ મૂવિંગ એવરેજ

જેમ નામ દર્શાવે છે તેમ, સિમ્પલ મૂવિંગ એવરેજ સૌથી મૂળભૂત મૂવિંગ એવરેજ હોય છે. આ ઉપયોગમાં લેવાતા તમામ ભાવ બિંદુઓની એવરેજ હોય છે. ઉદાહરણ તરીકે, માની લઈએ કે કોઈ શેરના અંતિમ ક્લોઝિંગ ભાવ 38 ડૉલર, 41 ડૉલર, 36 ડૉલર, 41 ડૉલર અને 38 ડૉલર છે. આ બધાની પાંચ દિવસની મૂવિંગ એવરેજ થશે:

(38 ડૉલર + 41 ડૉલર + 36 ડૉલર + 41 ડૉલર + 38 ડૉલર = 194 ડૉલર = 38.80 ડૉલર)

સામાન્ય ફૉર્મ્યુલા છે :

$$\frac{(P1 + P2 + P3 + P4 + P5)}{n}$$

જ્યાં P1 = સૌથી છેલ્લો ભાવ

P2 = બીજો સૌથી છેલ્લો ભાવ

n = ડેટા પોઇન્ટ્સની સંખ્યા

મૂવિંગ એવરેજમાં મૂવિંગ શબ્દ એટલા માટે આવે છે કે જ્યારે મૂવિંગ એવરેજમાં નવા ડેટા ઉમેરવામાં આવે છે ત્યારે સૌથી જૂનો ડેટા રદ થઈ જાય છે. પરિણામે, નવો ડેટા ઉમેરવાથી એવરેજ હંમેશા આગળ વધતી રહે છે.

જેમ ઉપર આપવામાં આવેલ સિમ્પલ મૂવિંગ એવરેજ ઉદાહરણમાં જોઈ શકાય છે કે દરેક દિવસે શેરનો ભાવ મૂવિંગ એવરેજમાં 1/5નું યોગદાન આપે છે (કારણ કે તે 5 દિવસની મૂવિંગ એવરેજ છે). 9 દિવસના મૂવિંગ એવરેજનો અર્થ છે કે મૂવિંગ એવરેજમાં દરેક દિવસનું યોગદાન 1/9 હશે. પરિણામે, મૂવિંગ એવરેજ જેટલી લાંબી હોય છે, કોઈ એક દિવસના ભાવનો તેની ઉપરનો પ્રભાવ એટલો જ ઓછો હોય છે.

મૂવિંગ એવરેજનો સમયગાળો જેટલો ઓછો હોય છે, તે ભાવનો એટલો જ ચોક્કસ વરતારો આપે છે. આનું ફાયદાકારક પાસુ એ છે કે તે હાલના પ્રાઇસ એક્શન વિશે વધુ સંવેદનશીલ હોય છે. નકારાત્મક પાસુ એ છે કે આમાં અચાનક ચડાવ ઉતારની સંભાવનાઓ વધુ હોય છે, વધુ લાંબા સમયગાળાની મૂવિંગ એવરેજ વધુ શાંત પ્રભાવ આપે છે, પરંતુ હાલના ભાવ બાબતે ઓછી પ્રતિક્રિયા આપે છે.

5, 9, 30 અને 50 દિવસની મૂવિંગ એવરેજ વધુ લોકપ્રિય છે. 200 દિવસની મૂવિંગ એવરેજ ઉપર કદાચ સૌથી વધુ નજર રાખવામાં આવે છે.

મૂવિંગ એવરેજના ઉપયોગ કરનારાઓમાં ઇન્ટ્રાડે ટ્રેડરથી લઈને હેજર સુધીના તમામ શ્રેણીના લોકો સામેલ હોય છે. ઇન્ટ્રાડે ટ્રેડર રિયલ ટાઇમ ટ્રેડ્સની મૂવિંગ એવરેજનો ઉપયોગ કરે છે. જ્યારે હેજર માસિક અથવા વાર્ષિક મૂવિંગ એવરેજ ઉપર ધ્યાન કેન્દ્રિત કરતા હોય છે.

મૂવિંગ એવરેજની લંબાઈ સિવાય વિશ્લેષણનું વધુ એક પાસુ એ વાત ઉપર આધારિત હોય છે કે એવરેજ કાઢવા માટે કયા ભાવનો ઉપયોગ કરવામાં આવ્યો છે. મોટાભાગની મૂવિંગ એવરેજ સિસ્ટમ ક્લોઝિંગ પ્રાઇસનો ઉપયોગ કરે છે, જેમ આપણે આપણા પાછલા ઉદાહરણમાં કર્યું હતું. પરંતુ હાઈ, લો અને હાઈ અને લો ના મિડપોઇન્ટની મૂવિંગ એવરેજનો પણ ઉપયોગ કરવામાં આવે છે. ઘણીવાર તો મૂવિંગ એવરેજની મૂવિંગ એવરેજનો પણ ઉપયોગ કરવામાં આવે છે.

વેટેડ મૂવિંગ એવરેજ

વેટેડ મૂવિંગ એવરેજમાં એવરેજ કાઢવા માટે ઉપયોગમાં લેવામાં આવતા દરેક ભાવને અલગ અલગ મહત્ત્વ આપવામાં આવે છે. લગભગ તમામ વેટેડ મૂવિંગ એવરેજીસ ફ્રંટ લોડેડ હોય છે, એટલે કે નવા ભાવને જૂના ભાવની સરખામણીમાં વધુ મહત્ત્વ આપવામાં આવે છે. ડેટાનું મૂલ્યાંકન કઈ રીતે કરવું, તે પ્રાથમિકતા અથવા પોતાની પસંદગી ઉપર આધારિત હોય છે.

એક્સપોનેન્શિયલ મૂવિંગ એવરેજ

એક્સપોનેન્શિયલ મૂવિંગ એવરેજ એક ખાસ પ્રકારની વેટેડ મૂવિંગ એવરેજ છે. મૂળભૂત વેટેડ મૂવિંગ એવરેજની જેમ જ એક્સપોનેન્શિયલ મૂવિંગ એવરેજ પણ ફ્રંટ વેટેડ હોય છે. બીજા મૂવિંગ એવરેજથી વિરુદ્ધ એક્સપોનેન્શિયલ મૂવિંગ એવરેજ ડેટામાં ઉપયોગમાં લેવાયેલ તમામ અગાઉના ભાવને સામેલ કરે છે. આ પ્રકારની મૂવિંગ એવરેજ પાછલા ભાવમાંથી દરેકને ક્રમશઃ ઓછો ભાર આપે છે. દરેક જૂનો ભાવ પાછલા કરતાં એક્સપોનેન્શિયલી ઓછો હોય છે, માટે આનું નામ એક્સપોનેન્શિયલ મૂવિંગ એવરેજ રાખવામાં આવ્યું છે. એક્સપોનેન્શિયલ મૂવિંગ એવરેજના સૌથી લોકપ્રિય ઉપયોગમાંનો એક એ છે કે આનો ઉપયોગ એમએસીડીમાં કરવામાં આવે છે. એમએસીડી ઉપર પ્રકરણ-14માં ચર્ચા કરવામાં આવી છે.

મૂવિંગ એવરેજના ઉપયોગો

એક્સપોનેન્શિયલ મૂવિંગ એવરેજ તમને તટસ્થ વ્યૂહરચના આપી શકે છે, જેના સ્પષ્ટ પરિભાષિત ટ્રેડિંગ નિયમો હોય. ઘણી કોમ્પ્યુટરાઇઝ્ડ ટ્રેડિંગ સિસ્ટમ મૂવિંગ એવરેજ ઉપર આધારિત હોય છે. મૂવિંગ એવરેજનો ઉપયોગ કઈ રીતે કરી શકાય? આના ઘણા જવાબો હોઈ શકે છે, જેટલી ટ્રેડિંગ શૈલીઓ કે સિદ્ધાંત હોય તે મુજબ અલગ અલગ જવાબો હોઈ શકે છે. મૂવિંગ એવરેજના લોકપ્રિય ઉપયોગોમાંના કેટલાક આ મુજબ છે:

1. ભાવ વિરુદ્ધ મૂવિંગ એવરેજની સરખામણી ટ્રેન્ડ ઇંડિકેટર તરીકે કરવી. ઉદાહરણ તરીકે, બજાર મધ્યમગાળામાં અપટ્રેન્ડમાં છે કે નહીં, આ જોવા માટેનું સૌથી સારું પરિમાણ એ હોઈ શકે કે શું ભાવ 65 દિવસની મૂવિંગ એવરેજની ઉપર છે? વધુ લાંબા સમયગાળાના કેસમાં ભાવ 40 સપ્તાહની મૂવિંગ એવરેજની ઉપર હોવા જોઈએ.
2. મૂવિંગ એવરેજનો ઉપયોગ સપોર્ટ અથવા રેઝિસ્ટન્સ તરીકે કરવો. કોઈ ચોક્કસ મૂવિંગ એવરેજની ઉપર ક્લોઝ થવાને બુલિશ માનવામાં આવશે. મૂવિંગ એવરેજની નીચે ક્લોઝ થવાને બેરીશ માનવામાં આવશે.
3. મૂવિંગ એવરેજ બેન્ડનું નિરીક્ષણ કરવું (આને એનવેલપ તરીકે પણ ઓળખવામાં આવે છે). આ બેન્ડ મૂવિંગ એવરેજથી ચોક્કસ ટકાવારી મુજબ ઉપર કે નીચે હોય છે અને તે સપોર્ટ અથવા રેઝિસ્ટન્સ તરીકે કામ કરી શકે છે.
4. મૂવિંગ એવરેજના ઢાળને જોવો. ઉદાહરણ તરીકે, જો મૂવિંગ એવરેજ સપાટ થઈ જાય અથવા સતત વધ્યા બાદ ઘટવા માંડે તો આ

બેરીશ સંકેત છે. મૂવિંગ એવરેજ ઉપર ટ્રેન્ડ લાઇન બનાવવી તે તેના ઢાળનું નિરીક્ષણ કરવા માટેની સરળ પદ્ધતિ છે.

5. બે મૂવિંગ એવરેજ સાથે ટ્રેડિંગ કરવું. આપણે એક શોર્ટ-ટર્મ અને એક લૉંગ-ટર્મ મૂવિંગ એવરેજની તુલના પણ કરી શકીએ છીએ. જો શોર્ટ-ટર્મ મૂવિંગ એવરેજ લૉંગ-ટર્મ મૂવિંગ એવરેજની નીચે આવી જાય, તો આનો અર્થ છે કે ટ્રેન્ડ નીચે તરફનો છે. જાપાનમાં આ પ્રકારના ક્રૉસઓવરને 'ડેડ ક્રૉસ' કહેવામાં આવે છે. જ્યારે કોઈ શોર્ટ-ટર્મ મૂવિંગ એવરેજ લૉંગ-ટર્મ મૂવિંગ એવરેજની ઉપર આવી જાય ત્યારે જાપાનીઓ આને 'ગોલ્ડન ક્રૉસ' કહે છે, કારણ કે આને બુલિશ સંકેત માનવામાં આવે છે. કેટલાક ટ્રેડર્સ તો બે મૂવિંગ એવરેજને એક કદમ આગળ લઈ જાય છે. તેઓ કહે છે કે કોઈ પણ ટ્રેન્ડ ત્યારે જ ઉપર જશે, જ્યારે શોર્ટ-ટર્મ મૂવિંગ એવરેજ લૉંગ-ટર્મ મૂવિંગ એવરેજની ઉપર હોય એટલું જ નહીં, પરંતુ બંનેનો ઢાળ પણ ઉપર તરફનો હોય. બે મૂવિંગ એવરેજ સાથે ટ્રેડિંગ બાબતે વધુ ચર્ચા પ્રકરણ 14માં કરવામાં આવી છે.

નીચેના ઉદાહરણ વિવિધ મૂવિંગ એવરેજના ઉપયોગ કરે છે. સામાન્ય રીતે મેં 30 દિવસ અને શોર્ટ-ટર્મ 5 દિવસની મૂવિંગ એવરેજને ઇક્વિટી માર્કેટમાં સફળ થતી જોઈ છે. ફ્યુચર્સ માટે 40 અને 65 દિવસની મૂવિંગ એવરેજ ઉપયોગી છે. તે આદર્શ મૂવિંગ એવરેજ ઉપર આધારિત નથી. આજે જે આદર્શ મૂવિંગ એવરેજ છે, તે બની શકે કે કાલે આદર્શ મૂવિંગ એવરેજ ન પણ રહે. નીચે આપવામાં આવેલ ઉદાહરણોમાં ઉપયોગમાં લેવાયેલ મૂવિંગ એવરેજની લંબાઈ મહત્ત્વની નથી. મહત્ત્વનું એ છે કે કઈ રીતે મૂવિંગ એવરેજને કેંડલ્સ સાથે જોડી શકાય.

ચિત્ર 13.1માં આપણે એક મૂવિંગ એવરેજ જોઈએ છીએ, જે સપોર્ટનું ઉત્તમ ક્ષેત્ર બની રહ્યું. ઑગસ્ટ પહેલાં એવો પણ સમય હોઈ શકે છે (જ્યારથી આ ચાર્ટ શરૂ થાય છે), જ્યારે મૂવિંગ એવરેજ એટલી પ્રભાવશાળી ન રહી હોય, જેટલી તે આ સમયગાળામાં હતી. પરંતુ, એકવાર આપણે નક્કી કરી લીધું આ મૂવિંગ એવરેજ યોગ્ય છે, જેમ તે ઑગસ્ટના અંતથી સપ્ટેમ્બરના અંત સુધી હતી, ત્યારે આપણે આપણું ધ્યાન આ ખાસ મૂવિંગ એવરેજ ઉપર કેન્દ્રિત કરી શકીએ છીએ અને એમ પણ વિચારી શકીએ છીએ કે આ મૂવિંગ એવરેજ રિટ્રેસમેન્ટમાં સપોર્ટનું કામ કરશે. જે ઘટાડો 11 ઑક્ટોબરવાળા સપ્તાહમાં બેરીશ એનગલ્ફિંગ પેટર્ન સાથે શરૂ થયો, તેમાં આપણે મૂવિંગ એવરેજને સંભવિત સપોર્ટ તરીકે જોઈશું. જ્યારે શેર 15 ઑક્ટોબરે આ મૂવિંગ એવરેજ સુધી પહોંચ્યો ત્યારે તેણે એક હેમર બનાવી, જે પછી આવેલી સફેદ કેંડલે એક બુલિશ એનગલ્ફિંગ પેટર્ન

બનાવ્યું. તમામ ઘટકોના આ સમૂહે (મૂવિંગ એવરેજનો સપોર્ટ, હેમર, બુલિશ એનગલ્ફિંગ પેટર્ન) 48.75 ડૉલરની નજીક કરેક્શનનો લો બનાવ્યો. આમ તો, મૂવિંગ એવરેજ બહુ ઉપયોગી છે, પરંતુ હું ફક્ત મૂવિંગ એવરેજના આધારે ટ્રેડ કરવાની ભલામણ કરતો નથી - ભલે તે જળવાઈ રહી હોય. એ વધુ મહત્ત્વપૂર્ણ છે કે કોઈ કેંડલસ્ટિક સિગ્નલ મૂવિંગ એવરેજના સપોર્ટ અથવા રેઝિસ્ટન્સની પુષ્ટિ કરે અને તે પછી જ તમે કોઈ પોઝિશન શરૂ અથવા બંધ કરો.

ચિત્ર 13.1 : એગ્રિબ્રાન્ડ્સ - ડેઇલી (મૂવિંગ એવરેજ સપોર્ટ તરીકે)

ચિત્ર 13.2માં આપણી પાસે એક શોર્ટ-ટર્મ મૂવિંગ એવરેજ છે. આપણે કહી શકીએ કે આ મૂવિંગ એવરેજ શોર્ટ-ટર્મ છે, કારણ કે તે ભાવની ખૂબ નજીક છે. આ 9નો સમયગાળો દર્શાવતી એક્સપોનેન્શિયલ મૂવિંગ એવરેજ છે, જે ફોરેક્સ ટ્રેડર્સમાં લોકપ્રિય છે. આપણે જોઈ શકીએ છીએ કે આ મૂવિંગ એવરેજએ જાન્યુઆરીના મધ્યથી ઘટાડા દરમિયાન અપસાઇડ રેઝિસ્ટન્સ એરિયામાં કેટલી સારી રીતે કામ કર્યું. ફેબ્રુઆરીની શરૂઆતથી લઈ મધ્ય સુધી ઘણા કેંડલસ્ટિક બૉટમ સંકેતો હતા, પરંતુ મૂવિંગ એવરેજનો રેઝિસ્ટન્સ મજબૂતીપૂર્વક જળવાઈ રહ્યો. પરિણામે, આ કેંડલ સિગ્નલ્સના સંભવિત બુલિશ પરિણામની પુષ્ટિ કરવા માટે આપણે મૂવિંગ એવરેજના રેઝિસ્ટન્સ એરિયાની ઉપર બ્રેકઆઉટની રાહ જોવી જોઈએ. આ બ્રેકઆઉટ ન થયો હોવાના કારણે, આપણે ખરીદી કરવી જોઈએ નહીં.

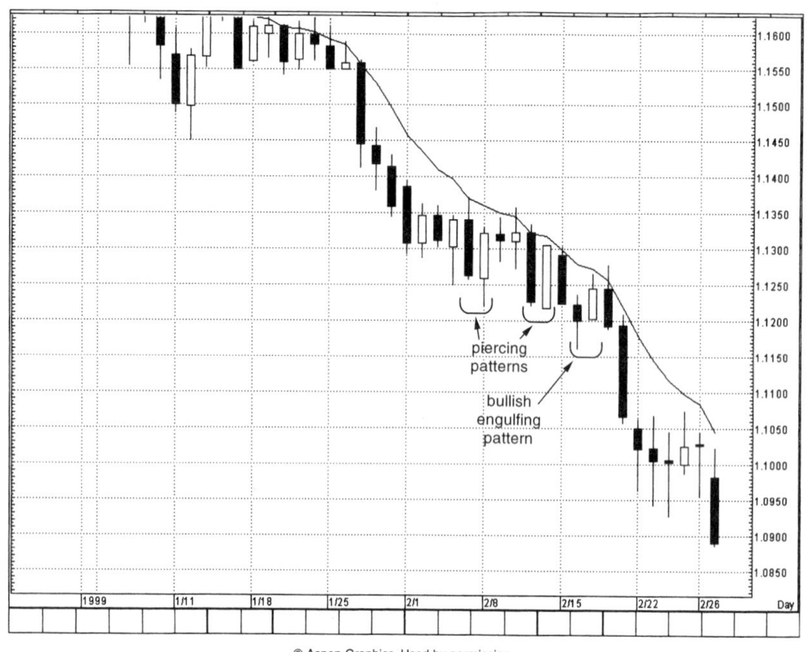

ચિત્ર 13.2 : યૂરો ડૉલર/યુએસ - ડેઇલી (મૂવિંગ એવરેજ રેઝિસ્ટન્સ તરીકે)

ચિત્ર 13.3 શોર્ટ-ટર્મ મૂવિંગ એવરેજ દર્શાવે છે, જે ઑગસ્ટના મધ્યમાં શરૂ થયેલ ઘટાડા દરમિયાન રેઝિસ્ટન્સ હતી. 30-31 ઑગસ્ટે શેર ઇન્ટ્રાડેમાં આ રેઝિસ્ટન્સ ઉપર પહોંચ્યો, પરંતુ તેની ઉપર ક્લોઝ આપી શક્યો નહીં અને તેના કારણે ડાઉનટ્રેન્ડ જળવાઈ રહ્યો. 7-8 સપ્ટેમ્બરે થોડી વધઘટ થઈ, જ્યારે આ શેર મૂવિંગ એવરેજની ઉપર ક્લોઝ થયો અને પછી નીચે આવી ગયો. સામાન્ય રીતે આ મૂવિંગ એવરેજને (જે 5 દિવસની મૂવિંગ એવરેજ છે) રેઝિસ્ટન્સ તરીકે જોવી જોઈએ, કારણ કે તેણે ખૂબ સારી રીતે કામ કર્યું. 20 સપ્ટેમ્બરથી શરૂ કરીને શેરે બુલિશ લાંબી નીચલી છાયાઓની એક શૃંખલા બનાવી, જેમાં 24 સપ્ટેમ્બરે આખરી લાંબી નીચલી છાયા ધરાવતી કેંડલ હેમર હતી. જો કે આ કેંડલ્સે સંકેત આપ્યો કે બજાર બૉટમ શોધી રહ્યું છે, પરંતુ અંતિમ બુલિશ પુષ્ટિ મેળવવા માટે 25 સપ્ટેમ્બરના ક્લોઝની જરૂર પડી, જ્યાં બુલિશ એનગલ્ફિંગ પેટર્ન પૂર્ણ થઈ અને ભાવ આ મૂવિંગ એવરેજની ઉપર ક્લોઝ થયો. ધ્યાન આપો કે કઈ રીતે આ મૂવિંગ એવરેજ સપ્ટેમ્બરના અંતની રેલીમાં સપોર્ટ બની રહ્યો અને ઑક્ટોબરની શરૂઆતના ઘટાડા દરમિયાન રેઝિસ્ટન્સ બની ગયો.

ચિત્ર 13.4 દર્શાવે છે કે કઈ રીતે મૂવિંગ એવરેજ સપોર્ટ અને રેઝિસ્ટન્સ બની શકે છે. 8 મે ના સપ્તાહની શરૂઆતની રેલીમાં નેચરલ ગેસ ઉપર ચડ્યો અને તેણે મૂવિંગ એવરેજના સપોર્ટને જાળવી રાખ્યો (તીર દ્વારા

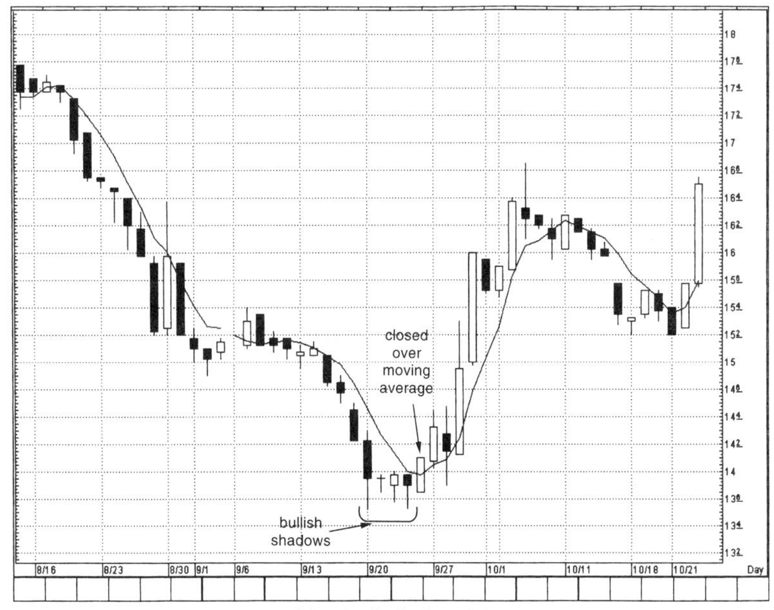

ચિત્ર 13.3 : ઈટન વેન્સ - ડેઇલી (મૂવિંગ એવરેજ રેઝિસ્ટન્સ તરીકે)

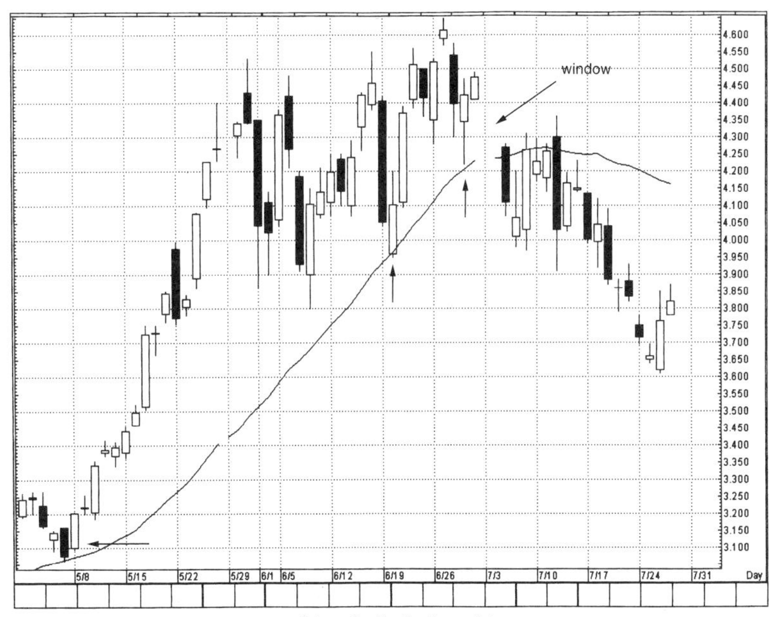

ચિત્ર 13.4 : નેચરલ ગેસ - ડેઇલી (મૂવિંગ એવરેજ સપોર્ટ અને રેઝિસ્ટન્સ તરીકે)

દર્શાવવામાં આવ્યું છે). 5 જુલાઈએ મૂવિંગ એવરેજનો સપોર્ટ નીચે તરફની બારી સાથે તૂટી ગયો. પરિણામે હવે આપણી પાસે બે સપોર્ટ આવી ગયા. પહેલો છે મૂવિંગ એવરેજ. આ એવરેજએ સપોર્ટ તરીકે સારું કામ કર્યું હોવાથી તે સંભવતઃ રેઝિસ્ટન્સ તરીકે પણ સારું કામ કરશે, બીજું, 4.29 ડૉલર અને 4.41 ડૉલરની વચ્ચેની નીચે તરફની બારીને પણ રેઝિસ્ટન્સ માનવો જોઈએ. જુલાઈની શરૂઆતમાં નેચરલ ગેસ આ મૂવિંગ એવરેજના રેઝિસ્ટન્સ સુધી પહોંચ્યો, પરંતુ તેની ઉપર ક્લોઝ આપી શક્યો નહીં. જુલાઈની શરૂઆતની રેલી નીચે તરફની બારીના રેઝિસ્ટન્સ ઝોનને તોડવામાં પણ નિષ્ફળ રહી.

પ્રકરણ 14

ઓસિલેટર્સ સાથે કેંડલ્સ

得手に帆をあげよ

દરેક પક્ષીને તેના પોતાના સૂરમાં ગાવા દો.

પેટર્ન ઓળખવાના વ્યક્તિગત દૃષ્ટિકોણથી વિરુદ્ધ (આમાં કેંડલસ્ટિક ટેક્નિક સામેલ છે), ઓસિલેટર્સ ગણિતના આધારે બનેલી ટેક્નિક્સ છે, જે બજારના વિશ્લેષણને વધુ સચોટ બનાવી શકે છે. તેનો ખૂબ ઉપયોગ કરવામાં આવે છે અને ઘણી કોમ્પ્યુટર ટ્રેડિંગ સિસ્ટમમાં પણ તેમનો ઉપયોગ કરવામાં આવે છે.

ઓસિલેટર્સમાં રિલેટિવ સ્ટ્રેન્થ ઇન્ડેક્સ (આરએસઆઇ) સ્ટોકેસ્ટિક્સ અને એમએસીડી જેવા ટેક્નિકલ ટૂલ્સ સામેલ છે. ઓસિલેટર્સના ત્રણ મુખ્ય ઉપયોગો છે:

1. ડાઇવરજન્સ ઇંડિકેટર તરીકે: બે પ્રકારના ડાઇવરજન્સ હોય છે. નકારાત્મક અથવા બેરીશ ડાઇવરજન્સ ત્યારે આવે છે જ્યારે ભાવ નવા હાઈ ઉપર હોય, પરંતુ ઓસિલેટર્સ નવા હાઈ ઉપર ન હોય. આનો એમ અર્થ કરવામાં આવે છે કે બજાર અંદરથી નબળું છે. સકારાત્મક અથવા બુલિશ ડાઇવરજન્સ ત્યારે થાય છે, જ્યારે ભાવ નવા લો ઉપર હોય, પરંતુ ઓસિલેટર્સ નવા લો સુધી ન પહોંચે. આનો અર્થ એમ કરવામાં આવે છે કે વેચવાલીનું દબાણ ઓછું થઈ રહ્યું છે.
2. ઓવરબોટ/ઓવરસોલ્ડ ઇંડિકેટર તરીકે: આનો અર્થ છે કે ઓસિલેટર્સ ટ્રેડરને દર્શાવી શકે છે કે બજાર ઘણું વધી ગયું છે

અને કરેક્શન આવી શકે છે. ઓસિલેટર્સ એ પણ દર્શાવી શકે છે કે બજાર બહુ નીચું જતું રહ્યું છે અને રિબાઉંડ થઈ શકે છે.

3. કોઈ ટ્રેન્ડના મૂવ પાછળની શક્તિની પુષ્ટિ તરીકે: ઓસિલેટર્સ બજારના મોમેન્ટમની પુષ્ટિ કરી શકે છે અને ભાવ પરિવર્તનની તુલના કરીને પ્રાઇસ મૂવની ઝડપને માપી શકે છે. સિદ્ધાંત મુજબ તો જ્યારે ટ્રેન્ડ ચાલી રહ્યો હોય ત્યારે ઝડપ વધવી જોઈએ. મોમેન્ટમનું સપાટ થવું એ શરૂઆતનો સંકેત હોઈ શકે છે કે સંભવતઃ પ્રાઇસ મૂવની ઝડપ ઓછી થઈ રહી છે.

જાપાની કહેવત છે: "બધા જ વાદળોમાંથી વરસાદ વરસતો નથી." હું ઓસિલેટર્સને વરસાદના એ વાદળોની જેમ જોઉં છું, જે વરસાદ વરસાવી શકે છે, પરંતુ ખરેખર વરસાદ થઈ રહ્યો છે કે કેમ તે જાણવા માટેની એકમાત્ર રીત વરસાદને અનુભવવાની કે જોવાની જ છે. આ જ બાબત ઓસિલેટર્સ સાથે પણ છે. ઓસિલેટર્સ તોફાન પહેલાના વાદળો જેવા હોય છે, પરંતુ આપણને કેંડલ સંકેતોની પુષ્ટિની પણ જરૂર રહે છે. આમ હું ઓવરબોટ અથવા ઓવરસોલ્ડ ઓસિલેટર્સને ફક્ત એક ચેતવણી અથવા સંકેત તરીકે જોઉં છું, જેની અંતિમ પુષ્ટિ કેંડલસ્ટિક પેટર્નના માધ્યમથી કરવાની રહે છે.

રિલેટિવ સ્ટ્રેન્થ ઇન્ડેક્સ (આરએસઆઇ)

રિલેટિવ સ્ટ્રેન્થ ઇન્ડેક્સ (આરએસઆઇ) સૌથી લોકપ્રિય ઓસિલેટર્સમાંના એક છે. આરએસઆઇ ઓસિલેટર રિલેટિવ સ્ટ્રેન્થ ઇંડિકેટર કરતાં અલગ છે. રિલેટિવ સ્ટ્રેન્થ ઇંડિકેટર કોઈ શેર અથવા શેર્સના નાના સમૂહની તુલનાત્મક શક્તિના પ્રદર્શનની તુલના ડાઉ જોન્સ અથવા એસએૅન્ડપી 500 જેવા વધુ વ્યાપક માર્કેટ ઇન્ડેક્સ અથવા સેક્ટરના પ્રદર્શન દ્વારા કરે છે.

આરએસઆઇની ગણતરી કરવી

આરએસઆઇ ચોક્કસ સમયગાળામાં ભાવ વધવા અથવા ઘટવાની તુલનાત્મક શક્તિ દર્શાવે છે. 9 અને 14 દિવસ સૌથી લોકપ્રિય બે સમયગાળા છે, જેનો ઉપયોગ કરવામાં આવે છે. કોઈ ચોક્કસ ટાઈમફ્રેમમાં વધતાં ક્ષેત્રોના લાભની તુલના ઘટતા ક્ષેત્રોની ખોટ સાથે કરવામાં આવે છે. આ ગણતરી ક્લોઝિંગ પ્રાઇસના આધારે થાય છે. આની ફૉર્મ્યુલા છે:

$$RSI = 100 - (100/(1+RSI))$$

$$\text{જ્યાં } RS = \frac{\text{average up points for the period}}{\text{Average Down points for the period}}$$

આમ, 14 દિવસની આરએસઆઇની ગણતરીમાં પાછલા 14 દિવસોમાં (ક્લોઝના આધારે) વધારો દર્શાવતા દિવસોના કુલ લાભને ઉમેરવામાં આવે છે અને 14થી ભાગાકાર કરવામાં આવે છે. આ જ પ્રક્રિયા ઘટાડાવાળા દિવસો માટે પણ કરવામાં આવે છે. આ આંકડાઓ રિલેટિવ સ્ટ્રેન્થ (આરએસ) આપે છે. પછી આ આરએસને આરએસઆઇની ફૉર્મ્યુલામાં નાખવામાં આવે છે. આ આરએસઆઇ ફૉર્મ્યુલા આરએસ ડેટાને એ રીતે બદલી નાખે છે જેથી તે 0 અને 100 વચ્ચેની રેન્જમાં એક ઇન્ડેક્સ બની જાય.

આરએસઆઇના ઉપયોગ

આરએસઆઇના બે મુખ્ય ઉપયોગ છે: ઓવરબોટ/ઓવરસોલ્ડ ઇંડિકેટર તરીકે અને ડાઇવરજન્સના નિરીક્ષણ માટે.

- આરએસઆઇ ઓવરબોટ/ઓવરસોલ્ડ ઇંડિકેટર તરીકે મહત્ત્વપૂર્ણ ભૂમિકા ભજવે છે. જો આ બેન્ડના ઉપલા છેડા ઉપર આવે (એટલે કે, 70% ઉપર) તો તે સંકેત દર્શાવે છે કે બજાર ઓવરબોટ છે. આ સ્થિતિમાં બજારમાં કરેક્શન આવવાની આશંકા વધુ રહેતી હોય છે અથવા બજાર સાઇડવેઝ થઈ શકે છે. આનાથી વિરુદ્ધ, રેન્જના નીચલા છેડા ઉપર (સામાન્ય રીતે 30%) આરએસઆઇ ઓવરસોલ્ડ પરિસ્થિતિ દર્શાવે છે. આ પરિસ્થિતિમાં શોર્ટ કવરિંગ મૂવની સંભાવનાઓ વધુ હોય છે.
- જ્યારે ભાવ મૂવનો નવો હાઈ બનાવે છે, પરંતુ આરએસઆઇ તુલનાત્મક હાઈ ન બનાવે ત્યારે, ડાઇવરજન્સ ટૂલ તરીકે આરએસઆઇની ગણતરી મદદરૂપ થઈ શકે છે. આને નેગેટિવ ડાઇવરજન્સ કહેવામાં આવે છે અને આને બેરીશ માનવામાં આવે છે. સકારાત્મક ડાઇવરજન્સ ત્યારે થાય છે, જ્યારે ભાવ નવો લો બનાવે છે પરંતુ આરએસઆઇ નવો લો બનાવતું નથી. ડાઇવરજન્સ વધુ અર્થપૂર્ણ ત્યારે બની રહે છે, જ્યારે આરએસઆઇ ઓસિલેટરનો આંકડો કાં તો ઓવરબોટ ઝોનમાં હોય અથવા તો ઓવરસોલ્ડ ઝોનમાં હોય.

ચિત્ર 14.1માં નવેમ્બર પછીના સંપૂર્ણ ભાગમાં 58 ડૉલર પાસે રેઝિસ્ટન્સ હતો. એકવાર જ્યારે આલ્બર્ટસન્સ 1 ડિસેમ્બરે ઊંચી સફેદ કેંડલ સાથે તે સ્તરની પાર પહોંચી જાય, ત્યારે આપણે ધ્રુવીયતાના પરિવર્તનનો ઉપયોગ કરી શકીએ છીએ, જે જૂના રેઝિસ્ટન્સને નવા સપોર્ટમાં બદલે છે. 14 ડિસેમ્બરવાળા સપ્તાહમાં શેર ડામાડોળ હતો, પરંતુ બુલિશ લાંબી નીચલી છાયાઓની શૃંખલાએ દર્શાવ્યું કે આ શેરનો 62 ડૉલરની નજીક મજબૂત પાયો હતો. રેલી 21 ડિસેમ્બરે ફરી શરૂ થઈ અને ડાર્ક ક્લાઉડ કવર ઉપર અટકી ગઈ. જ્યારે શેરએ નવા હાઈ ઉપર આ ડાર્ક ક્લાઉડ કવર બનાવ્યું,

ચિત્ર 14.1 : આલ્બર્ટસન્સ - ડેઇલી (આરએસઆઇ)

ત્યારે આરએસઆઇ ઓવરબોટ હતો અને તેણે નેગેટિવ ડાઇવરજન્સ સિગ્નલ પણ આપ્યું. એટલે કે શેરનો ભાવ બિંદુ 2 ઉપર બિંદુ 1 કરતાં વધુ હતો, પરંતુ આરએસઆઇ બિંદુ 2 ના બદલે બિંદુ 1 ઉપર ઓછો હતો. પહેલાં જણાવેલું ડાર્ક ક્લાઉડ કવર રેઝિસ્ટન્સ બની ગયું, જેની પુષ્ટિ 10-11 જાન્યુઆરીએ બનેલ એક અન્ય ડાર્ક ક્લાઉડ કવર દ્વારા થઈ. P ઉપર જાન્યુઆરીના મધ્યમાં પિયર્સિંગ પેટર્ન એક ઓવરસોલ્ડ પરિસ્થિતિમાં બન્યું (જેમ આરએસઆઇ દ્વારા દર્શાવવામાં આવ્યું હતું).

બેરીશ ડાઇવરજન્સ અને ડાર્ક ક્લાઉડ કવરના આ સંગમે ડાર્ક ક્લાઉડ કવરના સંભવિત બેરીશ પરિણામોને મજબૂત બનાવ્યાં. ટ્રેન્ડલાઇન્સનો ઉપયોગ રિલેટિવ સ્ટ્રેન્થ ઇન્ડેક્સ ઉપર પણ કરી શકાય તેમ હતું. આને ઓસિલેટર ઉપર ડેશ લાઇન દ્વારા દર્શાવવામાં આવે છે. ધ્યાન આપો કે એકવાર જ્યારે આ રાઇઝિંગ સપોર્ટ લાઇન તૂટી જાય છે, ત્યારે આ એક વધુ નકારાત્મક સંકેત બની જાય છે.

કેંડલચાર્ટિંગની એક મુખ્ય ધારણા એ છે કે સંપૂર્ણ ટેક્નિકલ દૃશ્ય એક કેંડલ કરતાં વધુ મહત્ત્વપૂર્ણ હોય છે. આપણે હંમેશાં કોઈ કેંડલ અથવા કેંડલ પેટર્નને સમગ્ર બજારની પરિસ્થિતિના સંદર્ભમાં જોવા જોઈએ.

ચિત્ર 14.2 : બ્રિટિશ પાઉન્ડ : ડેઇલી (આરએસઆઇ)

ચિત્ર 14.2માં બે બુલિશ એનગલ્ફિંગ પેટર્ન છે, જે 1 અને 2 ઉપર દર્શાવવામાં આવ્યા છે. (જો કે આ પેટર્નમાં સફેદ કેંડલનો ઓપન એ જ છે, જે કાળી કેંડલના ક્લોઝનો છે, પરંતુ આ બુલિશ એનગલ્ફિંગ પેટર્ન તરીકે માન્ય છે, કારણ કે ફોરેન એક્સ્ચેંજ બજારના ઓપન અને ક્લોઝ એક સમાન હોય છે.) બુલિશ એનગલ્ફિંગ પેટર્ન 2 બુલિશ એનગલ્ફિંગ પેટર્ન 1 કરતાં વધુ મહત્ત્વપૂર્ણ હતું, કારણ કે બીજા બુલિશ એનગલ્ફિંગ પેટર્નની પુષ્ટિ બુલિશ ડાઇવરજન્સ દ્વારા કરવામાં આવી હતી. પહેલાં બુલિશ એનગલ્ફિંગ પેટર્નમાં આરએસઆઇ પણ શેરના ભાવ સાથે ઘટતો જતો હતો, જેના કારણે બેરીશ મોમેન્ટમ જળવાઈ રહ્યું.

મૂવિંગ એવરેજ ઓસિલેટર

મૂવિંગ એવરેજ ઓસિલેટરની ગણતરી

આ ઇંડિકેટર લોંગ ટર્મ મૂવિંગ એવરેજને શોર્ટ ટર્મ મૂવિંગ એવરેજમાંથી બાદ કરીને મેળવવામાં આવે છે. આનું ધન અથવા ઋણ રીડિંગ હોય છે. 0ની ઉપરની વેલ્યુનો અર્થ છે કે શોર્ટ ટર્મ મૂવિંગ એવરેજ તે સમયે લોંગ-ટર્મ મૂવિંગ એવરેજની ઉપર છે. 0ની નીચેના રીડિંગનો અર્થ છે શોર્ટ ટર્મ મૂવિંગ એવરેજ તે સમયે લોંગ ટર્મ મૂવિંગ એવરેજની નીચે છે.

મૂવિંગ એવરેજ ઓસિલેટરનો ઉપયોગ

આ ઓસિલેટરમાં એક શોર્ટ-ટર્મ અને એક લોંગ ટર્મ મૂવિંગ એવરેજનો ઉપયોગ થતો હોવાના કારણે આપણે શોર્ટ-ટર્મ મોમેન્ટમની તુલના લોંગ-ટર્મ મોમેન્ટમ સાથે કરી રહ્યા છીએ. આમ એટલા માટે છે કે, શોર્ટ-ટર્મ મૂવિંગ એવરેજ હાલની પ્રાઇસ એક્ટિવિટી પ્રત્યે વધુ પ્રતિક્રિયાશીલ હોય છે. જો શોર્ટ-ટર્મ મૂવિંગ એવરેજ ખરેખર લોંગ-ટર્મ મૂવિંગ એવરેજથી ઘણી ઉપર (અથવા નીચે હોય) તો, બજારને ઓવરબોટ (અથવા ઓવરસોલ્ડ) કહેવામાં આવે છે. બીજા ઓસિલેટરની જેમ જ મૂવિંગ એવરેજ ઓસિલેટરનો ઉપયોગ પણ ડાઇવરજન્સ દર્શાવવા માટે કરવામાં આવે છે.

જ્યારે ભાવ વધે છે, ત્યારે ટેક્નિશિયન લોંગ-ટર્મ મૂવિંગ એવરેજની તુલનામાં શોર્ટ-ટર્મ મૂવિંગ એવરેજને વધતી જોવા માગે છે. આનો અર્થ કે મૂવિંગ એવરેજ ડિફરન્સ લાઇનનું મૂલ્ય વધવું જોઈએ. ભાવ વધે પરંતુ, શોર્ટ-ટર્મ અને લોંગ-ટર્મ મૂવિંગ એવરેજ વચ્ચેનું અંતર ઓછું થાય, તો બજાર એ સંકેત આપી રહ્યું છે કે શોર્ટ-ટર્મ મોમેન્ટમ નબળું પડી રહ્યું છે.

ચિત્ર 14.3માં મે ના પહેલા સપ્તાહ દરમિયાન યૂરોડૉલરે એરિયા B ઉપર બુલિશ એનગલ્ફિંગ પેટર્ન બનાવી. આ પેટર્નથી નાની રેલી પછી બજાર ઘટ્યું અને અપેક્ષા મુજબ જ તેને બુલિશ એનગલ્ફિંગ પેટર્નના લો ઉપર સપોર્ટ મળી ગયો. જ્યારે યૂરોડૉલરે તુલનાત્મક રીતે ઓછો લો બનાવ્યો,

ચિત્ર 14.3 : યૂરોડૉલર/યુએસ - ડેઇલી (મૂવિંગ એવરેજ ઓસિલેટર)

પરંતુ મૂવિંગ એવરેજ ઓસિલેટરએ હેમરવાળા દિવસે હાયર લો બનાવ્યો, ત્યારે 19 મે ની હેમર સાથે સપોર્ટ એરિયાની રક્ષા થઈ એટલું જ નહીં બુલિશ ડાઇવરજન્સ પણ દેખાયું. જ્યારે બજાર હેમરથી 0.9200 ની ઉપર પહોંચ્યું, ત્યારે તેણે ડબલ બૉટમની પુષ્ટિ કરી, જે બુલિશ એનગલ્ફિંગ પેટર્ન અને હેમરના બેવડા લો થી બન્યું હતું. જેમ આગળ પ્રકરણ 16માં જોઈશું તેમ, આપણે 0.350 ટ્રેડિંગ રેન્જથી બ્રેકઆઉટનો ઉપયોગ કરી શકીએ છીએ (એટલે કે 0.8850 થી 0.9200 સુધી), જેનાથી આપણને 0.9550નું ટાર્ગેટ મળે છે (0.350 ટ્રેડિંગ રેન્જને 0.9200 ના બ્રેકઆઉટ પોઇન્ટ સાથે જોડીને).

ચિત્ર 14.4માં કેટેલિના રાઇઝિંગ રેઝિસ્ટન્સ લાઇન સાથે આગળ વધી રહ્યો હતો. 13 જુલાઈના સપ્તાહ દરમિયાન શેર તેના વર્તમાન હાઈ ભાવની નજીક હતો, પરંતુ નાના શરીરોની શૃંખલાએ દર્શાવ્યું કે બુલ્સની રેલી ઉપર બેર્સ નિયંત્રણ મેળવી રહ્યા હતા. 56 ડૉલરની નજીક આ અચકાટ આશ્ચર્યજનક નથી, કારણ કે ત્યાં એપ્રિલના અંતમાં રેઝિસ્ટન્સ હતો.

હવે આપણે આપણું ધ્યાન મૂવિંગ એવરેજ ઓસિલેટર તરફ કેન્દ્રિત કરીએ છીએ. જુલાઈના મધ્યમાં પહેલા જણાવેલા નાના શરીરોના સમયે બેરીશ ડાઇવરજન્સ પણ છે. પરિણામે, આપણી પાસે 56 ડૉલર ઉપર સંગમનું આદર્શ ઉદાહરણ છે. (1) શેર રેઝિસ્ટન્સ ક્ષેત્ર ઉપર હતો,

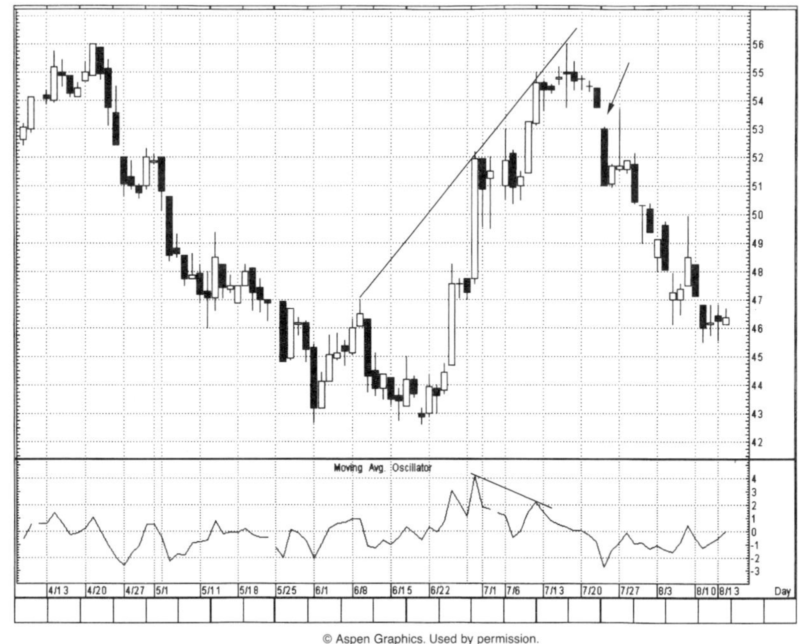

ચિત્ર 14.4 કેટેલિના માર્કેટિંગ - ડેઇલી (મૂવિંગ એવરેજ ઓસિલેટર)

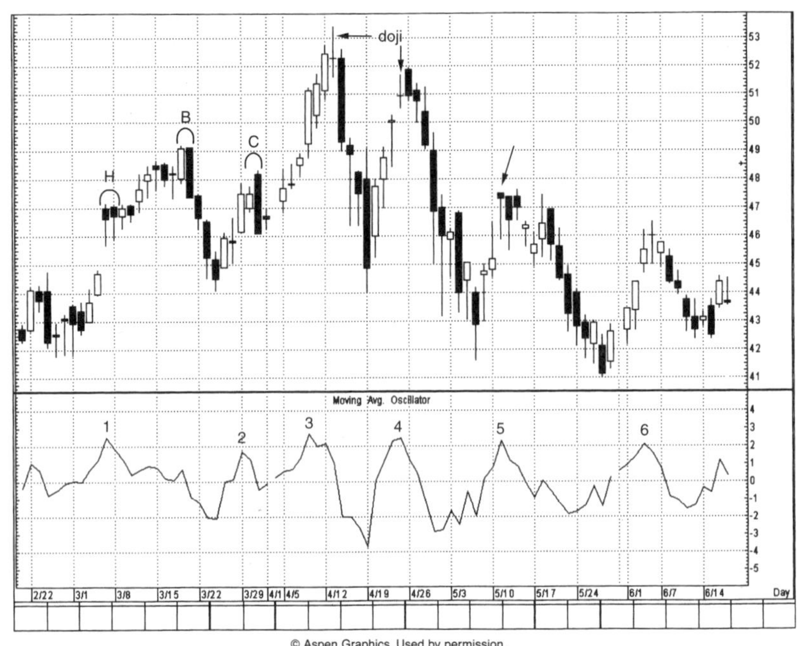

ચિત્ર 14.5 : વોલમાર્ટ સ્ટોર્સ - ડેઇલી (મૂવિંગ એવરેજ ઓસિલેટર)

જે રાઇઝિંગ રેઝિસ્ટન્સ લાઇન અને એપ્રિલમાં પહેલાંની પ્રાઇસ પીક ઉપર આધારિત છે; (2) નાના શરીરોની શૃંખલા જે દર્શાવી રહી હતી કે બજાર બુલિશ ટ્રેન્ડથી દૂર થઈ રહ્યું છે, અને (3) બેરીશ ડાઇવરજન્સ. જો આપણે હજી પણ બજાર મુશ્કેલીમાં હોવાના વધુ પુરાવાઓ જોઈતા હોય તો આપણને આ સંકેત નીચે તરફની બારી (તીર ઉપર)થી મળી જાત, જે પછી રેઝિસ્ટન્સ બની ગયો.

ચિત્ર 14.5 કેંડલ્સ અને ઓસિલેટર્સનો એક મુખ્ય ઉપયોગ દર્શાવે છે. મોટાભાગના ઇક્વિટી ટ્રેડર્સ ખરીદદાર હોય છે, તુલનાત્મક રીતે શોર્ટ સેલર્સ ઓછા જ હોય છે. ખરીદવાવાળાઓએ એક પડકારનો સામનો કરવો પડી શકે છે: ક્યારે વેચવું! અહીં ઓસિલેટર ઉપયોગી થઈ શકે છે અને તે પણ જ્યારે તેની પુષ્ટિ કેંડલ અથવા પેટર્ન દ્વારા થાય ત્યારે તો ખાસ. જેમ આપણે ચિત્ર 14.4માં જોયું તેમ, જ્યારે કોઈ શેર ઓવરબોટ થઈ જાય છે અને દિશા પરિવર્તન દર્શાવતી કેંડલ પણ દેખાય, ત્યારે તે પોતાની પાસે રહેલા શેર વેચવા અથવા ઓછા કરવા માટેની એક યોગ્ય તક હોય છે. આને ધ્યાને રાખીને આપણે દરેક ઓવરબોટ કિસ્સાઓ જોઈએ:

1. માર્ચના પહેલા સપ્તાહમાં H ઉપર બે હેંગિંગ મૅન હતા. તે ઓવરબોટ બજારમાં બન્યા હતા (ઓસિલેટરના હિસાબે), પરંતુ તેમની પુષ્ટિ તેમના શરીરના નીચેના ક્લોઝ દ્વારા ન થઈ. યાદ

રાખો, હેંગિંગ મૅનની બેરીશ પુષ્ટિ માટે આપણને હેંગિંગ મૅનના શરીરની નીચેના ક્લોઝની જરૂર રહે છે, જેથી હેંગિંગ મૅનનાં સંભવિત બેરીશ પરિણામોની પુષ્ટિ થઈ શકે. તે સિવાય, બજારે પહેલા હેંગિંગ મૅન સત્રમાં ઉપરની બારી ખોલી નાખી. આમ, બારી સપોર્ટ બની ગઈ, માટે આમ તો બજાર ઓવરબોટ છે, પરંતુ કેંડલ્સના આધારે બિંદુ 1 ઉપર બજારના દિશા-પરિવર્તનની કોઈ પુષ્ટિ ન હતી. 18-19 માર્ચે બિંદુ B ઉપર બેરીશ એનગલ્ફિંગ પેટર્ન એક રિવર્સલ સિગ્નલ હતો અને તે પણ બેરીશ એનગલ્ફિંગ પેટર્નના કારણે જ નહીં, પરંતુ એટલા માટે પણ કે તે પેટર્ન ઉપર બજારે એક નવો હાઈ બનાવ્યો હતો, જ્યારે મૂવિંગ એવરેજ ઓસિલેટરે લોઅર હાઈ બનાવ્યો હતો. આનાથી બેરીશ અથવા નેગેટિવ ડાઇવરજન્સ ઉત્પન્ન થયું.

2. ઓસિલેટર ઓવરબોટ હતું, પરંતુ કેંડલ્સ બાબતે કોઈ ટર્નિંગ સિગ્નલ ન હતું, કારણ કે ઓવરબોટ રીડિંગ દરમિયાન બનેલી કેંડલ એક ઊંચું સફેદ શરીર હતું, આ સફેદ શરીરના કેટલાક દિવસો બાદ આપણે એક બેરીશ એનગલ્ફિંગ પેટર્ન (C ઉપર) જોઈ શકીએ છે, જે થોડાં સત્રો માટે રેઝિસ્ટન્સ બની રહ્યો.
3. 7 એપ્રિલે વોલમાર્ટ ઉપર દર્શાવેલા બેરીશ એનગલ્ફિંગ પેટર્નની ઉપર પહોંચી ગયો. આમ, આને બુલિશ બ્રેકઆઉટ તરીકે જોઈ શકાય છે. ક્ષેત્ર 3 ઉપર ઓસિલેટર ઓવરબોટ હતું, પરંતુ કેંડલ્સ કોઈ ટર્નિંગ સંકેત ન આપી રહ્યા હતા અને માટે આપણે વેચવા બાબતે વિચારી ન શકીએ. ચેતવણીનો સંકેત થોડા દિવસો પછી આવ્યો, જ્યારે એક ઊંચી સફેદ કેંડલ પછી એક લાંબા પગવાળી ડોજી આવી.
4. ડોજી સાથે ઓવરબોટ ઓસિલેટરે સંભવિત દિશા-પરિવર્તનની પુષ્ટિ કરી, જો કે શેર આ ડોજી ઉપર અટક્યો, પરંતુ 22-23 એપ્રિલ વચ્ચે સપોર્ટ તરીકે એક નાની ઉપરની બારી ખૂલી. આમ, આપણને બારીની નીચે ક્લોઝ દ્વારા બેરીશ પુષ્ટિની જરૂર રહે છે. બારીનો સપોર્ટ 28 એપ્રિલના રોજ તૂટ્યો.
5. 11 મે એ હેંગિંગ મૅન અને ઓવરબોટ ઓસિલેટરે તીર ઉપર ટર્નિંગ સિગ્નલ આપ્યો. હેંગિંગ મૅનના બેરીશ પ્રભાવોની પુષ્ટિ આગલા દિવસે આનાથી ઓછા ક્લોઝ દ્વારા થઈ.
6. ડોજી પુષ્ટિ ખચકાટ. 4ની જેમ જ એક ઉપરની બારી હતી, જે બંધ થયેથી જ ટ્રેન્ડમાં પરિવર્તન આવી શકે તેમ હતું. બારીના સપોર્ટની નીચે ક્લોઝ 8 જૂને થયો.

સ્ટોકેસ્ટિક્સ

સ્ટોકેસ્ટિક્સ ઓસિલેટર એક વધુ લોકપ્રિય ટૂલ છે. બાકી તમામ ઓસિલેટરની જેમ આ પણ ઓવરબોટ અને ઓવરસોલ્ડ લેવલ દર્શાવે છે અને ડાઇવરજન્સનો સંકેત પણ આપે છે. આ શોર્ટ-ટર્મ ટ્રેન્ડને લોંગ-ટર્મ ટ્રેન્ડ સાથે જોડવાની પ્રક્રિયા પણ પૂરી પાડે છે. સ્ટોકેસ્ટિક્સ ઇંડિકેટર નવા ક્લોઝિંગ ભાવની તુલના ચોક્કસ સમયગાળાના પ્રાઇસ એક્શનની પૂરી રેન્જ સાથે કરે છે. સ્ટોકેસ્ટિક્સ વેલ્યુ 0 અને 100ની વચ્ચે હોય છે. ઊંચા સ્ટોકેસ્ટિક્સ રીડિંગનો અર્થ છે કે જે ક્લોઝ થયો છે તે જે તે સમયગાળાની રેન્જના ઉપલા છેડાની નજીક છે. ઓછા રીડિંગનો અર્થ છે કે ક્લોઝ તે સમયગાળાની રેન્જના નીચલા છેડા ઉપર થઈ છે. સ્ટોકેસ્ટિક્સ પાછળનો સિદ્ધાંત એ છે કે જ્યારે બજાર ઉપરની તરફ વધે છે, ત્યારે ક્લોઝનો ભાવ તે રેન્જની નજીક હાઈ બનાવવાની પ્રવૃતિ રાખે છે, જ્યારે બજાર નીચેની તરફ આવે છે ત્યારે ભાવમાં તે રેન્જના લો ની નજીક જવાની પ્રવૃત્તિ હોય છે.

સ્ટોકેસ્ટિક્સની ગણતરી કરવી

સ્ટોકેસ્ટિક્સ ઇંડિકેટરમાં બે લાઇન્સ હોય છે: 'પ્રતિશત K' અને 'પ્રતિશત D'. પ્રતિશત K લાઇનને રૉ સ્ટોકેસ્ટિક્સ કહેવામાં આવે છે અને આ લાઇન ઝડપી અને વધુ સંવેદનશીલ હોય છે. પ્રતિશત K લાઇનની ફૉર્મ્યુલા છે:

$$\frac{\text{(Close)} - \text{(Low of N)}}{\text{(High of N)} - \text{(Low of N)}} \times 100 + \%K$$

જ્યાં Close = હાલનો ક્લોઝ
Low of N = ઉપયોગમાં લેવામાં આવેલ સમયગાળાની રેન્જનો લો
High of N = ઉપયોગમાં લેવામાં આવેલ સમયગાળાની રેન્જનો હાઈ

આ ફૉર્મ્યુલામાં '100' આ મૂલ્યને ટકામાં બદલી નાખે છે. એટલે કે જો આજનો ક્લોઝ એ જ હોય, જે નિરીક્ષણના સમયગાળા દરમિયાનનો હાઈ છે, તો ઝડપી પ્રતિશત K 100% હશે. સમયગાળો, દિવસ, સપ્તાહ કે કલાકો (ઇન્ટ્રા ડે)માં હોઈ શકે છે. 14, 19 અને 21 પિરિયડ્સ કેટલાક સામાન્ય સમયગાળાઓ છે. ઝડપી પ્રતિશત K લાઇન બહુ ઉતાર ચડાવવાળી હોઈ શકે છે અને માટે આ લાઇન સામાન્ય રીતે પાછલા ત્રણ પ્રતિશત K મૂલ્યોના 3 પિરિયડ મૂવિંગ એવરેજ કાઢીને વ્યવસ્થિત કરવામાં આવે છે. પ્રતિશત Kની આ 3 પિરિયડની મૂવિંગ એવરેજ ધીમી પ્રતિશત K કહેવામાં આવે છે. મોટાભાગના ટેક્નિશિયન અસ્થિર એવી ઝડપી પ્રતિશત K લાઇનના બદલે ધીમી પ્રતિશત K લાઇનનો ઉપયોગ કરે છે. આ ધીમી

પ્રતિશત Kને ફરી ધીમી પ્રતિશત Kની ત્રણ દિવસની મૂવિંગ એવરેજ કાઢીને વ્યવસ્થિત બનાવવામાં આવે છે, જેને પ્રતિશત D લાઇન કહેવામાં આવે છે. આ પ્રતિશત D અનિવાર્યપણે મૂવિંગ એવરેજની મૂવિંગ એવરેજ છે. 'પ્રતિશત K' અને 'પ્રતિશત D' વચ્ચેના અંતર બાબતે એક બીજો પણ વિચાર છે કે તમે તેને બે મૂવિંગ એવરેજ તરીકે જુઓ, જેમાં પ્રતિશત K લાઇન શોર્ટ-ટર્મ મૂવિંગ એવરેજ સમાન છે અને પ્રતિશત D લાઇન લોંગ-ટર્મ મૂવિંગ એવરેજ સમાન છે.

સ્ટોકેસ્ટિક્સનો ઉપયોગ

જેમ અગાઉ જણાવવામાં આવ્યું છે તેમ, સ્ટોકેસ્ટિક્સનો ઉપયોગ ઘણી રીતે કરી શકાય છે. સૌથી લોકપ્રિય પદ્ધતિ એ છે કે આનો ઉપયોગ ડાઇવરજન્સ દર્શાવવા માટે કરવામાં આવે છે. સ્ટોકેસ્ટિક્સનો ઉપયોગ કરનારા મોટાભાગના ટેક્નિશિયન ઓવરબોટ/ઓવરસોલ્ડ રીડિંગ સાથે ડાઇવરજન્સના આ પાસા ઉપર નજર રાખે છે.

ચિત્ર 14.6 જેડીએસ યુનિફેઝ - 60 મિનિટ (સ્ટોકેસ્ટિક્સ)

કેટલાક ટેક્નિશિયનોને એક બીજા નિયમની પણ જરૂરિયાત રહે છે : 'પ્રતિશત K' લાઇન 'પ્રતિશત D'ની નીચે આવી જાય તો સેલ સિગ્નલ મળે છે અથવા તો જો 'પ્રતિશત K' લાઇન 'પ્રતિશત D'ની ઉપર આવી જાય તો બાય સિગ્નલ મળે છે. આ ઝડપી મૂવિંગ એવરેજનું ધીમી મૂવિંગ

એવરેજની ઉપર (અથવા નીચે) ક્રૉસઓવરના બુલિશ (બેરીશ) સંકેત સમાન છે.

આનો અન્ય એક ઉપયોગ ઓવરબોટ/ઓવરસોલ્ડના પ્રમાણ તરીકે કરવામાં આવે છે. મોટાભાગના ટ્રેડર 80% અથવા તેનાથી વધુ રીડિંગને ઓવરબોટ માને છે અને 20% અથવા તેનાથી નીચેના રીડિંગને ઓવરસોલ્ડ માને છે. ઉદાહરણ તરીકે, બાય સિગ્નલના કેસમાં બજાર ઓવરસોલ્ડ હોવું જોઈએ (પ્રતિશત Dની રીડિંગ 20 % અથવા તેનાથી ઓછું હોવું જોઈએ), સકારાત્મક ડાઇવરજન્સ હોવું જોઈએ અને 'પ્રતિશત K' લાઇન 'પ્રતિશત D' લાઇનની ઉપર ક્રૉસ થવી જોઈએ.

ચિત્ર 14.6 23 ઑક્ટોબરે સવારે B બિંદુ ઉપર નાનું બેરીશ એનગલ્ફિંગ પેટર્ન દેખાય છે. સામાન્ય રીતે આટલું નાનું બેરીશ એનગલ્ફિંગ પેટર્ન મહત્ત્વપૂર્ણ નથી હોતું, પરંતુ જ્યારે આને સ્ટોકેસ્ટિક્સ સાથે જોડીને જોવામાં આવે છે, ત્યારે આપણે જોઈ શકીએ છીએ કે સ્ટોકેસ્ટિક્સ ઓવરબોટ છે અને બેરીશ ક્રૉસઓવર છે (જ્યાં વધુ ઝડપી પ્રતિશત K લાઇન ધીમી 'પ્રતિશત D' લાઇનની નીચે ક્રૉસ કરીર અહીં છે). આના કારણે આ બેરીશ એનગલ્ફિંગ પેટર્ન વધુ મહત્ત્વપૂર્ણ બની જાય છે. આપણે 105 ડૉલર ઉપર આ પેટર્નના હાઈને રેઝિસ્ટન્સ માની શકીએ છીએ. જ્યારે શેર આગલી સવારે 104 ડૉલર સુધી ગયો અને ત્યાંથી તે નીચે આવ્યો, ત્યારે આ રેઝિસ્ટન્સ જળવાઈ રહ્યો.

25 ઑક્ટોબરની સવારે એક નીચે તરફની બારી ખૂલી ગઈ. આગલી સવારે જલદી જ (26 ઑક્ટોબર) એક હેમર દેખાઈ. આ હેમરના કેટલાક સત્ર પહેલા આપણને સ્ટોકેસ્ટિક્સ સાથે બૉટમનો એક આછો સંકેત મળ્યો. ખાસ તો, 26 ઑક્ટોબરે જલદી જ સ્ટોકેસ્ટિક્સ ઓવરસોલ્ડ વિસ્તારમાં હતો (એટલે કે 20%થી ઓછું). આપણે એક બુલિશ ક્રૉસઓવર પણ જોઈ શકીએ છીએ, જ્યાં ઝડપી 'પ્રતિશત K' લાઇન વધુ ધીમી 'પ્રતિશત D' લાઇનની ઉપર ક્રૉસ કરી ગઈ. સ્ટોકેસ્ટિક્સના દિશા પરિવર્તનના સંકેત બાદ તરત જ પહેલા જણાવેલ હેમર પછી એક બુલિશ કેંડલ સંકેત મળ્યો. આ હેમર સપોર્ટ બની ગઈ. જો શેર આ હેમરના લો ની નીચે આવી જાત તો સકારાત્મક સ્ટોકેસ્ટિક્સ રીડિંગ છતાં આપણે આપણાં ખરીદેલા શેરને વેચવા બાબતે વિચાર કરવો જોઈએ.

ચિત્ર 14.7માં ઑક્ટોબરની શરૂઆતમાં લાંબી નીચલી છાયાઓની એક શૃંખલા દેખાઈ. 12 ઑક્ટોબરના સપ્તાહમાં આપણે સ્ટોકેસ્ટિક્સ ઓસિલેટરને 20% પ્રતિશતની નજીક ઓવરસોલ્ડ રીડિંગમાં એક બુલિશ ક્રૉસઓવર સાથે જોઈએ છીએ. આના કારણે આપણી એ ધારણાની પુષ્ટિ થઈ કે શેર સ્થિર થઈ રહ્યો છે, જેનો સંકેત બુલિશ છાયાઓએ આપ્યો હતો.

ચિત્ર 14.7 સ્કલમબર્ગર - ડેઇલી (સ્ટોકેસ્ટિક્સ)

એક ઊંચી સફેદ કેંડલ પછી 19 ઑક્ટોબરે એક ડોજી જેવી કેંડલ દેખાઈ. આના કારણે ટ્રેન્ડ અપથી ન્યૂટ્રલમાં બદલાયો, કારણ કે ડોજીએ સંકેત આપ્યો કે બજાર થાકી ગયું છે. આ ડોજી પછી બજાર ઉપર નીચે થતું રહ્યું અને પછી 2 નવેમ્બરની ઉપરની બારી સાથે જ ઉપર તરફ ગયો.

આ બારી 2 નવેમ્બરવાળા સપ્તાહમાં સપોર્ટ બની ગઈ. 6 અને 9 નવેમ્બરે B બિંદુ ઉપર બેરીશ એનગલ્ફિંગ પેટર્ને ટ્રેન્ડને ઓછો સકારાત્મક બનાવ્યો. આ બેરીશ એનગલ્ફિંગ પેટર્નમાં લગભગ સમાન આકારના શરીર હતા; સામાન્ય રીતે આપણે એ જોવાનું પસંદ કરીએ છીએ કે બેરીશ એનગલ્ફિંગ પેટર્નનું કાળુ શરીર સફેદ શરીર કરતાં મોટું હોય. આ દર્શાવે છે કે બેર્સે બુલ્સનું નિયંત્રણ છીનવી લીધું છે, પરંતુ આ કેસમાં બેરીશ એનગલ્ફિંગ પેટર્ન સમયે સ્ટોકેસ્ટિક્સ રીડિંગમા બેરીશ ક્રૉસઓવર પણ હતો. આમ, સ્ટોકેસ્ટિક્સ રીડિંગ સાથે જોડીને જોવાથી આ બેરીશ એનગલ્ફિંગ પેટર્ન વધુ મહત્ત્વપૂર્ણ બની રહ્યું.

મૂવિંગ એવરેજ કોનવર્જન્સ - ડાઇવરજન્સ (એમએસીડી)

એમએસીડીનું નિર્માણ

આમ તો એમએસીડી બે લાઇન્સથી બને છે, પરંતુ ખરેખર આ ત્રણ એક્સપોનેન્શિયલ મૂવિંગ એવરેજનું સંયોજન છે. પહેલી લાઇન બે એક્સપોનેન્શિયલ મૂવિંગ એવરેજ (સામાન્ય રીતે 26 અને 12 પિરિયડની એક્સપોનેન્શિયલ એવરેજ) વચ્ચેનું અંતર છે. એમએસીડીની બીજી લાઇન આ બે એક્સપોનેન્શિયલ મૂવિંગ એવરેજ (જેનાથી પહેલી લાઇન બને છે) વચ્ચેના અંતરની એક્સપોનેન્શિયલ મૂવિંગ એવરેજ (સામાન્ય રીતે 9 સમયગાળો) કાઢીને બનાવવામાં આવે છે. બીજી લાઇનને સિગ્નલ લાઇન કહે છે.

એમએસીડીનો ઉપયોગ

જ્યારે વધુ ઝડપી લાઇન ધીમી લાઇન (સિગ્નલ લાઇન)ને ઉપરની તરફ ક્રૉસ કરે છે ત્યારે આને સકારાત્મક માનવામાં આવે છે. બેરીશ ક્રૉસઓવર ત્યારે થાય છે, જ્યારે ઝડપી લાઇન ધીમી લાઇનની નીચે આવી જાય છે. એમએસીડીનો ઉપયોગ એવા ક્ષેત્ર શોધવા માટે પણ કરવામાં આવે છે, જેમાં બજાર ઓવરબોટ અથવા ઓવરસોલ્ડ હોય. એમએસીડીની ધીમી પ્રકૃતિના કારણે આનો ઉપયોગ સામાન્ય રીતે શોર્ટ-ટર્મ ટ્રેડિંગ ટૂલ તરીકે નથી કરવામાં આવતો.

ચિત્ર 14.8માં 16 માર્ચની ઊંચી સફેદ કેંડલે ઉપરની બારી ખોલી કાઢી. આગલા દિવસે આ સફેદ કેંડલની અંદર એક નાનું શરીર બન્યું, જેણે હરામી પેટર્ન બનાવ્યું. આ હરામી પેટર્નથી કરેક્શન થયું, જે પહેલી બારી ઉપર સ્થિર થયું. 30 માર્ચ અને 1 એપ્રિલે D બિંદુ ઉપર એક ડાર્ક ક્લાઉડ કવરે જલદી જ પ્રમાણ આપ્યું કે બજાર, જેમ જાપાનીઓ કહેશે, "ઉપર આવવાની શક્યતા ખૂબ ઓછી છે." આ ડાર્ક ક્લાઉડ કવર રેઝિસ્ટન્સ બની રહ્યું, જે આગલા બે દિવસની પ્રાઇસ એક્શન દ્વારા સ્પષ્ટ દેખાયું. જો કે શેર ઇન્ટ્રાડેમાં ડાર્ક ક્લાઉડના રેઝિસ્ટન્સ ઉપર પહોંચ્યો, પરંતુ તેની ઉપર ક્લોઝ ન થઈ શક્યો એટલે કે રેઝિસ્ટન્સ જળવાઈ રહ્યો.

ડાર્ક ક્લાઉડ કવર આવ્યા પછીના સપ્તાહમાં, જ્યારે ઝડપી લાઇન ધીમી સિગ્નલ લાઇનની નીચે ક્રૉસ કરી જાય છે ત્યારે આપણને એમએસીડી દ્વારા બેરીશ પુષ્ટિ મળે છે.

ધ્યાન આપો કે ડાર્ક ક્લાઉડ કવરમાં ઘટાડો ત્યાં સુધી ચાલુ રહ્યો, જ્યાં સુધી બજારે એપ્રિલના મધ્યમાં બુલિશ એનગલ્ફિંગ પેટર્ન ન બનાવ્યું. આ બુલિશ એનગલ્ફિંગ પેટર્ને 15-16 માર્ચની ઉપરની બારી ઉપર સંભવિત સપોર્ટ એરિયાની પુષ્ટિ કરી.

આ ચાર્ટ એ વાતનું ઉદાહરણ છે કે કેંડલ ચાર્ટના મૂલ્યને કઈ રીતે

ચિત્ર 14.8 : ટાર્ગેટ - ડેઇલી (એમએસીડી)

ચિત્ર 14.9 : એસએન્ડપી 500 - ડેઇલી (એમએસીડી)

વધારી શકાય છે. મોટેભાગે કેંડલ્સ દિશા પરિવર્તનના સંકેતોને પશ્ચિમી ટેક્નિક કરતાં પહેલાં જ આપી દે છે. આ પરિસ્થિતિમાં આપણે ટોપ દર્શાવતા ડાર્ક ક્લાઉડ કવરને એમએસીડીના રિવર્સલ સંકેતથી લગભગ એક સપ્તાહ પહેલાં જોઈ લીધો હતો.

ચિત્ર 14.9માં એસએન્ડપીએ જુલાઈના મધ્યમાં એક નવો હાઈ બનાવ્યો, પરંતુ મુશ્કેલીના સંકેત પણ B બિંદુ ઉપર બેરીશ એનગલ્ફિંગ પેટર્ન સાથે દેખાયા. બુલિશ અભિગમને સમાપ્ત કરતો બેરીશ સંકેત એમએસીડીએ ત્યારે આપ્યો જ્યારે ઝડપી લાઇન ધીમી લાઇનની નીચે ક્રૉસ કરી ગઈ. બેરીશ એનગલ્ફિંગ પેટર્ન પછીના સત્રમાં બજાર નીચે તરફની બારી સાથે ખૂલ્યું. બજારમાં પાછલા સપ્તાહે ઉપરની બારી ખૂલી હતી, માટે આ નીચે તરફની બારીએ એક આઇલૅન્ડ ટોપ બનાવ્યું. આના કારણે સંભવિત બેરીશ અભિગમને વધુ શક્તિ મળી.

ચિત્ર 14.10માં એક મોટું બુલિશ એનગલ્ફિંગ પેટર્ન 3 ઑગસ્ટે બન્યું. આના કેટલાક સત્રો પછી એમએસીડીમાં બુલિશ ક્રૉસઓવર હતું (એક વધુ ઉદાહરણ કે કેંડલ્સ દિશા પરિવર્તનનો સંકેત પશ્ચિમી ટેક્નિક કરતાં પહેલાં આપી દે છે). આ બુલિશ એનગલ્ફિંગ પેટર્નથી જે રેલી શરૂ થઈ, તે ઈવનિંગ સ્ટાર સુધી ચાલુ રહી. (આ પેટર્નનો વચ્ચેનો ભાગ હાઈ-વેવ કેંડલ પણ હતો.) આ ઈવનિંગ સ્ટાર પેટર્નના પછીના દિવસે આખરી અંત ત્યારે આવ્યો જ્યારે એમએસીડીમાં બેરીશ ક્રૉસઓવર થયું.

ચિત્ર 14.10 : નેસ્ડેક-100 ટ્રસ્ટ - ડેઇલી (એમએસીડી)

પ્રકરણ 15

વૉલ્યૂમ સાથે કેંડલ

一条の矢は折るべく、十条は折るべからず

એક તીર આસાનીથી તૂટી જાય છે, પરંતુ એકસાથે બાંધેલાં દસ તીર નથી તૂટતાં.

વૉલ્યૂમ બજાર દ્વારા આપવામાં આવતા સૌથી મહત્ત્વપૂર્ણ સંકેતોમાંનો એક છે. વૉલ્યૂમ કોઈ પાઇપની અંદર પાણીના દબાણ જેવું હોય છે. પાણીનું દબાણ જેટલું વધુ હોય છે, પાણીની પ્રવાહ તેટલો જ વધુ શક્તિશાળી હોય છે. તે જ રીતે વૉલ્યૂમ જેટલું વધુ હોય, તે મૂવ પાછળની શક્તિ એટલી જ વધુ હોય છે.

વૉલ્યૂમ ટ્રેન્ડની દિશામાં વધવું જોઈએ, જેથી વર્તમાન ટ્રેન્ડ ચાલુ રહેવાની પુષ્ટિ મળી શકે, પરંતુ જો ટ્રેન્ડની પ્રગતિ સાથે વૉલ્યૂમ ઘટવા લાગે તો ટ્રેન્ડ ચાલુ રહેવા બાબતે શંકા ઊભી થાય છે. વૉલ્યૂમનો ઉપયોગ ટોપ અને બૉટમની પુષ્ટિ માટે પણ કરી શકાય છે.

જો કે આ પ્રકરણમાં વિશિષ્ટ વૉલ્યૂમ મેઝરમેન્ટ ઇંડિકેટર, જેમ કે ઓન બેલેન્સ વૉલ્યૂમ અને ઓપન ઇન્ટરેસ્ટ નથી આપવામાં આવ્યાં, પરંતુ હાલમાં તમે જે પણ પ્રકારના વૉલ્યૂમ વિશ્લેષણનો ઉપયોગ કરતા હોવ, તેના કારણે કેંડલ ચાર્ટ્સની સફળતા વધી જાય છે.

મને મારા સેમિનારોમાં કેંડલ ચાર્ટ્સ સાથે વૉલ્યૂમ જોડવા બાબતે કહેવામાં આવે છે કે હું કેંડલ્સના વૉલ્યૂમ મુજબ તેમની પહોળાઈ બદલી નાખું. એટલે કે વૉલ્યૂમ જેટલું વધુ, તેટલી કેંડલનું શરીર તેટલું જ વધુ પહોળું. મારા મતે વૉલ્યૂમને પારંપરિક દૃષ્ટિએ સમજવું પણ આસાન જ છે - ચાર્ટના નીચેના ભાગમાં. વૉલ્યૂમ સાથે કેંડલની જાડાઈ બદલવામાં નુકસાન એ છે કે વધુ વૉલ્યૂમ ધરાવતાં ઘણાં સત્રો હોય, તો ચાર્ટ સ્ક્રીનમાં ઓછી કેંડલ

ચિત્ર 15.1 કોર્નિંગ - 60 મિનિટ (હેમરની સાથે વૉલ્યૂમ)

સમાઈ શકશે. વૉલ્યૂમ પોતે જ એટલું મહત્ત્વપૂર્ણ છે કે તેને દર્શાવવાની પદ્ધતિ મહત્ત્વપૂર્ણ બનતી નથી. તેનો ઉપયોગ કરવો મહત્ત્વનો છે.

દરેક બજારમાં વૉલ્યૂમની સંખ્યા અલગ હોવાથી હું કોઈ ખાસ કે ચોક્કસ આંકડા જોવાના બદલે તુલનાત્મક વૉલ્યૂમ જોઉં છું. બીજા શબ્દોમાં, કોઈ શેરમાં 50,000 શેરનું ટ્રેડિંગ ખૂબ મોટા વૉલ્યૂમ તરીકે ગણી શકાય છે, જ્યારે અન્ય કોઈ શેરમાં 10 મિલિયન શેર પણ ઓછું વૉલ્યૂમ હોઈ શકે છે. માટે જ હું બજારમાં વૉલ્યૂમના તુલનાત્મક ઉછાળાની રાહ જોઈ રહ્યો હોઉં છું.

ચિત્ર 15.1માં આપણે જોઈ શકીએ છીએ કે 3 મે ના અંતે આ શેરના વૉલ્યૂમમાં ઉછાળો આવ્યો હતો. આપણે જોઈએ છીએ કે પાછલાં સત્રોની તુલનામાં આ અસામાન્ય વૉલ્યૂમ હતું. માટે આપણે એ વાત ઉપર ધ્યાન આપવું જોઈએ. આ વધુ વૉલ્યૂમ ધરાવતું સત્ર હેમર પણ હતું. આજ આપણે જોવા માગતા હોઈએ છીએ - વૉલ્યૂમ ભાવની પુષ્ટિ કરી દે.

આ ચાર્ટ વધુ એક પાસુ દર્શાવે છે. બહુ લાંબી નીચલી છાયાવાળી હેમરનો અર્થ છે કે જ્યાં સુધી હેમરની પુષ્ટિ થઈ (આપણે હેમરની પુષ્ટિ માટે ક્લોઝની રાહ જોવી પડે છે), ત્યાં સુધીમાં બજાર તેના લો થી ઉપર આવી શકે છે. આવી હેમરના ક્લોઝ ઉપર ખરીદવાથી આકર્ષક જોખમ/વળતર રેશિયો મળશે નહીં, કારણ કે બની શકે કે બજાર ઉપર તરફ જતાં પહેલા રિટ્રેસમેન્ટ કરીને હેમરના લો સુધી નીચે આવે. આ ચાર્ટમાં

આપવામાં આવેલ વધુ વૉલ્યૂમવાળી હેમરના કારણે એ સંભાવનાઓ ઓછી થઈ જાય છે કે હેમરના લો સુધી કરેક્શન જશે. માટે, આપણે હેમરના લો ઉપર આક્રમક રીતે ખરીદી કરી શકીએ છીએ, જો વૉલ્યૂમ વધુ હોય. જો વૉલ્યૂમ દૃઢ પુષ્ટિ ન કરે, તો આપણે આક્રમક બનવું જોઈએ નહીં.

ચિત્ર 15.2માં નવેમ્બરની શરૂઆતમાં લાંબા કાળાં શરીરો સાથે ઝડપી ઘટાડાએ બેર્સના મોમેન્ટમને શક્તિ આપી. 11 નવેમ્બરના એક સત્રએ સંપૂર્ણ દૃશ્ય જ બદલી નાખ્યું. તે સત્રના સ્પીનિંગ ટોપે હરામી પેટર્નના બીજા સત્રને પૂર્ણ કર્યું, પરંતુ તેનાથી પણ મહત્ત્વપૂર્ણ વાત સ્પીનિંગ ટોપનું હાઈ વૉલ્યૂમ હતું. તેણે દર્શાવ્યું કે સપ્લાય વધુ હતો (અને હાઈ વૉલ્યૂમના કારણે આપણે જાણીએ છીએ કે સપ્લાય વધુ હતો), પરંતુ માગ એટલી વધુ હતી કે બેર્સ ઉપર અંકુશ લાગી ગયો - અને માટે નાનું શરીર બન્યું.

બજાર આ હરામી પછી રેલી કરવા લાગ્યું. નવેમ્બરમાં પછીથી આગલા ઘટાડામાં શેર પિયર્સિંગ પેટર્ન સાથે સ્થિર થયો. પિયર્સિંગ પેટર્નમાં આપણે કાળી કેંડલ ઉપર ઓછું વૉલ્યૂમ જોવા માગતા હોઈએ છે અને સફેદ કેંડલ ઉપર વધુ. આનાથી એ પુષ્ટિ થાય છે કે બેર્સ શક્તિ ગુમાવી રહ્યા છે અને બુલ્સની પકડ મજબૂત થઈ રહી છે. કાળી કેંડલ ઉપર ઓછું વૉલ્યૂમ જોવા માગતા હોઈએ છે અને સફેદ કેંડલ ઉપર વધુ વૉલ્યૂમનું આ દૃશ્ય કેપિટલ વનમાં જોવા મળ્યું. વૉલ્યૂમના આ દૃશ્યથી એ સંભાવનાઓ પણ

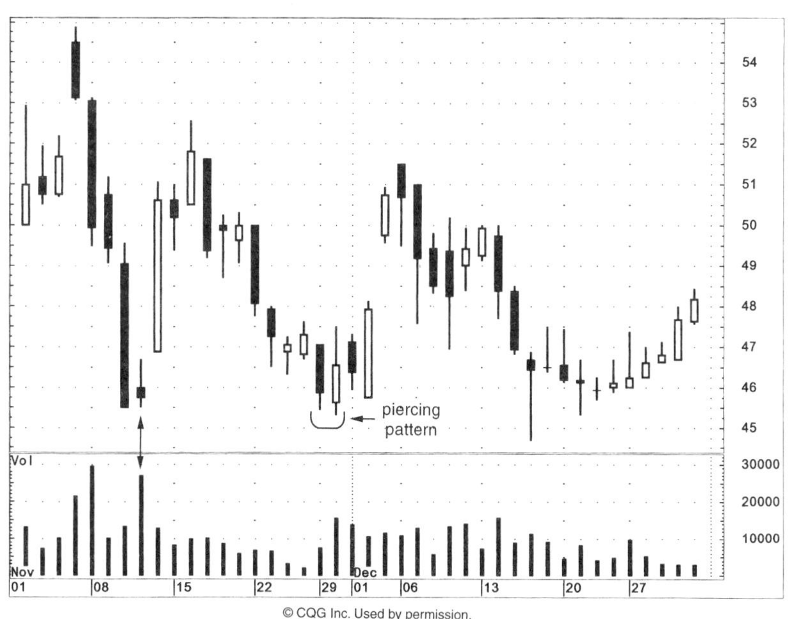

ચિત્ર 15.2 કેપિટલ વન ફાઇનાન્શિયલ - ડેઇલી
(હરામી અને પિયર્સિંગ પેટર્નની સાથે વૉલ્યૂમ)

વધી જાય છે કે પિયર્સિંગ પેટર્નનો સપોર્ટ કાયમ રહેશે. આ ઉદાહરણમાં પિયર્સિંગ પેટર્નના સપોર્ટની રક્ષા 15 ડિસેમ્બરની હેમરે સારી રીતે કરી.

કેંડલની પુષ્ટિ કરવા માટે વૉલ્યૂમના આ સિદ્ધાંતને કોઈ પણ કેંડલ ઉપર લાગુ કરી શકાય છે. ઉદાહરણ તરીકે, આનો અર્થ એમ થશે કે બેરીશ એનગલ્ફિંગ પેટર્ન માટે પહેલી કેંડલ (સફેદ) ઉપર વૉલ્યૂમ ઓછું હોવું જોઈએ, જ્યારે કે બીજી કેંડલ (કાળી) ઉપર વૉલ્યૂમ વધુ હોવું જોઈએ, જેથી બેરીશ એનગલ્ફિંગ પેટર્નનું મહત્ત્વ વધી જાય.

વૉલ્યૂમના આ સિદ્ધાંતને નીચે તરફની બારી અથવા ઉપરની બારીની શક્તિ સાથે જોડવી તે એવું જ છે જેમ જાપાનીમાં કહેવામાં આવે છે, "તે જમણા હાથની જેમ જે ડાબા હાથને મદદ કરે છે." ચિત્ર 15.3માં બજારે 8 મે ના સપ્તાહમાં બુલિશ હરામી ક્રૉસ બનાવ્યો. કેટલાક સત્ર બાદ 13 અને 15ની વચ્ચે એક નાની ઉપરની બારી ખૂલી. આ નાની બારી 15 મે ના સંપૂર્ણ સપ્તાહ દરમિયાન સપોર્ટ બની રહી. 22 મે એ એક મોટી ઉપર તરફની બારી ખૂલી. આ બારી સાથે ભારે વૉલ્યૂમનો વધારાનો સંકેત પણ હતો. આમ તો, ઉપર તરફની બારીને સંભવિત સપોર્ટ તરીકે જોવામાં આવે છે, પરંતુ વધુ વૉલ્યૂમવાળી બારી સપોર્ટ તરીકે આની સફળતાને વધારી દે છે (નીચે તરફની બારીના કેસમાં રેઝિસ્ટન્સ તરીકે). 1 જૂનની બુલિશ લાંબી નીચલી છાયા બુલ્સની શક્તિની પુષ્ટિ હતી, જ્યારે શેરે ક્લોઝ ઉપર 30 ડૉલરના સપોર્ટ એરિયાને જાળવી રાખ્યો (જેને 22 મે ની બારી લો બનાવ્યો હતો).

આમ તો, નાનું શરીર એ વાતનો સંકેત છે કે ઘટાડો અથવા રેલી સંભવતઃ થાકી રહી છે. પરંતુ, જો આપણે કોઈ નાના શરીરમાં હાઈ વૉલ્યૂમ જોડી દઈએ તો આપણને દિશા પરિવર્તનના વધુ પુરાવાઓ મળે છે. આમ કેમ થાય છે, તે સમજવા માટે ચિત્ર 15.4 જુઓ. ડેલના આ ચાર્ટમાં મેં 18 ઑગસ્ટ ઉપર હાઈ વૉલ્યૂમ ડે (બિંદુ 1 ઉપર) ગોળો લગાવ્યો હતો, જ્યાં સુધી ઉપરની બારી પણ ખૂલી. જેમ આપણે ચિત્ર 15.3માં જોયું હતું તેમ હાઈ વૉલ્યૂમ ઉપર ઉપરની બારીને સપોર્ટનું મજબૂત ક્ષેત્ર હોવું જોઈએ. આ જ બાબત ડેલમાં બની, જે ઉપરની બારી પછી કેટલાક દિવસોની પ્રાઇસ એક્શન દ્વારા જોવા મળ્યું.

અસાધારણ ભારે વૉલ્યૂમનો વધુ એક દિવસ 19 ઑક્ટોબરે આવ્યો (બિંદુ 2 ઉપર). તે દિવસે ડોજી પણ બની. હાઈ વૉલ્યૂમવાળી આ ડોજી મહત્ત્વપૂર્ણ હતી, કારણ કે તે ભારે ઘટાડા પછી આવી અને તે ડેલને એક સપોર્ટ એરિયા તરફ લઈ ગઈ, જેણે ઑગસ્ટની શરૂઆતમાં બુલિશ એનગલ્ફિંગ પેટર્ને બનાવ્યો હતો (આ પહેલા કેંડલ સ્વરૂપે હેમર હતી). જેમ પ્રકરણ-8માં દર્શાવવામાં આવ્યું છે તેમ, હું ઘટાડા દરમિયાન ડોજી ઉપર ઓછું ધ્યાન આપું છું અને રેલી દરમિયાન વધુ ધ્યાન આપું છું. પરંતુ આ

ચિત્ર 15.3 : જનરલ મોટર્સ : ડેઇલી (વિન્ડો સાથે વૉલ્યૂમ)

ડોજીએ એક સપોર્ટ એરિયાની પુષ્ટિ કરી હોવાથી અને ભારે વૉલ્યૂમ પણ હોવાથી હું આ બાબતે ચોક્કસ ધ્યાન આપીશ. હાઈ વૉલ્યૂમવાળી આ ડોજી એ વાતનું પ્રમાણ હતું કે સપ્લાય વધારે હતો (જે હાઈ વૉલ્યૂમ દ્વારા સાબિત પણ થયું), પરંતુ શેરે ડોજી બનાવી હોવાના કારણે એ સાબિત થાય છે કે માગ એટલી શક્તિશાળી હતી કે તેણે સંપૂર્ણ સપ્લાયને સમાવી લીધો. આ રીતે, 19 ઑક્ટોબરે આપણને ઘણા ટેક્નિકલ ઘટકોનો સમૂહ જોવા મળે છે, જે 37.25 ડૉલરના ક્ષેત્રના સપોર્ટને દર્શાવે છે:

1. ઑગસ્ટના બુલિશ એનગલ્ફિંગ પેટર્નના લો ઉપર આધારિત સપોર્ટ એરિયા
2. ડોજી
3. ડોજી ઉપર વધુ વૉલ્યૂમ, જે દર્શાવે છે કે ભારે સપ્લાયને પણ સમાવી લેવામાં આવ્યો.

ધ્યાન આપો કે ડોજી પછી એક ઊંચી સફેદ કેંડલે કઈ રીતે આ સપોર્ટની રક્ષા કરી.

ચિત્ર 15.4 : ડેલ - ડેઇલી (ડોજી અને વિન્ડો સાથે વૉલ્યૂમ)

ઘટાડા દરમિયાન વધુ વૉલ્યૂમવાળા ડોજી વિશે આ જ સિદ્ધાંત સાચો છે, જે દિશા પરિવર્તનની સંભાવનાઓને સામાન્ય વૉલ્યૂમની તુલનામાં વધારી દે છે, ભલે કેંડલનું શરીર નાનું હોય. (આપણે ચિત્ર 15.2માં હાઈ વૉલ્યૂમવાળું સ્પીનિંગ ટોપ જોયું હતું.) સ્પીનિંગ ટોપ અથવા ડોજી સાથે ઊંચા વૉલ્યૂમના એકીકરણનો સાર આ છે:

1. કોઈ બુલિશ રેલી પછી અસામાન્ય હાઈ વૉલ્યૂમ સાથે સ્પીનિંગ ટોપ કે ડોજીનું આવવું દર્શાવે છે કે રેલીને અવરોધવા માટે પૂરતો સપ્લાય આવી રહ્યો છે, જેને બુલ્સની માગ રોકી શકતી નથી. આ સંભવિત ટોપ રિવર્સલ છે.
2. બહુ ભારે વૉલ્યૂમ ધરાવતી ડોજી અથવા નાનું શરીર જ્યારે અચાનક ઘટાડા દરમિયાન આવે છે ત્યારે તે દર્શાવે છે કે ભારે સપ્લાયને એટલી જ વધુ માગ સાથે શોષી લેવામાં આવે છે.

આ ભલે એક કેંડલ હોય કે કેંડલ્સના સમૂહ દ્વારા બનાવવામાં આવેલ પેટર્ન, દિશા પરિવર્તનની સંભાવનાઓ ત્યારે વધુ થાય છે, જ્યારે વૉલ્યૂમ તેના સંકેતની પુષ્ટિ કરે છે. ચિત્ર 15.5માં 5 ઑક્ટોબરના અંતમાં બુલિશ એનગલ્ફિંગ પેટર્ન દેખાય છે. બુલિશ એનગલ્ફિંગ પેટર્નનો પહેલો હિસ્સો સ્પીનિંગ ટોપ હતો, જેણે સંકેત આપ્યો કે ઘટાડો નબળો થઈ રહ્યો છે.

આગલા સત્રની લાંબી સફેદ કેંડલે દર્શાવ્યું કે બુલ્સે નિયંત્રણ મેળવી લીધું છે. આ બુલિશ એનગલ્ફિંગ પેટર્નના બુલિશ સંકેત સાથે એ પણ તથ્ય હતું કે આ પેટર્નની પહેલી કેંડલ ઉપર વૉલ્યૂમ ઓછું હતું, જ્યારે લાંબી વ્હાઇટ કેંડલ ઉપર વૉલ્યૂમ વધુ હતું. વૉલ્યૂમ અને બુલિશ એનગલ્ફિંગ પેટર્નના આ સંગમે એકબીજાને શક્તિ આપી અને દિશા પરિવર્તનની સંભાવનાઓને વધારી દીધી. બુલિશ એનગલ્ફિંગ પેટર્નથી શરૂ થયેલો વધારો 7 ઑક્ટોબરે જલદી જ બેરીશ એનગલ્ફિંગ પેટર્ન અને 72.50 ડૉલર ઉપર બેરીશ ઉપલી છાયાઓવાળી કેંડલ્સની શૃંખલા દ્વારા રોકાઈ ગયો. આના કારણે આ જ સ્તરે પાછલા સત્રની લાંબી ઉપલી છાયાના રેઝિસ્ટન્સની પુષ્ટિ થઈ.

સામાન્ય નિયમ તરીકે આપણે કહી શકીએ કે સફેદ કેંડલ જેટલી લાંબી હોય છે, રેલી ચાલુ રહેવાની સંભાવના તેટલી જ વધુ હોય છે. પરંતુ વૉલ્યૂમ આમાં એક નવું પરિમાણ ઉમેરે છે. જેમ ચિત્ર 15.6માં દર્શાવવામાં આવ્યું છે તેમ 12 મે એ એક લાંબી સફેદ કેંડલે શેરને એક નવા હાઈ ઉપર પહોંચાડ્યો, પરંતુ આ બુલિશનેસને થોડું ઓછું કરવા બાબતનું તથ્ય એ છે કે આ કેંડલનું વૉલ્યૂમ ઓછું છે. જ્યારે બજાર નવો હાઈ બનાવે છે, ત્યારે વૉલ્યૂમ વધવું જોઈએ. આ કેસમાં વૉલ્યૂમએ બ્રેકઆઉટની પુષ્ટિ ન કરી. જો કે અપસાઇડ બ્રેકઆઉટ ઉપર ઓછું વૉલ્યૂમ જોઈને હું બુલમાંથી બેર નહીં બની જાઉં, પરંતુ વધુ સાવધાની રાખવાનું કારણ છે.

ચિત્ર 15.5 : હોમ ડેપો - 30 મિનિટ (વૉલ્યૂમ બુલિશ એનગલ્ફિંગ પેટર્નની પુષ્ટિ કરે છે)

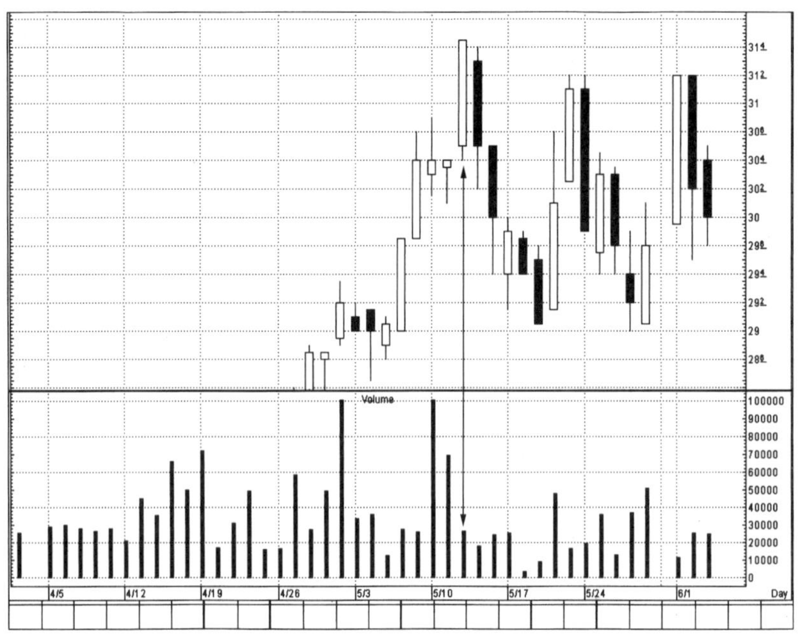

ચિત્ર 15.6 : ટેક્નિટ્રોલ (વૉલ્યૂમ બ્રેકઆઉટની પુષ્ટિ કરે છે)

આમ એટલા માટે છે કે ઓછા વૉલ્યૂમની રેલીથી એ વાતની આશંકા વધી જાય છે કે તે જળવાઈ રહેશે નહીં. આ શેરમાં 12 મે એ ઓછા વૉલ્યૂમવાળી સફેદ કેંડલ પછી એક લાંબી કાળી કેંડલ આવી અને તેણે બુલ્સના નિયંત્રણના અભાવને સ્પષ્ટ દર્શાવ્યો.

પ્રકરણ 16

માપ-તોલથી ફાયદો થાય છે

鬼の留守に洗濯

તમને મળતી તકનો ઉપયોગ કરો.

કેંડલ ચાર્ટ માગ/પૂર્તિની સ્થિતિનો ઍક્સ-રે દર્શાવે છે અને તે દિશા પરિવર્તનના શરૂઆતી સંકેત આપી શકે છે. જો કોઈ ટ્રેડર કોઈ કેંડલ સિગ્નલના આધારે ટ્રેડ લે (આદર્શ સ્થિતિ મુજબ કોઈ અન્ય કેંડલ અથવા પશ્ચિમી સિગ્નલની પુષ્ટિ સાથે), ત્યારે સૌથી મોટો પડકાર એ જાણવાનો બની રહે છે કે બહાર ક્યારે નીકળવું.

મારી ફર્મ કેંડલચાર્ટ્સ ડોટ કોમ બહાર નીકળવા માટે અલગ અલગ વ્યૂહરચનાનો ઉપયોગ કરે છે, જે ગ્રાહકની ટ્રેડિંગ શૈલી ઉપર આધાર રાખે છે. અમારી એક પ્રણાલી એ હોય છે કે અમે પારંપરિક પશ્ચિમી પેટર્ન્સ દ્વારા પ્રાઇસ ટાર્ગેટની ભવિષ્યવાણી કરીએ છીએ. માપ-તોલ કરેલા ટાર્ગેટ સામેલ કરવાનું એક વધુ કારણ હોય છે. ભલે કેંડલ પેટર્ન આદર્શ હોય અથવા કોઈ એક ક્ષેત્ર ઉપર ગમે તેટલા રિવર્સલ સિગ્નલ્સ એકત્રિત થઈ જાય, આનાથી એ ભવિષ્યવાણી ન કરી શકાય કે રિવર્સલ કેટલું હશે. આ જ કારણે અમે પ્રાઇસ ટાર્ગેટ માટે પશ્ચિમી ટેક્નિક્સનો ઉપયોગ કરીએ છીએ.

આ પ્રકરણમાં માપણી માટેની ટેક્નિક્સ આમાંના કેટલાક પેટર્ન દર્શાવશે, જેમાં બૉક્સ રેન્જથી બ્રેકઆઉટ, સ્વિંગ ટાર્ગેટ, ફ્લેગ અને પેનેંટ અને એસેંડિંગ અને ડિસેંડિંગ ટ્રાયેંગલ સામેલ છે.

પ્રાઇસ ટાર્ગેટ સપોર્ટ અથવા રેઝિસ્ટન્સના પર્યાયવાચી નથી. ઉદાહરણ તરીકે, 42 ડૉલર ઉપર અપર પ્રાઇસ ટાર્ગેટ છે, તો તેનો અર્થ એમ નથી કે રેલી 42 ડૉલર ઉપર આવીને અટકી જશે (દેખીતું છે, બની શકે કે

તે 42 ડૉલર સુધી પહોંચી જ ન શકે). મારા મત મુજબ નવી પોઝિશન બનાવવા માટે પ્રાઇસ ટાર્ગેટ ન જોવા જોઈએ, પરંતુ કોઈ જૂની પોઝિશનમાંથી બહાર નીકળવા માટે તે ધ્યાને લેવા જોઈએ. ઉપરના ઉદાહરણમાં હું મારી પાસેના શેર વેચવા માટે 42 ડૉલર સુધી જતી રેલીનો ઉપયોગ કરીશ, પરંતુ નવી શોર્ટ પોઝિશન ઊભી નહીં કરીશ. દેખીતું છે કે જો બેરીશ કેંડલ સંકેત અથવા અન્ય ટેક્નિકલ સંકેતોનો સમૂહ હોય, જેનાથી એ સંકેત મળી રહ્યો હોય કે 42 ડૉલર ઉપર રેઝિસ્ટન્સ છે, તો આપણે વેચવા બાબતે આક્રમક રીતે વિચાર કરી શકીએ છીએ.

બૉક્સ રેન્જ બ્રેકઆઉટ

મોટાભાગના સમય દરમિયાન બજાર ટ્રેન્ડિંગ નથી હોતું, પરંતુ સાઇડ વેઝ રેન્જમાં હોય છે, જેને જાપાનીઓ બૉક્સ રેન્જ કહે છે. આવી પરિસ્થિતિમાં બજાર તુલનાત્મક રીતે શાંત હોય છે અને ત્યારે બુલ્સ કે બેર્સ કોઈનું નિયંત્રણ હોતું નથી. શાંતિ માટે જાપાની શબ્દ છે, 'વા'. કોઈ બૉક્સ રેન્જમાં ફસાયેલા બજાર માટે હું માનું છું કે તે 'વા' અવસ્થામાં છે.

જ્યારે કોઈ બજાર બૉક્સમાં હોય છે, ત્યારે તે કુંડળી વાળેલી સ્પ્રિંગ જેવી સ્થિતિમાં હોય છે, જે દબાણ ખસતાની સાથે જ ઊછળવા માટે તૈયાર હોય છે. આપણે આ સંભવિત ઊર્જાનો ઉપયોગ કરી શકીએ છીએ. જ્યારે બૉક્સ રેન્જથી બ્રેકઆઉટ થાય છે, ત્યારે બજારની બ્રેકઆઉટની દિશામાં આગળ વધવાની સંભાવનાઓ સારી હોય છે.

જેમ ચિત્ર 16.1માં દર્શાવવામાં આવ્યું છે તેમ, બૉક્સની બહાર મૂવનો અર્થ છે એક એવો મૂવ કે ઓછામાં ઓછી બૉક્સની ઊંચાઈ સમાન હોય. ખાસ કરીને જો બૉક્સના ઉપલા છેડાની ઉપર બ્રેકઆઉટ થયો હોય (બુલિશ બ્રેકઆઉટ) તો, આપણે બૉક્સના નીચલા છેડા (સપોર્ટ એરિયા)થી બૉક્સના ઉપલા છેડા (જૂનો રેઝિસ્ટન્સ) સુધીનું અંતર માપીએ છીએ. આ અંતર A-B રેન્જ તરીકે દર્શાવવામાં આવેલ છે. આપણે આ A-B રેન્જને જૂના રેઝિસ્ટન્સ એરિયામાં જોડીને આપણું ટાર્ગેટ મેળવીએ છીએ. ઉદાહરણ તરીકે, 50-53 ડૉલરની બૉક્સ રેન્જથી જો અપસાઇડ બ્રેકઆઉટ થાય છે, તો તેનું ટાર્ગેટ 56 ડૉલર હશે.

આનાથી વિરુદ્ધ ત્યારે થશે જ્યારે બૉક્સ રેન્જનો સપોર્ટ નીચેની તરફ તૂટે (જેમ ચિત્ર 16.1માં બેરીશ બ્રેકઆઉટમાં દર્શાવવામાં આવ્યું છે). જો આપણે તે જ 50-53વાળી રેન્જનો ઉપયોગ કરીએ તો 50 ડૉલરના આ સપોર્ટના બેરીશ બ્રેકઆઉટ ઉપર આપણને 47 ડૉલરનો ટાર્ગેટ મળશે.

ચિત્ર 16.2માં એક બૉક્સ રેન્જ છે, જેનો ઉપલો છેડો એરિયા 1 અને 2 ઉપર છે. બૉક્સનો નીચેનો છેડો (સપોર્ટ ઝોન) 3600 અને 3500ની વચ્ચે બે આડી લાઇનો દ્વારા દર્શાવવામાં આવી રહ્યું છે.

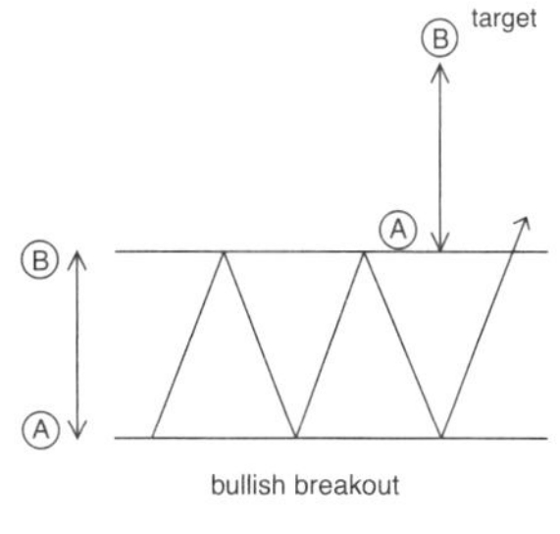

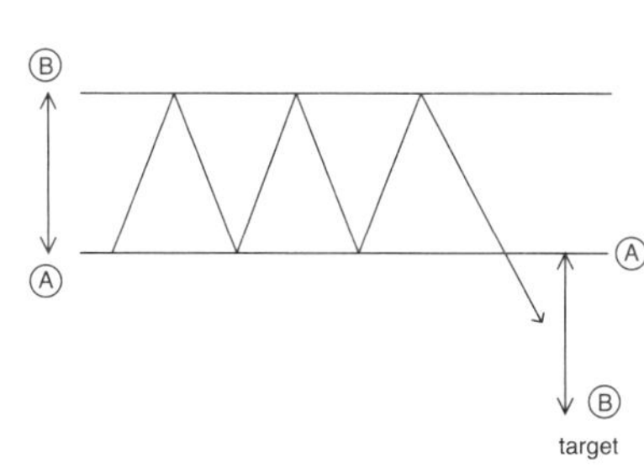

ચિત્ર 16.1 : બૉક્સથી બ્રેકઆઉટ

એરિયા 1વાળા ટોપ ઉપર કોઈ કેંડલસ્ટિક રિવર્સલ ન હતું. તે દર્શાવે છે કે બધા જ રિવર્સલના સંકેત કેંડલો દ્વારા નથી મળતા. એરિયા 2 ઉપર ટોપ ઈવનિંગ સ્ટારનું આદર્શ સ્વરૂપ હતું, કારણ કે આ પેટર્ન બનાવનારા ત્રણ શરીર એકબીજાને સ્પર્શ કરતાં નથી. તે સિવાય પણ, એરિયા 2 નો હાઈ પોઇન્ટ હેંગિંગ મૅન હતો, જેની પુષ્ટિ આગલા સત્રમાં થઈ.

એકવાર જ્યારે નેસ્ડેક એરિયા 2 ઉપરથી લપસ્યો, ત્યારે આપણે કહી શકીએ છીએ કે એરિયા 1 ઉપર પાછલા હાઈના શરીરના કારણે તે એ લો સુધી નીચે જઈ શકે છે જે હાઈ 1 અને હાઈ 2 વચ્ચે બન્યો હતો. આ લો એરિયા A ઉપર બુલિશ એનગલ્ફિંગ પેટર્ન હતું. આમ આપણી પાસે 3600-3500નું પ્રાઇસ ટાર્ગેટ આવે છે. આ ક્ષેત્રએ સપ્ટેમ્બર પછીના હિસ્સામાં પોતાની રક્ષા કરતા 3600ની નજીક બે ઊંચી સફેદ કેંડલ આપી.

ઑક્ટોબરની શરૂઆતમાં આ સપોર્ટ તૂટવાથી બેવડું નુકસાન થયું. સૌપ્રથમ 2 ઑક્ટોબરના લાંબા કાળા શરીરે A ઉપરના બુલિશ એનગલ્ફિંગ પેટર્નના નીચેના છેડાને તોડી નાખ્યો અને આમ સપોર્ટ એરિયાને નષ્ટ કરી નાખ્યો. તેનાથી પણ વધુ મહત્ત્વપૂર્ણ એ હતું કે એકવાર જ્યારે 4250થી 3500વાળા મોટા બૉક્સની રેન્જ તૂટી ગઈ, તો તેનાથી આપણને 2750નું પ્રાઇસ ટાર્ગેટ મળ્યું. આ માપ 3500 નજીક બૉક્સના નીચલા છેડાથી 750 પોઇન્ટ (બૉક્સ રેન્જના હાઈથી લો સુધીનું અંતર) બાદ કરીને મેળવવામાં આવ્યું હતું. આ ટાર્ગેટ થોડા જ મહિનાઓમાં પૂર્ણ થયું.

2750ના આ ટાર્ગેટ નીચેના આ મૂવ દ્વારા આપણે જોઈ શકીએ છીએ કે પ્રાઇસ ટાર્ગેટનો અર્થ અનિવાર્યપણે એ અર્થ નથી કે ત્યાં સપોર્ટ એરિયા હશે જ. આ એક મહત્ત્વપૂર્ણ બિંદુ છે, જે બાબતે આપણે વિચાર કરવો જોઈએ. નેસ્ડેક 2750 સુધી પહોંચી ગયો છે, તેનો અર્થ એમ નથી કે આપણે તે ખરીદી લેવો જોઈએ, કારણ કે તે ટાર્ગેટ સુધી પહોંચી ગયો છે.

ચિત્ર 16.2 : નેસ્ડેક કંપોઝીટ ઇન્ડેક્સ - ડેઇલી (બૉક્સથી ડાઉનસાઇડ બ્રેકઆઉટ)

આ ચાર્ટ એ કારણ પણ દર્શાવે છે જેના કારણે હું બૉક્સ બ્રેકઆઉટ પસંદ કરું છું. એકવાર જ્યારે સપોર્ટ એરિયા તૂટી જાય છે ત્યારે આપણે ધ્રુવીયતાના પરિવર્તનના સિદ્ધાંતનો ઉપયોગ કરી શકીએ છીએ (જુઓ પ્રકરણ-11), જેનાથી આપણે એ નક્કી કરી શકીએ છીએ કે રેઝિસ્ટન્સ કેટલો હોવો જોઈએ. આ ટેક્નિકના આધારે જૂનો સપોર્ટ (આ કેસમાં 3600-3500) રેઝિસ્ટન્સમાં બદલાવો જોઈએ. અને અહીં આમ જ થયું. જો ઇન્ડેક્સ ફરી પાછો 3600ની ઉપર બંધ થાત તો 2750નું મારું ડાઉનસાઇડ ટાર્ગેટ રદ થઈ જાત.

ચિત્ર 16.3 66.25 ડૉલરથી 67.75 ડૉલર સુધી સ્પષ્ટ રૂપે સાઇડવેઝ રેન્જ દર્શાવે છે. Aવાળી કેંડલ આ સપોર્ટ લાઇનને તોડી નાખે છે, પરંતુ તે તેની નીચે બંધ ન થયો હોવાના કારણે સપોર્ટ હજી પણ જળવાયેલો રહ્યો. B ઉપર બજાર તેની બૉક્સ રેન્જની નીચે બંધ થયું. આ બેરીશ સંકેત હતો. આપણે B ઉપર બ્રેકડાઉનથી પહેલા શેર મુસીબતમાં હોવાના શરૂઆતના સંકેત મળ્યા હતા, જ્યારે ચાર્ટમાં દર્શાવેલી ડાઉનવર્ડ સ્લોપિંગ રેઝિસ્ટન્સ લાઇન દેખાઈ. આનાથી એ આશંકા વધી કે 66.25 ડૉલરનો સપોર્ટ સ્તર આખરે તૂટી જશે.

© Aspen Graphics. Used by permission.

ચિત્ર 16.3 : જેડીએસ યૂનિ ફેઝ - 5 મિનિટ (બૉક્સથી ડાઉનસાઇડ બ્રેકઆઉટ)

જ્યારે કેંડલ B સાથે સપોર્ટ તૂટી ગયો, તો આપણે જાણીએ છીએ (ધ્રુવીયતાના પરિવર્તનથી) કે આ 66.25 ડૉલરના જૂના સપોર્ટ રેઝિસ્ટન્સમાં બદલાઈ જાય છે. તો હવે આપણી પાસે રેઝિસ્ટન્સ એરિયા છે, પરંતુ આપણું ડાઉનસાઇડ ટાર્ગેટ શું છે? આને માટે આપણે 66.25 ડૉલરથી 67.75 ડૉલરની બૉક્સ રેન્જનો ઉપયોગ કરીએ છીએ અને ટ્રેડિંગ રેન્જના નીચલા છેડેથી 1.5 ડૉલર ઘટાડીએ છીએ, જેનાથી આપણને 64.75 ડૉલરનો ટાર્ગેટ મળે છે.

એસઍન્ડપી જેમ ચિત્ર 16.4માં દેખાય છે તે મુજબ 1090 (B ઉપર) અને 1140 (A ઉપર)ની વચ્ચેની ટ્રેડિંગ રેંજમાં હતો. બુલ્સે આ ઇન્ડેક્સને 24 જૂને 1140ના રેઝિસ્ટન્સની ઉપર ધકેલ્યો હતો. આ A-B (50 પોઇન્ટ)ના અંતરને 1140માં ઉમેરવાથી આપણને 1190નું પ્રાઇસ ટાર્ગેટ મળ્યું. આ ટાર્ગેટ થોડું આગળ વધ્યું, જ્યારે શેર રાઇઝિંગ રેઝિસ્ટન્સ લાઇન સાથે વધતો ગયો (જુઓ પ્રકરણ 11). 1200ની નજીક બે હાઈ વેવ કેંડલ આવી. (હાઈ વેવ કેંડલમાં ઉપલી અને નીચલી છાયાઓ લાંબી હોય છે, જ્યારે શરીર નાનું હોય છે. આ લાંબા પગવાળી ડોજી જેવી જ હોય છે, સિવાય કે લાંબા પગવાળી ડોજી નાના શરીર છતાં ડોજી હોય છે, જેમ પ્રકરણ-8માં દર્શાવવામાં આવ્યું છે.) આ હાઈ વેવ કેંડલ્સે એ સંકેત આપ્યો કે બજાર દિશાનું ભાન ભૂલી રહ્યું હતું (જે હજી ઉપરની તરફ હતી).

ચિત્ર 16.4 : એસએન્ડપી - ડેઇલી (બૉક્સથી અપસાઇડ બ્રેકઆઉટ)

ચિત્ર 16.5 ટેક્સસ ઇન્સ્ટ્રૂમેન્ટ્સ - ડેઇલી (બૉક્સથી અપસાઇડ બ્રેકઆઉટ)

ચિત્ર 16.5 દર્શાવે છે કે ટેક્સસ ઇન્સ્ટ્રૂમેન્ટ્સ 30 ડૉલરથી 145 ડૉલરના બૉક્સમાં કેદ હતો. જ્યારે તે 17-18 ફેબ્રુઆરીના રોજ આ રેન્જના ઉપલા છેડા ઉપર આવ્યો ત્યારે તેણે એક બેરીશ એનગલ્ફિંગ પેટર્ન બનાવ્યું. આ પેટર્ન રેઝિસ્ટન્સ હોવું જોઈએ, પરંતુ આગલું સત્ર (22 ફેબ્રુઆરી) આ રેઝિસ્ટન્સની ઉપર જતું રહ્યું. આ બેરીશ એનગલ્ફિંગ પેટર્નના રેઝિસ્ટન્સની ઉપર ધકેલવામાં આવેલ બુલિશ બ્રેકઆઉટ હતું અને તેણે બૉક્સના ઉપલા છેડાને પણ તોડી નાખ્યો. આનો અર્થ હતો 160 ડૉલરનો પ્રાઇસ ટાર્ગેટ (પાછલી 15 ડૉલરની રેન્જના આધારે).

આપણને કોણ એ દર્શાવશે કે આપણે ટાર્ગેટ બાબતે ખોટા હતા? જો બજાર 145 ડૉલરની ઉપર ગયા પછી, જે તે 22 સપ્ટેમ્બરે ગયું હતું, તે જો ફરી 145 ડૉલરની નીચે આવીને ક્લોઝ થાય તો આ ટાર્ગેટ રદ થઈ જાય છે. બીજા શબ્દોમાં, જ્યારે બજાર કોઈ નવો હાઈ બનાવે છે, ત્યારે બુલ્સે નવા હાઈની રક્ષા કરીને એ દર્શાવવું મહત્ત્વપૂર્ણ બની રહે છે કે તે નિયંત્રણમાં છે.

સ્વિંગ ટાર્ગેટ, ફ્લેગ અને પેનેંટ

સ્વિંગ ટાર્ગેટ, ફ્લેગ અને પેનેંટના ત્રણ ભાગ છે :

1. શરૂઆતમાં જ સ્પષ્ટ પરિભાષિત ઝડપી મૂવ.
2. મૂવનું કરેક્શન
3. શરૂઆતના મૂવની દિશામાં જ મૂવનું ફરી આગળ વધવું.

આપણે પહેલા સ્વિંગ ટાર્ગેટ જોઈએ અને પછી ફ્લેગ અને પેનેંટ જોઈશું.

સ્વિંગ ટાર્ગેટ (જુઓ ચિત્ર 16.6) પાછળ સિદ્ધાંત એ છે કે જો બજાર ઝડપથી વધે કે ઘટે અને જો આ મૂવનું રિટ્રેસમેન્ટ થાય તો મૂવનું આગલું સ્ટેજ ઓછામાં ઓછું પાછલી ચેનલના મૂવને સમાન હોવું જોઈએ.

આને ચિત્ર 16.6માં દર્શાવવામાં આવ્યું છે, જ્યાં પહેલા લેગની ઊંચાઈ Aથી B સુધીની રેલી છે, પછી C સુધી કરેક્શન થાય છે. જ્યારે બજાર Cથી ફરી એકવાર ઉપર વધે છે, ત્યારે આપણે Aથી B સુધીની શરૂઆતની ચેનલની ઊંચાઈને Cના કરેક્શનમાં લોમાં જોડી દઈએ છીએ. આ રીતે આનું નામ સ્વિંગ ટાર્ગેટ પડ્યું છે.

સ્વિંગ ટાર્ગેટની ધારણા ફ્લેગ અને પેનેંટની સમાન જ હોય છે. મુખ્ય અંતર એ છે કે સ્વિંગ ટાર્ગેટના કરેક્શન ફ્લેગ અથવા પેનેંટની સરખામણી વધુ મોટા હોય છે. જેમ ચિત્ર 16.7માં દર્શાવવામાં આવ્યું છે તેમ, ફ્લેગ સાઇડવેઝ હોય છે અથવા ટ્રેન્ડથી વિપરીત નાના મૂવ હોય છે, જે ભારે વધારા કે ભારે ઘટાડા પછી આવે છે. આ કંજેક્શન બેન્ડ ઓવરબોટ (રેલીમાં) અથવા ઓવરસોલ્ડ (ઘટાડામાં) સ્થિતિમાં રાહત આપવાનું કામ

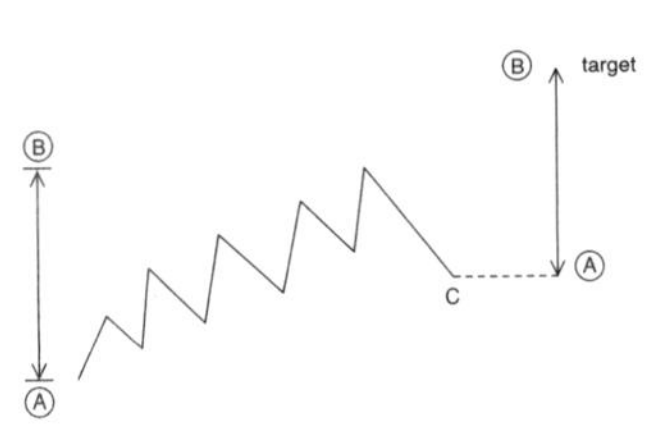

ચિત્ર 16.6 : સ્વિંગ ટાર્ગેટ

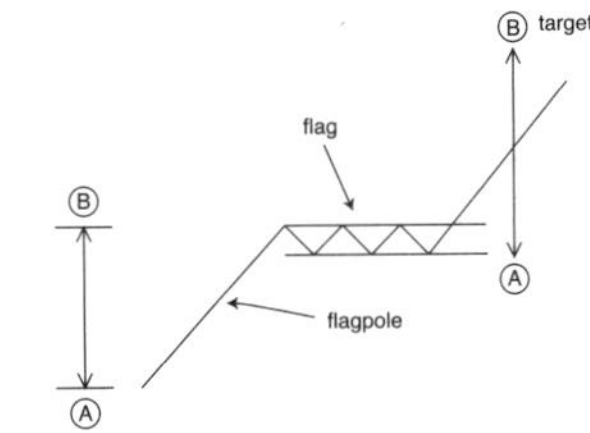

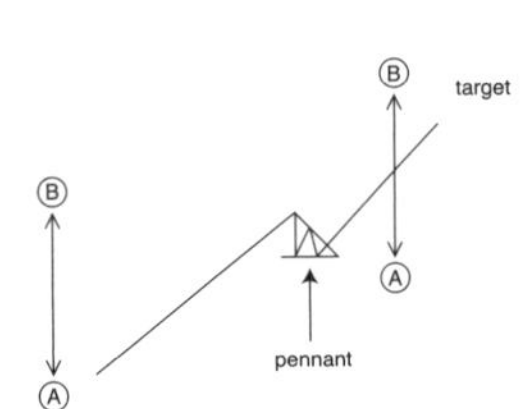

ચિત્ર 16.7 : બુલ ફ્લેગ અને પેનેંટ

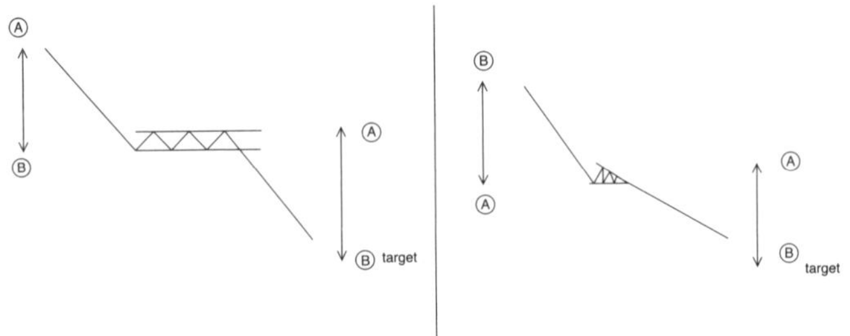

ચિત્ર 16.8 : બેર ફ્લેગ અને પેનેંટ.

કરે છે. જો આ શોર્ટ-ટર્મ કરેક્શન દરમિયાનના બજારમાં પોતાની પૂર્ણ ટ્રેન્ડ શરૂ કરે તો આપણને એક ફ્લેગ અથવા પેનેંટ પેટર્ન મળે છે.

ફ્લેગ અને પેનેંટ વચ્ચે અંતર એ છે કે ફ્લેગમાં 'ફ્લેગ'વાળો હિસ્સો આડી બૉક્સ રેન્જમાં હોય છે. પેનેંટ પેટર્નમાં 'ફ્લેગ'વાળો હિસ્સો (એટલે કે કંજેક્શન બેન્ડ) પેનેંટ જેવો દેખાય છે, કારણ કે તેનો લોઅર હાઈ અને હાયર લો હોય છે.

ચિત્ર 16.7 અને 16.8 બુલ અને બેર ફ્લેગ્સ અને પેનેંટની માપણી બતાવે છે, તેમની માપણી સ્વિંગ ટાર્ગેટના સિદ્ધાંત ઉપર આધારિત છે. ફ્લેગ અથવા પેનેંટ પેટર્નમાં આપણે શરૂઆતના વધારા અથવા ઘટાડાની ઊભી ઊંચાઈનો ઉપયોગ કરીએ છીએ - આને ફ્લેગપોલ કહેવામાં આવે છે.

ચિત્ર 16.7 આપણે બુલ ફ્લેગ અને પેનેંટના પ્રાઇસ ટાર્ગેટ જોઈએ છીએ, જે Aથી B સુધી શરૂઆતની ઝડપી રેલી (ફ્લેગપોલ)ની ઊંચાઈને કંજેક્શન બેન્ડ (જે ફ્લેગ અથવા પેનેંટ આકારનો હોય છે)ના નીચલા છેડામાં જોડીને નક્કી કરવામાં આવે છે. પારંપરિક રીત ફ્લેગપોલની ઊંચાઈને ફ્લેગ અથવા પેનેંટની ઉપર જોડવાનું સૂચન આપે છે. હું છેલ્લા થોડા વધુ પૈસા કમાવવાની લાલચમાં પડતો નથી, પરંતુ થોડા જલદી બહાર નીકળી જવાની ભૂલ કરવાનું પસંદ કરું છું. આમ મારી માપણી ફ્લેગ અથવા પેનેંટની ઉપરના બદલે નીચેથી શરૂ થાય છે.

જેમ ચિત્ર 16.8માં દર્શાવવામાં આવ્યું છે તેમ બેર ફ્લેગ અથવા પેનેંટના પ્રાઇસ ટાર્ગેટની ભવિષ્યવાણી ફ્લેગપોલ (A-B) રેન્જને કંજેક્શન બેન્ડના ઉપલા છેડાથી ઘટાડીને કરવામાં આવે છે. (આ મારું એક વ્યક્તિગત ટાર્ગેટ છે - બાકી લોકો કંજેક્શન બેન્ડના તળિયેથી વધુ પારંપરિક માપણીનો ઉપયોગ કરે છે.)

ચિત્ર 16.9માં 1થી 2 સુધી લગભગ ઊભી રેલી ચાલી, જે શેરને 22.50 ડૉલરથી 27.50 ડૉલર સુધી લઈ ગઈ. 2થી એરિયા A સુધીનો ઘટાડો ચોક્કસ રીતે આ રેલીનું ફિબોનાચી 61.8%નું કરેક્શન હતું. (રિટ્રેસમેન્ટની વિગતો જોવા માટે પ્રકરણ 12 જુઓ.) શેરે એરિયા Aથી વધવાની શરૂઆત કરી.

1થી 2 સુધીની રેલી અને પછી એરિયા A સુધીના કરેક્શનનો ઉપયોગ કરીને આપણે એક સ્વિંગ ટાર્ગેટ મેળવી શકીએ છીએ. આપણે 1થી 2 સુધીના 5 ડૉલરના વધારાને એરિયા A વાળા 24.50 ડૉલરના કરેક્શનમાં જોડી દઈએ છીએ. આમ, આપણને 29.50 ડૉલરનો સંભવિત ટાર્ગેટ મળે છે.

આમ તો માપેલા મૂવ સામાન્ય રીતે રેઝિસ્ટન્સ કે સપોર્ટ બનતા નથી, પરંતુ આ ઉદાહરણમાં આપણે જોઈએ છીએ કે કઈ રીતે 1 અને 2 ફેબ્રુઆરીએ એક બેરીશ એનગલ્ફિંગ પેટર્ન (B ઉપર) આ પ્રોજેકટેડ 29.50 ડૉલરના પ્રાઇસ ટાર્ગેટ ઉપર દેખાયું.

ચિત્ર 16.9 : સિસ્કો સિસ્ટમ - ડેઇલી (સ્વિંગ ટાર્ગેટ)

ચિત્ર 16.10 : ટ્રાન્સઓશન સેડકો ફોરેક્સ - ડેઇલી (બુલ ફ્લેગ)

ચિત્ર 16.10માં આપણે જોઈએ છીએ કે Aથી Bના વધારા બાદ શેરે લગભગ એક સપ્તાહ સુધી આરામ કર્યો. આ દરમિયાન બજાર 36.50 ડૉલર અને 37.75 ડૉલરની વચ્ચે બૉક્સ રેંજમાં અથડાતો રહ્યો. 11 જુલાઈએ એક ઉપરની બારી ખૂલી (કેંડલ C પછી) અને તેણે શેરને પહેલા દર્શાવેલી સાઇડવેઝ ટ્રેડિંગ રેન્જની ઉપર ધકેલી દીધો.

કેંડલસ્ટિકના દૃષ્ટિકોણથી ઉપરની બારીએ બે વસ્તુ કરી: સૌપ્રથમ તેણે ટ્રેડને બુલિશ બનાવ્યો અને બીજું આ બારી હવે સંભવિત સપોર્ટ બની ગઈ છે. જો કે આ બારી સકારાત્મક અભિગમ દર્શાવે છે, પરંતુ તે અપસાઇડ ટાર્ગેટ નથી આપતી. આને માટે આપણે પશ્ચિમી ટેક્નિક્સનો ઉપયોગ કરવો જોઈએ. Aથી B સુધીની રેલી અને C સુધીના કરેક્શનને જોતાં આપણી પાસે એક બુલ ફ્લેગ પેટર્ન છે. હવે આપણે ફ્લેગપોલ વાળા ભાગ (Aથી B)ને ફ્લેગના નીચલા છેડા (C ઉપર)માં જોડીને ટાર્ગેટ મેળવી શકીએ છીએ. Aથી B સુધીની રેલી લગભગ 5.50 ડૉલરની છે. આને Cના લો ઉપર રાખવાથી આપણને 42 ડૉલરનું અપસાઇડ ટાર્ગેટ મળે છે. (જેમ ઉપર દર્શાવવામાં આવ્યું છે, પશ્ચિમી ટેક્નિકલ વિશ્લેષણ ઉપર વધુ પુસ્તકો આ 5.50 ડૉલરને ફ્લેગવાળા ભાગ સાથે જોડાશે (38 ડૉલર પાસે), પરંતુ હું વધુ ઉદાર માપણી કરીને તેને બુલ ફ્લેગના નીચલા છેડા (36.50 ડૉલર) સાથે જોડીશ.)

ચિત્ર 16.11 : ઇન્ટરનેટ ઇન્ડેક્સ - ડેઇલી (બેર પેનેંટ)

જ્યારે શેર આપણા 42 ડૉલરના ટાર્ગેટની નજીક આવે છે ત્યારે એક શૂટિંગ સ્ટાર દેખાયો, જેણે ટાર્ગેટને રેઝિસ્ટન્સ એરિયા બનાવી દીધો. શૂટિંગ સ્ટાર કાળી કેંડલે ત્રીજી લાઇન પૂર્ણ કરી જેનાથી ઈવનિંગ સ્ટાર પેટર્ન બન્યું. ત્યાંથી જે ઘટાડો શરૂ થયો તેને 37.75 ડૉલરની નજીક જુલાઈના અંતમાં સપોર્ટ મળ્યો. આ સપોર્ટ એરિયા 14 જુલાઈએ ઉપરની બારી અને ઇનવર્ટેડ હેમર દ્વારા બનાવવામાં આવ્યો હતો, જે રેલી 28 જુલાઈના સપ્તાહથી શરૂ થઈ હતી, તે 42 ડૉલરની નજીક અગાઉ દર્શાવવામાં આવેલ ઈવનિંગ સ્ટાર પેટર્નના હાઈ પાસે અટકી. જેમ ઈવનિંગ સ્ટાર (અને અન્ય ઘણા પેટર્ન્સ)માં દર્શાવવામાં આવ્યું છે તેમ હું સામાન્ય રીતે રેઝિસ્ટન્સને ક્લોઝના આધારે જોઉં છું. આમ, જ્યારે શેરે ઇન્ટ્રાડેમાં ઈવનિંગ સ્ટાર પેટર્નને તોડ્યું, પરંતુ તેની ઉપર ક્લોઝ ન થઈ શક્યો, તો પણ આ રેઝિસ્ટન્સને કાયમ રહેલો માનવામાં આવશે.

ચિત્ર 16.11 A ઉપર બે શૂટિંગ સ્ટાર દર્શાવે છે. તે 925થી 950ના વિસ્તારમાં અચકાટ દર્શાવે છે. Aથી B સુધીનો આ ઝડપી ઘટાડો B ઉપર એક લાંબા પગવાળી ડોજી સાથે અટકી. ત્યાંથી ઇન્ડેક્સ થોડો ઉપર ગયો. આનાથી ઓવરસોલ્ડ સ્થિતિમાં રાહત મળી. Aથી B સુધીના ઘટાડાને ફ્લેગપોલ માનીને અને B તથા Cની ત્રિકોણી રેન્જને પેનેંટ માનીએ તો આપણી પાસે એક બેર પેનેંટ સંરચના છે.

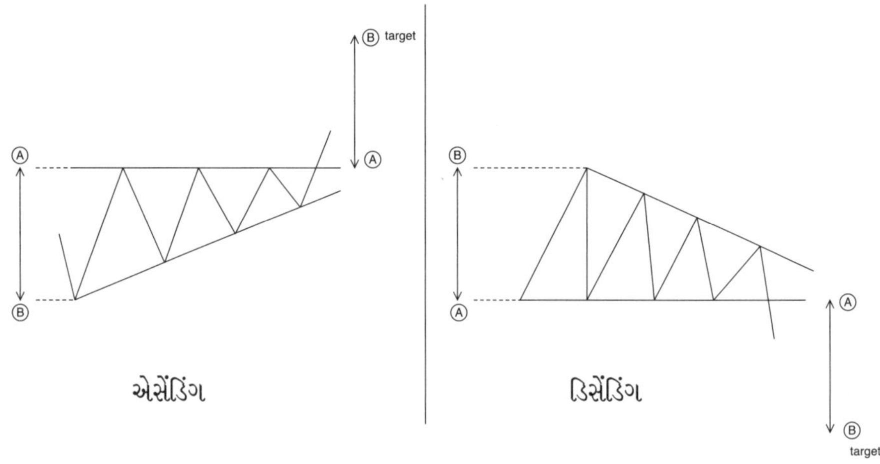

ચિત્ર 16.12 : એસેંડિંગ અને ડિસેંડિંગ ટ્રાયેંગલ્સ

જ્યારે પેનેંટનો નીચલો છેડો તૂટી ગયો ત્યારે આપણે Aથી B સુધીના ઘટાડાને ધ્યાને લઈએ છીએ અને 775 સુધી C ઉપરના મામૂલી કરેક્શન હાઈમાં જોડી દઈએ છીએ. આનાથી આપણને 525નો ડાઉનસાઇડ ટાર્ગેટ મળે છે, જે પાર કરવામાં આવ્યો.

પિયર્સિંગ પેટર્નનું એક સ્વરૂપ બિંદુ P ઉપર 500ની નજીક સામે આવ્યું. આ એક સ્વરૂપ એટલા માટે હતું કે સફેદ કેંડલ કાળા શરીરમાં અડધા કરતાં વધુ ન ગઈ હતી. પરંતુ આ Cથી ઘટાડા દરમિયાન આવનારી પહેલી સફેદ કેંડલ હતી અને હાયર ક્લોઝ હતો, માટે હું આ સ્વરૂપને પણ પારંપરિક પિયર્સિંગ પેટર્ન જેટલો જ મહત્ત્વપૂર્ણ માનું છું. આ અભિગમ આગલા સપ્તાહે પ્રમાણિત થયો, જ્યારે પિયર્સિંગ પેટર્નના સપોર્ટની સફળતાપૂર્વક રક્ષા થઈ.

પશ્ચિમી ટેક્નિકલ્સમાં ઘણા પ્રકારના ટ્રાયેંગલ્સ હોય છે: સિમેટ્રિક ટ્રાયેંગલ્સ, વિજિસ વગેરે. જેમ ચિત્ર 16.12માં દર્શાવવામાં આવ્યું છે તેમ, તે એસેંડિંગ અને ડિસેંડિંગ ટ્રાયેંગલ્સ છે.

એસેંડિંગ ટ્રાયેંગલનો રેઝિસ્ટન્સ એરિયા આડો હોય છે, જેનું ઘણીવાર પરીક્ષણ થઈ ચૂક્યું છે. આ રેઝિસ્ટન્સ એરિયાથી નીચે આવતી વખતે ક્રમશઃ હાયર લો બને છે. આ દર્શાવે છે કે રેઝિસ્ટન્સ લાઇન ઉપર સપ્લાય છે, પરંતુ જ્યારે બજાર આ રેઝિસ્ટન્સ એરિયાથી નીચે આવે છે ત્યારે માગ વધુ આક્રમક બનતી જઈ રહી છે. જ્યારે બુલ્સ બજારને આડા રેઝિસ્ટન્સની ઉપર સુધી લઈ જઈ શકે છે, ત્યારે આપણી પાસે એસેંડિંગ ટ્રાયેંગલ આવે છે. માપણી આડા રેઝિસ્ટન્સ એરિયા (A)થી ટ્રાયેંગલ્સના સૌથી પહોળા ભાગ (B) ઉપર કરવામાં આવે છે અને તેને હમણાં જ તૂટેલા રેઝિસ્ટન્સ એરિયામાં જોડી દેવામાં આવે છે.

ડિસેંડિંગ ટ્રાયેંગલ એક એવી પેટર્ન છે, જ્યાં આડા સપોર્ટ એરિયાની સફળતાપૂર્વક રક્ષા કરવામાં આવે છે. પરંતુ અહીંથી દરેક રેલી ક્રમશઃ લોઅર હાઈ બનાવે છે. આ લોઅર હાઈ બતાવે છે કે કઈ રીતે બેર્સ બુલ્સને નિયંત્રિત કરી રહ્યા છે. સપોર્ટ તૂટ્યેથી આપણે ડિસેંડિંગ ટ્રાયેંગલના સૌથી પહોળા ભાગને લઈએ છીએ અને તે માપને પાછલી સપોર્ટ લાઇનમાં જોડી દઈએ છીએ.

ચિત્ર 16.13 પારંપરિક ડિસેંડિંગ ટ્રાયેંગલ દર્શાવે છે. 137 ઉપર આડી લાઇન દર્શાવે છે કે તે એક સ્પષ્ટ રીતે પરિભાષિત સપોર્ટ છે, જેનું ઘણીવાર પરીક્ષણ થઈ ચૂક્યું છે. ડિસેંડિંગ ટ્રાયેંગલનો નીચેનો ભાગ હતો. ડિસેંડિંગ ટ્રાયેંગલનો ઉપલો ભાગ ડાઉનવર્ડ સ્લોપિંગ રેઝિસ્ટન્સ લાઇન હતી.

એકવાર જ્યારે બેર્સમાં બજારને 137ના સપોર્ટ એરિયાની નીચે લાવવાની શક્તિ આવી ગઈ (તીર ઉપર), હવે આપણે આ ટ્રાયેંગલનું પ્રાઇસ ટાર્ગેટ કાઢી શકીએ છીએ. આ ટ્રાયેંગલનું સર્વોચ્ચ બિંદુ એ છે, જ્યાં તે 138.25 ઉપર શરૂ થયો. ટ્રાયેંગલનો નીચલો ભાગ 137 છે. આનાથી આપણને 135.75નો ટાર્ગેટ મળે છે.

ડિસેંડિંગ ટ્રાયેંગલની એક આકર્ષક પાસુ એ પણ છે કે આપણે જૂના સપોર્ટ એરિયાનો ઉપયોગ નવા રેઝિસ્ટન્સ તરીકે કરી શકીએ છે (ધ્રુવીયતાનું પરિવર્તન). પરિણામે, જ્યારે બેર્સે ભાવને 137 ડૉલરની નીચે લઈ ગયા

ચિત્ર 16.13 એસએન્ડપી ડિપોઝિટરી રિસીટ્સ - 5 મિનિટ (ડિસેંડિંગ ટ્રાયેંગલ)

(તીર ઉપર), ત્યારે આપણે જાણીએ છીએ કે 137 - જો બજાર ખરેખર નબળું હોય તો - રેઝિસ્ટન્સ તરીકે કામ કરશે.

137ની નીચેવાળા આ મૂવમાં મુશ્કેલીની પુષ્ટિ ત્યારે થઈ જ્યારે આગલા સત્રમાં નીચે તરફની બારી ખૂલી ગઈ. પરિણામે, આપણી પાસે 137 પાસે રેઝિસ્ટન્સના ઘણા ઘટકોનો સમૂહ જમા થયો: જૂના સપોર્ટ અને નીચે તરફની બારી.

પ્રકરણ 17

પૂર્વ અને પશ્ચિમનું સર્વશ્રેષ્ઠ : સંગમની શક્તિ

棚からぼた餅

જો સ્વર્ગ અંજીર નીચે ફેંકી રહ્યું હોય તો, મોઢું ખુલ્લું રાખો.

આ પ્રકરણ એક આદર્શ ઉદાહરણ દર્શાવે છે જેમાં મેં નેસ્ડેકમાં મહત્ત્વપૂર્ણ મુશ્કેલીની ભવિષ્યવાણી કરવા માટે સંગમ એટલે કે કોન્વર્જન્સના સિદ્ધાંતનો ઉપયોગ કર્યો.

ચિત્ર 17.1 અને 17.1 A પૂર્વી અને પશ્ચિમી બંને ટેક્નિક દર્શાવે છે, જેણે નેસ્ડેકમાં મેજર હાઈનો સંકેત આપ્યો. એક જ ક્ષેત્રમાં આટલા બધા સિગ્નલ્સ દેખાવાં એ દુર્લભ વાત છે. જેમ આપણે જોઈશું તેમ, ઘણા કેંડલ સંકેત અને પશ્ચિમી સંકેતોના એકત્ર થયેથી ટોપ રિવર્સલની સંભાવનાઓ વધી ગઈ, પરંતુ આ ટેક્નિકે બજાર ઘટ્યા પછી એ ન દર્શાવ્યું કે કરેક્શન કયા સ્તર સુધીનું આવશે.

આપણે એક-એક સંકેતોને જોઈએ (અને એ પ્રકરણ પણ જેમાં આ ટેક્નિક વિશે વાત કરવામાં આવી હતી). આ ચર્ચા ચિત્ર 17.1ના સંદર્ભમાં છે, સિવાય બિંદુ 3, જે ચિત્ર 17.1 Aનો ઉપયોગ કરે છે.

© Aspen Graphics. Used by permission.

© Aspen Graphics. Used by permission.

ચિત્ર 17.1 અને 17.1 A નેસ્ડેક કંપોઝીટ - ડેઇલી (કોન્વર્જન્સ)

1. 14 ફેબ્રુઆરીના સપ્તાહના હાઈ અને માર્ચની શરૂઆતના હાઈને જોડીને એસેંડિંગ રેઝિસ્ટન્સ લાઇન બનાવવામાં આવી (આ ટેક્નિક વિશે પ્રકરણ 11માં ચર્ચા કરવામાં આવી છે). નેસ્ડેક નવા હાઈવાળા વિસ્તારમાં હોવાથી તે રાઇઝિંગ રેઝિસ્ટન્સ લાઇન એક ઉપયોગી પદ્ધતિ હતી, જેથી વધતા બજારમાં સંભવિત સપ્લાય એરિયા શોધી શકાય.
2. 10 માર્ચે શૂટિંગ સ્ટાર (પ્રકરણ-4) ઉપર દર્શાવેલ રાઇઝિંગ રેઝિસ્ટન્સ લાઇનની પુષ્ટિ કરી રહ્યો હતો.
3. જુઓ ચિત્ર 17.1 A. આ એક-કલાકનો ચાર્ટ છે, જે 10 માર્ચે (3 ઉપર) બેરીશ એનગલ્ફિંગ પેટર્ન (પ્રકરણ-4) દર્શાવે છે. આ બેરીશ એનગલ્ફિંગ પેટર્ન તે જ દિવસે શરૂઆતમાં બન્યો, જે દિવસે ડેઇલી ચાર્ટનો શૂટિંગ સ્ટાર આવ્યો (ઉપર પોઇન્ટ 2માં જણાવવામાં આવ્યું છે).
4. ચિત્ર 17.1 ઉપર આવીએ તો જે સમયે નેસ્ડેકએ 2 વાળા શૂટિંગ સ્ટાર ઉપર નવો હાઈ બનાવ્યો, ઓસિલેટર (પ્રકરણ-14) એ લોઅર હાઈ બનાવ્યો. આ બેરીશ ડાઈવરજન્સ હતો.
5. 10 માર્ચ અને 13 માર્ચના સત્રો વચ્ચે એક બહુ નાની નીચે તરફની બારી ખૂલી ગઈ (પ્રકરણ-7). આ નીચે તરફની બારી એક-કલાકના ચાર્ટ ચિત્ર 17.1 Aમાં વધુ સ્પષ્ટ છે. એકવાર જ્યારે આ નીચે તરફની બારી ખૂલી ગઈ, ત્યારે તેણે ટ્રેન્ડને બેરીશ બનાવી દીધો અને આમ તે સંભવિત રેઝિસ્ટન્સ બની જાય છે. આ નીચે તરફની બારીથી આવેલ ઘટાડાને 16 માર્ચની હેમર (પ્રકરણ 4) દ્વારા થોડો સપોર્ટ મળ્યો. આ હેમર થોડા દિવસો પછી સપોર્ટ બની ગઈ, જ્યાંથી રેલી શરૂ થઈ હતી.
6. 21 માર્ચે શરૂ થયેલ રેલી એક હાઈ વેવ કેંડલ (પ્રકરણ-8) સાથે બારીના રેઝિસ્ટન્સ (ઉપર દર્શાવેલ પોઇન્ટ 5 થી) ઉપર અટકી ગઈ. જો કે 6 ઉપર કેંડલ લાઇનની ઉપલી છાયા બારીના રેઝિસ્ટન્સની ઉપર હતી, પરંતુ આ બારીની ઉપર ક્લોઝ આપવાની અસફળતાએ 5050 અને 5150 વચ્ચેના મોટા રેઝિસ્ટન્સ એરિયાને મજબૂત બનાવ્યો.

ઉપરના આધારે આપણી પાસે કેંડલ સંકેતોનો સમૂહ છે, જેમાં શૂટિંગ સ્ટાર, બેરીશ એનગલ્ફિંગ પેટર્ન, નીચે તરફની બારી અને હાઈ વેવ કેંડલ સામેલ છે. તે સાથે જ રાઇઝિંગ રેઝિસ્ટન્સ લાઇન અને બેરીશ ડાવિરજન્સના પશ્ચિમી સંકેત પણ છે. 5050-5150 ક્ષેત્રમાં એકત્રિત થયેલ સંકેતોના આ સમૂહે એ અંદાજને બળ આપ્યું કે નેસ્ડેક ઉપર સુધી જવાનો છે.

તારણ

千里の道も一歩より始まる

સીડી એક એક પગથિયાં દ્વારા ચડવામાં આવે છે.

કેંડલ્સ બાબતે આટલી જાણકારી મેળવ્યા પછી મને વિશ્વાસ છે કે તમે તેના દ્વારા મળતી જાણકારી સિવાય ટ્રેડિંગ નહીં જ કરો. જો એક ચિત્ર હજાર શબ્દો કહી શકતું હોય તો કેંડલ ચાર્ટ તમને ઘણી જાણકારી આપી શકે છે.

કેંડલ ચાર્ટ એટલા શક્તિશાળી અને લોકપ્રિય છે કે તે બાર ચાર્ટનું સ્થાન લઈ રહ્યા છે, પરંતુ તેનો અર્થ એમ નથી કે હું ફક્ત કેંડલ ઇંડિકેટર્સનો ઉપયોગ કરું છું. જો કે કેંડલ ઇંડિકેટર્સ શક્તિશાળી તો છે, પરંતુ અન્ય ચાર્ટિંગ ટૂલ્સ સાથે તેમને જોડવાથી તે વધુ શક્તિશાળી બની જાય છે. આ કેંડલ ચાર્ટ્સનો મોટો ફાયદો છે. તેની સાથે તમે કેંડલ ટેક્નિક્સ અથવા પશ્ચિમી ટેક્નિક્સ બંનેનો ઉપયોગ કરી શકો છો. અનુભવી ટેક્નિશિયન જોઈ શકશે કે જાપાની અને પશ્ચિમી ટેક્નિકનો આ સંગમ અદ્ભુત સિનર્જી ઉત્પન્ન કરે છે.

ચાર્ટ રીડિંગ બાબતે ખુલ્લા રહો. તમે સંપૂર્ણ ટેક્નિકલ પરિદૃશ્યમાં ક્યાં ઊભા છો, તે ફક્ત એક કેંડલ પેટર્ન કરતાં વધુ મહત્ત્વપૂર્ણ હોઈ શકે છે. ઉદાહરણ તરીકે, કોઈ બેર માર્કેટમાં ફક્ત બુલિશ કેંડલ સિગ્નલના આધારે ખરીદી ન કરવી જોઈએ. બુલિશ કેંડલના આધારે ત્યારે ખરીદી કરવી જોઈએ જ્યારે કોઈ બુલ માર્કેટમાં અન્ય ટેક્નિકલ સંકેતો દ્વારા તેની પુષ્ટિ કરવામાં આવતી હોય.

તે સિવાય સંભવિત ટ્રેડના જોખમ/વળતર રેશિયો બાબતે પણ વિચાર કરો. કોઈ કેંડલ સંકેત દેખાવાનો અર્થ એ નથી કે તમારે તેની ઉપર ટ્રેડ કરવું જ જોઈએ.

બાકી ચાર્ટિંગ પ્રણાલીઓની જેમ જ કેંડલમાં પણ વ્યક્તિગત વિવેકબુદ્ધિની જરૂર પડે છે. તમે બજારના ડૉક્ટર છો. તમે કેંડલ ટેક્નિક દ્વારા બજારના સ્વાસ્થ્ય બાબતે કેટલું સમજી શકો છો અને તેની ઉપર કઈ રીતે પ્રતિક્રિયા કરો છો, તે બાબતે અન્ય કોઈ ડૉક્ટર તમારી બરાબર ન હોઈ શકે. તમે કેંડલ્સ સાથે કઈ રીતે ટ્રેડ કરો છો, તે તમારી ટ્રેડિંગ ફિલોસોફી, તમારી જોખમ બાબતની ક્ષમતા અને તમારા સ્વભાવ ઉપર આધાર રાખે છે. આ બધાં જ વ્યક્તિગત પાસાઓ છે.

કદાચ, કેંડલ્સ તમારા ટ્રેડિંગ માર્ગને પ્રકાશિત કરી શકે!

શબ્દાવલી A

કેંડલસ્ટિક શબ્દાવલી અને ચિત્રાત્મક શબ્દકોશ

નીચે આપેલ વિવરણ અને ચિત્ર આદર્શ ઉદાહરણ દર્શાવે છે અને સમજાવે છે કે પેટર્ન કેવી હોવી જોઈએ. આ "આદર્શ" પેટર્ન ક્યારેક જ દેખાઈ શકે, માટે આ શબ્દકોશનો ઉપયોગ માર્ગદર્શન માટે કરો, કારણ કે વ્યક્તિગત વિવેકબુદ્ધિ હંમેશાં જરૂરી હોય છે.

એબેંડંડ બેબી (ત્યજી દેવાયેલું બાળક) - ખૂબ જ દુર્લભ ટોપ અથવા રિવર્સલ સંકેત. આમાં એક ડોજી સ્ટાર હોય છે, જે પાછલા અને આગલા દિવસના કેંડલસ્ટિક્સથી ગેપઅવે કરે છે (છાયાઓ સહિત). આ પશ્ચિમી આઇલૅન્ડ ટોપ કે બૉટમ જેવું હોય છે, જેમાં આઇલૅન્ડ ડોજી હોય છે.

એડ્વાન્સ બ્લોક (આગળ અવરોધ) - થ્રી વ્હાઇટ સોલ્જર્સ (ત્રણ ગોરા સૈનિકો)નું રૂપાંતર, જેમાંથી બે આખરી સૈનિકો (એટલે કે સફેદ શરીર) ઉપરની તરફની રેલીમાં નબળાઈ દર્શાવે છે. આ નબળાઈ લાંબી ઉપલી છાયાઓ સ્વરૂપે હોઈ શકે છે અથવા ક્રમશઃ નાનાં થતાં જતાં શરીરો દ્વારા દેખાઈ શકે છે. આ પેટર્ન ખરીદીની શક્તિમાં નબળાઈ અથવા વેચવાલીના દબાણમાં વૃદ્ધિ દર્શાવે છે.

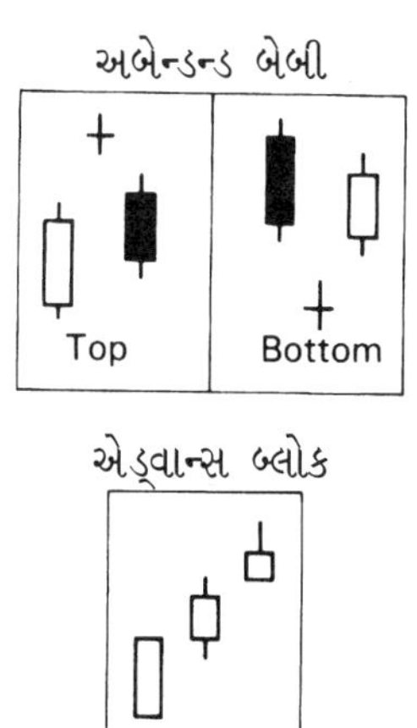

બેરીશ બેલ્ટ-હોલ્ડ - જુઓ બેલ્ટ હોલ્સ લાઇન્સ.

બેરીશ એનગલ્ફિંગ પેટર્ન - જુઓ એનગલ્ફિંગ પેટર્ન.

બેલ્ટ-હોલ્ડ લાઇન - બેલ્ટ-હોલ્ડ બુલિશ અને બેરીશ હોય છે. બુલિશ બેલ્ટ-હોલ્ડ એક ઊંચી સફેદ કેંડલસ્ટિક હોય છે, જે પોતાના લો ઉપર અથવા તેની નજીક ખૂલે છે અને ઓપનની ખૂબ ઉપર બંધ થાય છે. આને વ્હાઇટ ઓપનિંગ શેવન બૉટમ પણ કહેવામાં આવે છે. બેરીશ બેલ્ટ-હોલ્ડ

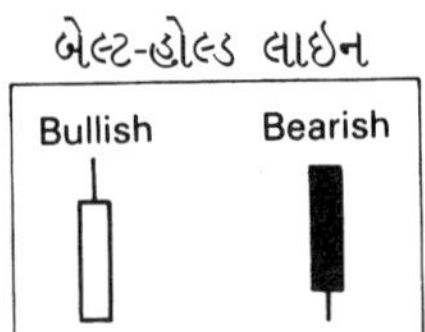

બેલ્ટ-હોલ્ડ લાઇન

એક કાળી લાંબી કેંડલસ્ટિક હોય છે, જે પોતાના હાઈ થવા તેની નજીક ખૂલે છે અને પોતાના ઓપનની ખૂબ નીચે બંધ થાય છે. આને બ્લેક ઓપનિંગ શેવન હેડ પણ કહેવામાં આવે છે.

બુલિશ બેલ્ટ-હોલ્ડ - જુઓ બેલ્ટ-હોલ્ડ લાઇન્સ.

બુલિશ એનગલ્ફિંગ પેટર્ન - જુઓ એનગલ્ફિંગ પેટર્ન.

કેંડલસ્ટિક લાઇન્સ અને ચાર્ટ - પારંપરિક જાપાની ચાર્ટ, જેની વ્યક્તિગત લાઇન કેંડલ જેવી દેખાય છે, માટે આ નામ પડ્યું છે. કેંડલસ્ટિક ચાર્ટને કેંડલ ચાર્ટ પણ કહેવામાં આવે છે. કેંડલસ્ટિક ચાર્ટ્સમાં એક શરીર અને છાયાઓ હોય છે. જુઓ શરીર અને છાયાઓ.

કાઉન્ટરએટેક લાઇન્સ (જવાબી હુમલા માટેની સેના) - ડાઉનટ્રેન્ડ (અપટ્રેન્ડ)માં કાળી (સફેદ) કેંડલ પછી બજાર ઝડપથી ગેપડાઉન (ગેપઅપ) કરે છે અને પછી પાછલા દિવસના ક્લોઝ ઉપર જ ક્લોઝ થાય છે. આ પેટર્ન બુલ્સ અને બેર્સના પરસ્પર વિરોધાભાસને દર્શાવે છે અને આમ કાઉન્ટર એટેક લાઇન દેખાયાના પહેલા ચાલતા ટ્રેન્ડને નબળો બનાવે છે.

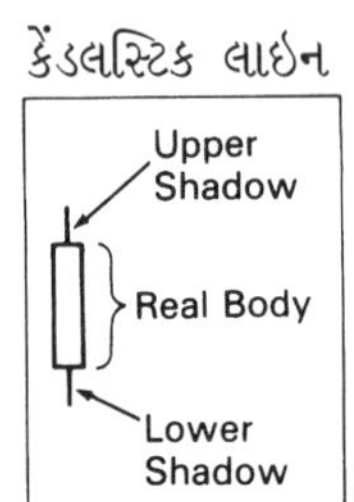

કેંડલસ્ટિક લાઇન

ડાર્ક ક્લાઉડ કવર - બેરીશ રિવર્સલ સંકેત. અપટ્રેન્ડમાં એક લાંબી સફેદ કેંડલસ્ટિક પછી એક કાળી કેંડલસ્ટિક આવે છે, જે પાછલા સફેદ કેંડલસ્ટિકના હાઈ (ક્લોઝ) ઉપર ખૂલે છે અને પછી સફેદ કેંડલસ્ટિકના શરીરની અંદર બંધ થાય છે, આદર્શ રીતે અડધા કરતાં વધારે. ડાર્ક ક્લાઉડ કવરનું વિપરીત પેટર્ન છે પિયર્સિંગ પેટર્ન.

કાઉન્ટર એટેક લાઇન

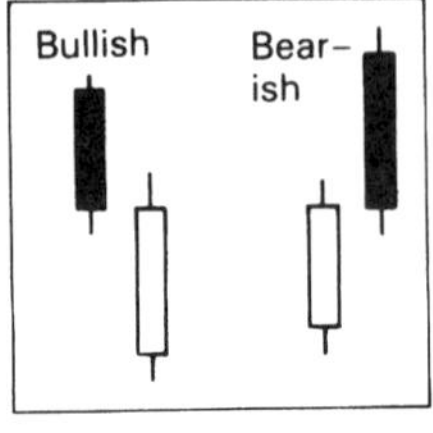

ડેડ ક્રૉસ - એક બેરીશ સંકેત, જે ત્યારે બને છે, જ્યારે કોઈ શોર્ટ ટર્મ મૂવિંગ એવરેજ લોંગ-ટર્મ મૂવિંગ એવરેજને ક્રૉસ કરીને નીચેની તરફ જાય છે. આનું બુલિશ વિપરીત પેટર્ન ગોલ્ડન ક્રૉસ છે.

ડેલિબરેશન પેટર્ન - (વિચાર-વિમર્શ પેટર્ન) - જુઓ સ્ટાલ્ડ પેટર્ન (થોભી ગયેલ પેટર્ન).

ડાર્ક-ક્લાઉડ કવર

ડોજી - એ સત્ર, જેમાં ઓપન અને ક્લોઝ એક સમાન હોય છે (અથવા લગભગ સમાન હોય છે). ડોજી ઘણા પ્રકારની હોય છે (જુઓ ગ્રેવસ્ટોન, ડ્રેગનફલાય અને લોંગલેગ્ડ ડોજી) જે તેની ઉપર આધારિત હોય છે કે રેન્જમાં ઓપન અને ક્લોઝ ક્યાં છે. ડોજી કેંડલ ખૂબ મહત્ત્વપૂર્ણ વ્યક્તિગત કેંડલસ્ટિક છે. ડોજી કેંડલસ્ટિક પેટર્નની એક ઘટક પણ છે. નોર્ધન ડોજી (ઉત્તરની ડોજી) એ ડોજી છે, જે રેલી દરમિયાન દેખાય છે, સધર્ન ડોજી (દક્ષિણની ડોજી) ઘટાડા સમયે દેખાય છે.

ડોજી સ્ટાર - એ ડોજી જે લાંબી સફેદ કે કાળી કેંડલના શરીરમાંથી ગેપ બનાવે છે.

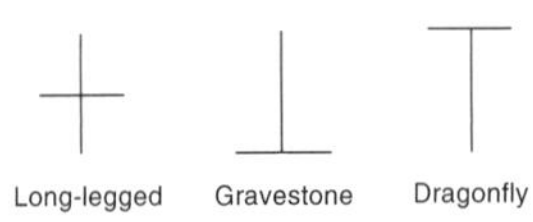

ડાઉનસાઇડ ગેપ તાસુકી - જુઓ તાસુકી ગેપ્સ.

ડ્રેગન ફ્લાય ડોજી - લાંબી નીચલી છાયાવાળી ડોજી, જ્યાં ઓપન, હાઈ અને ક્લોઝ સત્રના હાઈ ઉપર હોય. ડોજીની અંદરના ચિત્ર જુઓ. આનું વિપરીત સ્વરૂપ છે ગ્રેવસ્ટોન ડોજી.

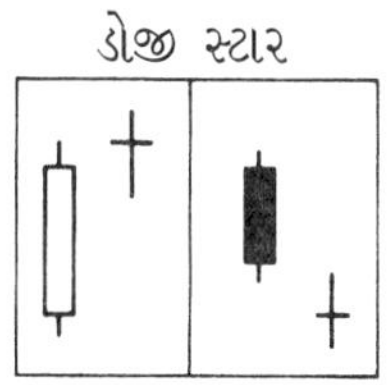

ડમ્પલિંગ ટોપ - (કચોરીનો ઉપલો ભાગ) - પશ્ચિમી રાઉંડિંગ ટોપ (ગોળાકાર શિખર) જેવું. નીચેની તરફ એક બારી (ગેપ)ની જરૂર હોય છે, જે ટોપની પુષ્ટિ કરી શકે. આનું બુલિશ વિપરીત પેટર્ન છે, ફ્રાયપેન બૉટમ (કડાઈનું તળિયું)

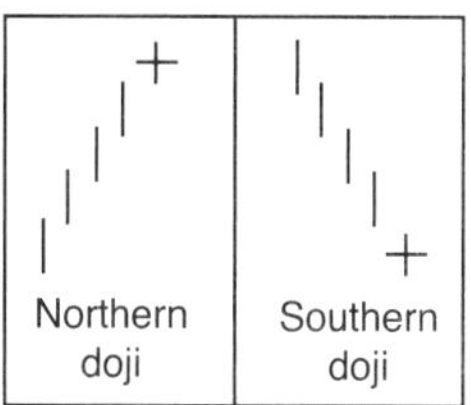

એનગલ્ફિંગ પેટર્ન્સ (આલિંગન પેટર્ન) - બુલિશ એનગલ્ફિંગ પેટર્નમાં એક મોટું સફેદ શરીર હોય છે, જે ડાઉનટ્રેન્ડમાં પાછલા નાના કાળા શરીરને ઢાંકી દે છે. બેરીશ એનગલ્ફિંગ પેટર્ન ત્યારે બને છે જ્યારે અપટ્રેન્ડમાં વેચવાલીનું દબાણ ખરીદદારીના દબાણ ઉપર ભારે પડે છે કારણ કે આમાં એક નાના સફેદ શરીરને લાંબુ કાળું શરીર ઢાંકી દે છે.

ઈવનિંગ ડોજી સ્ટાર - જુઓ ઈવનિંગ સ્ટાર (સાંજનો તારો).

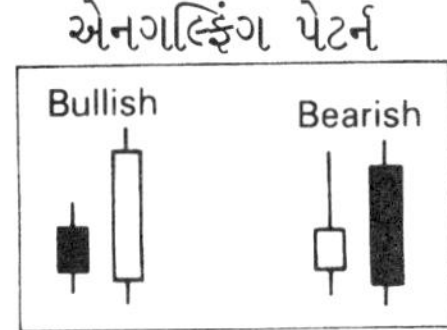

ઈવનિંગ સ્ટાર (સાંજનો તારો) - ત્રણ કેંડલ દ્વારા બનતું ટોપ રિવર્સલ પેટર્ન. પહેલી કેંડલમાં સફેદ ઊંચું શરીર હોય છે, બીજીનું શરીર નાનું હોય છે (સફેદ અથવા કાળું) જે પહેલા શરીરથી ઉપર ગેપઅપ થઈને સ્ટાર બનાવે છે અને ત્રીજી કેંડલ કાળી હોય છે, જે પહેલા દિવસના સફેદ શરીરમાં નીચે જઈને ક્લોઝ થાય છે. જો આ પેટર્નની વચ્ચેની કેંડલ સ્પીનિંગ ટોપના બદલે ડોજી હોય તો તેને ઈવનિંગ ડોજી સ્ટાર કહેવામાં આવે છે. ઈવનિંગ સ્ટારનું વિપરીત છે મૉર્નિંગ સ્ટાર પેટર્ન (સવારનો તારો).

ફોલિંગ થ્રી મેથડ્સ - જુઓ થ્રી મેથડ્સ.

ફોલિંગ વિન્ડો - જુઓ વિન્ડોઝ.

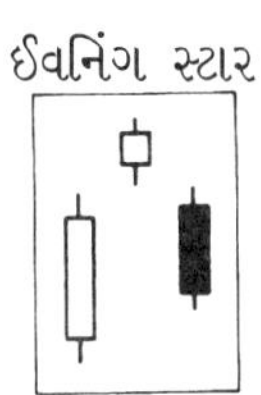

ફ્રાયપેન બૉટમ (કડાઈનું તળિયું) - પશ્ચિમી રાઉંડિંગ બૉટમ (ગોળાકાર તળિયું) સમાન. ઉપરની તરફ ખૂલતી બારી (ગેપ) આ પેટર્નની પુષ્ટિ કરે છે. આ ડમ્પલિંગ ટોપનું વિરુદ્ધ પેટર્ન છે.

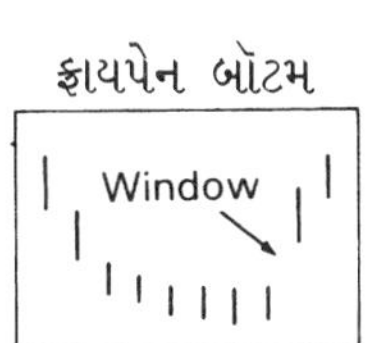

ગેપિંગ પ્લે - બે પ્રકારના ગેપિંગ પ્લે હોય છે : 1 હાઈ પ્રાઇસ ગેપિંગ પ્લે - ઝડપી વધારા બાદ બજાર હાલના હાઈની નજીકનાં નાનાં શરીરોની શૃંખલા દ્વારા કોન્સોલિડેટ કરે છે. જો ભાવ આ કોન્સોલિડેશન ક્ષેત્રની ઉપર ગેપ સાથે ખૂલે, તો આ હાઈ પ્રાઇસ ગેપિંગ પ્લે કહેવાય છે. 2. લો પ્રાઇસ ગેપિંગ પ્લે: ઝડપથી ભાવ ઘટ્યા બાદ બજાર હાલના લો ની નજીક નાના શરીરોની શૃંખલા દ્વારા કોન્સોલિડેટ કરે છે. જો ભાવ આ કોન્સોલિડેશન બાદ ગેપ ડાઉન કરીને નીચે આવે તો આ વેચવાનો સંકેત છે.

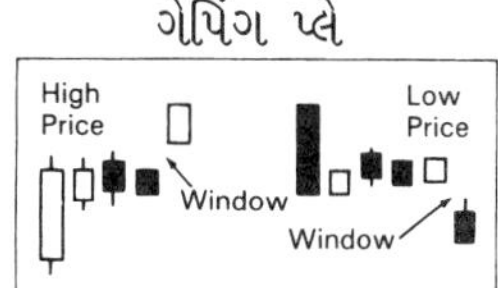

ગોલ્ડન ક્રૉસ - એક બુલિશ સંકેત, જેમાં શોર્ટ ટર્મ મૂવિંગ એવરેજ લોંગ ટર્મ મૂવિંગ એવરેજની ઉપર ક્રૉસ કરે છે. આ ડેડ ક્રૉસથી વિપરીત છે.

ગ્રેવસ્ટોન ડોજી - (કબરના પથ્થરવાળી ડોજી) - એ ડોજી જેમાં ઓપન અને ક્લોઝ સત્રના લો ઉપર થાય. આ ટોપ રિવર્સલ સંકેત છે. ડોજીનું ચિત્ર જુઓ. ડ્રેગનફ્લાય ડોજી આનાથી વિપરીત છે.

હેમર

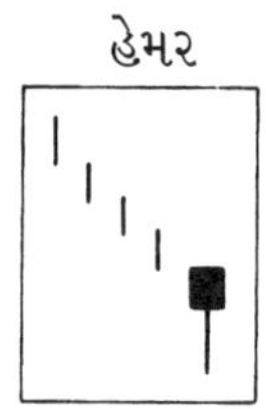

હેમર (હથોડો) - એક મહત્ત્વપૂર્ણ બૉટમિંગ કેંડલસ્ટીક લાઇન. હેમર અને હેંગિંગ મૅન (લટકતો માણસ) બંને એક જેવી જ કેંડલ છે, જેને સામાન્ય રીતે અમ્બ્રેલા લાઇન કહેવામાં આવે છે: એટલે કે સત્રની રેન્જના ઉપલા ભાગમાં એક નાનું શરીર (સફેદ અથવા કાળું) અને બહુ લાંબી નીચલી છાયા, જેમાં ઉપલી છાયા ઓછી હોય કે ન હોય. જ્યારે આ કેંડલ ડાઉનટ્રેન્ડમાં દેખાય છે, ત્યારે આને બુલિશ હેમર કહે છે. આદર્શ હેમરની નીચલી છાયા શરીર કરતાં ઓછામાં ઓછી બેગણી લાંબી હોવી જોઈએ.

હેંગિંગ મૅન

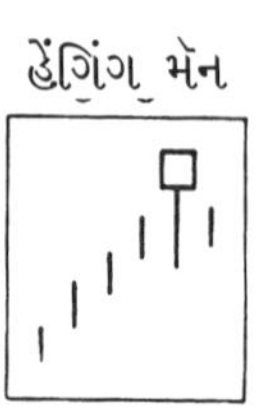

હેંગિંગ મૅન (લટકતો માણસ) - એક ટોપ રિવર્સલ જેની પુષ્ટિ થવી આવશ્યક છે. હેંગિંગ મૅન અને હેમર બંને એક જેવી જ કેંડલ છે (એટલે કે એક નાનું કાળું અથવા સફેદ શરીર, જેમાં ઉપલી છાયા બહુ નાની હોય કે ન હોય, સત્રની રેન્જની ઉપર હોય અને તેની નીચલી છાયા ખૂબ લાંબી હોય). પરંતુ જ્યારે આ કેંડલ અપટ્રેન્ડ દરમિયાન દેખાય, ત્યારે તે બેરીશ હેંગિંગ મૅન બની જાય છે. આ એ વાતનો સંકેત આપે છે કે બજાર અસુરક્ષિત છે, પરંતુ આગલા સત્રમાં આની બેરીશ પુષ્ટિની જરૂર રહે છે, જ્યાં ઓપન (અને આનાથી પણ વધુ ક્લોઝ), હેંગિંગ મૅનના શરીરની નીચે હોવી જોઈએ. સૈદ્ધાંતિક રીતે, હેંગિંગ મૅનની નીચલી છાયા શરીરથી બે-ત્રણ ગણી ઊંચી હોવી જોઈએ.

હરામી

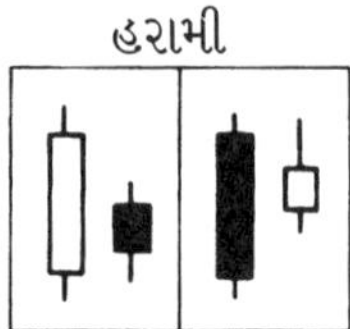

હરામી (ગર્ભવતી મહિલા) - બે કેંડલસ્ટિકવાળું પેટર્ન જેમાં એક નાનું શરીર પાછલા સત્રના એક મોટા શરીરની અંદર હોય છે. હરામીનો અર્થ છે કે પાછલો ટ્રેન્ડ સમાપ્ત થઈ ગયો છે અને બુલ્સ અને બેર્સ હવે યુદ્ધવિરામની સ્થિતિમાં છે. બીજા શરીરનો રંગ કાળો કે સફેદ હોઈ શકે છે, પરંતુ બીજા શરીરનો રંગ પહેલા શરીરના રંગ કરતાં વિરુદ્ધનો હોય છે.

હરામી ક્રૉસ

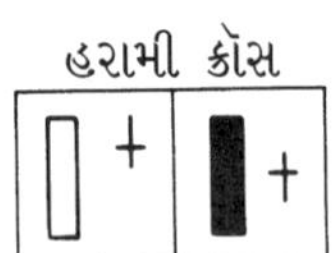

હરામી ક્રૉસ - આ હરામી પેટર્ન જેમાં બીજા સત્રમાં નાના શરીરના બદલે ડોજી હોય. આ મહત્ત્વપૂર્ણ ટોપ (બૉટમ) રિવર્સલ સિગ્નલ છે, ખાસ કરીને કોઈ ઊંચી સફેદ (કાળી) કેંડલ પછી. આને પેટ્રિફાઇંગ (ભયાનક) પેટર્ન પણ કહે છે.

હાઈ-વેવ

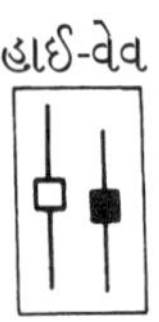

હાઈ-પ્રાઇસ ગેપિંગ પ્લે - જુઓ ગેપિંગ પ્લે.

હાઈ-વેવ કેંડલ - એ કેંડલ જેમાં બહુ લાંબી ઉપલી અને નીચલી છાયાઓ

હોય અને શરીર નાનું હોય. આ દર્શાવે છે કે બજાર પોતાનું દિશાભાન ભૂલી રહ્યું છે, જે આ કેંડલ આવતા પહેલાં સ્પષ્ટ હતું. જો શરીર નાનું ન હોય અને ડોજી હોય તો આ લોંગલેગ્ડ ડોજી (લાંબા પગ ધરાવતી ડોજી) છે.

ઇન-નેક-લાઇન

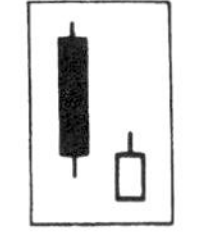

ઇન-નેક લાઇન (ગળે મળતી લાઇન) - ડાઉન ટ્રેન્ડમાં એક નાની સફેદ કેંડલ, જેનો ક્લોઝ પાછલા સત્રની કાળી કેંડલના લો થી થોડી ઉપર હોય. જ્યારે આ સફેદ કેંડલસ્ટિકનો લો તૂટી જાય, ત્યારે ડાઉનટ્રેન્ડ ચાલુ રહેવો જોઈએ. આની તુલના ઑન-નેક-લાઇન, થ્રસ્ટિંગ લાઇન અને પિયર્સિંગ પેટર્ન સાથે કરી શકાય છે.

ઇનવર્ટેડ હેમર

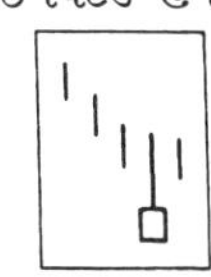

ઇનવર્ટેડ હેમર (ઊંધો હથોડો) - ડાઉનટ્રેન્ડ પછી આવતી આ કેંડલની ઉપલી છાયા લાંબી હોય છે અને તેના નીચેના છેડા ઉપર નાનું શરીર હોય છે. નીચલી છાયા ન હોવી જોઈએ અથવા ખૂબ નાની હોવી જોઈએ. આનો આકાર બેરીશ શૂટિંગ સ્ટાર (તૂટતો તારો) જેવો હોય છે. પરંતુ જ્યારે આ કેંડલ ડાઉનટ્રેન્ડમાં આવે છે, ત્યારે આ એક બુલિશ બૉટમ રિવર્સલ સિગ્નલ છે, જેની પુષ્ટિ આગલા સત્રમાં થવી જોઈએ (જેમ આગલી કેંડલસ્ટિકની ઓપન ઇનવર્ટેડ હેમરના ક્લોઝથી ઉપર હોવો જોઈએ અને ખાસ કરીને તેનો ક્લોઝ ઇનવર્ટેડ હેમરના ક્લોઝ કરતાં ઉપર હોવો જોઈએ).

ઇનવર્ટેડ થ્રી બુદ્ધા પેટર્ન - જુઓ થ્રી બુદ્ધા પેટર્ન.

લોંગ લેગ્ડ ડોજી (લાંબા પગવાળી ડોજી) - બહુ લાંબી છાયાઓ ધરાવતી ડોજી. જો આ લાંબા પગવાળી ડોજીનો ઓપન અને ક્લોઝ રેન્જની મધ્યમાં હોય, તો આ લાઇનને રિક્ષામેન કહેવામાં આવે છે. આનું ચિત્ર ડોજી હેઠળ જોઈ શકાય છે.

લો-પ્રાઇસ ગેપિંગ પ્લે - જુઓ ગેપિંગ પ્લે.

લોઅર શેડો - જુઓ શેડોઝ.

મૉર્નિંગ એટેક (સવારનો હુમલો) - જાપાની અવતરણ, જેમાં ઓપન સમયે ખરીદી અથવા વેચવાલીનો કોઈ મોટો ઑર્ડર આવી જાય છે, જેનો ઉદ્દેશ્ય બજારને મહત્ત્વપૂર્ણ રીતે વધારવાનો કે ઘટાડવાનો હોય છે.

મૉર્નિંગ ડોજી સ્ટાર - જુઓ મૉર્નિંગ સ્ટાર.

મૉર્નિંગ સ્ટાર (સવારનો તારો) - ત્રણ કેંડલ દ્વારા બનેલ રિવર્સલ પેટર્ન. પહેલી કેંડલમાં લાંબું કાળું શરીર હોય છે, બીજાનું શરીર નાનું હોય છે (સફેદ અથવા કાળું), જે ગેપડાઉન કરીને સ્ટાર બનાવે છે અને ત્રીજી સફેદ કેંડલ હોય છે, જે પહેલા સત્રના કાળા શરીરમાં અંદર સુધી ગયું હોય છે. આનું વિપરીત છે ઈવનિંગ સ્ટાર. જો વચ્ચેવાળી

મૉર્નિંગ સ્ટાર

કેંડલ (સ્ટારવાળો ભાગ) સ્પીનિંગ ટોપના બદલે ડોજી હોય તો આ પેટર્નને મૉર્નિંગ ડોજી સ્ટાર કહેવામાં આવે છે.

નાઇટઍટેક (રાત્રિ દરમિયાન હુમલો) - જાપાની અવતરણ, જેમાં ક્લોઝની નજીક મોટો ઑર્ડર નાખીને બજારને પ્રભાવિત કરવાની કોશિશ કરવામાં આવે છે.

નોર્ધન ડોજી - જુઓ ડોજી.

ઑન-નેક લાઇન (ગળા ઉપર ગળું) - ડાઉનટ્રેન્ડમાં એક કાળી કેંડલ, જે પછી એક નાની સફેદ કેંડલ આવે છે જેનો ક્લોઝ કાળી કેંડલના દિવસના લો ની નજીક હોય છે. આ બેરીશ નિરંતરતા પેટર્ન છે. જ્યારે સફેદ કેંડલસ્ટિકનો લો તૂટી જાય છે ત્યારે તે પછી પણ બજારનો ઘટાડો ચાલુ રહેવો જોઈએ. ઇન-નેક લાઇન, થ્રસ્ટિંગ લાઇન અને પિયર્સિંગ પેટર્ન સાથે તુલના કરો.

પેટ્રિફાઇંગ પેટર્ન (ભયાનક પેટર્ન) - હરામી ક્રૉસનું બીજું નામ.

પિયર્સિંગ પેટર્ન

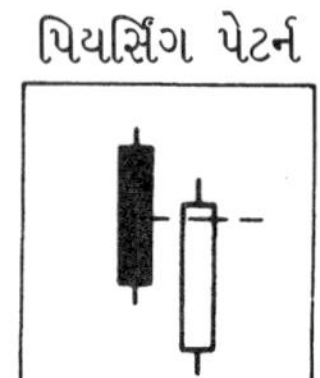

પિયર્સિંગ પેટર્ન (ચીરો દર્શાવતું પેટર્ન) - બૉટમ રિવર્સલ સિગ્નલ. ડાઉનટ્રેન્ડમાં એક લાંબી કાળી કેંડલ પછી આગલા સત્ર દરમિયાન ગેપ ડાઉન ઓપનિંગ થાય છે. આ સત્ર એક શક્તિશાળી સફેદ કેંડલ તરીકે બંધ થાય છે, જે પાછલી કાળી કેંડલના શરીરમાં અડધા કરતાં વધુ ઉપર સુધી જઈને ક્લોઝ થાય છે. ઑન-નેક લાઇન, ઇન-નેક લાઇન અને થ્રસ્ટિંગ લાઇન સાથે તુલના કરો.

રેઇન ડ્રોપ (વરસાદનાં ટીપાં) - જુઓ સ્ટાર.

શરીર - કેંડલસ્ટિક લાઇનનો વચ્ચેનો ભાગ. તે જે તે દિવસના ઓપન અને ક્લોઝના ભાવો દ્વારા બને છે. જ્યારે ક્લોઝ ઓપનથી ઉપર હોય ત્યારે શરીર સફેદ (ખાલી) હોય છે. કાળા અથવા ભરેલા શરીરનો અર્થ છે કે ક્લોઝ ઓપન કરતાં નીચેના ભાવે થયો છે. જુઓ ચિત્ર કેંડલસ્ટિક લાઇન્સ અને ચાર્ટ્સ.

રિક્ષામૅન (રિક્ષાવાળો) - લોંગ લેગ્ડ ડોજીનું ઉપનામ.

રાઇઝિંગ થ્રી મેથડ્સ - જુઓ થ્રી મેથડ્સ.

રાઇઝિંગ વિન્ડો (ઉપરની બારી) - જુઓ વિન્ડોઝ.

સેપરેટિંગ લાઇન્સ

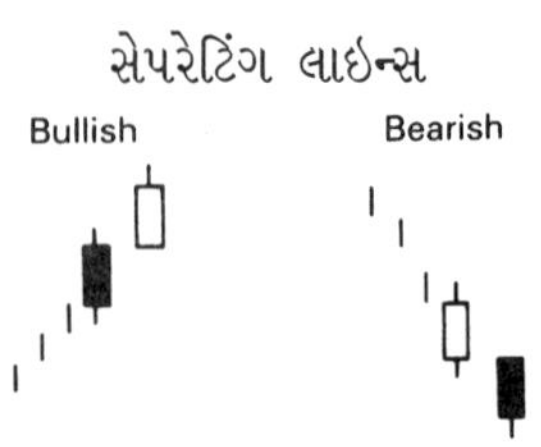

સેપરેટિંગ લાઇન્સ (અલગતા દર્શાવતી લાઇન્સ) - જ્યારે કોઈ અપટ્રેન્ડ (ડાઉનટ્રેન્ડ)માં બજાર ત્યાં જ ઓપન થાય છે જ્યાં પાછલા સત્રની વિરુદ્ધ રંગની કેંડલસ્ટિકનો ઓપન હોય અને પછી ઉપર (નીચે) ક્લોઝ થાય છે. આ લાઇન પછી પાછલો ટ્રેન્ડ ચાલુ રહેવો જોઈએ.

શેડોઝ (છાયાઓ) - કેંડલના શરીરની ઉપર અને નીચેની પાતળી રેખાઓ. આ સત્રની પરાકાષ્ઠા દર્શાવે છે. નીચલી છાયા શરીરની નીચેના

ભાગની રેખા છે. નીચલી છાયાનો આખરી છેડો સત્રનો લો છે. ઉપલી છાયાનો આખરી છેડો સત્રનો હાઈ છે. જુઓ ચિત્ર કેંડલસ્ટિક લાઇન્સ અને ચાર્ટ્સ.

શેવન બૉટમ (નીચે મૂંડેલું) - એ કેંડલ જેની કોઈ નીચલી છાયા ન હોય.

શેવન હેડ (મૂંડાવેલું માથું) - એ કેંડલ જેની કોઈ ઉપલી છાયા ન હોય.

શૂટિંગ સ્ટાર - એક બેરીશ કેંડલ, જેની લાંબી ઉપલી છાયા હોય, નીચલી છાયા કાં તો ન હોય અથવા બહુ નાની હોય અને એક વાસ્તવિક નાનું શરીર, જે સત્રના લો ની નજીક હોય. આ અપટ્રેન્ડ પછી દેખાય છે.

શૂટિંગ સ્ટાર

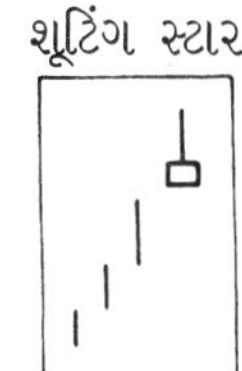

સાઇડ-બાય-સાઇડ વ્હાઇટ લાઇન્સ (અડોસી-પડોસી સફેદ રેખાઓ) - બે સતત સફેદ કેંડલસ્ટિક, જેમનો ઓપન સમાન હોય અને જેમના શરીર પણ સમાન આકારના હોય. કોઈ અપટ્રેન્ડમાં જો આ સાઇડ-બાય-સાઇડ વ્હાઇટ લાઇન્સ ગેપ હાઈ કરે છે તો આ બુલિશ નિરંતરતા પેટર્ન છે. કોઈ ડાઉન ટ્રેન્ડમાં આ સાઇડ-બાય-સાઇડ વ્હાઇટ લાઇન્સ બેરીશ માનવામાં આવે છે. (સફેદ કેંડલ હોવા છતાં, કારણ કે તે નીચેની બારી પછી આવે છે.)

સધર્ન ડોજી (દક્ષિણની ડોજી) - જુઓ ડોજી.

સ્પીનિંગ ટોપ (ભમરડો) - નાના શરીરોવાળી કેંડલ્સનું બીજું નામ.

સ્ટાર - એક નાનું શરીર (સફેદ અથવા કાળું), જે આ પહેલાંના મોટા શરીરમાંથી ગેપઅવે કરે છે. ડાઉનટ્રેન્ડમાં, સ્ટારને રેઈનડ્રોપ કહે છે.

તાસુકી ગેપ્સ - અપવર્ડ અથવા અપસાઇડ ગેપિંગ તાસુકીમાં એક સફેદ કેંડલથી બનેલી ઉપરની બારી ખૂલી જાય છે અને પછી એક કાળી કેંડલ આવે છે. કાળી કેંડલ સફેદ શરીરની અંદર ઓપન થાય છે અને સફેદ કેંડલના શરીરની નીચે ક્લોઝ થાય છે. કાળી કેંડલવાળા દિવસનો ક્લોઝ યુદ્ધબિંદુ હોય છે. ડાઉનવર્ડ અથવા ડાઉનસાઇડ ગેપિંગ તાસુકીમાં બજાર એક કાળી કેંડલ સાથે ગેપ ડાઉન ઉપર ખૂલે છે અને પછી એક સફેદ કેંડલ આવે છે. તાસુકીની બંને કેંડલ્સ લગભગ સમાન આકારની હોવી જોઈએ. બંને પ્રકારની તાસુકી દુર્લભ હોય છે.

થ્રી બુદ્ધા

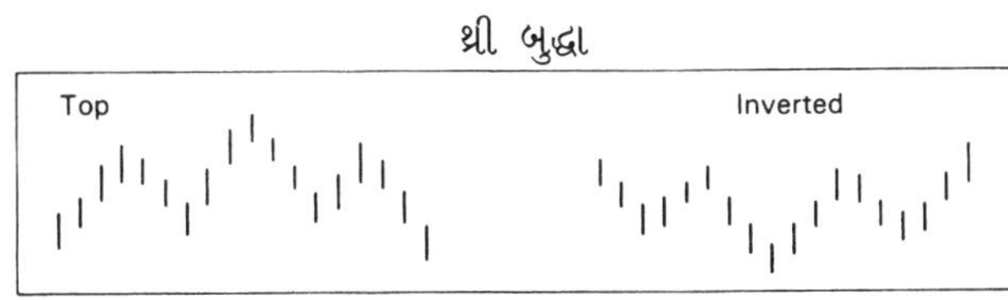

થ્રી બુદ્ધા પેટર્ન - થ્રી બુદ્ધા પેટર્ન પશ્ચિમી હેડ ઍન્ડ શોલ્ડર્સ ટોપ જેવું હોય છે. જાપાની શબ્દાવલીમાં થ્રી બુદ્ધા ટોપ થ્રી માઉન્ટેન ટોપ છે,

જેમાં વચ્ચેનો પર્વત સૌથી ઊંચો હોય છે. ઇનવર્ટેડ થ્રી બુદ્ધા પશ્ચિમી ઇનવર્ટેડ હેડ ઍન્ડ શોલ્ડર્સ જેવો હોય છે. જાપાની શબ્દાવલીમાં આ થ્રી રિવર બૉટમ છે, જેમાં વચ્ચેની નદી સૌથી લાંબી હોય છે.

થ્રી ક્રોઝ

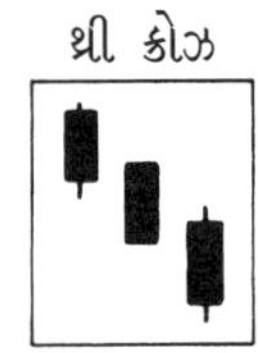

થ્રી ક્રોઝ (ત્રણ કાગડા) - સતત ત્રણ લાંબી કાળી કેંડલ, જે તેના લો ઉપર અથવા તેની નજીક બંધ થાય છે. આ ઊંચા ભાવના સ્તર અથવા લાંબી રેલી પછીનો ટોપ રિવર્સલ સિગ્નલ છે.

થ્રી મેથડ્સ

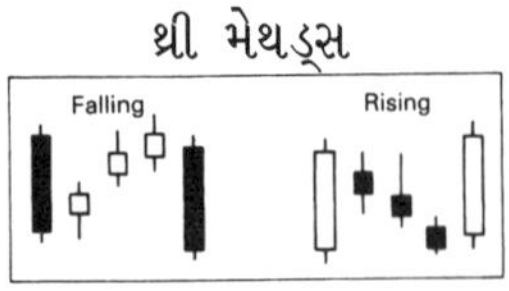

થ્રી મેથડ્સ - આના બે પ્રકાર છે. પહેલું ફોલિંગ થ્રી મેથડ છે, જે બેરીશ નિરંતરતા પેટર્ન છે. આ આદર્શ સ્થિતિમાં પાંચ કેંડલ્સથી બને છે. એક લાંબું કાળું શરીર આવે છે, જે પછી ત્રણ નાના શરીર, સામાન્ય રીતે સફેદ શરીર આવે છે, જે પહેલા સત્રની હાઈ-લો રેન્જની અંદર હોય છે, પછી એક કાળી કેંડલ મૂવના નવા લો ઉપર બંધ થાય છે. રાઇઝિંગ થ્રી મેથડ્સ બુલિશ નિરંતરતા પેટર્ન છે. એક ઊંચી સફેદ કેંડલ આવે છે, પછી ત્રણ નાનાં કાળાં શરીર આવે છે, જે સફેદ કેંડલની રેન્જની અંદર રહે છે. આ પેટર્નની પાંચમી કેંડલ એક શક્તિશાળી સફેદ કેંડલ હોય છે, જે મૂવના નવા હાઈ ઉપર બંધ થાય છે.

થ્રી માઉન્ટેન ટોપ

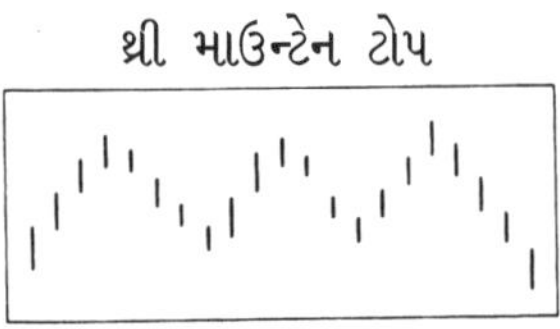

થ્રી માઉન્ટેન ટોપ (ત્રણ પર્વત શિખર) - એક દીર્ઘકાલીન ટોપિંગ પેટર્ન, જેમાં ભાવ સમાન હાઈ ઉપર અથવા તેની નજીક થોભી જાય છે.

થ્રી રિવર બૉટમ

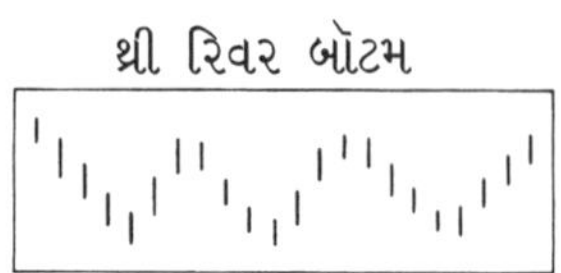

થ્રી રિવર બૉટમ (ત્રણ નદી તળ) - જ્યારે બજાર ત્રણવાર નીચેના વિસ્તારમાં પહોંચે છે.

થ્રી વ્હાઇટ સોલ્જર્સ

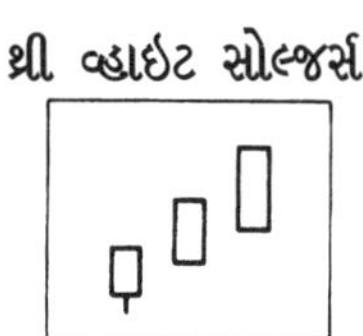

થ્રી વ્હાઇટ સોલ્જર્સ અથવા ત્રણ એડ્વાન્સિંગ સોલ્જર્સ (ત્રણ ગોરા સૈનિકો અથવા ત્રણ આગળ વધતા સૈનિકો) - ત્રણ સફેદ કેંડલના આ સમૂહમાં હાઈ ક્લોઝ હોય છે (દરેકનો ક્લોઝ સત્રના હાઈની નજીક હોય છે). આ ત્રણ સફેદ કેંડલ વધુ બુલિશ શક્તિની ભવિષ્યવાણી કરે છે, જો તે સ્થિર ભાવ અથવા ઓછા ભાવ ઉપર દેખાય.

થ્રસ્ટિંગ લાઇન - એક સફેદ કેંડલ જે પાછલા કાળા શરીરની અંદર ક્લોઝ થાય છે, પરંતુ તો પણ પાછલા સત્રના શરીરની વચ્ચે હોય છે. થ્રસ્ટિંગ લાઇન ઇન-નેક લાઇનથી વધુ શક્તિશાળી હોય છે, પરંતુ પિયર્સિંગ લાઇન જેટલી શક્તિશાળી હોતી નથી. ડાઉનટ્રેન્ડમાં થ્રસ્ટિંગ લાઇનને બેરીશ માનવામાં આવે છે (જ્યાં સુધી આ બંને પેટર્ન એકબીજાની અંદર થોડા દિવસોમાં ન આવે). ઉપર વધતા બજારમાં આને બુલિશ માનવામાં આવે છે.

ટાવર્સ
Towers

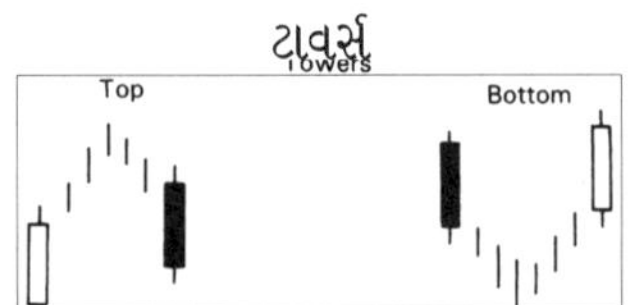

ટાવર્સ - એક ટાવર ટોપ હોય છે અને બીજું ટાવર બૉટમ હોય છે. ટાવર ટોપ એક રિવર્સલ પેટર્ન છે. આ એક અથવા વધુ ઊંચી સફેદ કેંડલ્સ દ્વારા બને છે, જે પછી કંજેક્શન બેન્ડ આવે છે અને પછી એક અથવા વધુ લાંબી કાળી કેંડલસ્ટિક આવે છે. આ એક એવી પેટર્ન છે,

જેમાં કંજેક્શન બેન્ડની બંને તરફ ટાવર દેખાય છે. ટાવર બૉટમ એક બૉટમ રિવર્સલ પેટર્ન છે. એક અથવા વધુ લાંબી કાળી કેંડલ્સ આવે છે, જે પછી સાઇડવેઝ ગતિવિધિ થાય છે. પછી બજાર એક અથવા વધુ લાંબી સફેદ કેંડલસ્ટિક્સ સાથે ઉપરની તરફ વિસ્ફોટ કરે છે.

ટ્રાઈ-સ્ટાર (ત્રણ તારા) - ત્રણ ડોજી, જેની સંરચના મૉર્નિંગ કે ઈવનિંગ સ્ટાર પેટર્ન જેવી હોય છે. ખૂબ દુર્લભ પેટર્ન.

ટ્વિઝર્સ ટોપ અને બૉટમ (સંકોચાયેલું શિખર અને તળિયું) - જ્યારે સમાન હાઈ અથવા લો ની તપાસ સતત બે સત્રોમાં કરવામાં આવે છે. આ ગૌણ રિવર્સલ સંકેત હોય છે, જેનું મહત્ત્વ ત્યારે વધી જાય છે, જો ટ્વિઝર્સ પેટર્ન બનાવનારી બે કેંડલસ્ટિક કોઈ અન્ય કેંડલસ્ટિક ઇંડિકેટર પણ બનાવે. ઉદાહરણ તરીકે, જો કોઈ હરામી ક્રૉસનાં બંને સત્રોના હાઈ સમાન હોય તો આનું મહત્ત્વ વધુ હોઈ શકે છે, કારણ કે એક પેટર્ન ટ્વિઝર્સ ટોપ હશે અને બીજું પેટર્ન બેરીશ હરામી ક્રૉસ હશે, જેને તે જ બે કેંડલસ્ટિક લાઈને બનાવ્યો છે.

ટ્વિઝર્સ

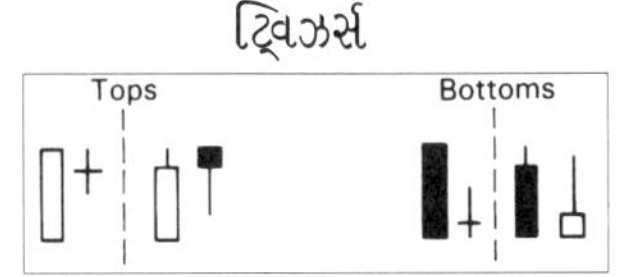

અમ્બ્રેલા લાઇન્સ (છત્રી રેખાઓ) - હેમર અને હેંગિંગ લાઇન્સનું સામાન્ય નામ. અમ્બ્રેલા લાઇન્સ છત્રી જેવી દેખાય છે, કારણ કે આ કેંડલની નીચલી છાયા લાંબી હોય છે અને ટ્રેડિંગ રેન્જના ટોપ ઉપર અથવા તેની નજીકનું શરીર નાનું હોય છે.

અમ્બ્રેલા લાઇન્સ

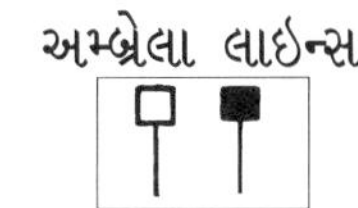

અપર શેડો - જુઓ શેડોઝ.

અપસાઇડ ગેપ તાસુકી - જુઓ તાસુકી ગેપ્સ.

અપસાઇડ ગેપ ટુ ક્રોઝ (ઉપલો ગેપ બે કાગડા) - ત્રણ કેંડલવાળી પેટર્ન. પહેલી કેંડલ સફેદ અને લાંબી હોય છે, જે પછી કાળુ શરીર આવે છે, જે સફેદ કેંડલના શરીરની ઉપર ગેપઅપ કરે છે. ત્રીજા દિવસે કાળું શરીર આવે છે, જે બીજા દિવસના ઓપનની ઉપર ખૂલે છે અને બીજા દિવસના ક્લોઝની નીચે બંધ થાય છે. આ બહુ દુર્લભ છે.

વિન્ડો (બારી) - પશ્ચિમી ગેપ સમાન. બારી નિરંતરતાની પેટર્ન છે. જ્યારે બજાર ઉપર તરફની બારી ખોલે છે, ત્યારે તેને ઉપરની બારી કહે છે. આ એક બુલિશ સંકેત છે અને ઉપરની બારી મોટેભાગે સપોર્ટનું કામ કરે છે. જો કોઈ બારી વેચવાલી દરમિયાન ખૂલે છે, તો તે નીચે તરફની બારી છે. આ એક બેરીશ સંકેત છે. નીચે તરફની બારી મોટેભાગે રેઝિસ્ટન્સનું કામ કરે છે.

વિન્ડોઝ

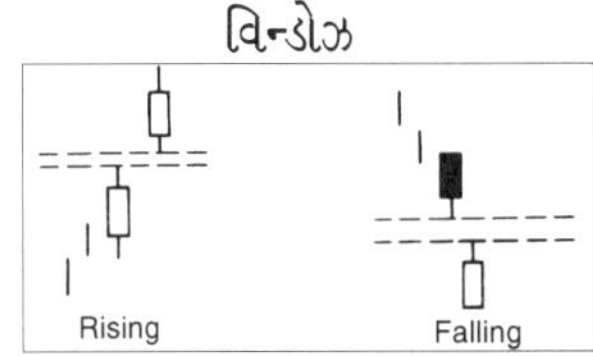

શબ્દાવલી B

પશ્ચિમી તકનીકી શબ્દાવલી

આ શબ્દકોશ આ પુસ્તકમાં ઉપયોગમાં લેવાયેલ પશ્ચિમી તકનીકી શબ્દાવલીને સ્પષ્ટ કરે છે. આનો ઉદ્દેશ્ય સંપૂર્ણ અથવા વિગતવાર હોવાનો નથી, કારણ કે આ પુસ્તક પશ્ચિમી ટેક્નિકલ્સ ઉપર નહીં, પરંતુ જાપાની કેંડલસ્ટિક ઉપર કેન્દ્રિત છે.

બાર ચાર્ટ - પ્રાઇસ એક્ટિવિટીનું ચિત્રાત્મક વર્ણન. સેશનના હાઈ અને લો ઊભી લાઇનના ટોપ અને બૉટમ દર્શાવે છે. ક્લોઝને નાના આડા બાર સ્વરૂપ ઉપર ઊભી લાઇનની જમણી બાજુ જોડવામાં આવે છે. ઓપનમાં નાનો આડો બાર ઊભી લાઇનની ડાબી તરફ જોડવામાં આવે છે. ભાવ ઊભાં પરિણામો ઉપર હોય છે, સમય આડા પરિણામ ઉપર હોય છે.

બ્લો-ઑફ - ટોપ અથવા બૉટમ રિવર્સલ. બ્લો-ઑફ કોઈ લાંબા મૂવ પછી આવે છે. ભાવ ઝડપથી પાછલા ટ્રેન્ડ તરફ મજબૂતીથી જાય છે. જો બજાર આ પછી બદલાય તો આ બ્લો-ઑફ હોય છે.

બૉક્સ રેન્જ - લેટરલ ટ્રેડિંગ રેંજમાં બજાર માટે જાપાની શબ્દાવલી. જુઓ કંજેક્શન ઝોન અથવા બેન્ડ.

બ્રેકઅવે ગેપ - જ્યારે ભાવ કોઈ મહત્ત્વપૂર્ણ તકનીકી ક્ષેત્રથી ગેપ બનાવીને દૂર હોય છે (જેમ ટ્રેન્ડલાઇન અથવા કંજેક્શન ઝોન).

બ્રેકઆઉટ - રેઝિસ્ટન્સ અથવા સપોર્ટ લેવલને પાર કરવું.

પોલારિટી (ધ્રુવીયતા)નું પરિવર્તન - જ્યારે જૂનો સપોર્ટ નવા રેઝિસ્ટન્સમાં બદલાઈ જાય છે અથવા જ્યારે જૂનો રેઝિસ્ટન્સ નવા સપોર્ટમાં બદલાઈ જાય છે.

કન્ફર્મેશન (પુષ્ટિ) - જ્યારે એકથી વધુ ઇંડિકેટર બીજાની ગતિવિધિની પુષ્ટિ કરે છે.

કંજેક્શન ઝોન અથવા બેન્ડ - તુલનાત્મક રીતે સાંકડી પ્રાઇસ બેન્ડની અંદર સાઇડવેઝ પ્રાઇસ એક્શનનો સમયગાળો. જાપાનીઓ આને બૉક્સ રેન્જ કહે છે.

કોન્સોલિડેશન - કંજેક્શન ઝોનની જેમ પરંતુ કોન્સોલિડેશનમાં એ અનિવાર્ય છે કે પાછલો ટ્રેન્ડ ચાલુ રહેવો જોઈએ.

કન્ટિન્યૂએશન પેટર્ન - એવી પેટર્ન જેનો સંકેત એ હોય છે કે પાછલો ટ્રેન્ડ ચાલુ રહેશે. ઉદાહરણ તરીકે, ફ્લેગ નિરંતરતાની પેટર્ન છે.

ક્રૉસઓવર - જ્યારે તેજ ઇંડિકેટર ધીમા ઇંડિકેટરની ઉપર (બુલિશ ક્રૉસઓવર) ક્રૉસ કરે છે અથવા નીચે ક્રૉસ કરે છે (બેરીશ ક્રૉસઓવર). ઉદાહરણ તરીકે, 5 દિવસની મૂવિંગ એવરેજ 13 દિવસની મૂવિંગ એવરેજની નીચે ક્રૉસ કરે છે, તો આ બેરીશ ક્રૉસઓવર હોય છે.

ડાઇવરજન્સ (વિચલન) - જ્યારે સંબંધિત તકનીકી ઇંડિકેટર્સ કોઈ પ્રાઇસ મૂવની પુષ્ટિ કરવામાં અસફળ રહે છે. ઉદાહરણ તરીકે, જો ભાવ નવી ઊંચાઈ ઉપર પહોંચે છે અને સ્ટોકેસ્ટિક્સ નવો હાઈ ન બનાવે ત્યારે આ નેગેટિવ ડાઇવરજન્સ છે અને બેરીશ છે. જો ભાવ નવો લો બનાવે છે અને સ્ટોકેસ્ટિક્સ નવો લો ન બનાવે તો આને સકારાત્મક ડાઇવરજન્સ કહેવામાં આવે છે અને આ બુલિશ હોય છે.

ડબલ બૉટમ - પ્રાઇસ એક્શન, જે અંગ્રેજી અક્ષર 'ડબલ્યુ' જેવી હોય છે, જેમાં ભાવનો ઘટાડો બે વાર તે જ લો ઉપર અથવા તેની નજીક રોકાય છે.

ડબલ ટૉપ - પ્રાઇસ એક્શન, જે અંગ્રેજી અક્ષર 'એમ' જેવી હોય છે, જેમાં ભાવ બે વાર રેલી કરીને તે જ હાઈ પાસે આવીને રોકાય છે.

ડાઉનગેપ - જ્યારે ભાવ નીચે તરફ ગેપ આપે છે.

ડાઉન ટ્રેન્ડ - એ બજાર જેનો ટ્રેન્ડ નીચેની તરફ છે, જેમ લોઅર હાઈ અને/અથવા લોઅર લો ની શૃંખલા દ્વારા દેખાય છે.

એક્સ્પોનેંશિયલ મૂવિંગ એવરેજ - એ મૂવિંગ એવરેજ, જેનું એક્સ્પોનેંશિયલ મહત્ત્વ હોય છે.

ફૉલિંગ રેઝિસ્ટન્સ લાઇન - એ રેઝિસ્ટન્સ લાઇન જે લોઅર હાઈની શૃંખલા જોડીને બનાવવામાં આવે છે.

ફૉલિંગ સપોર્ટ લાઇન - એ સપોર્ટ લાઇન જે લોઅર લો ની શૃંખલા જોડીને બનાવવામાં આવે છે.

ફિબોનાચી - ઇટલીના ગણિતશાસ્ત્રી, જેમણે પાછલી બે સંખ્યાઓને જોડવાના આધારે સંખ્યાઓની શૃંખલા બનાવી. ટેક્નિશિયનો દ્વારા ઉપયોગમાં લેવાતા ફિબોનાચી રેશિયોમાં 38%, 50% અને 62% સામેલ છે.

ફ્લેગ અથવા પેનેંટ - નિરંતરતાની રચના, જેમાં એક તીવ્ર પ્રાઇસ મૂવ હોય છે, જે પછી સંક્ષિપ્ત કોન્સોલિડેશન ક્ષેત્ર આવે છે. આ નિરંતરતાની પેટર્ન છે.

ગેપ - એક પ્રાઇસ એરિયાથી બીજા પ્રાઇસ એરિયા સુધીની ખાલી જગ્યા (એટલે કે અહીં કોઈ ટ્રેડિંગ નથી થયું).

ઇનસાઇડ સેશન - જ્યારે સંપૂર્ણ ક્ષેત્રની હાઈ-લો રેન્જ પાછલા સત્રની રેન્જની અંદર હોય છે.

ઇન્ટ્રાડે - ડેઇલીથી નાનો કોઈ પણ સમયગાળો. જેમ કે 60 મિનિટનો ઇન્ટ્રાડે ચાર્ટ દરેક 60 મિનિટ હાઈ, લો, ઓપન અને ક્લોઝ ઉપર આધારિત હોય છે.

આઇલૅન્ડ - બજારની પરાકાષ્ઠા ઉપર આવતી રચના, જ્યારે ભાવ અગાઉના ટ્રેન્ડ તરફ ગેપ કરે છે. પછી ભાવ ત્યાં એક અથવા વધુ દિવસ રોકાય છે અને પછી વિરુદ્ધ દિશામાં ગેપ કરે છે. આમ, ગેપ્સ ભાવને ટાપુની જેમ એકલો છોડી દે છે.

મેઝર્ડ મૂવ્ઝ - (માપેલાં પગલાં) - એક પ્રાઇસ ટાર્ગેટ, જે અગાઉના પ્રાઇસ એક્શન ઉપર આધારિત માપણીનો ઉપયોગ કરીને કાઢવામાં આવે છે.

મોમેન્ટમ (ગતિ) - કોઈ પણ પ્રાઇસ મૂવની ગતિ. આ હાલના ક્લોઝની તુલના પાછલા ચોક્કસ સમયગાળાના ક્લોઝથી કરે છે.

મૂવિંગ એવરેજ કોનવર્જન્સ-ડાયવરજન્સ(એમએસીડી) ઓસિલેટર - ત્રણ એક્સ્પોનેંશિયલ સ્મૂધડ મૂવિંગ એવરેજનું સંયોજન.

નેકલાઇન - એ લાઇન જે હેડ ઍન્ડ શોલ્ડર્સ પેટર્નમાં હેડના બંને લો ને જોડે છે અથવા ઇનવર્સ હેડ ઍન્ડ શોલ્ડર્સના બંને હાઈને જોડે છે. હેડ ઍન્ડ શોલ્ડર્સ ટોપની નેકલાઇનની નીચે ભાવ જવો તે બેરીશ હોય છે; ઇનવર્સ હેડ ઍન્ડ શોલ્ડર્સની નેકલાઇનની ઉપર ભાવ જવાને બુલિશ માનવામાં આવે છે.

નેગેટિવ ડાયવરજન્સ - જુઓ ડાયવરજન્સ.

ઓસિલેટર - એ મોમેન્ટમ લાઇન, જે ઝીરો વૉલ્યૂમ લાઇનની ચારે તરફ હાલે છે (અથવા 0થી 100% વચ્ચે). ઓસિલેટર્સ ઓવરબોટ/ઓવરસોલ્ડ સ્તરોને માપવા, નકારાત્મક અને સકારાત્મક ડાયવરજન્સ દેખાડવા અને કોઈ પ્રાઇસ મૂવની ગતિ માપવામાં મદદ કરે છે.

ઓવરબોટ - જ્યારે બજાર બહુ જલદી, બહુ ઉપર જતું રહે છે. આ બિંદુ ઉપર બજારમાં નીચેની તરફ કરેક્શન આવવાની સંભાવનાઓ વધી જાય છે.

ઓવરસોલ્ડ - જ્યારે બજાર બહુ જલદી ઘટી જાય છે ત્યારે બજારમાં બાઉન્સ આવવાની સંભાવનાઓ વધી જાય છે.

પેપર ટ્રેડિંગ - ખરેખર પૈસાથી ટ્રેડિંગ ન કરવું. બધા જ સોદા કાલ્પનિક હોય છે, જેમાં નફા અને ખોટનો રેકોર્ડ કાગળ ઉપર જ રાખવામાં આવે છે.

પેનેંટ - જુઓ ફ્લેગ.

પોઝિટિવ ડાયવરજન્સ - જુઓ ડાયવરજન્સ.

રેલી - ભાવની ઉપર-નીચે જવાની પ્રક્રિયા.

રિએક્શન (પ્રતિક્રિયા) - પ્રવર્તમાન ટ્રેન્ડ વિરુદ્ધ ભાવની ગતિવિધિ.

રિલેટિવ સ્ટ્રેન્થ ઇન્ડેક્સ (આરએસઆઇ) - આરએસઆઇ ચોક્કસ સમયગાળામાં ક્લોઝના આધારે હાઈ - લો પ્રાઇસના રેશિયોની તુલના કરે છે.

રેઝિસ્ટન્સ લેવલ - એવું સ્તર જ્યાં વેચવાવાળાઓના પ્રવેશની અપેક્ષા રાખવામાં આવે છે.

રિટ્રેસમેન્ટ - પાછલા મૂવથી ભાવની પ્રતિક્રિયા ટકાવારીમાં. વધુ સામાન્ય રિટ્રેસમેન્ટ સ્તર છે, 38.2%, 50% અને 61.8%.

રિવર્સલ ઇંડિકેટર - જુઓ ટ્રેન્ડ રિવર્સલ.

રિવર્સલ સેશન - એવું સેશન જ્યાં નવો હાઈ બને છે અને પછી બજાર પાછલા દિવસના ક્લોઝની નીચે બંધ થાય છે.

રાઇઝિંગ રેઝિસ્ટન્સ લાઇન - એ રેઝિસ્ટન્સ લાઇન, જે હાયર હાઈ જોડીને બનાવવામાં આવે છે.

રાઇઝિંગ સપોર્ટ લાઇન - હાયર લો ને જોડનારી સપોર્ટ લાઇન.

સેલિંગ ક્લાઈમેક્સ - જ્યારે ભાવ ઝડપથી ઘટે છે અને અચાનક લાંબા ઘટાડા પછી ભારે વૉલ્યૂમ ઉપર બહુ ઝડપથી ઘટે છે. જો બજાર આ ઝડપી વેચવાલી પછી પલટે છે, તો આને સેલિંગ ક્લાઈમેક્સ કહેવામાં આવે છે.

સેલ ઑફ (વેચવાલી) - ભાવની નીચે તરફની ગતિવિધિ.

સિમ્પલ મૂવિંગ એવરેજ - પ્રાઇસ ડેટાને વ્યવસ્થિત બનાવવાની પદ્ધતિ, જેમાં ભાવને પરસ્પર જોડીને તેમની એવરેજ કાઢવામાં આવે છે. આને મૂવિંગ એવરેજ કહેવામાં આવે છે, કારણ કે એવરેજ બદલાતી રહે છે. જ્યારે નવો પ્રાઇસ ડેટા ઉમેરવામાં આવે છે, ત્યારે જૂના ડેટાને હટાવી દેવામાં આવે છે.

સ્પ્રિંગ - જ્યારે ભાવ કોઈ આડા કંજેક્શન બેન્ડના સપોર્ટને તોડીને નીચે

જતાં રહે છે અને પછી તૂટેલા સપોર્ટ એરિયાથી ઉપરની બાજુ આવે છે. આ બુલિશ હોય છે અને આ કંજેક્શન બેન્ડના ઉપલા છેડા સુધી માપેલું પ્રાઇસ ટાર્ગેટ છે.

સ્ટોકેસ્ટિક્સ - એક ઓસિલેટર, જે ચોક્કસ સમયગાળામાં તેની રેન્જની તુલનામાં ક્લોઝિંગ પ્રાઇસની તુલનાત્મક સ્થિતિને માપે છે. આમાં ઝડપથી ચાલનારી 'પ્રતિશત K' લાઇન હોય છે અને ધીમી ચાલનારી 'પ્રતિશત D' લાઇન હોય છે.

સપોર્ટ લેવલ - એવું ક્ષેત્ર, જ્યાં ખરીદનારાઓના પ્રવેશની અપેક્ષા રાખવામાં આવે છે.

સ્વિંગ ટાર્ગેટ - પ્રાઇસ ટાર્ગેટ મેળવવા માટે રેલી અથવા ઘટાડાની ઊંચાઈનો ઉપયોગ કરવો.

ટ્રેડિંગ રેન્જ - જ્યારે ભાવ આડા સપોર્ટ અને આડા રેઝિસ્ટન્સ સ્તરો વચ્ચે ફસાઈ જાય.

ટ્રેન્ડ - બજારનું પ્રવર્તમાન પ્રાઇસ ડિરેકશન.

ટ્રેન્ડલાઇન - ચાર્ટ ઉપર એક લાઇન, જે હાયર હાઈ અથવા લોઅર લો ની શૃંખલાઓને જોડે છે. ટ્રેન્ડલાઇન ખેંચવા માટે ઓછામાં ઓછા બે બિંદુઓની જરૂર છે. આનું જેટલી વધુ વાર પરીક્ષણ થાય અને તે પરીક્ષણો ઉપર જેટલું વધુ વૉલ્યૂમ, ટ્રેન્ડલાઇન એટલી જ વધુ મહત્ત્વપૂર્ણ હોય છે.

ટ્રેન્ડ રિવર્સલ - આને ટ્રેન્ડ રિવર્સલ ઇંડિકેટર્સ પણ કહેવામાં આવે છે. આ એક ભ્રામક શબ્દાવલી છે. વધુ ઉચિત અને વધુ ચોક્કસ શબ્દ 'ટ્રેન્ડ પરિવર્તન ઇન્ડેકેટર' હોઈ શકે. આનો અર્થ છે કે પાછલો ટ્રેન્ડ બદલાવો જોઈએ. આનો અર્થ એમ નથી કે ભાવ પલટાવાના છે. ટ્રેન્ડ રિવર્સલ પેટર્ન પછી ભાવ બદલાઈ શકે છે, પરંતુ એમ થઈ શકે કે તે ન પણ બદલાય. ઉદાહરણ તરીકે, બની શકે કે ટ્રેન્ડ અપટ્રેન્ડથી સાઇડવેઝમાં બદલાઈ જાય. જો ટ્રેન્ડ રિવર્સલ પેટર્ન દેખાયા પછી ટ્રેન્ડ આખરે બદલાય, તો તે ટ્રેન્ડ રિવર્સલ સફળ માનવામાં આવે છે. માટે જો કોઈ ટ્રેન્ડ રિવર્સલ પેટર્ન કોઈ અપટ્રેન્ડ દરમિયાન દેખાય છે અને બજાર આ પછી સાઇડવેઝ ચાલે તો ટ્રેન્ડ રિવર્સલ પેટર્ન સફળ ગણાય છે.

અપગેપ - ઉપર તરફનો ગેપ, જે ભાવને વધુ ઉપર તરફ લઈ જાય છે.

અપટ્રસ્ટ - જ્યારે ભાવ કોઈ સાઇડવેઝ ટ્રેડિંગ ઝોનની રેઝિસ્ટન્સ લાઇનને તોડીને ઉપર નીકળી જાય છે. જો આ નવો હાઈ જળવાઈ ન શકે અને ભાવ ફરી પાછા તૂટેલી રેઝિસ્ટન્સ લાઇનની નીચે આવી જાય

તો આ એક અપટ્રસ્ટ બની રહે છે. ટાર્ગેટ હાલના ટ્રેડિંગ ઝોનના નીચલા છેડાનો રિટેસ્ટ હોય છે.

અપટ્રેન્ડ - એ બજાર જેનો અભિગમ ઉપર તરફનો છે.

વી બૉટમ અથવા ટોપ - જ્યારે ભાવ અચાનક દિશા બદલી નાખે અને એવી પ્રાઇસ પેટર્ન બનાવે, જે બૉટમ માટે અંગ્રેજી ભાષાના 'વી' અક્ષર જેવો દેખાય અથવા ટોપના કેસમાં ઊંધો 'વી' જેવો દેખાય.

વૉલ્યૂમ - ચોક્કસ સમયગાળામાં થયેલ કુલ સોદાની સંખ્યા.

વેટેડ મૂવિંગ એવેરેજ - એ મૂવિંગ એવરેજ જેમાં દરેક પાછલા ભાવ ઉપર ભાર આપવામાં આવે છે. સામાન્ય રીતે સૌથી નવા ડેટાને સૌથી વધુ ભાર આપવામાં આવે છે અને તેને વધુ મહત્ત્વપૂર્ણ આપવામાં આવે છે.

અનુવાદકની અભિવ્યક્તિ

આજના ઇન્ટરનેટના યુગમાં પણ પુસ્તકો વાંચવાની આપણી મૂળ પ્રણાલીને જાળવી રાખનાર વાચક બંધુઓને જતિન વોરાના જય હાટકેશ.

ચાર્ટેડ માર્કેટ ટેક્નિશિયન સ્ટીવ નિસન પશ્ચિમી જગતના એક અગ્રગણ્ય નિષ્ણાત છે અને કેંડલ ચાર્ટ્સ.કોમના માલિક છે. તેઓ સીએનબીસી ચૅનલ ઉપર આવી ચૂક્યા છે અને ધ વૉલ સ્ટ્રીટ જર્નલ, બેરન્સ તથા વર્થ પત્રિકામાં તેમની ઉપર લેખ લખવામાં આવેલ છે. સ્ટીવ નિસન એ પ્રથમ વ્યક્તિ છે જેમણે કેંડલ ચાર્ટ્સની અદ્ભુત શક્તિઓને વિશ્વ સમક્ષ ઉજાગર કરી છે. આ ઉપરાંત તેમણે 'બિયોન્ડ કેંડલસ્ટિક' નામનું પુસ્તક પણ લખ્યું છે, જે અદ્ભુત રીતે સફળ રહ્યું હતું. તેમણે વિશ્વના વિવિધ દેશોમાં વ્યવસાયિકોને પ્રશિક્ષણ આપ્યું છે.

આ પુસ્તકમાં તેમણે વિવિધ ઉદાહરણો આપી વાચક માટે સરળ બનાવ્યું છે અને આમ, પુસ્તક અત્યંત રસપ્રદ બની રહે છે અને તેમાં આપવામાં આવેલ ટેક્નિક્સ તમે તમારા વ્યવસાયમાં આસાનીથી ઉતારી શકો છો. આ પુસ્તક શેરબજારમાં રસ ધરાવનારાઓ માટે અનિવાર્ય બની રહ્યું છે અને વાંચવાલાયક જ નહીં, પરંતુ વસાવવાલાયક બની રહ્યું છે. મને આશા છે આ પુસ્તક તમારા વ્યાવસાયિક જીવનને ખૂબ સફળ બનાવશે. શેરબજારના તમામ ખેલાડીઓને સફળતાની શુભેચ્છાઓ સહ.

હું, વ્યવસાયે સિવિલ એન્જિનિયર, પણ સાહિત્ય પ્રત્યેના અદ્ભુત લગાવના કારણે હું કેટલાંક પુસ્તકોનો અનુવાદ કરી ચૂક્યો છું. જેમાંનાં કેટલાંક પુસ્તક રૂપે પ્રસિદ્ધ થયાં છે, જેને વાચકો તરફથી સારો પ્રતિસાદ મળેલ છે.

આ પુસ્તકના ભાવાનુવાદમાં મુખ્ય ફાળો નવભારત સાહિત્ય મંદિરના શ્રી રોનકભાઈ શાહનો છે જેમના પ્રોત્સાહન થકી આ પુસ્તક આપના હાથમાં આવી શક્યું છે. તેમના સહકાર વગર હું આ પુસ્તક કદાચ સંપૂર્ણ કરી શક્યો ન હોત. તેમનો આભાર શબ્દોમાં વ્યક્ત કરવો મુશ્કેલ છે. તે સિવાય મારા દરેક કાર્યમાં મને સાથ આપનાર મારા પરિવારના સૌ સભ્યોનો પણ હું આભાર માનું છું.

અંતે આપ સહુ વાચકોના અભિપ્રાયની આતુરતા મને હંમેશાં હોય જ છે. જરૂરથી આપનો અભિપ્રાય મને મારા ઇ-મેઈલ ઍડ્રેસ Jatin_1421@yahoo.com ઉપર મોકલી આપવા વિનંતી છે.

આપનો નમ્ર

જતિન વોરા

બી.ઈ. (સિવિલ), એમબીએ (ફાઇનાન્સ)